சுராவின்

வெற்றி தரும்
எண் கணிதம்

SUCCESS THROUGH
NUMEROLOGY

ஆசிரியர்:
பண்டிட் அழகர் விஜய,
B.E., D.A., P.G.D.T.A

சுரா
பதிப்பகம்

சுரா பதிப்பகம்
(An imprint of Sura College of Competition)
சென்னை

VETRI THARUM ENN KANITHAM
(Success Through Numerology)
by
Pandtit Alahar Vijay, B.E., D.A., PGDTA.,

© வெளியீட்டாளர்கள்

இந்தப் பதிப்பு : செப்டம்பர் 2024

அளவு : 1/8 டெமி

பக்கங்கள் : 320

குறியீட்டு எண் : **W395**
ISBN: 978-81-8449-538-6

(வெளியீட்டாளர்களின் எழுத்து மூலமான அனுமதி இன்றி இப்புத்தகத்தை மறுபதிப்புச் செய்யவோ, வேறு மொழிகளில் மொழிபெயர்க்கவோ, அச்சடிக்கவோ, போட்டோகாபி செய்யவோ கூடாது)

சுரா பதிப்பகம்
[An imprint of Sura Books (Pvt) Ltd.]

தலைமை அலுவலகம்: 1620, 'ஜே' பிளாக், 16-ஆவது பிரதான சாலை, அண்ணா நகர், சென்னை-600 040.
☎ 91-44-4862 9977, 4204 3273

பத்மாவதி ஆப்செட் பிரஸ், சென்னை–600 032–இல் அச்சடிக்கப்பட்டு,
சுரா பதிப்பகத்திற்காக [An imprint of Sura College of Competition],
1620, 'ஜே' பிளாக், 16–வது பிரதான சாலை, அண்ணா நகர், சென்னை – 600 040 இல்
திரு. வீ.வீ.கே. சுப்புராசு அவர்களால் வெளியிடப்பட்டது.
தொலைபேசி எண்கள்: 91–44–26162173, 26161099. தொலைநகல்: (91) 44–26162173.
email: enquiry@surabooks.com; website: www.surabooks.com

ஆசிரியர் உரை

* நவக்கிரகங்கள்....
* நவ எண்கள்....
* இவைகளால் உருவாக்கப்படும் காலச் சக்கரம்....

இவையே இந்தப் பூவுலகில் மனிதனை இயக்குகின்றன! இறைவனின் ஆணைப்படியே இவை மனிதனுக்கு அவன் பூர்வ வினைக்கேற்ப நற்பலன்களையோ, தீய பலன்களையோ ஏற்படுத்துகின்றன! தனது பூர்வ கர்மாவைப் பற்றி இன்றைய மனிதனுக்கு எதுவும் தெரியாது. ஆனால் இந்தப் பூர்வ கர்மாவின் பலன்களின்படிதான், மனிதனின் ஜாதகம், பிறந்த நாள், பெயர்கள் மற்றும் வாழ்க்கை ஆகியவை அமைகின்றன என்கின்றன சாஸ்திரங்கள்.

ஆனால், நீங்கள் அதைப்பற்றியெல்லாம் கவலைப்பட வேண்டியதில்லை! உங்களது விதிப்படியான எண்களை (அமைப்பை) அப்படியே ஏற்றுக் கொள்ளுங்கள்! எந்த மாதிரியான விதியின் அமைப்பில் பிறந்திருந்தாலும், சாஸ்திரங்களை முறையாகப் பயன்படுத்தினால் உங்களுக்கு வெற்றியும், மகிழ்ச்சியும் நிச்சயம்தான்!

உங்களுக்குக் கொடுக்கப்பட்ட வாழ்க்கையை (விதியினை) அப்படியே ஏற்று அதை எப்படி மேம்படுத்தலாம் என்று சிந்தியுங்கள். உலகில் பிறந்த எந்த மனிதனுக்கும் இதுவரையிலும் ஒன்பது கிரகங்களும் சேர்ந்து நன்மைகளே செய்ததில்லை என்பதைத் தெரிந்து கொள்ளுங்கள்! ஏதோ மூன்று கிரகங்கள் உங்களை முன்னேற்றவே பாடுபடுகின்றன! ஆனால் வேறு மூன்று கிரகங்கள் உங்களை கீழே தள்ளவே முயற்சிக்கின்றன! மீதி இருக்கும் மூன்று கிரகங்கள் நடுநிலையுடன் செயலாற்றுகின்றன.

உங்களுக்கு அதிர்ஷ்டம் கொடுக்கின்ற மூன்று கிரகங்களையும், நடுத்தர பலன்கள் கொடுக்கும் கிரகங்களையும் அறிந்து கொண்டு, அவைகளை எப்போதும் பின்பற்றினால் எப்போதும் நீங்கள் வெற்றிகளையே அடையலாம்... தீய ஆதிக்கமுள்ள மூன்று கிரகங்களின் பலன்களைக் கூட அவற்றைச் சரியாகக் கையாண்டால் அவைகளையும் நன்மைகள் புரிய வைக்கலாம்!

* ஜாதகம், கைரேகை, நாடி ஜோதிடம் என்பது நமது விதியை பற்றி அறிந்து கொள்ள உதவும் சாஸ்திரங்களே....
* எண்கணிதம், Pronology, வாஸ்து போன்றவை, நமக்கு கிடைத்த விதியினை நமக்கு ஏற்றாற்போல் பலன்களை ஏற்படுத்திக் கொடுக்கும் வல்லமையுள்ள சாஸ்திரங்கள்.

எனவே ஜாதகம், கோச்சாரம் போன்ற பலன்களைப் பற்றியெல்லாம் கவலைப்படாமல், நமது கையில் கிடைத்துள்ள இன்றைய தினத்தை சரியாகவும், முழுமையாகவும் திட்டமிட்டு பயன்படுத்திக் கொண்டால் ஒவ்வொரு நாளும் உங்களுக்கு வெற்றிதான்.

தோல்விகள் ஏன் மனிதனுக்கு ஏற்படுகிறது?

1. பல மனிதர்கள் நமது சாஸ்திரங்கள் பற்றியும், அவைகளின் வழிகாட்டுதல் பற்றியும் நினைப்பதேயில்லை!...
2. நவீன காலத்தில் பழங்கணக்குகள் (சாஸ்திரங்கள்) என்ன பலன்களை ஏற்படுத்த முடியும் என்ற அலட்சிய மனப்போக்கு...
3. (என் பெயர்) அப்பா வைத்த பெயர், மாமா வைத்த பெயர், அது எனக்கு நல்லதாகத்தான் இருக்கும் என்ற அலட்சிய மனோபாவம்....
4. எதையும் திட்டமிடாமல், நாட்களின் (எண்களின்) வலிமைபற்றியும் அறியாமல், தான் செய்வதுதான் சரி என்று இஷ்டத்திற்கு செயல்படும் தன்மை....

இவையே தோல்விக்கு காரணமாக அமைகின்றன. ஆனால் வெற்றிபெற நினைக்கும் நீங்கள் இவற்றிற்கு இடம் கொடுக்கக் கூடாது.

வெற்றிகளையே கொடுக்கும் வழிமுறைகள் என்ன? இவற்றை அறிந்து கொள்ளுங்கள்.

1. உங்களது பிறந்த தேதிக்கு அனுசரணையான, அதிர்ஷ்டத்தைக் கொடுக்கும் பெயர் எண்ணில் பெயர் அமைத்துக் கொள்ளுதல்...
2. ஒவ்வொரு முயற்சியிலும், செயலிலும் அதிர்ஷ்ட எண்களையும், அதிர்ஷ்ட தேதிகளையும் பயன்படுத்துதல்...
3. பெயரில் அதிர்ஷ்ட ஒலிகளை தவறாமல் அமைத்துக் கொள்வது...
4. தீய ஒலிகளை பெயரில் இருந்து நீக்கிக் கொள்வது...
5. பெயர் ஜாதகம், ஹீப்ரு எண் ஆகியவற்றைக் கொண்டு அதிர்ஷ்டகரமான பெயராக அமைத்துக் கொள்வது.
6. திருமணப் பொருத்தங்கள், திருமணத் தேதிகள் நிர்ணயம் செய்தல் ஆகியவற்றில் எண்கணிதத்தையும் (ஜாதகத்துடன்) சேர்த்து திருமணங்களை நடத்துதல்.

போன்ற ஒவ்வொரு செயலிலும் இந்தப் புத்தகத்தில் கூறியுள்ள வழிமுறைகளின்படி செயல்பட்டால், உங்களது வாழ்வில் வெற்றியும், மகிழ்ச்சியும் நிச்சயம்.

மேலும் எனது 25 வருட எண்கணிதம், Pronology ஆராய்ச்சியின் விளக்கங்களை எளிமையாக கொடுத்துள்ளேன்! அதிர்ஷ்டப் பெயர் என்பது அலாவுதீனின் அற்புத விளக்கைப் போன்றது. உங்களது அற்புத விளக்கினை நீங்களே அமைத்துக் கொள்ள இப்புத்தகம் உதவுகிறது. பெரும் நற்பலன்களைக் குவிக்கலாம்.

மேலும் உங்களது வாழ்க்கையில் யோகத்தைக் கொடுக்கும் முடிவான, நிச்சயமான தொழிலை அறிந்து கொள்ள உதவும் **ஆத்மா எண்** என்ற புதிய கணிதத்தை இங்கு அறிமுகம் செய்துள்ளேன்! உங்களுடைய வாழ்வின் பயணம் எப்படி அமையும் என்பதை ஆத்மா எண் தெரிவிக்கிறது! எண்கணித வரலாற்றில் இது ஒரு புதிய மைல் கல்...

எண்கணிதம் பற்றியும், பெயரொலி ஜோதிடம் எனப்படும் Pronology பற்றியும் மேலும் அறிந்து கொள்ள நான் எழுதியுள்ள எண்கணிதம், பெயரொலி ஜோதிடம் (M/s. மணிவாசகர் நூலகம்), பெயரொலி சாஸ்திரம் (M/s. கவிதா பப்ளிகேஷன்ஸ்) ஆகியவற்றைப் படியுங்கள். அவை உங்களுக்கு மிகவும் உறுதுணையாக இருக்கும்.

மேலும் வாஸ்து பற்றியும், பெங்-சூயி பற்றியும் அறிந்து கொள்ள வாஸ்து சாஸ்திரம், பெங்-சூயி, நவரத்தினங்கள் (GEMS) (M/s. கண்ணதாசன் பதிப்பகம்) ஆகிய நூல்களையும் படியுங்கள்.

இவை அனைத்தும் உங்களது வாழ்க்கையின் முன்னேற்றத்திற்கு வழித்துணையாக இருக்கும்.

ஒவ்வொரு மனிதனும் வெற்றி பெற வேண்டும்! தங்களது சோதனைகளைக் கடந்து சாதிக்க வேண்டும்! அதற்கு இந்தப் புத்தகம் எளிமையான பல வழிமுறைகளைக் காட்டுகிறது!

இவைகளைப் பலமுறை படித்து, ஆய்ந்து பயன்படுத்திக் கொள்ளுங்கள்... அதிர்ஷ்டகரமான பெயர் அமைத்து வெற்றி பெற எப்போதும் ஆசிரியரை அணுகலாம்.

வாழ்த்துகளுடன்,
பண்டிட் அழகர் விஜய்

ஆசிரியர் முகவரி
Pandtit Alahar Vijay, B.E., D.A., PGDTA.,
Vaasthu, Pronology, Numerology,
Feng-Shui & Gems Consultant,
No.10, First Avenue,
AGS Colony, Phase-III
Mugalivakkam, Chennai-600 116.
Cell : (0)93810 23614 / (0)98400 18939
E-mail : alaharvijay@yahoo.com / alaharvijay@gmail.com
website : www.alaharvijay.com

❋❋❋

பெயரை மாற்றினால் பணயோகம் வரும்

உங்களது பெயரை மாற்றினால் அதிர்ஷ்டங்கள் வரும்! வெற்றிகள் அதிகரிக்கும்! சிரமங்கள் குறையும்!! என்று எண்கணித நிபுணர்கள் அனைவரும் கூறுகின்றனர். ஆனால் இது உண்மையா? நடக்குமா? விஞ்ஞான பூர்வமானதா? என்பது பற்றி பலருக்கும் சந்தேகங்கள் வருகின்றன! பல நண்பர்கள் இதில் அவநம்பிக்கை கொண்டு உதாசீனம் செய்வதையும் காண்கிறோம்! பலர் பரிகாசமும் செய்கிறார்கள்....

பெயரை மாற்றினால் பணம் வருமா? அதிர்ஷ்டங்கள் வருமா? என்பது பற்றி **சுவீடன் நாட்டில்** 3 வருடங்கள் ஆராய்ச்சிகள் செய்தனர். ஆராய்ச்சியின் முடிவுகள் மிக ஆச்சரியமானவை. இந்தச் செய்தி **மாலைமலர்** நாளிதழில் 13.3.2009 அன்று வெளிவந்துள்ளது.

மாலைமலர் நாளிதழ் – 13.03.2009

ஜோதிடத்தில் உண்மை! பெயரை மாற்றினால் பண யோகம் வரும்!!

ஜோதிடம் என்பது மிகப்பெரிய அரிய கலையாகும்.

கைரேகை, ஜாதகம், வாஸ்து, எண்கணிதம் எனப் பல வழிகளில் ஒவ்வொருவரின் எதிர்காலம் பற்றிய தகவல்களை ஜோதிட சாஸ்திரம் சொல்கிறது.

உலகம் முழுக்கவே ஜோதிடம் மீது மக்களுக்கு நம்பிக்கை இருக்கிறது.

இந்நிலையில் வாஷிங்டனில் உள்ள பிரபலமான ஸ்பிக்ஹோம் பல்கலைக்கழகம் சார்பில் சூரஅநசடிடடிபல எனப்படும் பெயர் மாற்றம் குறித்த ஜோதிடம் மீது ஆராய்ச்சி நடத்தப்பட்டது.

சுவீடனைச் சேர்ந்த **முகமது ஆரய்** மற்றும் **பீட்டர் ஸ்கோக்மன்** ஆகிய இருவர் தலைமையிலான விசேஷ குழுவினர், கடந்த 10 ஆண்டுகளாக இது குறித்து ஆய்வு செய்து வந்தனர்.

உலகம் முழுக்க 641 பேரை தேர்வு செய்து அவர்களது பெயர் மற்றும் தொழில், பண வரவு குறித்த விபரங்களை தங்களது பதிவேட்டில் பதிவு செய்து கொண்டனர்.

அவர்கள் அனைவரும் ஏறத்தாழ 3 ஆண்டுகளாக இடைவிடாமல் தொடர்ந்து கண்காணிக்கப்பட்டனர்.

இதன் பின்னர் அவர்களது பெயர்கள் சிறப்பு ஜோதிடர்கள் மூலம் சிறிய, சிறிய மாற்றங்கள் செய்யப்பட்டது.

இதையடுத்து முன்னர் செய்தது போலவே மேலும் 3 ஆண்டுகளுக்கு அவர்கள் கண்காணிக்கப்பட்டனர். என்ன ஆச்சரியம்? அவர்களில் 82 சதவீதம் பேர் முன்பைவிடவும் 140 மடங்குக்கும் அதிகமான பணம் சம்பாத்தியம் செய்திருந்தனர்.

21 சதவீதம் பேர் இன்டர்வியூக்களில் பாஸ் செய்து அவர்களுக்கு ஜாம், ஜாம் என வேலை கிடைத்து இருந்தது. 12 சதவீதம் பேர் ஏற்கெனவே கடன் தொல்லையால் அவதிப்பட்டு வந்த நிலை மாறி, பாக்கெட் மணியுடன் பீடு நடை போடத் தொடங்கி விட்டனர். இந்த ஆராய்ச்சி மூலம் கஷ்டப்படும் ஒருவரது பெயரை மாற்றினால் அவருக்கு யோகம் வரும் என்கிற ஜோதிட தகவல் உண்மை என்பது நிரூபணம் ஆகி உள்ளது.

இராத்திரி, பகலாக உழைச்சு என்னத்த கண்டோம்? பேசாம பேரை மாத்திட்டு போயிடலாம்லே!

எனவே வெற்றியைத் தேடும் அன்பர்கள் தகுதியான எண்கணித நிபுணரை அணுகி Numerology, Pronology, Name chart போன்ற முறைகளில் துல்லியமாக தங்களது பெயர்களை ஆராய்ந்து, அதிர்ஷ்டப் பெயர்களை வைத்துக் கொள்ளுங்கள். அதிர்ஷ்டமும் பணமும், வெற்றிகளும், மகிழ்ச்சியும் உங்களைத் தேடிவரும்.

✱✱✱

பொருளடக்கம்

1. சாஸ்திரங்களின் முக்கியத்துவம்! ... 1
2. எண்கணிதம் – விளக்கங்களும் பெயர்களின் வளர்ச்சியும் ... 4
3. சூரியனின் ஆதிக்கத்தில் பிறந்தவர்கள் ... 24
4. சந்திரனின் ஆதிக்கத்தில் பிறந்தவர்கள் ... 30
5. குருவின் ஆதிக்கத்தில் பிறந்தவர்கள் ... 34
6. இராகுவின் ஆதிக்கத்தில் பிறந்தவர்கள் ... 40
7. புதனின் ஆதிக்கத்தில் பிறந்தவர்கள் ... 46
8. சுக்கிரனின் ஆதிக்கத்தில் பிறந்தவர்கள் ... 52
9. கேதுவின் ஆதிக்கத்தில் பிறந்தவர்கள் ... 58
10. சனியின் ஆதிக்கத்தில் பிறந்தவர்கள் ... 65
11. செவ்வாயின் ஆதிக்கத்தில் பிறந்தவர்கள் ... 73
12. உங்களது பிறந்த தேதி எண்களும் பலன்களும் ... 79
13. Pronology எனப்படும் பெயர் ஒலி ஜோதிடத்தின் முக்கியத்துவம் (பெயர்களின் இரகசியங்கள்) ... 186
14. ஆண்களின் பெயர்களுக்கும் அவர்களது தொழில் முன்னேற்றத்திற்கும் உள்ள தொடர்புகள் ... 192
15. பெண்களின் பெயர்களும் அவர்களது குடும்ப வாழ்க்கையும் ... 197
16. ஆத்மா எண்–அறிமுகம் மற்றும் முக்கியத்துவம் ... 202
17. ஆத்மா எண்ணும் உங்களுடைய தொழில் அதிர்ஷ்டமும் ... 216

18.	உங்களது பிறந்த தேதியின் எண்களும் தொழில்களும் (Numbers and Careers) 225
19.	எண்கணிதப்படி திருமணப் பொருத்தங்கள் 238
20.	Name Chart எனப்படும் பெயர் ஜாதகம் விதியை மாற்றக் கூடிய பெயர் ஜாதக கணிதம் 243
21.	பெயரை அதிர்ஷ்டகரமாக அமைத்துக் கொள்வது எப்படி? 249
22.	அதிர்ஷ்டப் பெயரை வலுப்படுத்தி, வெற்றி பெறும் வழிமுறைகள் 254
23.	1 முதல் 108 வரையில் உள்ள எண்களின் பலன்கள் (ஆத்மா எண் பலன்கள்) 257

1. சாஸ்திரங்களின் முக்கியத்துவம்!

அதிர்ஷ்டகரமான வாழ்க்கையை அடைவதற்குத்தான் நாம் அனைவரும் முயற்சி செய்து கொண்டிருக்கிறோம். அதிர்ஷ்டம் என்பது மனிதனுக்கு மனிதன் வேறுபடுகிறது. ஒரு மாணவன் பள்ளியில் தனக்கு முதல் ரேங்க் கிடைத்தால் தனக்கு அதிர்ஷ்டம் என்று நினைக்கிறான். ஒரு தொழிலாளி அன்றைக்கு அதிகக் கூலி கிடைத்தால்தான் அதிர்ஷ்டம் என்று நினைக்கிறான். ஓர் அதிகாரி தனக்கு பதவி உயர்வு விரைவில் வந்தால்தான் தனக்கு அதிர்ஷ்டம் என்று நினைக்கிறார். இப்படி ஒவ்வொரு மனிதனும் தனது வாழ்க்கையில் எப்படியாவது அதிர்ஷ்டத்தை (தங்களின் எதிர்பார்ப்புப்படி) அடைந்து வாழ்க்கையிலும், சமூகத்திலும் வாழ்வாங்கு வாழ வேண்டுமென்று ஆசைப்படுகிறான். மலையளவு உழைப்பு இருந்தாலும் கடுகளவு அதிர்ஷ்டமாவது இருந்தால்தான் அவனது முயற்சிக்கான பலன்கள் கிடைக்கும். இல்லையெனில் அவனது அனைத்து முயற்சிகளும் உழைப்பும் வீணாகிவிடும்.

பெருகி வரும் பிரச்சினைகள்

அண்மைக் காலங்களில்தான் மக்களுக்கு வாழ்வில் பிரச்சினைகளும் சோதனைகளும் பெருகத் தொடங்கியுள்ளன. நம் தாத்தாவிற்கு இருந்த பிரச்சினைகளைவிட, இன்று பலமடங்கு பிரச்சினைகளை நாம் தினமும் சந்திக்க வேண்டியுள்ளது. மக்கள்தொகைப் பெருக்கம், எங்கும் எதிலும் போட்டிநிலை, எதிர்ப்பு, நெருக்கடிகள் போன்றவை நாளுக்கு நாள் பெருகி வருகின்றன. அனைவரும் எதையோ எதிர்பார்த்து ஓடிக் கொண்டிருக்கிறோம். ஒவ்வொருவர் வாழ்விலும் மிக அத்தியாவசியத் தேவைகளான கல்வி, தொழில், திருமணம், சொத்து மற்றும் வாழ்க்கை வசதிகள் ஆகியவற்றை அடைவதே நோக்கமாக உள்ளது.

பிரச்சினைகளைச் சமாளிப்பது எப்படி?

ஒவ்வொருவரும் தனக்கு உள்ள அறிவு நிலையிலேயே (Level of knowledge/Wisdom) தனது செயல்களைச் செய்கிறார்கள். அவனது அறிவுநிலை (Intelligence) வளர வளர, அவனது திறமையும், செயல்களை முடிக்கும் சாதுர்யமும் வளர்கின்றன. எனவே அறிவை வளர்த்துக் கொண்டே இருக்க வேண்டும். புதிதாகக் கண்டுபிடிக்கும் வழிமுறைகளையும், சாஸ்திரங்களையும், கருவிகளையும் பயன்படுத்தினால்தான் இந்த கம்ப்யூட்டர் (Computer Age) யுகத்தில் நாம் ஜெயிக்க முடியும்.

இந்த உலகத்தில் நாம் பிறந்தது ஒரு வாய்ப்பே. இதை அதிர்ஷ்டகரமாக மாற்றிக் கொள்ள வேண்டியது நமது கடமை.

ஒருவன் மற்றொருவனுடன் போட்டி போடும் போது, எந்தளவுக்கு மற்றவனைவிட திறமையாகவும், சாதுர்யமாகவும் செயல்படுகிறானோ அவனே வெற்றி பெறுவான். இதுதான் நடைமுறை வாழ்க்கை.

எனவே ஒவ்வொருவரும் தங்களது வாழ்க்கையில் எந்தவிதப் போராட்டத்தையும் சமாளிக்க எப்போதும் தயாராக (PREPARED) இருக்க வேண்டும். இதற்காக ஒவ்வொருவரும் தன்னை வலுப்படுத்திக்கொள்ள வேண்டும். தன் எண்ணங்களை, அறிவை, தன்னம்பிக்கையை வளர்த்துக் கொண்டே இருக்க வேண்டும். சூழ்நிலைகள் சாதகமாக இல்லாத போதும், அவற்றைச் சமாளித்து வெற்றி கொள்ளும் மனோபாவமும், ஆக்கிரமிப்பு குணமும் (Aggressive Mood) இருக்க வேண்டும்.

சாஸ்திரங்களின் பெருமை

வாழ்க்கையில் மனிதனுக்கு உதவிடவும், வழிகாட்டிடவும் பல சாஸ்திரங்கள் உருவாக்கப்பட்டுள்ளன. நமது முன்னோர்களாலும் ரிஷிகளாலும், ஞானிகளாலும் பலதரப்பட்ட சாஸ்திரங்கள் நமக்கு வழிகாட்டவே உருவாக்கப்பட்டுள்ளன. அவற்றை அறிந்து கொள்ளாமல் இருப்பதால்தான், நாம் வாழ்க்கையில் வெற்றியடைய முடிவதில்லை.

மக்களின் எண்ணங்களும் செயல்களும்

சின்ன சின்ன விஷயங்கள் முதல் மாபெரும் விஷயங்கள் வரை அனைத்துமே சுயநலம், ஆசைகள் என்ற அடித்தளத்தின் மேல் வியாபித்துள்ளன. இத்தகைய நிலைமை உள்ள காலக்கட்டத்தில்தான் நாம் வாழ்ந்து வருகிறோம் என்பதை நினைவில் வைத்துக் கொள்ளுங்கள். சுயநலம் இல்லாத வாழ்வும் இல்லை, மானிடரும் இல்லை என்பதே கசப்பான உண்மை. ஆனால் சாஸ்திரங்கள் நம்மை வலுப்படுத்துவதற்கும் மற்றவர்களை மிஞ்சக்கூடிய அளவுக்கு (Excel others) நம் திறமைகளை வளர்த்துக் கொள்வதற்கும் உறுதுணையாக அமைந்துள்ளன.

எனவே சாஸ்திரங்களை மதித்து, அவற்றைப் பற்றித் தெரிந்து கொள்ள ஒவ்வொருவரும் முயற்சிகள் எடுக்க வேண்டும். மனிதனின் வாழ்க்கைக்கு வழிகாட்ட உருவாக்கப்பட்டவையே ஜோதிட சாஸ்திரங்கள். மனிதனின் கடந்த காலத்தைப் பற்றியும், நிகழ்காலத்தைப் பற்றியும் எதிர்காலத்தைப் பற்றியும் அறிந்து கொண்டு வாழ்க்கையினை எப்படி நடத்த வேண்டும் என்று ஜோதிட சாஸ்திரங்கள் மனிதனுக்கு அறிவுறுத்துகின்றன. ஜோதிட சாஸ்திரங்கள் நமது விதியைப் பற்றி அறிந்துகொள்ள பெரிதும் வழிகாட்டியாக இருக்கின்றன.

எண்கணிதம் (Numerology) பெயர்கள்

எண்கணிதம் உங்களது விதியை அறிந்து கொள்ள பயன்படுவதுடன், அதை வெல்வதற்கும் உதவியாக இருக்கிறது. எப்படி? மனிதனின் வாழ்க்கையை பிரபஞ்ச சக்திகளே (Cosmic Energy) தீர்மானிக்கின்றன.

இந்தப் பிரபஞ்ச சக்திகளுக்கும் எண்களுக்கும் மிகுந்த தொடர்பு உண்டு. எண்களைப் பற்றிய ரகசியங்களை முழுவதும் அறிந்து கொண்டால், இந்த உலகத்தை நம் வசப்படுத்திக் கொள்ளலாம்.

மனித உடலில் பஞ்ச பூதங்கள் வேலை செய்கின்றன என்று அறிவீர்கள்! ஐந்து சக்திகள் என்ற போதே எண்களின் ஆதிக்கம் வந்துவிட்டது. மனிதனின் வாழ்க்கையில் எண்களும், எழுத்துகளும் ஏதோ ஒரு வகையில் ஆதிக்கம் செலுத்துகின்றன என்று நம் சாஸ்திரங்கள் கூறுகின்றன. பிரபஞ்சம் ஒன்று, சிவசக்தி இரண்டு, மும்மூர்த்திகள், நான்கு வேதம், பஞ்சபூதங்கள், ஆறு சுவைகள், ஏழு ஸ்வரங்கள், அஷ்ட திக் பாலர்கள், ஒன்பது கிரகங்கள் என்று எண்களின் ஆதிக்கம் நம் புராணங்களில் விரிவாக விளக்கப்பட்டுள்ளது. பன்னிரண்டு இராசிகள், இருபத்தி ஏழு நட்சத்திரங்கள், 108 பாதங்கள் என்று எண்களின் கட்டுப்பாட்டில்தான் ஜோதிட சாஸ்திரங்கள் இயங்குகின்றன.

எழுத்துகளும் மனித வாழ்க்கையும்

இதேபோன்று எழுத்துகளும் மனிதனுடைய வாழ்வில் மிகுந்த ஆதிக்கம் செலுத்துகின்றன. இறைவன் (பிரம்மா) மனித வாழ்க்கையின் விதியை (DESTINY) எழுத்து வடிவிலேயே (தலை எழுத்து) ஒவ்வொரு மனிதனிடமும் குறித்திருக்கிறான் என்பது நம் நாட்டின் நம்பிக்கையாகும். "ஈசன் அன்றெழுதிய எழுத்து அழிந்து போகாது" என்று இன்றும் நடைமுறையில் கூறுகிறோம்.

காலையிலிருந்து அன்றைய நாள் முழுவதும் நம் வாழ்க்கையில் இந்த எண்கள்தான் நம்மை ஆட்டிப்படைக்கின்றன.

நம் அன்றாட வாழ்க்கையில் எண்களையும், எழுத்துகளையும் சரளமாகப் பயன்படுத்துகின்றோம். "காலை 10 மணிக்குப் பார்ப்போம்", "நாளை பதில் எழுதுகிறேன்" என எண்ணையும், எழுத்தையும் பயன்படுத்தாத சொற்களே இல்லை எனலாம்.

கடைகளின் பெயர்கள், நிறுவனத்தின் பெயர்களை 108 பெயர் எண்ணிற்கு மேல் வைக்கக்கூடாது.

2. எண்கணிதம் – விளக்கங்களும் பெயர்களின் வளர்ச்சியும்

எண்களின் மகத்துவம்

ஒரு மந்திரத்தை குறிப்பிட்ட எண்ணிக்கையில் (108, 1008...) உருவேற்றினால் கைமேல் பலன்கள் கிடைக்கும். எண்களின் கட்டுக்கோப்பிற்குள் எழுத்துகளின் ஆற்றல் செயல்படுவதால்தான் இயந்திரங்களில் சக்திவாய்ந்ததான ஸ்ரீ சக்கரத்தில் அம்பாள் அறுபத்தி நான்கு கோணங்கள் உள்ள ஸகஸ்ராரதளத்தில் எழுந்தருளி உலகைக் காத்து வருகிறாள் என்று லலிதா ஸஹஸ்ரநாமம் கூறுகிறது.

மனிதனுடைய வாழ்க்கையை எண்களின் சக்தியே நடத்திக் கொண்டிருக்கிறது. எண்கணிதத்தின்படி ஒவ்வோர் எழுத்திற்கும் ஒரு மதிப்பு (Numerical Value) கொடுக்கப்பட்டுள்ளது. ஒவ்வொரு மனிதனின் பெயரும் சில குறிப்பிட்ட எழுத்துகளால் அமைக்கப்பட்டுள்ளது. அந்த எழுத்துகளின் மொத்த மதிப்பை வைத்தே (பெயர் எண்) ஒருவனது வாழ்க்கையை வெற்றி பெறச் செய்யலாம் என்பது எண்கணிதத்தின் அடிப்படை. எண்களும் எழுத்துகளும் மனித வாழ்க்கையை எவ்வாறு பாதிக்கின்றன என்று கவனித்து கண்டறியும் எண்களின் கலையானது, நம் நாட்டின் பழமையான, சிறப்பு வாய்ந்த கலையாகும்.

மனிதனின் வெற்றியின் ரகசியமானது எண்களைச் சரிவரப் பயன்படுத்துவதில்தான் அடங்கியுள்ளது. எண்களின் தொடர்பு இல்லாமல் உலகத்தில் எந்த விதச் செயல்களும் நடைபெறாது. வாழ்க்கையில் எந்த வளர்ச்சியும் இருக்காது. இந்த எண்கள் மனித வாழ்வுடன் மிகவும் தொடர்பு கொண்டுள்ளன. மேலும் மனிதன் தன் வாழ்க்கையை எப்படி நடத்துகின்றான் என அறியவும் எண்கணிதம் உதவுகிறது. பெயர்களில் உள்ள எழுத்துகளை எண்ணாக மாற்றிக் கொண்டு, அதன் அடிப்படையில் மக்களின் இயல்புகளையும், அவர்களது வருங்காலத்தையும் அறிய உதவும் ஒரு சாஸ்திரமே எண்கணித ஜோதிடம் ஆகும்.

எண்கணித சாஸ்திரமும் வேத காலத்திலிருந்தே இருந்து வருகிறது. ஆனால் மக்களிடையே சமீப காலமாய்த்தான் புகழ்பெற்று வருகிறது. காரணம் அதைப் பற்றிய விழிப்புணர்வு தற்காலத்தில்தான் அதிகமாகியுள்ளது. இதைப்பற்றி எண்ணற்ற நூல்கள் தமிழிலும், ஆங்கில மொழியிலும், மற்ற மொழிகளிலும் வெளி வந்துள்ளன. எண்கணிதத்தின் பலன்களையும், முக்கியப் பிரயோகங்களையும் (Usage) ஆத்மா எண் பற்றியும் இந்த நூலில் விளக்கியுள்ளேன்.

கிரகங்களும் எண்கணிதமும்

மனிதனின் மீது ஆதிக்கம் செலுத்தும் நவக்கிரகங்களே, எண்களையும் ஆள்கின்றன. மனிதனின் பிறந்த தேதிப்படி அவனது ஆதிக்க கிரகங்களை ஆராய்ந்து, சரியான எண்களின் மூலம் அவருக்குத் துணையாக உள்ள கிரகங்களின் சக்தியை வளர்த்துக் கொள்ள வேண்டும். இதன் மூலம் தீய கிரகங்களின் ஆதிக்கத்தைக் குறைத்து விடலாம். எனவே இது அன்றாட வாழ்க்கைக்குப் பயன்படும் சாஸ்திரமே தவிர, கண்கட்டு வித்தையல்ல. இக்கலை விஞ்ஞானபூர்வமானது.

குடியிருக்கும் வீட்டின் எண்கள்

நீங்கள் வசிக்கும் வீட்டின் எண்கள் உங்களுக்கு மிக அதிர்ஷ்டகரமாக இருக்கும் பட்சத்தில், வாஸ்து தோஷம் குறைந்து விடுவதை பலரது அனுபவத்தில் பார்க்கலாம். எனவே உங்கள் வீட்டு எண்களை முதலில் அதிர்ஷ்டகரமாக்கிக் கொள்ளுங்கள். உதாரணமாக 17–ஆம் நம்பர் வீடு என்றால் 8–ஆம் எண் வருகிறது. இது தீமையான பலன்களைக் கொடுக்கக்கூடியது. அப்போது 17A என்று சிறிது மாற்றி, 9–ஆம் எண்ணிற்குக் கொண்டு செல்லலாம். அதே வீட்டின் மூலம் நன்மையான பலன்களை அடையலாம்.

எண்கணிதத்தின் ஆற்றல்

ஜாதகம், வாஸ்து போன்றவற்றுக்கு உள்ள ஆதிக்கம் போலவே மனிதனின் வாழ்க்கையில் எண்கணிதத்திற்கும் பலன் உண்டு.

மேலும் தொடர்ந்து ஒவ்வொரு நாளும் எண்கணிதத்தை சரியாக பயன்படுத்தி வரும்போதுதான் எண்களின் ஆற்றல் அதிகமாகிறது. நல்ல பலன்களைக் கூட்டிக் கொடுக்கிறது. தீய பலன்களைக் குறைத்து விடுகிறது. இந்த வகையில் மற்றவற்றை விட வாழ்வில் எண்கணிதமே முக்கியத்துவம் பெறுகிறது. இதன் மூலம் அனுதினமும் வாழ்க்கையில் நன்மைகளை உருவாக்கிக் கொள்ளலாம்.

வாஸ்து பரிகாரங்களை ஒருமுறை செய்தால் போதுமானது, மற்றபடி அதன் பலன்களை அதிகரிக்கச் செய்ய இயலாது. ஆனால் நல்ல எண்ணின் ஆதிக்கத்தை நம் ஒவ்வொரு செயலிலும் கொண்டு வருவதன் மூலம் அனுதினமும் பெரும் வெற்றிகளைக் குவிக்கலாம்.

உங்களது காரின் எண், இரண்டு சக்கர வண்டி எண், வங்கிக் கணக்கு எண் மற்றும் புது முயற்சிகளை அதிர்ஷ்ட நாள்களில் தொடங்கும் பழக்கம்... இப்படி ஒவ்வொரு வழியிலும் நல்ல எண்களைத் துணைகொண்டு தீய பலன்களை விரட்டியடிக்கலாம்!

சந்தர்ப்பங்களை தேடிச்செல்பவனையே வெற்றிமாலை தேடிவரும்.

சலிப்பில்லாமல் நம்பிக்கையுடன் எண்கணிதத்தை நீங்கள் தொடர்ந்து பயன்படுத்தினால் தோல்வியே இல்லாத வாழ்க்கையை அடையலாம். அதற்கான விதிமுறைகளை இந்த நூல் எளிமையாக விளக்குகிறது.

எண்கணிதத்தின் தோற்றம்

எகிப்து தேசத்தில் வாழ்ந்த மக்கள் சுமார் 3500 வருடங்களுக்கு முன்பே எண்களைப் பயன்படுத்தி வந்தனர் என வரலாற்றுக் குறிப்புகள் கூறுகின்றன. நம் வேதங்களிலும் எண்களின் பிரயோகத்தைப் பற்றிச் சொல்லப்பட்டுள்ளது. எனவே எண்களின் வயது 5500 ஆண்டுகள் என ஓரளவு நிர்ணயம் செய்துள்ளனர் ஆராய்ச்சியாளர்கள். **மேதை மேக்ஸ்முல்லர்** அவர்கள் முதன்முதலில் அரேபியர்களே எண்களைப் பயன்படுத்தினர் என்று கூறினாலும், அவர்கள் எண்களைப் பற்றி இந்தியர்களிடமிருந்துதான் கற்றுக் கொண்டிருக்க வேண்டும் என்று பல ஆராய்ச்சியாளர்கள் கூறுகின்றனர். வான மண்டலத்தில் 27 நட்சத்திரங்கள் இருப்பதாக நமது நாட்டின் ஞானி, **ரிஷிபுங்கர்** முன்பே குறித்து வைத்துள்ளார். எனவே எண்கணிதமும் (Numerology) இந்தியாவிலிருந்துதான் உலகிற்கு அறிமுகமாகியுள்ளது. காரணம் வேதங்களின் காலத்தை இன்னும் சரியாக நிர்ணயம் செய்ய முடியவில்லை.

பகவான் மகாவிஷ்ணு பத்து அவதாரங்களை எடுத்து உலக மக்களை ரட்சித்தார் என்பது நம் மதத்தின் நம்பிக்கை. மேலும் மகாவிஷ்ணு வாமன அவதாரத்தில் தம் கால்களால் மூன்று அடி நிலத்தை மாவலி சக்கரவர்த்தியிடம் கேட்டார் என்பதை புராணங்கள் மூலம் அறிகிறோம். நம் நாட்டின் ஞானி ரிஷிபுங்கர், வான மண்டலத்தில் 27 நட்சத்திரங்கள் உள்ளன என்றும், 9 கிரகங்கள் உள்ளன என்றும் கூறியுள்ளார். இவையெல்லாம் சுமார் 4000 வருடங்களுக்கு முன்பு நடந்தது என ஆராய்ச்சியாளர்கள் மூலம் அறிகிறோம்.

மேலும் உலகின் பெரும் இதிகாசமாகிய **மகாபாரதத்தில்** கௌரவர்கள் மற்றும் பாண்டவர்களின் படைகளைப் பற்றிச் சொல்லும் போது, எண்களின் உபயோகம் அந்தக் காலத்தில் எவ்வளவு தூரம் பிரபலமாக இருந்தது என அறியலாம். எனவே நமது நாட்டில்தான் எண்களைப் பற்றிய விஞ்ஞானம் தொடங்கிற்று என உறுதியாகச் சொல்லலாம்.

மகாபாரதத்தில் எண்களின் மகத்துவம்

ஒரு தேர், ஒரு யானை, மூன்று குதிரைகள், ஐந்து காலாட்படை வீரர்கள் ஆகியவற்றைக் கொண்டது ஒரு "பத்தி" அமைப்பு ஆகும். இப்படி மூன்று பத்திகள் கொண்டது ஒரு "சேனாமுகம்" ஆகும். மூன்று "சேனாமுகம்" இணைந்து ஒரு "குல்மம்" அமையும். அப்படி மூன்று குல்மங்களைக் கொண்டது ஒரு "கணம்". மூன்று கணங்களைக் கொண்டது ஒரு வாகினி, மூன்று வாகினிகள் கொண்டது ஒரு ப்ருதனை, மூன்று ப்ருதனைகள் கொண்டது ஒரு "சமு." மூன்று சமுக்களை உள்ளடக்கியது ஓர் அநீகினி.

இப்படி 10 அநீகினிகள் கொண்டதுதான் "அக்ஷௌஹிணி" என்பதாகும். இப்படி பல "அக்ஷௌஹிணி" சேனைகள் பலம் உடையதாக பாண்டவ மற்றும் கௌரவர்களின் படை பலம் இருந்தது என மகாபாரதம் கூறுகிறது. இதை 'அக்குரோணி' என்றும் கூறுவார்கள்.

அதாவது பாண்டவர்கள் தரப்பில் ஏழு அக்ஷௌஹிணிகள் (அக்குரோனி) கொண்ட சேனை (ARMY) இருந்தது என்றும், கௌரவர்கள் சார்பில் பதினொரு அக்ஷௌஹிணிகள் பலமுள்ள சேனைகள் இருந்தன என்றும் மிகவும் துல்லியமாக **வேதவியாசர்** குறிப்பிடுகிறார். அதாவது 1,53,090 ரதங்கள், 1,53,090 யானைகள், 4,59,270 குதிரைகள், 7,65,450 காலாட்படை வீரர்கள் பாண்டவர் தரப்பிலும் 2,40,500 ரதங்கள், 2,40,500 யானைகள், 7,21,710 குதிரைகள், 12,02,850 காலாட்படை வீரர்கள் கௌரவர் தரப்பிலும் இருந்ததாக மகாபாரதம் கூறுகிறது. இந்த எண்ணிக்கையுள்ள படைகளை மனத்தளவில் நினைத்துப் பாருங்கள். இவ்வளவு பிரம்மாண்டமான படைகள் குருக்ஷேத்திரம் யுத்தத்தில் கலந்து கொண்டு போரிட்டன. ஆனால் அனைத்துச் சேனைகளும் யுத்தத்தில் அழிக்கப்பட்டன என அறியும் போது யுத்தத்தின் கொடுமையை, உணர முடிகிறது. மகாபாரதத்தின் காலம் என்பது சுமார் 4000 ஆண்டுகளுக்கு முந்தையது. அப்போதே எவ்வளவு துல்லியமாக கணக்குகளை (எண்களின் பிரயோகம்) இந்துக்கள் கடைப்பிடித்துள்ளனர் என்பதை அறிந்து கொள்ளலாம்.

மற்ற மதங்களில் எண்கள்

பைபிள் ஆதி ஆகமம் 39.9 முதல் 39.11 வரை உள்ள வாசகம் "யாக்கோபு" முன் கடவுள் மீண்டும் தோன்றி அவனை ஆசீர்வதித்து, இன்று முதல் நீ யாக்கோபு என்று அழைக்கப்படாமல் "இஸ்ரயேல்" என அழைக்கப்படுவாய் என்று புதுப் பெயரை அளித்தார் என்று கூறுகிறது. எனவே பெயரை மாற்றும் பழக்கம் காலம் காலமாக உலகில் பரவலாக இருந்து வருகிறது.

ஒருவருடைய பெயரை மாற்றியமைப்பது என்பது அவரை உருமாற்றம் மற்றும் மனமாற்றம் செய்வதாகும். எனவே இறைவன்கூட பெயரை மாற்றுவதன் மூலம் மனிதனின் வாழ்க்கையையே மாற்றியுள்ளார் என்பதை புராணங்கள் மற்றும் பைபிள் மூலம் அறியமுடிகிறது.

உலகத்தில் முதன் முதலில் எண்களின் சக்தியைப் பற்றி இந்துக்கள்தான் அறிந்திருந்தனர். பின்பு சால்டியர்களும், ஹீப்ருக்களும், கிரேக்கர்களும் மற்றும் எகிப்தியர்களும் எண்களைப் பற்றி அறிந்திருந்தனர் என ஆராய்ச்சியாளர்கள் குறிப்பிடுகின்றனர். பேரரசர் சாலமன் காலத்தில் எண்கணிதம் மிகவும் புகழ்பெற்று விளங்கியது.

ஒவ்வொரு நாளும், ஒவ்வொரு மணித்துளியும் வெற்றியை நோக்கியே செல்ல வேண்டும். இதற்கு எண்களை கவனமாக கையாளவேண்டியது முக்கியம்.

பிரமிடுகளில் எண்கணிதம்

உலகத்திலேயே மனிதனின் முதல் நாகரிகம் சிந்து நதி சமவெளியில்தான் தோன்றியது என ஆராய்ச்சியாளர்கள் கூறுகின்றனர். எகிப்தின் நைல் நதி நாகரிகம் மற்றும் மெசபடோமியா, சுமேரியா நாகரிகங்களும் அதற்குப் பிறகு தோன்றியவைதான். நம் ஞானிகளும் ரிஷிகளும் தங்களைச் சுற்றியுள்ள இயற்கையைப் பற்றியும், இறைவனைப் பற்றியும் ஆராய்ந்து, தம் மெய்ஞ்ஞானத்தால் கண்டு கொண்ட இயற்கையின் ரகசியங்களையும், தத்துவங்களையும் பல ஏடுகளாகவும், சித்திரங்களாகவும், சிலைகளாகவும், புராணங்களாகவும் வகுத்துச் சென்றுள்ளனர்.

அவர்கள் எதிர்கால சந்ததியினரின் நன்மையைக் கருதி பல்வேறு விஷயங்களையும் சாஸ்திரங்கள் வடிவில் சுவடிகளிலும் குருசிஷ்ய மார்க்கத்திலும் உருவாக்கிச் சென்றுள்ளனர். ஜோதிடம், எண்கணிதம், வாஸ்து, வைத்தியம் போன்ற பல்வேறு முக்கிய சாஸ்திரங்களை பின்நாளில் மனிதர்கள் தங்களது வாழ்க்கையில் பயன்படுத்தி வெற்றிகாண வேண்டும் என்பதே அவர்களது நோக்கம். அதோடு நில்லாமல் இவற்றை அழியாமல் காக்கும் பொருட்டு கோயில்களையும் அமைத்து அங்கு சாஸ்திரங்களைப் (சிற்பங்களாக) பதிப்பித்தார்கள். எனவே இன்றையக் காலக்கட்டத்தில் மனிதன் சிறிது முயன்றாலே அனைத்து விஷயங்களையும் அறிந்து கொள்ள முடியும்.

முதன் முதலில் இந்திய நாட்டில் தோன்றிய இந்த அரியவகை சாஸ்திரங்களும், சூத்திரங்களும், இயற்கை ரகசியங்களும் நாகரிகப் பரிவர்த்தனையின் போது பாரசீகம், எகிப்து போன்ற நாடுகளுக்குப் பரவின. அரேபியர்களுக்கும் இந்தியர்களுக்கும் மிகப் பழங்காலந்தொட்டே தொடர்புகள் இருந்தன என்பதை உலக வரலாறு கூறுகிறது.

இந்த அரிய சாஸ்திர உண்மைகளால் ஈர்க்கப்பட்ட எகிப்து மக்கள் (அரேபியர்கள், யவனர்கள்) அந்த ரகசியங்களையெல்லாம் பிரமிடுகளில் (Pyramids) சித்திரங்களாகவும், சிலைகளாகவும் படைத்தனர். பிரமிடுகளின் (Pyramids) உட்பகுதியில் ஜோதிடம், வானசாஸ்திரம், எண்கணிதம் போன்றவற்றின் சித்திரங்களும், குறியீடுகளும் இன்றும் காணப்படுகின்றன. பிரமிடுகளில் காணப்படும் இந்த வகை கணிதமுறைக்கு ஹீப்ரு முறை என்று பெயர்.

இந்தப் பிரமிடுகளில்தான் பழங்கால எகிப்திய மன்னர்களின் உடல்களைப் பத்திரமாகப் பாதுகாத்தார்கள் என்பதை நீங்கள் அறிவீர்கள். இவற்றை மம்மீஸ் (MUMMIES) என அழைப்பார்கள். இறைவனின் பிரதிநிதிகளாகவே அரசர்களை அவர்கள் மதித்து வழிபட்டனர்.

இந்தப் பிரமிடுகளில்தான் எண்கணிதத்தில் உள்ள எண்களின் பலன்களுக்கான சித்திரங்கள் பதிக்கப்பட்டுள்ளன. இவற்றை டாராட் (TAROT) ஓவியங்கள் என்றும் கூறுவார்கள். ஒரு படத்தின் மூலம் தாம் சொல்ல வந்த கருத்துகளை நன்கு விளக்கலாம் அல்லவா? இந்தப் பிரமிடுகளை ஆராய்ந்த அறிஞர்கள் நமது பண்டைய வேதங்களில் உள்ள ஸ்ரீ சக்கரத்தின் அமைப்பு மிகச் சரியாகக் இந்தக் கட்டட அமைப்புகளை ஒத்திருக்கிறது என்று வியந்து கூறுகிறார்கள். எனவே ஸ்ரீ சக்கரம் மற்றும் பல சக்கரங்களின் சூட்சும கணக்கினைக் கொண்டே, எகிப்தியர்கள் தங்களது பாணியில் பிரமிடுகளை உருவாக்கியுள்ளனர் என்று தெரிந்துகொள்ளலாம்.

மேலும் கிரேக்க தத்துவஞானிகள், எண்கள் மந்திர சக்திகளைக் கொண்டன என்றும், ஒவ்வொன்றும் தனித்தன்மை உடையவை என்றும் கூறிச் சென்றுள்ளனர். ஒவ்வோர் எண்ணிற்கும் அதீதசக்திகள் உண்டு. அந்த சக்திகளை எழுத்துகளாலோ அல்லது படங்களாலோ முழுமையாகக் குறிப்பிட முடியாது என்றும் கிரேக்கர்கள் நம்பினார்கள்.

உதாரணமாக 6–ஆம் எண் என்றால் அது ஓர் அளவு மட்டும் (Value) அல்ல; சுக்கிரனையும், வாழ்க்கை வசதிகள், பெண்கள் மூலம் நன்மை, பயணங்கள், பொருளாதார மேன்மை போன்ற அனைத்து விவரங்களையும் குறிக்கும். எனவே ஒரே எண்ணிற்கு பலவிதப் பொருள்களுடன் தொடர்பு உண்டு.

எண்கணிதம் பற்றி மத்திய தரைக்கடல் பகுதிகளான எகிப்து, கிரேக்கம், அரேபியா ஆகிய நாடுகளில் பலவிதமான ஆராய்ச்சிகளை மேற்கொண்டனர். இந்தியாவிலிருந்து கிடைத்த எண்களின் முக்கியத்துவம் மற்றும் அவற்றின் பிரயோகம் பற்றிய அடிப்படையில், அவர்கள் நாட்டிற்குத் தகுந்தபடி அந்நாட்டு தீர்க்கதரிசிகள் ஆராய்ச்சி செய்தனர். மாமன்னர் சாலமன் (Solomon) அவர்கள் எண்கணிதத்தில் சிறந்து விளங்கினார். பின்பு வந்த பிதாகோரஸ் (PYTHOGORUS) அவர்கள் எண்கணிதத்தில் பல ஆராய்ச்சிகள் செய்து புதிய முறைகளைப் புகுத்தினார். இதையே பித்தகோரியன் எண்கணிதம் என்பார்கள். மேல்நாட்டில் இன்றும் இந்த முறை பயன்படுத்தப்படுகிறது.

மேலும் ஹீப்ருக்கள் மற்றும் அரேபியர்கள் தங்களுக்கென ஓர் எண்கணித முறையை வகுத்துக் கொண்டனர். இதை **'ஹீப்ரு'** கபாலா முறை என்பார்கள்.

பெயர் ஒலிகளின் முக்கியத்துவம் (Vibrations)

ஒருவனது பெயரில் அவனது கலாச்சாரப் பின்னணியே அடங்கியுள்ளது. அவனுடைய ஒவ்வொரு செயல்பாட்டிலும் அவன் பெயர் ஊடுருவியிருக்கிறது. அன்றாட வாழ்க்கையில் ஒருவரது பெயர்தான் முக்கியமான பங்கு வகிக்கிறது.

அதிர்ஷ்ட வாழ்க்கை என்பது குடும்பம், புகழ், பொருள்வளம், சந்ததி வளம் ஆகியவற்றினை வலுப்படுத்துவதில்தான் அமைந்துள்ளது. ஒன்று குறைந்தாலும் பலன் இல்லை.

அதனால்தான் ஒருவரைப் பார்த்தவுடனே "உங்கள் பெயர் என்ன?" என்று கேட்கிறோம். வேதாந்தத்தில் "நாமரூபே வியாகரவாணி" என்று சொல்வார்கள். உருவத்தைவிட பெயருக்கே முன்னுரிமை அளிக்கப்படுகிறது. பகவானுக்கே இந்த நிலைதான். பகவானின் நாமம் – பெயர் – சிந்தைக்குள் முதலில் எழும்பி நிற்கிறது. தெய்வத்தின் உருவமானது பின்னர்தான் மனத்தில் தோன்றுகிறது.

பஞ்சபூதங்களின் அமைப்பு

இயற்கையானது பஞ்சபூதச் சக்திகளாக உலகம் முழுவதும் நிறைந்துள்ளது என்று பார்த்தோம். அவற்றை முறையுடன் சாமர்த்தியமாகக் கையாண்டால் உலகில் பல சாதனைகளைக் குவிக்கலாம். இவற்றில் முக்கியமானது "ஒலி" எனப்படுகின்ற "காற்றின்" சக்தியாகும். ஆதியில் சலனமற்றிருந்த ஆகாயம் (SPACE), தன்னுடைய இயல்பு மாற்றத்தால் (CONSCIOUS MOTION) அணுக்கள் ஒன்று சேர்ந்து காற்று உருவாகியது. இந்த அணுக்களின் சேர்க்கை அதிகமாக அதிகமாக மற்ற பஞ்சபூதங்களான நெருப்பு, தண்ணீர் மற்றும் மண் ஆகியவை ஒவ்வொன்றாக உண்டானது. எனவே பஞ்சபூதங்கள் ஐந்தும் ஒன்றுக்கொன்று தொடர்புடையவையே.

ஒலியின் மகத்துவம் (ஓம்)

ஆகாயத்தின் முதல் பரிணாம வளர்ச்சிதான் காற்று, காற்றுதான், ஒலிக்கு ஆதாரமாக உள்ளது. கடற்கரையில் நின்று இயற்கையை ரசியுங்கள். காற்றின் அலைகளை (சப்தத்தை) அப்போது நாம் உணரமுடியும். "ஓம்" என்ற பிரணவ ஒலியிலேயே இந்தப் பிரபஞ்சம் தோன்றியது என்று புராணங்கள் கூறுகின்றன.

இரண்டாயிரம் வருடங்களுக்கு முன்னரே இலத்தீன், கிரேக்கம் போன்ற மொழிகளில் எழுத்துகளின் உச்சரிப்பைப் பற்றிய குறிப்புகள் இருக்கின்றன. நம் தமிழ் மொழியிலும் சொற்களின் சப்தங்களைப் பற்றி தொல்காப்பியம் விரிவாக விளக்கியுள்ளது.

மனிதனின் பெயரும், ஒலியலைகளும் (NAME AND VIBRATIONS)

மனிதன் உண்டான போதே ஒலிகளின் தாக்கமும் உண்டாகிவிட்டது. இராமன் என்று ஒருவரை நாம் அழைக்கும் போது, நம்மால் சிருஷ்டிக்கப்பட்ட அந்த ஒலியலைகள் அடுத்தவரைச் சேர்ந்து (காற்றுதான் இங்கு மீடியம்) அவரை நம்முடன் பேச வைக்கிறது. பெயர் என்பது ஒலிகளின் தொகுப்புத்தான், ஒலியலைகளின் குறிப்பிட்ட சேர்க்கைதான் ஒருவரின் பெயர் என்றும் கூறலாம்.

உணவில்லாமல் ஒருவன் இருக்கலாம். வீடு இல்லாமல் ஒருவன் இருக்கலாம். ஆனால் பெயர் இல்லாமல் எந்த ஒரு மனிதனும் இல்லை,

இருக்கவும் முடியாது. மேலும் ஒருவனது பெயர்தான் அவனுக்கு மிகவும் பிரியமான ஒரு சொல்லாக இருக்கிறது. தன் பெயரை மற்றவர் அழைக்கும் போது உள்ள சுகமானது அவனது உணர்வில் கலந்து விடுகிறது. அதனாலேயே ஒரு மனிதனை அவன் பெயர் சொல்லி அழைத்தால், அவன் தன்னையறியாமலேயே உங்களுக்குக் கட்டுப்படுகிறான் என்று மனோதத்துவ நிபுணர்கள் கூறுகின்றனர். 'உன் பெயரை மறந்து விட்டேன்! சாரி!' என்று ஓர் அன்பரிடம் கூறுங்கள். அவர் மனத்தில் உங்கள் மீது இனம் தெரியாத வெறுப்பு உண்டாகும். அந்த வெறுப்பினால் உங்களின் எதிர்பார்ப்புகள், அந்த மனிதர் மூலம் நடைபெற முடியாமல் போகக்கூடும்.

பெயர்கள் அனைத்தும் மந்திர சக்தியைக் கொண்டவை. பெயரைச் சொன்ன மாத்திரத்திலேயே ஒருவனுடைய அனைத்து குணங்களும், குறைகளும் நம் நினைவுக்கு வந்து விடுகின்றன. நமது மனத்திரையானது அந்தக் குறிப்பிட்ட நபரை நம்முன் உருவாக்கிக் காட்டுகிறது. அவரது பருவுடல், செய்கைகள், குணங்கள் எல்லாமே நம்முடன் இருப்பது போல உணர்கிறோம். ஒருவர் நம் அருகில் இருந்தால்தான் அவரைப் பற்றி அறியமுடியும் என்பதில்லை. நம்முடன் தொடர்புள்ள அனைத்து நபர்களை, அவர்களது பெயர்களை நினைத்தவுடன் அல்லது அழைத்தவுடன், நம் மூளையானது அவர்களைப் பற்றிய அனைத்து விவரங்களையும் ஒரு நொடிக்குள் தெரிவித்து விடுகிறது.

பெயர்கள் மணத்தை ஆளுகின்றன

சுவாமி விவேகானந்தர் என்ற பெயரை நினைத்துப் பாருங்கள். அந்த நொடியிலேயே உங்களுக்கு அவரது கம்பீரமான உருவமும், அவரது போதனைகளும் (உங்களுக்குத் தெரிந்த அளவில்) நினைவுக்கு வரும். உங்களது மனத்திரையில் உருவாகும் அவருடைய நினைவுகள் தன்னம்பிக்கையையும், வாழ்க்கையில் வெற்றிபெற வேண்டும் என்கிற தாக்கத்தையும் ஏற்படுத்தும். அதே சமயம் ஹிட்லர் என்ற பெயரை நினைத்துப் பாருங்கள். அந்த விநாடியிலேயே அவரது உருவம், அவரது கொடுங்கோல் செயல்கள், மனிதகுலத்தை வேரறுக்கப் புறப்பட்டவர் என்பவை எல்லாம் உடன் நினைவுக்கு வரும். உங்களை அறியாமலேயே அந்தப் பெயரின் மீது வெறுப்பு உருவாகும்.

எனவேதான் எப்போதும் நல்ல எண்ணங்களையும் நல்ல மனிதர்களின் தொடர்புகளையும் உருவாக்கிக் கொள்ளுங்கள். அப்போதுதான் நீங்கள் மகிழ்ச்சியாகவும், வெற்றி வீரராகவும் விளங்க முடியும் என்று மனோதத்துவ மேதைகள் கூறுகின்றனர்.

எவ்வளவு பணம், புகழ் சேர்ந்தாலும், அவரது குடும்பத்தார்கள் பாராட்டினால்தான் முழுமை பெறும்.

வாழ்க்கையில் புகழ் பெற்றவர்களையும், சாதனை படைத்தவர்களையும் "பெயர் பெற்றவர்கள்" என்கிறோம். வாழ்வில் தோல்வி அடைந்தவர்களையும் தம் புகழை அழித்துக் கொண்டவர்களையும் "பெயர் இழந்தவர்கள்" என்கிறோம். எனவே பெயர்களின் பெருமைகளை எழுத்துகளில் அடக்க முடியாது!

பெயர்கள் ஏற்பட்டது எப்படி?

ஆதிகாலத்தில் மனிதனுக்குப் பேச்சு வராத காலக்கட்டத்தில் தன் சைகைகளின் (Body Signal) மூலம் பலவித ஒலிகளை எழுப்பி அடுத்தவனிடம் தொடர்பு கொண்டான். ஒலிகளை உருவாக்கும் திறன் வந்தவுடன், அடுத்தவனிடம் சைகைகள் மற்றும் ஒலிகளில் ஒருவித மொழியை ஏற்படுத்தி, மற்றவர்களிடம் தொடர்புகொண்டு பேசினான்.

அடுத்த நிலையில், சொற்கள் பிறந்தவுடன் அடுத்தவரை அவரது உருவங்களைக் கொண்டும், குணங்களைக் கொண்டும் அழைக்கத் தொடங்கினான். அந்தக் காலத்தில் பெயர்கள் வைக்கும் பழக்கம் ஏற்பட்டிருக்கவில்லை. எனவே உருவங்களை வைத்தே நெட்டை, கறுப்பன், குண்டன் என்று அழைத்தார்கள். அவற்றை ஆதிகாலப் பெயர்கள் (காரணப் பெயர்கள்) எனலாம்.

ஒருவரை நேரில் அழைக்கும் போதும், அவரைப் பற்றிக் குறிப்பிடும் போதும் அவரின் பெயரே முன்னால் வருகிறது. ஆனால் பெயர்களைப் பற்றி அறிந்திராத அந்தக் காலத்தில் உருவத்தை வைத்தும், அவரது செயல்களை வைத்தும் ஒரு காரணப் பெயரை உருவாக்கி அழைத்துக் கொண்டனர்.

பெயர்களின் வரலாற்றில் புராணங்கள்

காலங்கள் பல கடந்தன. இதிகாசங்கள் மற்றும் புராணங்களின் ஆதிக்கம் மக்களிடையே பரவத் தொடங்கிற்று. இதிகாசங்கள் பெயர்களின் சுரங்கங்களாக விளங்கின, ஆயிரக்கணக்கான பெயர்களின் அறிமுகம் மக்களுக்குக் கிடைத்தன. இதிகாசங்களில் குறிப்பிட்டிருந்த இதிகாச நாயகர்களில் தமக்குப் பிடித்த பெயர்களை தங்களது குழந்தைகளுக்கு வைத்து மகிழ்ந்தனர். முருகன், இராமன், கிருஷ்ணன், ஈஸ்வரன் மற்றும் இலட்சுமி, சக்தி, சரஸ்வதி என்று தெய்வங்களின் பெயர்களை, தங்கள் குழந்தைகளுக்கு வைத்து அழைக்கத் தொடங்கினார்கள்.

ஆங்கிலேயரின் வருகை

நான்கு நூற்றாண்டுகளுக்கு முன்பு அந்நிய நாட்டவர்களின் ஆக்கிரமிப்பு இந்தியாவில் நடைபெற்றது. குறிப்பாக ஆங்கிலேயர்கள் தங்களின் ஆக்கிரமிப்பு மற்றும் படையெடுப்புகளின் மூலம் இந்திய நாட்டையே தம் வசப்படுத்திக் கொண்டனர். அதன் பிறகு தங்களின் மொழியையும் கலாச்சாரத்தையும் இந்தியர்களின் மீது திணிக்க முற்பட்டனர். எனவே இந்திய

நாட்டில் ஆங்கில மொழியும் கடைப்பிடிக்கப்பட்டது. எனவே, குழந்தைகளுக்கு பெயர்கள் வைப்பதிலும் பெரும் மாற்றங்கள் ஏற்பட்டன. தெய்வத்தின் பெயர்கள் வைப்பதைப் போன்று, தெய்வ சம்பந்தமில்லாத அழகுப் பெயர்களை நம் நாட்டு மக்கள் தங்களது குழந்தைகளுக்கு வைக்க முற்பட்டனர். அது மட்டுமின்றி ஆங்கில மொழியின் ஆதிக்கத்தால் தங்களது பெயர்களையும் ஆங்கிலத்தில் எழுதிப் பார்ப்பதில் இந்திய மக்களுக்கு மிகுந்த ஈடுபாடு ஏற்பட்டது. ஆங்கிலேயர்களின் பழக்க வழக்கங்களையும் மக்கள் கடைப்பிடிக்கத் தொடங்கினர். பெரிய வேஷ்டி, முண்டாசு என்று தங்களை அலங்கரித்துக் கொண்ட மக்கள், அளவான வேஷ்டி சட்டை, பனியன் என்று ஆங்கிலேயர்கள் பாணியைக் கடைப்பிடிக்கத் தொடங்கினர். இன்றளவும் அது தொடர்கிறது.

வரலாற்றில் பெயர் மாற்றம் (CHANGE OF NAMES IN HISTORY)

சோழப் பேரரசரான இராஜராஜ சோழனின் வாழ்க்கையிலேயே அவரது பெயர் மாற்றம்தான் அவரின் முன்னேற்றத்திற்கும் புகழுக்கும் காரணம் என வரலாறு கூறுகிறது. அருள்மொழி வர்மன் என்ற பெயரில் அவர் இளவரசராக இருந்த வரை, தம் வாழ்க்கையில் பிடிப்பில்லாமல் துறவற வாழ்க்கை நடத்திக் கொண்டிருந்தார். பின்பு அவரது தமக்கை குந்தவையாரால் அவர் ராஜராஜன் என்று பெயர் மாற்றம் செய்யப்பட்டு முடிசூடினார். அதன் பிறகு அவரது வாழ்க்கையெல்லாம் வெற்றியும், புகழும், மகிழ்ச்சியும் தொடர்ந்தன என வரலாறு கூறுகிறது.

நன்கு கவனியுங்கள்... அருள்மொழி வர்மன் என்ற பெயர் மாறவில்லை. அந்தப் பெயரின் ஒலிகளும், எண்ணும் இராசியில்லாத காரணத்தால், அவரால் வெற்றி பெற முடியவில்லை. அவரது வாழ்க்கைப் பாதையில், பெயரை மாற்றம் செய்த பிறகு பெயரின் புதிய ஒலிகளின் தாக்கங்கள் அவருக்கு உற்சாகமும், ஊக்கமும், அதிர்ஷ்டமும் கொடுத்து, அவரது வாழ்க்கையில் புரட்சியையே ஏற்படுத்தி விட்டது. அவரை உலக மகா மன்னர்களில் ஒருவராக்கி விட்டது.

தமிழ் எண்கணிதம் (TAMIL NUMBEROLOGY)

தமிழ் மொழியில் 247 எழுத்துகள் உள்ளன. ஒவ்வொன்றிற்கும் குறிப்பிட்ட எண் மதிப்பு உண்டு. இவ்வளவு எழுத்துகளின் மதிப்பை நினைவுபடுத்திக் கொண்டு, ஒருவரின் பெயரை மாற்றி, அவரது வாழ்க்கையில் விளைவுகளை ஏற்படுத்துவது என்பது சற்று சிரமமான காரியம். எனவேதான் மக்களிடையே தமிழ் எண்கணிதம் பிரபலமாகாமல் உள்ளது. தமிழ் எழுத்துகளின் மதிப்பினைப் பற்றியும், அவற்றின் பலன்களைப் பற்றியும் சித்தர் நூல்கள் விரிவாகக் கூறுகின்றன.

சாஸ்திரங்களே நமக்கு முறையான வழிகாட்டிகள், வாழ்க்கையின் அனைத்துப் பிரச்சனைகளுக்கும் தீர்வுகள் தருகின்றன.

ஆங்கில மொழியின் முக்கியத்துவம் (IMPORTANCE OF ENGLISH)

ஆங்கில மொழியில் 26 எழுத்துகளே உள்ளன. எனவே 26 எழுத்துகளுடைய எண் மதிப்பும், அவற்றின் தீவிர ஆராய்ச்சியும் இருந்தாலே, பெயர்களைப் பற்றிய பலன்களை எண்கணிதம் மூலம் அறிய முடியும். அதுமட்டுமன்றி, ஆங்கில அறிவும் சிறிது முயற்சி செய்தாலே வந்துவிடும். எனவே மிக விரைவாக ஆங்கில எழுத்துகளைக் கொண்டு பலன்களை எண்கணிதம் மூலம் அறியலாம். எண்கணிதப்படி பெயரை மாற்றிய மக்கள், தங்களது வாழ்க்கையில் எதிர்பாராத அதிர்ஷ்டங்களையும் வாழ்க்கையில் வெற்றியையும் விரைவில் அடைந்தனர். எனவே மேலும் மேலும் இந்தக் கலையை மக்கள் பயன்படுத்திக் கொள்ள முனைந்தனர். பல எண்கணித நூல்களும் தமிழில் வெளிவந்து, மக்களிடையே எண்களைப் பற்றிய விழிப்புணர்வை தற்காலத்தில் ஏற்படுத்தி வருகின்றன.

பெயர் ஒலிகளின் முக்கியத்துவம் (IMPORTANCE OF VIBRATIONS)

பெயர்கள் எல்லாம் எழுத்துகளால் ஆக்கப்பட்டுள்ளன. (Every Name Comprises of Letters Only) ஆனால் எழுத்துகள் ஒலியலைகளை உள்ளடக்கியுள்ளது. எழுத்துகளுக்கு தனித்தனியே எண்மதிப்பும் கொடுக்கப்பட்டு உள்ளன. அந்த எழுத்துகளை உச்சரிக்கும் போதும், கூவி அழைக்கும்போதும் ஒலியலைகள் விரிவடைகின்றன. ஒலிகளின் தாக்கமானது குறிப்பிட்ட பொருள் அல்லது மனிதனின் மீது சில விளைவுகளை (பலன்களை) ஏற்படுத்துகின்றன. சப்தமில்லை என்றால் அங்கு ஒலியில்லை. எந்தச் செயலும் இல்லை எனலாம். இதைப் பற்றி ஆராய்ந்து வாழ்க்கையை வெற்றி பெற வைக்கும் ஒரு கலைதான் Pronology என்பதாகும். பெயர் ஒலி என்பது மந்திர ஒலியே.

உதாரணம்

இராமா இங்கு வா என்று ஒருவர் மற்றொருவரை அழைக்கும் போது, அவரது வாயிலிருந்து வெளிவந்துவிட்ட ஒலியலைகள், அவர் முன்னுள்ள மனிதனின் (ராமன் அவரது பெயர்) செவிப்பறையைத் தாக்கி அங்கு அவனை இயங்க வைக்கிறது. எனவே ஒவ்வொரு பெயரையும் குறிப்பிட்ட ஒலியலைகளின் ஒரு தொகுப்பாகவே நாம் கருதவேண்டும். பலவித அலைவரிசைகளைக் கொண்டதை அக்யுசிடிக் ஸ்பெக்ட்ரம் (ACQUISITIC SPECTRUM) என்பார்கள். காற்றில் வரும் சப்த அலைகளை கொண்டு அளப்பார்கள். காற்றில் வரும் ஒலி அலைகளில் 800 முதல் 1100 அளவுகள் வரை கணக்கிட்டு ஆராய்ச்சி மேற்கொண்டுள்ளார்கள்.

ஆங்கிலத்தில் உள்ள 26 எழுத்துகளுக்கும் உள்ள அலைவரிசைகளை தனித்தனியே ஆராய்ச்சி செய்து விஞ்ஞானிகள் படம் பிடித்து வைத்துள்ளார்கள். எனவே ஒவ்வோர் எழுத்தும் உச்சரிக்கப்படும் போது அல்லது ஒலிக்கப்படும்போது, குறிப்பிட்ட நீளமுள்ள ஒலியலைகளை

உருவாக்குகின்றன. பெயரில் பல எழுத்துகள் உள்ளதால், ஒவ்வோர் எழுத்தின் ஒலி அலைகளின் தொகுப்பாகவே கருதி பெயரை அழைக்க வேண்டும்.

ஒரு பெயரை எப்படி அழைக்க வேண்டும்?

ஒரு பெயரை முழுவதாக அழைக்கும் போது உள்ள ஒலித்தொகுப்புக்கும் (Total Vibrations) அதைச் சுருக்கி அழைக்கும் போது உள்ள ஒலித்தொகுப்புக்கும் (Partial Vibrations) வித்தியாசம் ஏற்படுகிறது. இதனால் பெயரின் பலன்கள் மாறுபடுகின்றன. உங்களது பெயரை அதிர்ஷ்ட எழுத்துகளில், அதிர்ஷ்ட ஒலிகளில் மாற்றிய பின்பு அதை முழுமையாகப் பயன்படுத்தும் போது, உங்களது வாழ்க்கையே வெற்றிகரமாக மாறிவிடுகிறது. புதிய வழிகளும் கிடைக்கின்றன. வாழ்க்கையில் அதிர்ஷ்ட மாறுதல்களும் உண்டாகின்றன. இவையெல்லாம் அனுபவத்தில் நிரூபிக்கப்பட்ட உண்மைகள். எனவே பெயரை சுருக்கி, செல்லமாக அழைக்கும்போது பலன்கள் மாறிவிடும் என்பதை முக்கியமாக கவனத்தில் கொள்ள வேண்டும்.

PRONOLOGY SHASTRA-அறிமுகம்

PRONOLOGY என்பது ஒரு புதிய பெயர் சாஸ்திரமாகும். என்னுடைய 25 வருட எண்கணித ஆராய்ச்சியில் உருவான ஒரு புதிய சாஸ்திரமாகும்.

பெயர்களிலுள்ள எழுத்துகளுடைய சப்தங்களின் பலன்களை ஆராய்ந்து, அவை கொடுக்கும் பலன்களை இது துல்லியமாக அறிய உதவுகிறது. இந்த சாஸ்திரம் மூலம் பெயரிலுள்ள எழுத்துகளின் இணைப்பு சக்திகளை அறிந்து கொள்ளலாம். எண்கணிதத்தில் (Numerology) புதிய ஆராய்ச்சிகள் சீரோவின் காலத்திற்குப் பிறகு செய்யப்படவில்லை. அவர் சொன்னதையே தான் சில மாற்றங்கள் செய்து எண்கணித நிபுணர்கள் பயன்படுத்தி வருகிறார்கள். எண்கணிதத்தின்படி பெயரின் எழுத்துகளின் மதிப்புக்கு மட்டும் அர்த்தம் கொடுத்து பலன்களைச் சொல்லி வருகிறார்கள். ஆனால் அதிலுள்ள எழுத்துகளின் ஆற்றலைப் பற்றி எண்கணிதம் ஆராயவில்லை.

உதாரணம்

O, N என்ற இரண்டு ஆங்கில எழுத்துகள் இரு வகைகளில் இணைகின்றன.

ON என்பது ஓர் இணைப்பு

NO என்பது மற்றோர் இணைப்பு

எண்கணிதப்படி பலன்கள்

எண்கணிதப்படி இரு எழுத்துகளின் மொத்த மதிப்பு

சாஸ்திரங்கள் (Shastras) மீது அலட்சியமோ, அவநம்பிக்கையோ கொள்ளக்கூடாது.

O, N 12
7 5
N, O 12
5 7

இந்த இரண்டு எழுத்துகள் இரண்டு விதமாக இணைந்தாலும் அதன் மொத்த மதிப்பானது 12தான். 12-ஆம் எண்ணின் பலன்கள்தான் இரண்டு இணைப்புகளுக்கும் ஏற்பட வேண்டும். ஆனால் இதனுடைய பலன்கள், அனுபவத்தில் மாறியிருப்பதைக் காணலாம். இதற்கான காரணம் என்ன? எண்கணிதப்படி இரு சேர்க்கைகளும் ஒரேவிதமான பலன்களைத்தான் கொடுக்க வேண்டும் அல்லவா?

PRONOLOGY படி

PRONOLOGY படி O, N ஆகிய இரண்டு எழுத்துகளின் இணைப்பின் மதிப்பு 12தான் வரும். இதில் மாற்றமில்லை.

1. PRONOLOGY படி எழுத்துகள் 'ON' என இணையும் பொழுது 'ON' அதாவது தொடக்கம், தொடர்ந்து செய்தல் எனப் பொருள்படும். இது நன்மையான பலன்களைக் கொடுக்கும். இது நேர்மறை இணைப்பாகச் செயல்படுகிறது. (Positive)

2. அதே O, N எழுத்துகள் 'NO' என இணையும் பொழுது 'NO' அதாவது வேண்டாம். இல்லை, முடிவு போன்ற தீமையான பலன்களைக் கொடுக்கக் கூடியதாக உள்ளது. எனவே இது எதிர்மறை (Negative) பலன்களைக் கொடுக்கக் கூடியது.

எண்கணிதப்படி ON, NO இரண்டுக்கும் ஒரே பலன்கள் (12) என்றாலும் அதன் பலன்கள் வேறுபட்டதாகத்தான் இருக்கும் என்பதை முக்கியமாக கவனிக்க வேண்டும்.

எனவே ஒருவரின் பெயரில் 'ON' என்னும் இணைப்பு வரும் போது, நல்ல முன்னேற்றம், வாழ்க்கை வசதிகள் ஏற்படும். இதே எழுத்துகள் NO என இணையும் போது அவரது வாழ்க்கையில் தடைகளும், தோல்விகளும், பல பிரச்சனைகளும் தாமாக வந்து சேரும்.

இந்த வித்தியாசத்தை அறிந்து கொள்ளுங்கள், ஒரு பெயரிலுள்ள நல்ல கெட்ட ஒலிகளை அறிந்து கொள்ள Pronology உதவுகிறது.

PRONOLOGY-யின் முக்கியத்துவம்

PRONOLOGY என்பது எண்கணிதத்திற்கு முரண்பாடானதல்ல. எண்கணிதத்தின் பலன்களை PRONOLOGY மூலம் அதிகப்படுத்த முடியும். எண்கணிதத்திற்கு வலுவூட்ட முடியும்.

மேலும் எண்கணிதம் முழுமையடைய வேண்டுமெனில் PRONOLOGY கலையை நீங்கள் தெரிந்து கொள்ள வேண்டும். அப்போதுதான் நல்ல

பெயர்களை உங்களுக்கும், உங்களது குழந்தைகளுக்கும் மற்றும் குடும்பத்தாருக்கும் அமைத்துக் கொடுத்து, நீங்கள் எதிர்பார்த்த நல்ல பலன்களை அடைய முடியும்.

எண்கணிதம் மட்டும் அதிர்ஷ்டத்தைத் தருமா?

எண்கணிதத்தின்படி மிக நல்ல அதிர்ஷ்ட எண்ணில் உங்கள் பெயரை அமைத்துக் கொண்டாலும், ஏதோ ஒரு சக்தி உங்களைத் தடுப்பதை (பெயரொலிகள் தீயவையாக இருக்கும் போது) உணர்வீர்கள்.

எண்கணிதம் என்பது பெயரில் உள்ள எழுத்துகளையும் அதன் எண்மதிப்பையும் ஆராய்கிறது. ஆனால் பெயரொலி ஜோதிடம் என்பது அந்த எழுத்துகளின் சேர்க்கைகளை ஆராய்கிறது. எண்கணிதம், பெயரொலி ஜோதிடம் ஆகிய இரண்டும் பெயர்களை ஆராய்கின்றன.

எண்கணிதத்தில் உள்ள முக்கிய விஷயங்கள்

நாம் ஒவ்வொருவரும் இந்த உலகத்தில் பிறந்து விட்டோம். இறக்கும் வரை நம் கடமை தொடர்ந்து கொண்டே இருக்கும். நாம் வாழும் நாட்களை மகிழ்ச்சியுடனும், வெற்றியுடனும், புகழுடனும் கழிக்க வேண்டும் என்றுதான் ஒவ்வொருவரும் விரும்புகிறோம். அதற்கான வழிகளை எண்கணிதப்படி ஆராய்வோம்.

நாம் பிறந்த நாளின் ஆதிக்க எண்களை அறிந்து கொள்ளுவது மிகவும் முக்கியமானது. ஆங்கிலத் தேதியில் உங்களுடைய பிறந்த தேதியை குறித்துக் கொள்ள வேண்டும். தமிழ் மாதத்தின் தேதியை இங்கு எடுத்துக் கொள்ளக்கூடாது என்பதை நினைவில் வைப்பது அவசியம்.

ஒருவரது பிறந்த தேதி 21.05.1954. அவரது பெயர் எஸ். நடராஜன், இவரது பிறந்த தேதியின் எண்களை இப்போது ஆராய்வோம்.

எண்கணிதத்தில் மூன்றுவித எண்கள் உண்டு அவை:

1. பிறவி எண் .... Birth Number
2. விதி எண் அல்லது கூட்டு எண் .... Fate Number or Total Number
3. பெயர் எண் .... Name Number

1. பிறவி எண் (BIRTH NUMBER)

இது ஒருவருடைய பிறந்த தேதியின் எண்ணாகும். இரட்டை எண்களில் தேதிகள் வரும் போது, அந்தத் தேதியை மீண்டும் ஒற்றைப்படை எண்ணாக

காலம்தான் எல்லாவற்றையும் தீர்மானம் செய்கிறது

மாற்றிக்கொள்ள வேண்டும். அந்த எண்ணே அவரின் பிறவி எண்ணாகும். இந்தத் தேதியின் மூலம் அவரது தோற்றம் மற்றும் இயற்கைக் குணங்களை அறியலாம்.

2. விதி எண் அல்லது கூட்டு எண் (DESTINY NUMBER)

ஒருவருடைய பிறந்த (ஆங்கில) தேதியில் உள்ள எண்களின் மொத்தத் தொகையே கூட்டு எண் (கூட்டி வரும் எண்) எனப்படும். இதை 'விதி எண்' என்றும் எண்கணித நிபுணர்கள் கூறுகின்றனர். ஒருவரின் வாழ்க்கைப்பாதை, நடைமுறை நிகழ்ச்சிகள், அவர் அடையும் வெற்றியை விதி எண்ணே தீர்மானிக்கிறது.

3. பெயர் எண் (NAME NUMBER)

முன்னால் சொல்லப்பட்ட பிறவி எண்ணும் விதி எண்ணும் நிரந்தரமானவை. இந்த எண்களை மாற்ற முடியாது. இந்த எண்கள் நம்மீது இறைவனால் விதிக்கப்பட்ட எண்கள் என்று கூறலாம். ஆனால் பெயர் எண்ணானது நம்மால் உருவாக்கப்படுவது. இந்த எண் மூலம்தான் நமது பிறந்த தேதியின் எண்களைக் கட்டுப்படுத்த வேண்டும். பிறந்த தேதியின் எண்கள் நல்ல எண்களாக இருந்தால், அதிர்ஷ்டங்களை நல்ல பெயர் எண் மூலம் அதிகமாக்கிக் கொள்ளலாம். அவை தீய எண்களாக வரும் பட்சத்தில், அவற்றை நன்மைகளைச் செய்ய வைக்கவும் பெயர் எண்ணால்தான் முடியும். எண்கணித சாஸ்திரமே இந்தப் பெயர் எண்ணைப் பற்றித்தான் விரிவாக ஆராய்கிறது. அதிர்ஷ்டப் பெயர் எண்களின் மூலம் அதிர்ஷ்ட வாழ்க்கையை அடைய முடியும் என்று எண்கணிதம் வழிகாட்டுகிறது. சில எழுத்துகளைச் சேர்ப்பதன் மூலமும் எழுத்துகளைக் குறைப்பது மூலமும் உங்களது பெயர் எண்ணை மாற்றிக்கொள்ள முடியும். இதன் மூலம் அதிர்ஷ்டப் பெயர் எண்ணில் பெயரை மாற்றி அமைத்துக் கொண்டு அதிர்ஷ்டங்களை அடையலாம் என எண்கணிதம் உறுதியளிக்கிறது.

இந்த மூன்று எண்களைப் பற்றியும் விரிவாக விளக்குகிறேன். மேலே குறிப்பிட்ட அன்பரின் எண்களைப் பற்றிப் பார்ப்போம்.

அவர் பிறந்த தேதி 21.05.1954

1. பிறவி எண் (BIRTH NUMBER)

இவர் பிறந்த தேதி 21

இதை ஒற்றைப்படை எண்ணாக ஆக்கிக் கொள்ள வேண்டும்.

அதாவது $21 = 2 + 1 = 3$

எனவே இந்த அன்பரின் பிறவி எண் 3 ஆகும். இதன் அதிபதி குரு பகவான். இவரது உடல் அமைப்பு, குணாதிசயங்கள் எல்லாம் குருவின் கட்டுப்பாட்டுக்குள் வருகின்றன.

2. கூட்டு எண் (TOTAL NUMBER) or விதி எண் (FATE NUMBER)

இவருடைய பிறந்த தேதியில் உள்ள அனைத்து எண்களையும் கூட்டிக் கொள்ளுங்கள்.

= 2 + 1 + 0 + 5 + 1 + 9 + 5 + 4
= 27

இதையும் ஒற்றை எண்ணாக மாற்றிக் கொள்ளுங்கள்.

= 2 + 7 = 9

எனவே இவரது கூட்டு எண் 9 ஆகும். 9-க்குரிய நாயகர் செவ்வாய் பகவான். இதையே விதி எண் என்பார்கள். எனவே இவரது கல்வி, தொழில், பொருளாதார நிலை, வாழ்க்கைப் பாதை ஆகிய எல்லாவற்றையும் விதி எண்ணே தீர்மானிக்கிறது. எனவே இந்த அன்பரின் வாழ்க்கைப் பாதையை செவ்வாய் பகவான் தீர்மானிக்கிறார்.

அதாவது குருபகவான் (3) இவரது குணங்கள், உணர்வுகள் அடிப்படைக் கல்வி ஆகியவற்றையும், செவ்வாய் பகவான் (9) அவரது வாழ்க்கை நடப்பு, முயற்சிகளின் வெற்றி, வாழ்க்கை முடிவு போன்றவற்றையும் தீர்மானிக்கிறார்கள்.

அதாவது குரு, செவ்வாய் ஆகிய இருவரும் இவரது விதியைத் தீர்மானிக்கிறார்கள்.

3. பெயர் எண் (NAME NUMBER)

அவரின் பெயர் S. NATARAJAN

எழுத்துகளுக்கான எண்மதிப்பைப் போட்டுக் கொள்ள வேண்டும்.

S N A T A R A J A N

3 5 1 4 1 2 1 1 1 5 - 24

பெயரில் உள்ள எழுத்துகளின் மொத்த எண்ணிக்கை 24 வருகிறது. இதுதான் பெயர் எண்ணாகும். 24 எண்ணை மேலும் குறைத்து ஒற்றை எண்ணாக ஆக்கிக் கொள்ளுங்கள்.

= 24 = 2 + 4 = 6

எனவே இவரது பெயர் எண் 24 என்றும், இதன் அதிபதி 6-க்குரிய சுக்கிரன் என்றும் எடுத்துக் கொள்ள வேண்டும்.

எனவே 21.05.1954 அன்று பிறந்த திரு.எஸ். நடராஜன் அவர்களின் எண்களைப் பார்ப்போம்.

உங்களது அதிர்ஷ்டத்தின் திறவுகோல் பெயர்களே (Names).

1. பிறவி எண் 3
2. விதி எண் 9
3. பெயர் எண் 6

பிறந்த தேதி எண்களை 3 & 9 என்று குறிப்பது வழக்கம்.

உதாரணம் 2

இன்னொருவருடைய பிறந்த தேதி 15.06.1934

இவரது பெயர் B. ALAGARSAMY

இவரது பிறவி எண், விதி எண் மற்றும் பெயர் எண்ணை எப்படி கண்டுபிடிப்பது?

1. பிறவி எண்   15 $1 + 5 = 6$ (சுக்கிரன்)
2. விதி எண் $\underline{1 + 5 + 6 + 1 + 9 + 3 + 4 = 29}$
                      $2 + 9 = 11 = 1 + 1 = 2$
3. பெயர் எண்   B. A L A G A R S A M Y
                      2 1 3 1 3 1 2 3 1 4 1 = 22
                      $= 2 + 2 = 4$ (இராகு)

எனவே இவரது பிறவி எண் 6, விதி எண் 2 மற்றும் பெயர் எண் 4 என்று எடுத்துக் கொள்ள வேண்டும்.

இதுவரை எண்கணிதப்படி ஒருவரது பிறவி எண், விதி எண் மற்றும் பெயர் எண் ஆகியவற்றைக் கணக்கிடுவது எப்படி என்று அறிந்து கொண்டோம். எனவே அன்பர்கள் இந்த அத்தியாயத்தைப் பலமுறை நன்கு படித்து, இந்த மூன்று எண்களையும் நடைமுறையில் எளிதாக கண்டுபிடிக்கும் திறமையை வளர்த்துக் கொள்ள வேண்டும்.

எண்கணிதத்திற்கு அடிப்படையான கணக்கு (BASIS OF NUMBEROLOGY) முறை இதுவாகும்.

முக்கிய குறிப்பு

எண்களும் எழுத்துகளும்

உலகத்தில் நடைபெறும் எந்த ஒரு நிகழ்ச்சியும் எண்களாலும் எழுத்துகளாலும்தான் குறிக்கப்படுகின்றன. எழுத்துகளும், எண்களும் இல்லாமல் நீங்கள் எந்த ஒரு செயலையுமே செய்ய முடியாது. எனவேதான் **திருவள்ளுவரும்** எண்களையும் எழுத்துகளையும் மக்களின் இரு கண்களாகக் குறிப்பிடுகின்றார்.

"எண்ணென்ப ஏனை எழுத்தென்ப இவ்விரண்டும்
கண்ணென்ப வாழும் உயிர்க்கு"

கண்ணில்லாமல் மனிதர்கள் வாழ முடியாது. அதைப் போல் எண்களும் எழுத்துகளும் மக்களுக்கு கண்களைப் போல் மனிதனின் வாழ்க்கைக்கு வழி காட்டுகின்றன என்பது அவரின் அறிவுரையாகும்.

எண் மற்றும் எழுத்துகளின் முக்கியத்துவம்

அதிர்ஷ்டம் எனப்படும் கண்ணுக்குப் புலனாகாத சக்தியை எண்களும் எழுத்துகளும் என்கின்ற இரு கண்களைக் கொண்டு தேடிக் கண்டுபிடிக்க வேண்டும். அதுதான் புத்திசாலித்தனமானது. மனிதனின் பார்வைக்கும், சிந்தனைக்கும், அறிவுக்கும் புலனாகாத அதிர்ஷ்டத்தை வழங்குவனதான் எண்ணும் எழுத்தும் ஆகும். அவற்றை அடிப்படையாகக் கொண்டு எண்கணிதம் வழிகாட்டுகிறது.

இந்த உலகத்தில் மனிதன் பிறக்கும் போதே அவனுடைய வாழ்க்கையின் இன்ப துன்பங்களையும், உயர்வு தாழ்வுகளையும் அவன் தலையில் பிரம்ம தேவன் எழுதிவிடுகிறார் என்பது இந்துக்களின் நம்பிக்கை. இந்தத் தலையெழுத்துதான் விதி எனப்படுகிறது. விதி என்பது இறைவனால் விதிக்கப்பட்டது என்று கவலைப்படாமல் இனியொரு புதுவிதி செய்வோம் என்று நம்பிக்கையுடன் செயல்படுங்கள். இதற்கு எழுத்துகளையும் எண்களையும் எண்கணிதப்படி பயன்படுத்தி வெற்றி பெறுங்கள்.

பெயரைத் தீர்மானிக்கும் ஒலிகள்

பெயர் என்பது எழுத்துகளால் உருவாக்கப்படும் சொற்களே ஆகும். பெயரும் அதற்கே உரிய எழுத்துகளால் ஆக்கப்பட்டுள்ளது. இதனால் ஒரு பெயர் என்பது ஒலியின் அணுத்திரளின் வடிவேயாகும். குழந்தை பிறந்தவுடன் ஏதாவது ஒரு பெயரை மனிதனுக்கு சூட்டுகிறார்கள். பிறகு அந்தப் பெயருக்கு மட்டுமே அந்த மனிதன் உடைமையாகிறான். அந்தப் பெயரின் ஒலிக்கு மட்டுமே அவன் திரும்பிப் பார்க்கிறான். குறிப்பிட்ட பெயருக்கும் (பெயர் ஒலிக்கும்) கட்டுப்படுகிறான். அந்த ஒலிகள் (பெயர்) மாறுபட்டால் அவன் தனக்குச் சம்பந்தமில்லாத பெயர் என்று தன்வழியே செல்கிறான்.

ஒவ்வோர் உயிரும் அதை இயங்க வைக்கும் பெயர் ஒலியின் (Names) மூலம்தான் அதன் செயல் தன்மையைப் புரிந்து கொள்ள முடியும். ஒவ்வோர் எழுத்துக்கும் குறிப்பிட்ட ஒலியளவு (குறில் அல்லது நெடில்) மற்றும் அலை நீளம் உண்டு. 'அ' என்ற எழுத்துக்கும் 'ஆ' என்ற எழுத்துக்கும் எழுத்துகளின் ஒலியில், ஒலியலைகளின் நீளத்தில் வித்தியாசம் உண்டு. 'அ' என்பது குறில் என்றும் 'ஆ' என்பது நெடில் என்றும் தமிழ் இலக்கணம் கூறுகிறது.

இதைப் போல் ஓர் எழுத்து ஒலிக்கும் போது ஏற்படக்கூடிய ஒலியின் அளவைக் கொண்டே அதன் எண் மதிப்பும் ஒலியலைகளின் நீளமும்

உங்கள் ஜாதகத்தின் அனைத்துப் பலன்களையும் பெயரின் அமைப்பே தீர்மானிக்கிறது. பெயரை மாற்றும்போது விதி மாறக்கூடிய நேரம் வந்துவிட்டது என்று அர்த்தம்!

தீர்மானிக்கப்பட்டுள்ளது. இது ஒரு விஞ்ஞான உண்மை. இந்த எண் மதிப்புதான் Numerology யின் அடிப்படையாக அமைந்துள்ளது.

விதியை வெல்லும் வழி

ஏற்கெனவே விதிக்கப்பட்ட விதியிலிருந்து (பிரம்மவிதி அல்லது தலையெழுத்து) மனிதன் தப்பிவிடுவதென்பது முடியுமா? என்று உங்களுக்கு சந்தேகம் வரலாம். மரண தண்டனை நிச்சயிக்கப்பட்ட கொடுமையான கொலைகாரன் கூட 'கருணை மனு' என்னும் எழுத்துகள் மூலம் விடுதலை கிடைக்க வழியிருக்கும் போது, சாதாரண மனிதனின் வாழ்வில் இந்த எழுத்துகளின் உதவி கொண்டு ஏன் தன்னை மாற்றிக் கொள்ளக்கூடாது?

காலநேரம் வரும்போதுதான் மனிதன் தன் எதிர்காலத்தைப் பற்றித் தீவிரமாக சிந்திக்கிறான். மனிதனைப் படைத்த இறைவன், மனிதனுக்கு அவனுடைய வாழ்க்கையை அவனே தீர்மானிப்பதற்குத் தேவையான அறிவையும் கொடுத்துள்ளார். இல்லாவிட்டால், முட்டாளாக அல்லவா மனிதனைப் படைத்திருப்பார்!

எனவேதான் வெற்றியின் சூட்சுமம், மனிதனின் பெயரில்தான் உள்ளது. மனிதன் ஓர் இயந்திரமாகவும், அவனது பெயர் அவனை இயக்கும் சக்தியாகவும் (மந்திரமாகவும்) விளங்குகிறது.

இயந்திரத்தில் சக்தி செலுத்தப்படும் போதுதான் அது இயங்குகிறது. அதுபோல சரியான பெயர் அமைந்தால்தான் ஒரு மனிதனால் வெற்றிபெற முடியும்.

எழுத்துகளின் மதிப்பு அட்டவணை எண் மதிப்பு (VALUE)

வ.எண். மதிப்பு	எழுத்துகள்–Letters	கிரகம்–Planets
1.	A I J Q Y	சூரியன்
2.	B K R	சந்திரன்
3.	C G L S	குரு
4.	D M T	இராகு
5.	E H N X	புதன்
6.	U V W	சுக்கிரன்
7.	O Z	கேது
8.	F, P	சனி

ஆங்கில எழுத்துகளின் மதிப்பு

முந்தைய அத்தியாயத்தில் எண்கணிதத்தின் தோற்றத்தைப் பற்றிப் பார்த்தோம். சீரோ அவர்களால் முறைப்படுத்தப்பட்ட சால்டியர்களால் பயன்படுத்தப்பட்ட எண்களின் மதிப்பே தற்காலத்தில் பயன்படுத்தப்படுகிறது. எந்த ஓர் எழுத்துக்கும் 9 எண் மதிப்பு தரப்படவில்லை. இந்த எழுத்துகளின் மதிப்பையே, எந்த ஒரு பெயரிலும் உள்ள எழுத்துகளுக்கு மதிப்பீடு கொடுத்து பெயரின் எண்ணைக் கண்டுபிடிக்க வேண்டும்.

மேலே கொடுக்கப்பட்டுள்ள அட்டவணைப்படிதான் ஆங்கில எழுத்துகளுக்கான மதிப்பைக் குறிப்பிட்டு பெயரின் எண்ணைக் கண்டுபிடிக்க வேண்டும்.

பெயர் மாற்றுவது என்பது புதிய பிறவிக்கு சமமானது என்று சாஸ்திரங்கள் கூறுகின்றன.

3. சூரியனின் ஆதிக்கத்தில் பிறந்தவர்கள்

எண்.1 சூரியன் (SUN)

இந்த எண்ணில் பிறந்தவர்களின் பொதுப் பலன்கள்:

ஒவ்வொரு மாதத்திலும் 1, 10, 19, 28 ஆகிய தேதிகளில் பிறந்த அன்பர்களும், பிறந்த தேதியின் கூட்டு எண் 1 வரும் அன்பர்களும் இந்த எண்ணின் ஆதிக்கத்தின் கீழ் வருகின்றனர்.

சூரியனைப் போல் மற்றவர்களுக்கு ஆதாரமாயிருந்து, நேர்மையான, கடுமையான உழைப்பின் மூலம் தங்கள் வாழ்க்கையில் வெற்றியடையும் இவர்களைப்பற்றி பார்ப்போம்.

எண்கணிதப்படி

ஒன்பது எண்களுக்கும் அடிப்படை எண்ணான ஒன்றாம் எண்ணிற்கு (1) சூரியன் அதிபதியாகிறார். எல்லா எண்களுக்கும் ஒன்றாம் எண் அடிப்படையாக விளங்குகிறது. அது மட்டுமன்றி எந்த ஓர் எண்ணையும் இந்த ஒன்றாம் எண்ணால் வகுக்க முடியும். எனவே உலகிலுள்ள எல்லா எண்களும் ஒன்று எண்ணின் கூடுதலாலேயே உருவாகின்றன. எனவே எல்லா எண்களும் சூரியனின் குறிப்பிட்ட கதிர்களைப் பிரதிபலிக்கின்றன.

பொதுவான குணங்கள்

இந்த எண்காரர்கள் தன்னம்பிக்கை அதிகம் உடையவர்கள். சிங்கம் போன்ற வீரமும் தைரியமும் கொண்டவர்கள். தம் எண்ணங்களையும் குறிக்கோளையும் விட்டுக் கொடுக்காத பிடிவாதமான குணமுடையவர்கள். பிறருக்குத் தாம் அடங்கியிருப்பதைவிட, மற்றவர்கள் தம்மை நம்பி இருக்க வேண்டும் என்ற ஆர்வம் உடையவர்கள்.

இவர்கள் கொள்கைப் பிடிப்புள்ளவர்கள். எப்போதும் சுதந்திரமாக வாழ விரும்புவார்கள். என்ன துன்பம் வந்தாலும் தைரியமாகப் போராடுவார்கள். ஆரோக்கியமான உடல்நிலையும், உறுதியான மனமும் இயற்கையிலேயே அமைந்துவிடும். (ஒன்றாம் எண்ணின் ஆதிக்கம் நன்கு அமையும் போது) சொன்னதைச் செய்வார்கள். மேலும் செய்வதைத்தான் சொல்வார்கள். வீண் பிரச்சினைகள் செய்வது பிடிக்காது. பிறரை ஏமாற்றுவதும், அவர்களுக்கு ஆசைகாட்டித் தங்கள் காரியத்தைச் சாதிக்க வேண்டும் என்று எண்ண மாட்டார்கள்.

சூரியனின் ஆதிக்கம் நன்கு அமையும் போது நல்ல வசதியான குடும்பமும் கல்வியில் நல்ல நிலைமையும் தானாகவே ஏற்படும். இல்லையேல் மிகச் சாதாரணக் குடும்பத்தில் பிறந்திருப்பார்கள். கல்வியில் தடைகள் வந்து சேரும். இவர்கள் வாழ்க்கையில் போராடித்தான் வெற்றி பெறுவார்கள்.

யதார்த்தமான மனதுடைய இவர்கள் அடுத்தவர்களை எளிதில் நம்பி விடுவார்கள். எத்துணை முறை ஒருவர் இவர்களை ஏமாற்றினாலும் அதை

மன்னிக்கும் இயல்புடையவர்கள். அவர்கள் செய்த தவற்றை மனம் உணர்ந்து சொன்னாலே, இவர்கள் மற்றவர்கள் செய்த தவறுகளை மன்னித்து, அவர்களுக்கு நன்மைகளைச் செய்யவும் தயங்கமாட்டார்கள். வீண் புகழ்ச்சியையோ தற்புகழ்ச்சியையோ இவர்கள் விரும்பமாட்டார்கள். தங்களது மனசாட்சிக்கு மிகவும் கட்டுப்படுவார்கள்.

தாங்கள் செய்யும் எந்தத் தொழிலும் மிகச்சிறந்து விளங்க வேண்டும் என்ற எண்ணம் உடையவர்கள். பேச்சுத்திறமை அதிகம் உடையவர்கள். வழக்கறிஞர் போன்ற தொழிலில் கூட பணம் சம்பாதிப்பதைவிட கண்ணியத்தையே அதிகம் எதிர்பார்ப்பார்கள். ஏழைகளுக்கும், தன்னை நம்பியவர்களுக்கும் உதவி செய்யத் தயங்கமாட்டார்கள். இவர்களிடம் வரும் பிரச்சினைகளை நீதிமன்றம் வரை செல்லாமலேயே இருதரப்பினரையும் அழைத்துப் பேசி, சமாதானம் செய்து முடிப்பார்கள். மிகுந்த ரோசமும், தீயவற்றை எதிர்த்துப் போராடும் குணமும் உண்டு.

சில சமயங்களில் கடின நெஞ்சமுடையவர் போல் தோற்றமளிப்பார்கள். உண்மையில் யாருக்கும் தீமை நினைக்கமாட்டார்கள். இவர்களுடைய கொள்கைகள் வெளிப்படையாக அமையும். நயவஞ்சகமாக மற்றவரைக் கெடுக்கும் எண்ணமோ, செயலோ இவர்களிடம் இருக்காது.

உழைப்பே உயர்வு என்பது இவர்களது அசையாத நம்பிக்கை. குறுக்கு வழிகளில் முன்னேற விரும்பமாட்டார்கள். மேலும் திறமையான மற்ற மனிதர்களை ஊக்குவித்து, தங்களால் ஆன உதவிகளைச் செய்வார்கள். ஒருவரின் தோற்றம், அவருடைய பேச்சுகள், நடைமுறைகளைக் கொண்டு அவர் எத்தகையவர் என்று தீர்மானிக்கும் குணம் உண்டு. பொதுவாக நல்ல கல்வி அமையும். சில அன்பர்கள் இளமையில் கல்வி கற்க முடியாவிட்டாலும் வளர்ந்த பிறகு தங்களது சுய முயற்சியால் உயர்தரமான கல்வியையும் அறிவையும் தேடிக் கொள்வார்கள். வாழ்க்கையில் இன்ப துன்பங்களால் அதிகம் பாதிப்படையமாட்டார்கள்.

குடும்பத்தைவிட தொழில் செய்யும் இடங்களிலேதான் அதிகம் காணப்படுவார்கள். அரசியல் மற்றும் சமூக சேவையில் ஈடுபட்டு அதில் மிகவும் பிரகாசிப்பார்கள்.

இவர்களின் தனித்திறமைகள்

அதிகமாக வள வள என்று பேசும் சுபாவமில்லாதவர்கள். பேச வேண்டிய சூழ்நிலையில் நகைச்சுவையுடனும், அர்த்தத்துடனும், அளவாகப் பேசி மற்றவரைக் கவர்ந்து விடுவார்கள். எந்தக் கலையையும், வெகு சீக்கிரத்தில் கற்றுக்கொள்ளும் திறமை இருக்கும். மனதில் உற்சாகமும் இயற்கையிலேயே

வாழ்க்கையில் வெற்றிபெற எண்கணிதக் கலையை முழுமையாக (பெயர் மற்றும் அதிர்ஷ்ட நாட்கள்) பயன்படுத்துங்கள்.

அமைந்திருக்கும். மற்றவர்களின் துன்பங்களைக் கண்டு இவர்கள் மனம் உருகுவார்கள். எதையும் மனதில் மறைத்து வைத்துக் கொள்ளாமல் பிறரிடம் சொல்லிவிடுவார்கள். இதனால் பல சமயங்களில் கெட்ட பெயரைச் சம்பாதித்து விடுவார்கள்.

தங்களுக்கு ஏதேனும் உதவி செய்யுங்கள் என்று பிறரிடம் கேட்கமாட்டார்கள். மற்றவர்கள் தாமே உதவிகள் செய்ய வரும்போது மிகுந்த கூச்சத்துடன் இவர்கள் ஏற்றுக் கொள்வார்கள். தங்கள் பெற்ற உதவிகளையும், நன்மைகளையும் என்றும் நன்றியுணர்வுடன் (GRATITUDE) நினைத்திருப்பார்கள்.

அதைப்போன்றே இந்த எண்காரர்களுக்கு, தங்களது குடும்பத்தை அரவணைத்துச் செல்ல வேண்டும், குடும்பத்தார் அனைவரும் ஒற்றுமையாக இருக்க வேண்டும் என்ற எண்ணம் இயல்பாகவே இருந்துவரும். சிறுவயதிலேயே குடும்பத்தின் பொறுப்புகளை ஏற்கும் நிலை சிலருக்கு ஏற்படலாம். ஆனால் இவர்கள் மிகுந்த கண்டிப்புடன் வளைந்து கொடுக்கும் தன்மை இல்லாதவர்கள் போன்று குடும்பத்தாருக்குத் தென்படுவார்கள்.

கம்பீரமாக உடைகளையணிய விரும்புவார்கள். மக்கள் கூட்டத்தைவிட தனிமையில் இருக்கவே பெரும்பாலும் விரும்புவார்கள். அதிகம் தூங்குவது, சோம்பேறித்தனம் இவர்களுக்குப் பிடிக்காது.

இவர்களின் விருப்பங்கள்

பிரயாணங்கள் செய்வதிலும், கோடைக்காலங்களில் மலைப் பகுதிகளுக்குப் பயணம் செல்வதிலும் மிக விருப்பம் உடையவர்கள். காடுகள், அருவிகள், புல்வெளிகள் போன்ற இயற்கைக் காட்சிகளின் அழகில் தம்மை இழந்து விடுவார்கள்.

இவர்களுக்கு தெய்வ நம்பிக்கை உண்டு. ஆனால் அதிர்ஷ்டத்தின் மீது பாரத்தைப் போடாமல் கடுமையாக உழைத்து, வெற்றி காண்பார்கள். பொதுவாக இவர்களுக்குத் திருமணம் தாமதமாகவே நடைபெறும். இல்லற வாழ்க்கை அவ்வளவு மகிழ்ச்சியாக இருக்காது. காரணம், விட்டுக் கொடுக்கும் தன்மை குறைவு. இந்தக் குணத்தை மாற்றிக் கொண்டால் குடும்பத்தில் மகிழ்ச்சியை ஏற்படுத்திக் கொள்ளலாம். இவர்கள் ஒன்றாம் எண்ணை உடையவர்களைத் திருமணம் செய்யக்கூடாது. EGO பிரச்சனையால் பாதிப்பு உண்டாகும்.

பொருளாதார நிலை

இவர்களுக்குச் செல்வ நிலை திருப்தி அளிக்கக்கூடியதாக இருக்கும். பணம் இவர்களைத் தேடி வரவேண்டும். இவர்கள் முயற்சி செய்யும் போது பணம் வராது. ஆனால் வாழ்க்கையின் பிற்பகுதியில் அனைத்தும் வந்து சேர்ந்துவிடும். சூரியனின் ஆதிக்கம் நன்கு அமைந்தால் செல்வநிலை எப்போதும் நன்றாக இருக்கும்.

கண்டதைச் சாப்பிடுதல் இவர்களுக்குப் பிடிக்காது. இவர்கள் பொதுவாக மேனேஜர்களாகவோ, அதிகாரப் பதவிகளிலோ இருப்பார்கள். IAS, IPS போன்ற நிர்வாக வேலைகளில் பிரகாசிப்பார்கள். அறநிலையங்களை நிர்வகிப்பார்கள். அவர்களுடைய உத்தியோகம் அல்லது தொழில், நேரிடையாகவோ அல்லது மறைமுகமாகவோ அரசாங்கத்துடன் தொடர்பு உடையதாக இருக்கும்பட்சத்தில் மிகுந்த வெற்றிகளை அடைவார்கள்.

சூரியனின் ஆதிக்கம் பலவீனமாக இருந்தால் மற்றவர்களிடம் சாதாரணமான வேலையில் அமர்ந்து, இவர்களின் திறமையின் மூலம் மற்றவர்கள் அதிகம் சம்பாதிக்கும் நிலை ஏற்படும். இவர்கள் தங்களின் திறமையை வீணாக்கிக் கொள்வார்கள்.

இந்த எண்ணில் பிறந்தவர்கள் அரசியலிலும், அரசாங்க வேலைகளிலும் புகழ்பெறுவார்கள். பொதுஜன ஆதரவாளர்களாகவும், நிர்வாகி, மேனேஜர், தலைவர் போன்ற பதவிகளிலும் இருப்பார்கள்.

28–ஆம் தேதி பிறந்தவர்களுக்கு சூரிய ஆதிக்கம் இயற்கையிலேயே குறைந்திருப்பதால் மேற்கண்ட நல்ல பலன்களில் சில குறைபாடுகள் உண்டாகும். இவர்கள் தன்னம்பிக்கையை வளர்த்துக் கொண்டால் மற்ற தேதியில் பிறந்தவர்களைப் போன்று இவர்களும் வெற்றியடைலாம்.

இவர்கள் மற்றவர்களை இழிவுபடுத்தவோ, குத்திக்காட்டவோ விரும்பமாட்டார்கள். ஆனால் மற்றவர்கள் செய்யும் தவறுகளை உடனே வெளிப்படையாகச் சொல்லி விடுவார்கள். சூரியனுடைய திசை கிழக்கு. எந்த வேலையைச் செய்வதாக இருப்பினும் கிழக்கு திசையை நோக்கியே செய்ய வேண்டும். இதனால் நன்மைகள் அதிகமாகும்.

இவர்களின் தோற்றம்

பொதுவாக திடகாத்திரமான உடல் அமைப்பு கொண்டவர்கள். சதைப்பிடிப்பான, அழகான, கம்பீரத் தோற்றம் இருக்கும். நேர்கொண்ட பார்வையும் கம்பீரமான நடையும் கொண்டவர்கள். ஒன்றாம் எண் உள்ள பெண்களிடம் (செயல்களில்) ஆண்தன்மை மற்றும் நடை, உடை பாவனைகள் காணப்படும். தம் கணவனேயானாலும், தவறுகளைத் துணிந்து தட்டிக்கேட்பார்கள். எடுப்பான நெற்றியும், பளபளப்பான தலைமுடியும், உறுதியான பற்களும் அமையப் பெற்றவர்கள். இவர்களிடம் ஆண்மை பூரணமாக வெளிப்படும். இவர்களுடைய உடல், உஷ்ண ஆதிக்கம் (HEAT BODY) உடையதாக இருக்கும்.

பெயர் ஜாதகம் (Name Chart) மூலம் வேண்டிய அதிர்ஷ்டங்களை நீங்களே உருவாக்கிக் கொள்ளலாம்.

1, 10, 19, 28 ஆகிய தேதிகளில் பிறந்தவர்களுக்கான பலன்கள்

1-ஆம் தேதி பிறந்தவர்கள்

சுதந்திர எண்ணம் அதிகம் உடையவர்கள், மனதில் உள்ளதை அப்படியே கொட்டிவிடுவார்கள். அனுசரித்துச் செல்லும் குணத்தையும் வளர்த்துக் கொண்டால் இவர்கள் வெற்றி அடையலாம். அரசுத் தொழில் அமையும் யோகம் உண்டு. தம் எண்ணத்திலும், செயலிலும் ஒருபோதும் தவறமாட்டோம் என்ற ஆதிக்க குணம் உள்ளவர்கள். இவர்களுக்கு நண்பர்கள் குறைவாகவே இருப்பார்கள். தன் குடும்பத்தில் அதிகாரம் செலுத்த விரும்புவார்கள்.

10-ஆம் தேதி பிறந்தவர்கள்

மற்றவர்களை அனுசரித்துச் சென்று தம் வசம் ஆக்கிக் கொண்டவர்கள். இவர்களின் மனதை மற்றவர்களால் எடைபோட முடியாது. மற்றவரின் அன்புக்குக் கட்டுப்படுவார்கள். அடக்கமும், அதே சமயம் முன்னெச்சரிக்கை உணர்வும் உடையவர்கள். துன்பத்தையும் இன்பத்தையும் முகமலர்ச்சியுடன் ஏற்றுக் கொள்வார்கள். நிதானபுத்தி உடையவர்கள். அனைத்து விஷயங்களையும் கற்க வேண்டும் என்ற ஆசை உடையவர்கள். மனோசக்தி மிகுந்தவர்கள். அவசரமும் படபடப்பும் இன்றி இடத்திற்குத் தகுந்தாற்போல் பேசுவார்கள். எப்படியும் மக்களிடையே புகழ்பெற்று விடுவார்கள். சகடயோகம் உள்ளதால் பணத்தை நிர்வகிக்கும் திறமையை வளர்த்துக் கொண்டால்தான் சம்பாதிக்கும் பணத்தைத் தக்கவைத்துக் கொள்ளலாம்.

19-ஆம் தேதி பிறந்தவர்கள்

இந்தத் தேதிகளில் பிறந்தவர்கள் மிக அதிர்ஷ்டகரமானவர்கள். மனதில் தோன்றியதை எளிதில் மாற்றிக் கொள்ளமாட்டார்கள். பல விஷயங்களில் புலமை பெற்றிருப்பார்கள். தங்கள் தொழில் மற்றும் வியாபாரத்தில் கெடுபிடிகளுடன் இருப்பார்கள். ஆனால் குடும்பத்தின் மீது மிகுந்த பாசம் கொண்டவர்கள். நல்ல மனைவியும், குழந்தைகளும் அமைவார்கள். அரசாங்க விஷயங்களில் மிகுந்த ஆதரவும், அதிர்ஷ்ட வாய்ப்புகளும் உடையவர்கள். பண விஷயத்தில் அதிர்ஷ்டம் உடையவர்கள். எப்படியும் தகுதியான தொழில் அமைந்துவிடும். தங்கள் அறிவின் மூலம் படிப்படியான முன்னேற்றத்தை அடைவார்கள். நல்ல மனைவியும், நல்ல தொழிலும் அமைவது இந்த எண்ணின் சிறப்பம்சமாகும். உதயசூரியனின் எண்ணாக சொல்லப்பட்டுள்ளது.

28-ஆம் தேதி பிறந்தவர்கள்

சூரியனின் ஆதிக்கம் மிகவும் குறைந்தவர்கள், எனவே தன்னம்பிக்கை குறைந்தவர்கள். பிடிவாதம் நிறைந்தவர்கள். கள்ளங்கபடம் இல்லாதவர்கள். மற்றவர்களை நம்பி எளிதில் ஏமாறுவார்கள். எனவே கவனத்துடன் இருக்க

வேண்டும். உறவினர்கள் இவர்களை அலட்சியப்படுத்துவார்கள். இவர்களிடம் உதவி பெற்றவர்களே இவரை அவதூறு பேசுவார்கள். பிறரின் மனம் கோணாமல் நடக்க வேண்டும் என்று நினைப்பார்கள். கொடுத்த பணத்தை, கேட்கத் தயங்குவார்கள். தொழில் விஷயத்திலும் பல பாதிப்புகள் ஏற்படும். இரண்டு, மூன்று வேலைகளுக்கு அல்லது வியாபாரத்திற்குப் பிறகே நிரந்தரமான நிலை ஏற்படும். தம் வாழ்க்கையை மகிழ்ச்சியுடனும், நிம்மதியுடனும் அமைத்துக் கொள்ளுவார்கள். எனவே இவர்கள் அடுத்தவர்களிடமும், உறவினர்களிடமும் பணவிஷயத்தில் உஷாராக நடந்து கொண்டால் பல பிரச்சனைகளைத் தவிர்த்துக் கொள்ளலாம்.

சூரியன் காயத்ரி...

ஓம் ஸூம் ஸௌம் சம் ரம்

ஓம் ஸ்ர்வோத்தமாய வித்மஹே!

சர்வசக்தியாய தீமஹி

தன்னஸ் சூர்ய ப்ரசோதயாது!!

10–ஆம் தேதி பிறந்தவர்களுக்கு கண் பார்வை பிரச்சினைகள் ஏற்படும்.

4. சந்திரனின் ஆதிக்கத்தில் பிறந்தவர்கள்

எண் 2 சந்திரன் (MOON)

இந்த எண்ணில் பிறந்தவர்களின் பொதுப் பலன்கள்

இந்த எண்ணில் பிறந்தவர்கள் சுகபோக வாழ்க்கையை மிகவும் விரும்புவார்கள். அதிக சந்தேகக் குணம் உடையவர்கள். ஒன்றை நன்றாகத் தெரிந்திருந்தும் அதைச் செய்யத் தொடங்கும் சமயம், திடீர் சந்தேகம் தோன்றிவிடும். இதனால் குழப்பம் அதிகமாகி சரிவர எதையும் செய்யமாட்டார்கள். பேச்சுத் திறமை இயற்கையிலேயே அமைந்திருக்கும். அனைத்து விஷயங்களைப் பற்றியும் மிக அழகாகப் பேசுவார்கள். இவர்களின் பேச்சுக்கு மற்றவர்களும் மயங்குவார்கள். அடுத்தவர்களுக்கு யோசனைகளையும், அறிவுரைகளையும் கூறுவார்கள். காதல், அழகு போன்றவற்றில் மிகுந்த ஈடுபாடு உடையவர்கள்.

கவர்ச்சியான உடல் அமைப்பு உடையவர்கள். இவர்களை பெண்கள் விரும்புவார்கள். ஆடம்பரமான ஆடைகள் அணிவார்கள். வாகன வசதிகளை அதிகம் பயன்படுத்த விருப்பப்படுவார்கள். இளமையில் காதல் வசப்படும் சூழ்நிலைகள் ஏற்படும்.

இவர்கள் இன்னொருவருடன் சேர்ந்து தொழில் மற்றும் வியாபாரம் செய்யவே விரும்புவார்கள். தன் மீதும், தன் திறமை மீதும் அடிக்கடி அவநம்பிக்கை கொள்வதால், நல்ல ஒரு கூட்டாளியைச் சேர்த்துக் கொண்டால்தான் இவர்களால் நன்கு பிரகாசிக்க முடியும்.

மிகவும் திறமைசாலிகளான இவர்கள், எதையும் பொறுமையுடன் சிந்தித்துச் செயல்பட்டால் வாழ்க்கையில் வேகமாக முன்னேறலாம். இவர்களது மற்றொரு குறைபாடு கோபமும், படபடப்பும்தான். இதனால் மற்றவர்களுக்குப் பல நன்மைகளை இவர்கள் செய்த பின்னரும் இவர்கள் மீது மற்றவர்கள் குறை சொல்லுவார்கள். எதிலும் அவசரப்படுவார்கள்.

இவர்கள் முழுமனதுடன் ஒரு பணியில் ஈடுபட்டால், ஊண், உறக்கம் பார்க்காமல் செய்து முடிப்பார்கள். ஆனால் சந்தேகமோ, தயக்கமோ ஏற்பட்டால் அப்படியே பாதியிலேயே விட்டு விட்டு வெளிவந்து விடுவார்கள். வேலை கெடுகிறதே என்று கவலைப்படமாட்டார்கள். மற்றவர்கள் இவர்களது குறைகளை, குற்றத்தை எடுத்துச் சொன்னால் அவற்றை ஏற்றுக் கொள்ளமாட்டார்கள்.

மற்றவர்களுக்காகப் போராடுவார்கள். அநீதியைக் கண்டு போராடத் தயங்கமாட்டார்கள். ஆனால் மற்றவர்களின் உற்சாகமும் பாராட்டும் இவர்களுக்கு அடிக்கடி தேவைப்படும். இவர்களுக்கு புதுப்புது யோசனைகள் மனதில் தோன்றிக் கொண்டே இருக்கும். அவற்றை ஆராய்ந்து நல்ல முடிவு எடுக்கும் ஆற்றலை வளர்த்துக் கொண்டால் இவர்கள் பல வெற்றிகளைக் குவிக்கலாம்.

எதிர்காலத்தில் தான் இப்படி இருக்க வேண்டும் என்று பல திட்டங்களைத் தீட்டுவார்கள். எந்த ஒரு பிரச்சினைக்கும் அருமையான தீர்வு சொல்வார்கள். இவர்களுக்கு சந்தர்ப்ப சூழ்நிலைகள் சாதகமாக வரும்போது அவற்றை தயங்காமல் பயன்படுத்திக் கொள்ள வேண்டும். ஆனால் காலம் கடந்த பிறகே தாங்கள் செய்த தவறுகளை இவர்கள் உணர்வார்கள். எனவே அவ்வப்போது தங்களுடைய செயல்களை மதிப்பீடு (REVIEW) செய்து கொண்டு, தவறுகளைத் திருத்திச் செயல்பட வேண்டும். துணிச்சலை வளர்த்துக் கொள்ள வேண்டும்.

அழகான கற்பனை, சிந்தனை வளம் உடையவர்கள். அழகுக் கலைகள், கவிதைகள், இலக்கியம் ஆகியவற்றில் அதிக ஈடுபாடு உடையவர்கள். தங்கள் பெற்றோரைப் பேணிக் காப்பார்கள். தெய்வபக்தி அதிகம் உள்ளவர்கள். உலகத்தின் சுகங்களை நன்றாக அனுபவிக்க வேண்டும் என்ற எண்ணம் நிறைந்தவர்கள்.

மென்மையான மனம் இருப்பதால் எளிதில் சோர்ந்து விடுவார்கள். தன்னம்பிக்கைக் குறைவும், வேலையில் தொடர்ச்சியின்மையும், மனச் சோர்வும் அடிக்கடி ஏற்படும். நல்ல எண்ணங்கள் மற்றும் தெய்வ நம்பிக்கை, விடாமுயற்சி கொண்ட மகாத்மா காந்திஜியும், மக்களின் மேல் வெறுப்பு, தீய எண்ணங்கள் மற்றும் அதீத தன்னம்பிக்கை கொண்ட அடால்ப் ஹிட்லரும் இந்த எண்ணில் பிறந்தவர்கள்தான் என்பது கவனிக்கத்தக்கது.

எனவே வெற்றியைத் தேடும் மனோநிலையும், தொடர்ந்து செயல்பட்டு வேலைகளை முடிக்க வேண்டும் என்ற எண்ணமும் கொண்ட (மனதை அலைய விடாமல்) இவர்கள் தொடர்ந்து வேலைகளிலேயே ஈடுபடுவார்கள். மேலும் தோல்வியோ, கஷ்டமோ ஏற்பட்டுவிட்டால் துவண்டு விடுவார்கள். தற்கொலைக்கான எண்ணங்கள் கூட சிலருக்குத் தோன்றும். நீரில் விளையாட விரும்புவார்கள். இவர்களுக்கு நீரில் கண்டம் இருப்பதால், விழிப்புடனேதான் நீர்நிலைகளில் இறங்க வேண்டும்.

மிகுந்த நம்பிக்கைக்குரியவர்களையும் கூட அடிக்கடி சந்தேகக் கண்ணோடு பார்ப்பார்கள். வீட்டைச் சரியாக பூட்டினோமா? டி.வி.யை நிறுத்தினோமா? என அடிக்கடி (வெளியில் செல்லும் போது) சந்தேகம் கொள்வார்கள், அவசரபுத்தியினாலும், சட்டென்று கோபமடையும் குணத்தினாலும் பல அன்பர்கள் தங்கள் வாழ்க்கையை பிரச்சினையுள்ளதாக ஆக்கிக் கொள்கிறார்கள்.

இளவயதிலேயே திருமணம் நடக்கும் யோகம் உண்டு. இவர்களின் வாழ்க்கையில் பெண்களின் பங்கு அதிகம் இருக்கும். தாயாரின் பேச்சைக் கேட்டு மனைவியைத் துன்புறுத்துவதும், மனைவியின் பேச்சைக் கேட்டு பெற்றோரைத் தவிக்க விடுவோரும் இந்த எண்காரர்கள்தான்.

2, 11, 20, 29 தேதிகளில் பயிர்கள், செடிகள், மரங்கள் நடப்பட்டால் நன்கு வளரும்.

அடுத்தவர்களிடம் எளிதில் பழகிவிடுவார்கள். சிறிய விஷயங்களைப் பெரிதுபடுத்தியும், பெரிய விஷயங்களைச் சிறிதுபடுத்தியும் செயல்படுவார்கள். மனக்கோட்டை கட்டுவதில் வல்லவர்கள். காபி, டீ, குளிர்பானங்கள் போன்றவற்றில் மிக ஈடுபாடு உடையவர்கள். பேய், பிசாசு, சகுனம் போன்றவற்றில் நம்பிக்கை உடையவர்கள்.

மற்றவர்களின் அழகான விளம்பரங்களுக்கு எளிதில் மயங்கி விடுவார்கள். சிக்கலான பிரச்சனைகள் வரும்போது மனதைப் போட்டு குழப்பிக் கொள்ளாமல் தகுந்த நண்பர்களிடமோ, அனுபவஸ்தர்களிடமோ வெளிப்படையாகச் சொல்லி ஆலோசனை பெறுவது மிகவும் நல்லது. தன்னம்பிக்கை மிகவும் அவசியம்.

2-வரும் எண்களில் பிறந்தவர்களுக்கான பலன்கள்

2-ஆம் தேதியில் பிறந்தவர்கள்

உயர்ந்த இலட்சியத்தை ஏற்றுச் செயல்படுவார்கள். கற்பனைச் சக்தியும் அதிகம் உடையவர்கள். சாந்தமும், அமைதியும் உடையவர்கள். மக்களைச் சீர்திருத்த எண்ணங்கள் உருவாகும். பேச்சு வார்த்தைகள் மூலமே பிரச்சினைகளைத் தீர்க்க விரும்புவார்கள். எழுத்தாளர்கள், கவிஞர்கள், நடிகர்கள் போன்றோர் உருவாகும் நாள் இது. 2-ஆம் எண்ணின் முழு ஆதிக்கமும் கொண்டது.

11-ஆம் தேதியில் பிறந்தவர்கள்

விளையாட்டில் மிகுந்த ஈடுபாடு உடையவர்கள். தன்னம்பிக்கையுடன் முன்னேறுவார்கள். தெய்வீக ஆற்றல் உண்டு. வாக்கு பலிதமும் உண்டு. பொது நலத்திற்காகத் தங்களது அறிவைப் பயன்படுத்துவார்கள். இதனால் பல சோதனைகளும் உண்டாகும். தேவைக்கு ஏற்ற பொருளாதாரம் நிச்சயம் உண்டு. நிம்மதியான வாழ்க்கை உண்டு. தங்களது திறமைகளைச் சுயநலத்திற்காகப் பயன்படுத்திக் கொண்டால், பொருளாதார நிலையை மிகவும் உயர்த்திக் கொள்ளலாம். ஆனாலும் மனம் வராமல், தயங்கி நிற்பார்கள்.

20-ஆம் தேதி பிறந்தவர்கள்

மற்ற மக்களுக்காக உரிமையுடன் போராடுபவர்கள் இவர்களே. ஆனாலும், பேராசை இல்லாமல் பார்த்துக் கொள்ள வேண்டும். சுயநலத்தை விட்டுவிட்டால், பெரும் புகழும், செல்வமும் வந்து சேரும். பல மக்களுக்கு வழிகாட்டியாக இருப்பார்கள். கற்பனை வளம் நிறைந்தவர்கள். தங்களது உணர்ச்சிகரமான பேச்சினால், மக்களை வசியம் பண்ணும் ஆற்றல் உள்ளதால் வாழ்க்கை நன்கு அமையும்.

29-ஆம் தேதி பிறந்தவர்கள்

2–ஆம் எண்ணின் ஆதிக்கம் மிகவும் குறைந்த எண் இது. இதனால் போராடும் மனோபலம் உடையவர்கள். பிரச்சினைகளை வாய்ச் சாமர்த்தியத்தினாலும், தேவைப்பட்டால் வன்முறையில் கூட இறங்கிச் சமாளிக்கத் தயங்கமாட்டார்கள். திருமண வாழ்க்கை பல பிரச்சினைகள் உடையதாக இருக்கும். பஞ்சாயத்து வரை சென்று, குடும்பப் பிரச்சினைகள் தீரும். தங்கள் ஆற்றலை நல்ல காரியங்களுக்காகச் செலவிடவில்லை என்றால், இவர்கள் சமூக விரோதியாக மாறவும் வாய்ப்பு உண்டு. சமுதாயத்திற்கே இவர்களால் தொந்தரவு ஏற்படலாம். சர்வாதிகாரிகள் பலர் இந்த எண்ணில் பிறந்தவர்கள். கடத்தல், கள்ளச் சந்தை போன்றவற்றில் கூட ஈடுபடத் தயங்கமாட்டார்கள். அதிகாரிகளாக இருந்தால் லஞ்சம், கள்ளக் கையெழுத்து (போர்ஜரி) போன்றவற்றில் ஈடுபடவும் துணிவார்கள். 29–ஆம் தேதியில் பிறந்த நல்லவர்களால், பல அரிய சாதனைகளும் உலகில் நிகழ்ந்துள்ளன. தங்களுடைய வாழ்க்கைப் பாதையைச் சரியான பாதையில் திருப்பி, விடாப்பிடியாக நடந்தால் இவர்கள் மனிதர்களில் மாணிக்கமாவார்கள். எதிரி மிஞ்சினால் கெஞ்சுவதும், கெஞ்சினால் மிஞ்சுவதும் இவர்களின் சுபாவமாகும். வீறாப்புப் பேச்சும், நல்லவர் போன்ற நடிப்பும் உண்டு. எதற்கும் ஆட்சேபணை எழுப்பும் பிடிவாதமும் உண்டு. கூட்டு எண்ணைப் பொறுத்து வாழ்க்கையின் போக்கு அமையும்.

சந்திரன் காயத்ரி

ஓம் அம் வம் ரம் யம் ஓம் த்ராமஸ் ரீம்

ஓம் க்ஷீர புத்ராய வித்மஹே!

ரோஹிணீசாய தீமஹி

தன்னஸ் சந்திர ப்ரசோதயாத்!!

4, 13, 22, 31 ஆகிய தேதிகளில் திருமணம் செய்து கொண்டால் எப்போதும் குடும்பத்தில் சண்டைகள் உண்டாகும்.

5. குருவின் ஆதிக்கத்தில் பிறந்தவர்கள்

எண். 3 குரு (JUPITER)

இந்த எண்ணில் பிறந்தவர்களின் பொதுப் பலன்கள்

3, 12, 21, 30 ஆகிய ஆங்கிலத் தேதிகளில் பிறந்தவர்களும், பிறந்த தேதியின் கூட்டு எண் 3 வருபவர்களும் இந்த எண்ணின் ஆதிக்கத்திற்குக் கட்டுப்படுகிறார்கள்.

மூன்றாம் எண்ணிற்குரிய (3) குருபகவானின் இயல்புகளைப் பற்றி இப்போது பார்ப்போம். இவரை வியாழன் (JUPITER) என்றும் குறிப்பிடுவார்கள். அனைத்து சுப நிகழ்ச்சிகளுக்கும் காரணமாக இருப்பவர் இவர்தான். உழைப்பு, தியாகம், சேவை, எதையும் எதிர்பாராமல் பிறருக்கு உதவி செய்வது போன்ற நல்ல குணங்களை உடையவர்கள் இந்த எண்காரார்கள்தான்.

நவக்கிரகங்களில் குருவானவர் மிகவும் நல்லவர். தீமைகளைச் செய்யத் தெரியாதவர். அதைப் போன்றே இவரது ஆதிக்கம் பெற்ற எண்காரார்களும் தனித்தன்மையும், ஊக்கமும் கொண்டவர்களாக இருப்பார்கள்.

பொதுவான குணங்கள்

வாழ்க்கையில் தினமும் முன்னேறிக் கொண்டே இருக்க வேண்டும் என்பது இவர்களது கொள்கை. தங்கள் முயற்சிகளில் தோல்வியும், துன்பங்களும் வந்தாலும், அதைப் பற்றிக் கவலைப்படாமல் தங்களது சரியான உழைப்பினால் நினைத்த காரியத்தை முடித்தே தீருவார்கள்.

எப்போதும் அமைதியுடனும், அடக்கத்துடனும் காணப்படுவார்கள். பெரியவர்களிடம் மிக்க மரியாதை கொண்டவர்கள். நாணயம், நீதி, நேர்மை, நல்லொழுக்கம் போன்ற நல்ல குணங்கள் நிரம்பியவர்கள். ஆனால் எண்ணின் ஆதிக்கம் குறைந்தவர்கள் நம்பிக்கைத் துரோகம், சதி போன்றவற்றில் ஈடுபட்டு தங்கள் பெயரைக் கெடுத்துக் கொள்வார்கள். தங்கள் அறிவை தீய வழிகளில் பயன்படுத்துவதன் மூலம் அவமானமும், தண்டனையும் அடைவார்கள்.

3–ஆம் எண்ணின் ஆதிக்கம் நன்கு அமைந்தவர்கள் எதைச் செய்தாலும் திருத்தமாக (PERFECTION) செய்வார்கள். கடினமான உழைப்பு, நேரம் பாராத உழைப்பு ஆகியவற்றால் எந்த ஓர் இடத்திலும் நல்ல பெயரை வாங்கிவிடுவார்கள். கடமையுணர்ச்சி நிரம்பியவர்கள். தங்களிடம் ஒப்படைக்கப்பட்ட பணி எதுவாயினும் எப்போதும் பொறுப்புணர்வுடனும், திறமையாகவும் செய்து முடிப்பார்கள்.

பார்வைக்கு கடின மனம் கொண்டவர்களாகத் தெரிந்த போதிலும் இரக்க மனம் உடையவர்கள், இவர்கள் தொழிலில்தான் கண்டிப்பானவர்களே தவிர, பழகுவதற்கும், பேசுவதற்கும் இனியவர்கள். இளகிய மனமும், விட்டுக் கொடுத்துப் போகும் மனோநிலையும் (தனிப்பட்ட வாழ்க்கையில்) நிறைய உடையவர்கள். தொழிலிலும் மற்றும் வியாபாரத்திலும் சில குறிப்பிட்ட கொள்கைகளை (POLICY) உடையவர்கள்.

இவர்களின் உரையாடலில் நகைச்சுவையும், கண்ணியமும் காணப்படும். தங்களுடைய நண்பர்களுக்கு, உறவினர்களுக்கு உண்மையாகவே நடந்து கொள்வார்கள். தவறுகள் செய்வதற்குத் தயங்குவார்கள். குறுக்குவழியில் ஈடுபட்டு செல்வம் சேர்ப்பதை விரும்பமாட்டார்கள். குறைந்த அளவு இலாபமேயாயினும் நேர்மையான முறையில் சம்பாதிக்க விரும்புவார்கள். எதிர்பாராமல் தவறுகள் நடந்துவிட்டால் அதற்காக மிகவும் வருந்துவார்கள். மற்றவர்களிடம் தவறாமல் மன்னிப்பும் கேட்டு விடுவார்கள். மற்றவர்கள் தவறு செய்யும் போது அதைக் கடுமையாகக் கண்டிப்பார்கள். தங்கள் எதிரிக்கும் கூட நல்ல ஆலோசனைகளைத் தரத் தயங்கமாட்டார்கள்.

தெய்வ நம்பிக்கையும், பக்தியும் உடையவர்கள். இவர்கள் மற்றவர்களின் நம்பிக்கைக்கு உரியவர்களாக இருப்பார்கள். மற்றவர்களின் விருப்பத்திற்காகவோ அல்லது கட்டாயத்திற்காகவோ எந்தச் செயலையும் செய்யமாட்டார்கள். நியாயப்படி எப்படிச் செய்ய வேண்டுமோ அப்படி செய்வார்கள். பொதுவாக மேலதிகாரிகளை அனுசரித்துச் செல்லும் குணமுடையவர்கள். அவர்களின் நம்பிக்கைக்குரியவர்களாகத் தங்களை மாற்றிக் கொள்வார்கள். ஆனாலும் சட்டத்திற்குப் புறம்பான காரியங்களை மேலதிகாரிகள் செய்யும் போது எடுத்துரைக்கத் தயங்கமாட்டார்கள். எனவே நல்ல ஆலோசகர்களாக (CONSULTANTS) விளங்குவார்கள். வெளித் தோற்றத்திலும், செயல்பாட்டிலும் கண்ணியம் மிக்கவராக இருப்பார்கள். எந்த மதத்தில் பிறந்திருந்தாலும், மதப்பற்று (THEIST) மிக்க நல்லவர்களாக இருப்பார்கள். தங்கள் மதத்தின் வழிமுறைகளைக் கடைப்பிடிப்பார்கள். தன்னம்பிக்கை அதிகம் உடையவர்கள்.

கால வேகத்தில் (MODERN TIMES) ஏற்படும் கலாசார மாறுதல்களை ஏற்கத் தயங்குவார்கள். இவர்களது பேச்சில் விதி, நேர்மை, நியாயம் போன்ற வார்த்தைகள் நிறைந்திருக்கும். ஆனால் பெரும்பாலும் புதிய மாறுதல்களை சகிப்புத்தன்மையுடன் ஏற்றுக் கொள்வார்கள்.

பிறருக்கு உதவி செய்யும் குணமுள்ளவர்கள். தங்களுக்கு வேண்டிய உதவிகளை பிறரிடம் கேட்கத் தயங்குவார்கள். தங்கள் கஷ்டங்களையும், பிரச்சினைகளையும், தங்கள் மனதிலேயே போட்டுப் புதைத்துக்

5, 14, 23 ஆகிய தேதிகளில் திருமணம் செய்தால், குழந்தை பாக்கியம் தாமதமாகும். விவாகரத்து, தம்பதிகள் பிரிவு ஆகியவை உண்டாகும்.

கொள்வார்களே தவிர, வெளிப்படையாகப் பேசி மற்றவர்களிடம் தங்களை வெளிக்காட்டிக் கொள்ளமாட்டார்கள். அதை கௌரவக் குறைவாகக் கருதுவார்கள்.

குறுக்கு வழிகளிலான முன்னேற்றத்தை விரும்பமாட்டார்கள். குருட்டு அதிர்ஷ்டம் போன்றவற்றில் நம்பிக்கை இருக்காது. தங்களது கடுமையான உழைப்பின் மூலம் வாழ்க்கையில் உயர்ந்த நிலைக்கு வந்து விடுவார்கள். மற்றவர்களின் சிபாரிசு, லஞ்சம், காக்காய்ப் பிடித்தல் போன்றவற்றின் மூலம் பதவி உயர்வை (PROMOTION) விரும்பமாட்டார்கள். தங்கள் வாழ்க்கையில் நன்கு உழைத்துச் சம்பாதித்து உலகில் அனைத்து சுகங்களையும் அனுபவிக்க வேண்டும் என்ற எண்ணம் உடையவர்கள். தங்களது வாழ்க்கையைத் திருப்திகரமாக அமைத்துக் கொள்வார்கள்.

இவர்களுக்கு சமூகத்தில் நல்லவர்கள் என்று பெயர் கிடைக்கும். நல்ல கல்வி, நல்ல உத்தியோகம், கண்ணியமான வியாபாரம், நிர்வாகத் திறமை ஆகியவை இயற்கையாகவே அமைந்து விடும். எண்ணின் ஆதிக்கம் குறைந்து காணப்பட்டால் தங்கள் ஆற்றலை வெளிப்படுத்தி, முன்னேற வழி தெரியாமல், தீய வழிகளை மேற்கொள்வார்கள். அதன் மூலம் அவமானமும், கெட்ட பெயரும் சில அன்பர்களுக்கு ஏற்பட்டு விடுகிறது.

இவர்களது உழைப்பை மற்ற எண்களில் பிறந்த அன்பர்கள் பயன்படுத்திக் கொள்வார்கள். அவர்களின் காரியவெற்றிகளுக்கு 3–ஆம் எண்காரர்கள் அடிப்படை சக்தியாக விளங்குவார்கள். இவர்கள் தங்களுக்கு உரிய மரியாதை கிடைப்பதில் திருப்தி அடைவார்கள்.

வாழ்க்கையில் திட்டமிட்டு, கடுமையாகப் பாடுபட்டு முன்னேற வேண்டும் என்பது இவர்களது கொள்கை. இவர்களுக்கு வரும் கஷ்டங்கள், தொல்லைகள் விரைவில் தாமே குறைந்து விடும். சண்டை, சச்சரவு நடந்தால், அங்கு சென்று சண்டையிடுபவர்களிடையே சமாதானம் (மத்தியஸ்தம்) செய்து அமைதியை ஏற்படுத்துவார்கள்.

அதிகாரப் பதவிகளில் (COMMANDING JOBS) ஆசையுள்ளவர்கள். எந்தத் துறையில் பணிபுரிந்தாலும், தங்கள் பதவியை உயர்த்திக் கொள்வதில் நாட்டம் உடையவர்கள். இவர்களின் கீழ் பணிபுரிபவர்களின் நலனில் அக்கறை கொண்டிருந்தாலும், தங்களுடைய கட்டளைகளுக்கு அவர்கள் கட்டுப்பட வேண்டும் என்று எதிர்பார்ப்பார்கள். தங்களது திறமையிலும், அறிவிலும் இவர்களுக்கு கர்வம் (PROUD) இருக்கும். நிர்வாகம் மற்றும் அபிவிருத்தி சம்பந்தமாக இவர்களுக்குக் கொடுக்கப்பட்ட திட்டங்களை நிறைவேற்ற இரவும் பகலும் உழைப்பார்கள். இவர்களுக்கு அவமானங்கள், மரியாதைக் குறைவு ஏற்பட்டால் வேலையை இராஜினாமா செய்யவும் தயங்கமாட்டார்கள். சுய கௌரவத்தைப் பெரிதாக மதிப்பார்கள்.

சமூகத்திற்கு உழைப்பவராகவும், உபதேசம் செய்யும் மத குருவாகவும் இருப்பதில் விருப்பமுடையவர்கள். ஏழை எளியவர்களுக்கு உதவி புரிவதில் மகிழ்ச்சி அடைவார்கள். கௌரவத்திற்காக (Honorary) பல பொறுப்புகளை ஏற்றுக் கொள்வார்கள்.

சிற்றின்பத்தில் இவர்களுக்கு அதிக விருப்பம் இருந்தாலும், அதைக் கட்டுப்படுத்திக் கொள்வார்கள். ஆடம்பரத்திற்கும், கௌரவத்திற்கும் வீண் விரயங்களைச் செய்யத் தயங்கமாட்டார்கள். இவர்கள் கடனில் (Debts) சிக்கிக் கொள்ளாமல் பார்த்துக் கொள்ள வேண்டும். கடன் ஏற்பட்டு விட்டால் அதை அடைக்க மிகவும் சிரமப்படுவார்கள்.

தங்களது குடும்ப வாழ்க்கையில் திருப்தி அடைவார்கள். கடமையை முக்கியமாகக் கருதும் அளவிற்கு குடும்பத்தைப் பற்றி நினைக்கமாட்டார்கள். 'செய்யும் தொழிலே தெய்வம்' என்பது இவர்களது கொள்கை. தங்களது ஓய்வுக் காலத்தில் தெய்வத்திற்காகவும், சமூகத்திற்காகவும் வாழத் தயங்கமாட்டார்கள். பிரயாணத்தில் அதிக நாட்டமும் குறிப்பாக புண்ணிய ஸ்தலங்களுக்குச் சென்று வருவதில் ஆர்வமும் உடையவர்கள். தங்கள் குடும்பத்தை மிகவும் நேசிப்பவர்கள். தங்கள் உறவினர்களைப் போற்றுவார்கள். அதிக நண்பர்களும் உண்டு.

நல்ல எழுத்தாற்றல், கற்பனைவளம் நிறைந்தவர்கள். எனவே அதிகாரிகளுக்கு உதவியாளர், PA (Secretary) போன்றவற்றில் நன்கு பிரகாசிப்பார்கள். தாங்கள் எடுத்துக் கொண்ட தொழில் எதுவாயினும் தங்களது திறமையை வெளிப்படுத்த விரும்புவார்கள். சில அன்பர்களிடம் முன்கோபம் இருக்கும். இதனால் இவர்களுக்கு தேவையற்ற எதிரிகளும், சிக்கல்களும் ஏற்பட்டுவிடும். எனவே முன்கோபம், படபடப்பு ஆகியவற்றைக் குறைத்துக் கொள்ள வேண்டும்.

இப்போது 3, 12, 21 மற்றும் 30-ஆம் தேதிகளில் பிறந்த அன்பர்களுக்கான பலன்களைப் பற்றிப் பார்ப்போம்.

3-ஆம் தேதி பிறந்தவர்கள்

சிறந்த அறிவாளிகளாக விளங்குவார்கள். தங்களுடைய ஆற்றல்களை முனைப்புடன் பயன்படுத்திக் கொள்ளும் போதுதான் வெற்றிகள் கிடைக்கும். இவர்கள் என்ஜினீயரிங், கணிதம், விஞ்ஞானம், ஆராய்ச்சி போன்றவற்றில் ஈடுபட்டு வெற்றியடையலாம். எழுத்தாற்றல் மிகுந்தவர்கள். தாங்கள் எடுத்த காரியங்களை, தங்களது திட்டமிட்ட உழைப்பினால் முடித்து விடுவார்கள். இவர்களுக்கு 26 வயதுக்கு மேல் நல்ல தொழில், உத்தியோகம் அமையும். வாழ்க்கை கௌரவமாகவும் வசதியுடையதாகவும் அமையும்.

7, 16, 25 ஆகிய தேதிகளில் திருமணம் செய்து கொண்டால் அடிக்கடி குடும்பப் பிரிவுகள், அன்யோன்யக் குறைபாடுகள் உண்டாகும்.

இவர்கள் கணிதத்தில் ஈடுபாடு அதிகம் உடையவர்கள். உடல் ஆரோக்கியத்தையும், தெய்வபக்தியையும் வளர்த்துக் கொண்டால் பல சாதனைகளைப் படைக்கலாம்.

12-ஆம் தேதி பிறந்தவர்கள்

எண்கணிதத்தில் 12-ஆம் தேதியைப் பற்றிச் சிறப்பாக எதுவும் சொல்லப்படவில்லை. இளமையில் வாழ்க்கையில் பல சோதனைகளைச் சந்திக்க வேண்டியிருக்கும். தாய், தந்தை இருவரில் ஒருவரை இழக்க வேண்டியதாக இருக்கும் எனச் சொல்லப்பட்டுள்ளது. உறவினர்களின் ஆதரவு கிடைக்காது. தங்களின் வாழ்க்கையில் பெற்றோர் எவ்வளவு வசதியாக இருந்தாலும் இவர்கள் பொருட்படுத்தமாட்டார்கள். தங்களின் வாழ்க்கைப் பாதையைத் தாங்களே போராடி அமைத்துக் கொள்ளவே விரும்புவார்கள். சொல்லாற்றலில் வல்லவர்கள். இளவயதில் குடும்பப் பொறுப்புகளை ஏற்றுக் கொள்ள நேரிடும்.

பல அன்பர்கள் பெரும்பாலும் பொது நல சேவகர்களாகவும், சிறந்த ஆன்மிகவாதிகளாகவும் விளங்குகின்றனர். தங்களது கல்வித் தகுதியை வளர்த்துக் கொண்டால் பெரிய வழக்கறிஞர்களாகவும், நீதிபதிகளாகவும், நிர்வாகிகளாகவும் விளங்குவார்கள். இளமையில் பல அன்பர்கள் வறுமையை அனுபவிக்க வேண்டியிருக்கும். மற்றவர்களுக்கு உதவி செய்ய வல்லவர்கள். நாட்டு நலனில் அதிக அக்கறை உடையவர்கள். ஏழைகளுக்காக வாதாடத் தயங்கமாட்டார்கள்.

21-ஆம் தேதி பிறந்தவர்கள்

இந்தத் தேதியில் பிறந்தவர்கள் பல சாதனைகளைச் செய்வார்கள். தங்களது காரியங்களை எப்படியாவது முடித்து விடுவார்கள். எதிலும் தனக்கு இலாபம் இருந்தால்தான் அக்காரியத்தில் ஈடுபடுவார்கள். வாழ்க்கையில் எவ்வாறு முன்னேறலாம் என்று திட்டமிட்டே செயல்படுவார்கள்.

தங்களுக்குப் பயனில்லாத வேலைகளில் ஈடுபடமாட்டார்கள். மற்றவர்களுக்கு உதவி செய்வதற்கும் தராதரம் பார்ப்பார்கள். பிற்காலத்தில் அவர்களால் நன்மைகள் கிடைக்கும் என்று நிச்சயமாகத் தெரிந்தால்தான் அவர்களுக்கும் உதவிகளைச் செய்வார்கள்.

தங்களது வாழ்க்கையில் ஏற்படும் தோல்விகளை சாதனையாக்க வல்லவர்கள். இளமைக்காலத்தில் பல போராட்டங்களைச் சந்தித்தாலும், பிற்காலத்தில் வெற்றி மேல் வெற்றி குவிப்பார்கள். மக்களுக்குப் பயன்படும் ஏதாவது ஒரு புதிய பொருளையோ அல்லது விஷயத்தையோ கண்டுபிடித்து அதன் மூலம் புகழும், செல்வமும் பெறுவார்கள். சிறந்த எழுத்தாற்றல் மிக்கவர்களாக இருப்பார்கள். 3 வரும் எண்களில் இந்த எண் சிறப்பானதாகச் சொல்லப்பட்டுள்ளது. கல்வியில் சிறந்த ஈடுபாடு உடையவர்கள். பள்ளியிலும், கல்லூரியிலும் படிப்பில் சிறந்து விளங்குவார்கள். பிற்காலத்தில் வாழ்க்கையை நன்கு அனுபவிப்பார்கள்.

30-ஆம் தேதி பிறந்தவர்கள்

இவர்கள் சிறந்த சிந்தனையாளர்கள். கடுமையாக உழைப்பவர்கள். துப்பறியும் மூளை உடையவர்கள். யாரும் இவர்களை எளிதில் ஏமாற்ற முடியாது. தங்களது கௌரவத்தை மிகவும் மதிப்பவர்கள். எதையும் கூர்ந்து கவனிக்கும் தன்மை உண்டு. உலக ஞானம் அதிகம் பெற்றிருப்பார்கள். தனிமையை விரும்புவார்கள். தங்கள் மனத்திருப்திக்காக வேலை செய்வார்கள். பணத்தைவிட புகழையும், ஆத்ம திருப்தியையும் தேடுவார்கள்.

படிப்பில் மிகவும் ஆர்வமுள்ளவர்கள். பட்டதாரியாகும் யோகம் உண்டாகும். பெரும் பதவிகளில் இருந்து பொறுப்புடன் செயல்படுவார்கள். இராணுவத்தில் பல பதவிகளை வகிப்பார்கள். மதபோதகர்களாகவும், அரசியல் தொடர்புள்ளவர்களாகவும் இருப்பார்கள்.

இளமையிலேயே வழுக்கை (Bald) ஏற்படும். ஒளிவீசும் கண்களையும், பெரிய பற்களையும் உடையவர்கள்.

மனஉறுதி மிகப் படைத்தவர்கள். இதன் மூலம் மிகத் துணிச்சலாகவும், புத்திசாலித்தனமாகவும் செயல்பட்டு பல வெற்றிகளைக் குவிப்பார்கள். தங்களின் திருப்திக்காக செலவு செய்யத் தயங்கமாட்டார்கள். சிக்கனம் இவர்களிடம் இருக்காது.

சேமிப்பில் (Saving) கவனம் செலுத்தினால் பல சோதனைகளை எளிதில் தவிர்த்துவிடலாம். 40 வயதுக்கு மேல் அதிக வருமானமும், பணவசதிகளும் உண்டாகும். தங்கள் திறமைகளை மற்றவர்கள் பாராட்ட வேண்டும் என எதிர்பார்ப்பார்கள்.

குரு காயத்ரி

ஓம் ஹ்ரீம் ஆம், க்ரூம், ஔம்
ஓம் கிரி தர்மாய வித்மஹே!
ஸுராசார்யாய தீமஹி
தன்னோ குரு ப்ரசோதயாது!!

8, 17, 26 தேதியில் பிறந்தவர்களுக்கும், பெயர் எண் உள்ளவர்களுக்கும் பற்கள் நோய் உண்டாகும்.

6. இராகுவின் ஆதிக்கத்தில் பிறந்தவர்கள்

எண். 4 இராகு (RAHU)

இந்த எண்ணில் பிறந்தவர்களின் பொதுப் பலன்கள்

ஒவ்வொரு மாதத்திலும் 4, 13, 22, 31 ஆகிய தேதிகளில் பிறந்தவர்களும், கூட்டு எண் 4 வரும் அன்பர்களும், 4–ஆம் எண்ணின் ஆளுமையின் கீழ் வருகின்றனர்.

நான்காம் எண்ணிற்குரிய பலன்களைப் பற்றிப் பார்ப்போம். இந்த எண்ணுக்கு அதிபதி இராகு (Rahu) பகவான் ஆவார். இவரை (Dragons Head) என்று மேலை நாட்டவர்கள் கூறுவார்கள்.

விஞ்ஞானத்தின்படி

இராகு என்று தனியாக கிரகம் இல்லை. அதே போன்று கேது என்று தனியாக கிரகம் (Planet) குறிப்பிடப்படவில்லை. நம் சூரியக் குடும்பத்தில், பூமியின் பாதையில் தோன்றும் இரு புள்ளிகளாகவே இராகு, கேதுவை (Nodes) விஞ்ஞானம் கூறுகிறது. மற்ற ஏழு கிரகங்களுக்கும் உருவம் (Planet) உண்டு. எனவே இராகு, கேது இரண்டுமே 'நிழல் கிரகங்கள்' என்று அழைக்கப்படுகின்றன.

பொதுவான குணங்கள்

நவக்கிரகங்களில் மிகவும் பலம் பொருந்தியவராக இராகு கூறப்பட்டாலும், எண்கணிதப்படி 4–ஆம் எண் வலுகுறைந்ததாகவே கருதப்படுகிறது. சாதாரண மக்களைப் பற்றி இவர்கள் கவலைப்படுவார்கள். மக்களிடம் புகழ் பெறுபவர்களும் இவர்கள்தான். இவர்களைப் பற்றி விரிவாகப் பார்ப்போம்.

இவர்கள் பேச்சாற்றல் மிக்கவர்கள். தங்களது வாக்கு சாதுர்யத்தின் மூலம், தங்களைச் சுற்றியுள்ளவர்களை கவர்ந்து தங்கள் செல்வாக்குக்குக் கட்டுப்பட்டவர்களாக மாற்றி விடுவார்கள். அடையாளம் தெரியாத மனிதர்களிடம் நயமாகப் பேசி அவர்களுக்குத் தேவையான உதவிகளைச் செய்து கொடுப்பார்கள். இவர்களிடம் இயல்பாகவே போராட்ட குணம் இருக்கும். ஆனால் எதையும் விட்டுக் கொடுக்காமல் பேசுவார்கள். தங்களது கருத்தை வலியுறுத்திப் பேசுவார்கள். தனக்கு வேண்டியவர்களுக்காகப் போராடும் குணமுள்ளதால், மக்கள் தலைவர்களாகவும், அரசியல் தொடர்புள்ளவர்களாகவும் இருப்பார்கள்.

கற்றோர்களுக்கும் பெரியோர்களுக்கும் மிகுந்த மரியாதை கொடுப்பார்கள். நயந்து பேசியே அவர்களைத் தங்களுக்குச் சாதகமாக மாற்றிக் கொள்வார்கள். மற்றவர்களைப் பற்றி என்ன நினைக்கிறார்களோ அதை அப்படியே வெளியில் சொல்லிவிடுவார்கள். அதனால் ஏற்படக்கூடிய பின் விளைவுகளைப் பற்றி சிறிதும் யோசித்துப் பார்க்கமாட்டார்கள். எதிர்ப்பது என்று முடிவு செய்துவிட்டால், எவ்வளவு செல்வாக்கான மனிதராக

இருந்தாலும், தயங்காமல் எதிர்த்து நிற்பார்கள். இதுவே இவர்களுக்குச் சமமான எதிரிகளையும் ஏற்படுத்தி விடுகிறது. குறுக்கு வழியில் பணம் சம்பாதிக்கவும் பலர் துணிந்து விடுவார்கள்.

பொதுமக்கள் கூடும்போது இவர்களைப் பற்றித்தான் பேசுவார்கள். மக்களுக்கு வரும் பொதுப் பிரச்சினைகளை தங்கள் கையில் எடுத்துக் கொண்டு, அதற்குத் தீர்வு காண முயற்சி செய்வார்கள். மற்றவர்களின் அறிவுரைகளை அப்படியே ஏற்றுக்கொள்ளமாட்டார்கள். தங்களது கருத்தையும் அதில் திணிக்கப் பார்ப்பார்கள்.

மற்றவர்களை எளிதில் நம்பமாட்டார்கள். இவர்களுடைய கொள்கைகளும், செயல்களும் வித்தியாசமானதாக இருக்கும். பழைய கோட்பாடுகள், பழக்க வழக்கங்களைத் தீவிரமாக எதிர்ப்பார்கள். எதிலும் புதுமையைப் புகுத்த வேண்டும், மற்றவர்களைவிட தாங்கள் எப்போதும் நிறைய விஷயங்களை தெரிந்திருக்க வேண்டும் என எண்ணுவார்கள். அரசியல், சமுதாயம் போன்றவற்றில் மாற்றங்கள் செய்யப் பாடுபடுவார்கள். வாய்ச்சண்டைக்குச் சளைக்கமாட்டார்கள்.

அதிர்ஷ்டத்தைவிட, தங்களது உழைப்பில் நம்பிக்கை வைப்பார்கள். கடினமாக உழைத்து வாழ்க்கையில் முன்னேற வேண்டும் என்பதே இவர்களின் எண்ணமாக இருக்கும். தினமும் எங்காவது வெளியில் சென்று யாருக்காவது உதவிகளைச் செய்து கொண்டிருப்பார்கள். தங்களது குடும்பத்தாரைவிட மற்றவர்களைப் பற்றிக் கவலைப்படுவார்கள். வாழ்க்கைப் பயணம் திடீர் திருப்பங்கள் நிறைந்ததாக இருக்கும்.

இவர்களது மனம் எப்போதும் எதைப் பற்றியாவது சிந்தித்துக் கொண்டிருக்கும். இளகிய மனம் உடையவர்கள். எவ்வளவுதான் வீரமாகப் பேசினாலும், அடிமனதில் எச்சரிக்கை உணர்வும், பயமும் இருக்கும். தன்மானம் மிக்கவர்கள். பணவிஷயத்தில் நிறையச் சம்பாதிப்பார்கள். ஆனால் பணம் இவர்களைத் தேடிவர வேண்டுமே தவிர, இவர்கள் அதற்கான முயற்சிகளைச் செய்யும் போது கிடைக்காது. கையில் பணம் இருக்கும் வரை சேமிப்பு பற்றி கவலை இல்லாமல் செலவழித்து விடுவார்கள். பிறகு அவசிய செலவுக்கு அலைவார்கள்.

ஓரளவு சோம்பல் உடையவர்கள். எந்த ஒரு விஷயத்திலும், சாதாரண மேடைப் பேச்சிலும், எப்போதும் பாதிக்கப்பட்டவர்களைப் பற்றியே பேசுவார்கள். அரசியலில் ஈடுபட்டாலும் ஆளும் கட்சிக்கு எதிர்க்கட்சியில்தான் ஆர்வம் காட்டுவார்கள். எதிர்க்கட்சியானது காலப்போக்கில் பின்பு ஆளுங்கட்சியாக உயர்ந்துவிட்டாலும், இவர்கள் உடனே அப்போதுள்ள எதிர்க்கட்சிக்குத்

3, 12, 21, 30 ஆகிய தேதிகளில் பிறந்தவர்களுக்கு தோல் பிரச்சினைகளும், சர்க்கரை நோயும் ஏற்படும்.

தாவும் குணமுடையவர்கள். எதையாவது எதிர்த்துக் குரலெழுப்புவதில் விருப்பமானவர்கள்.

இவர்கள் மிகுந்த நம்பிக்கைக்குரியவர்கள். எவ்வித சூழ்நிலைகளையும் சமாளிக்கும் ஆற்றல் உடையவர்கள். இவர்களின் குணம் அடிக்கடி மாறும் இயல்புடையது. சில சமயத்தில் அமைதியாக இருப்பார்கள். சில சமயத்தில் திடீரென வேகமும், முரட்டுத்தனமும் வந்துவிடும்.

இரகசியத்தைக் காப்பாற்றிக் கொள்ளமாட்டார்கள். தங்களது எண்ணங்களை (திட்டங்கள், காரியங்கள்) செய்து முடிக்கின்ற வரை ரகசியமாக வைத்துக் கொள்ளத் தெரியாது. எனவே இவர்களின் திட்டங்கள் எல்லாம் இவர்கள் அறியாமலேயே எளிதில் எதிரிகளுக்குத் தெரிந்துவிடும். அதனால் இவர்களது பல திட்டங்கள் வெற்றியடையாமல் நின்று விடும். எனவே தங்களுக்குத் தெரிந்த எல்லாவற்றையும் வெளியே சொல்லி விடாமல் நாவைக் காக்க வேண்டும்.

கோபம், ரோஷம், தன்மானம் ஆகிய குணங்கள் 9-ஆம் எண்காரர்களைப் போன்றே இவர்களுக்கும் இருக்கும்.

இராகுவானவர் எதிர்பாராத பலன்களைக் கொடுப்பவர். எனவே இந்த எண்காரர்கள் எந்தச் செயலில் ஈடுபட்டாலும், அதில் சிரத்தையுடன் ஈடுபட்டு முழுமையாகச் செய்து முடிக்க முயலுதல் வேண்டும். ஆனால் அந்தச் செயல் முடிவதன் மூலம் இவர்கள் எதிர்பார்த்த பலன்கள் கிடைக்குமா என்பது சந்தேகமே. எதிர்பாராத பலன்களும், எதிர்மறையான பலன்களும் பல சமயங்களில் இவர்களுக்குக் கிடைத்துவிடும். ஆனால் அந்த செயலுக்குரிய நன்மைகள் பின்பு தாமாகவே இவர்களுக்குக் கிடைத்துவிடும். எனவே கடமையைச் செய், பலனை எதிர்பார்க்காதே என்ற கீதையின் தத்துவத்தை இவர்கள் பின்பற்றினால், வாழ்க்கையில் எதிர்பாராத முன்னேற்றம் அடையலாம். நல்ல நிலையில் இவர்களது தொழில் வியாபாரம் சென்று கொண்டிருக்கும் போது அவசரப்பட்டு தொழிலை மாற்றிவிட்டு பின்பு கஷ்டப்படுவார்கள்.

இவர்கள் யதார்த்தவாதியாக இருப்பார்கள். தங்களது கருத்துகளை மற்றவர்கள் மேல் ஒருபோதும் திணிக்காமல் இருந்தால் சென்றவிடமெல்லாம் வெற்றியடையலாம்.

"தங்களுக்கு எல்லா விஷயங்களும் தெரியும். தங்களுக்குத் தெரியாத விஷயமே உலகத்தில் இல்லை" என்பது இவர்களின் அசைக்க முடியாத நம்பிக்கை. இவர்களுக்கு ஒன்றுமே தெரியாது என்று ஒருவர் கூறிவிட்டால் தங்களது நிலையை இழந்து வெறி கொண்டு விடுவார்கள். அவரை உண்டு அல்லது இல்லை என்று செய்துவிடுவார்கள்.

பொது நலம் கருதி இவர்கள் உயிர்த்தியாகம் செய்யவும் தயங்க மாட்டார்கள். இவர்களுடைய வருமானம் எப்போதும் பற்றாக்குறையாகவே இருக்கும். வருமானங்கள் உயர உயர செலவுகளும் அதிகமாகிக் கொண்டே வரும். கையில் பணம் இருக்கும் போது, மற்றவர்கள் கஷ்டத்தைச் சொல்லும் போது, தங்களிடம் இருக்கும் பணத்தைக் கொடுத்து விடுவார்கள். 50 வயதுக்கு மேல் பல அன்பர்களுக்கு ஆன்மிக மனப்பான்மை ஏற்படும். ஆன்மிக நாட்டம் அதிகமாகும். புகழுக்காகவோ பொருளுக்காகவோ அதிக ஆசைகள் இருக்காது. பெரும்பாலும் சாப்பாட்டுப் பிரியர்களாக இருப்பார்கள்.

4, 13, 22, 31-ஆம் தேதிகளில் பிறந்தவர்களுக்கான பலன்கள்

4-ஆம் தேதி பிறந்தவர்கள்

இந்தத் தேதியில் பிறந்தவர்கள் நல்ல உடல் வலிமையும், நடுத்தரமான உயரமும், மனோபலமும் பெற்றிருப்பார்கள். தெளிவான சிந்தனை இருக்கும். எதிலும் தீர்மானமாகவும், தெளிவாகவும் செயல்படுவார்கள். இவர்களது பேச்சில் கண்டிப்பும், சாதுர்யமும் இருக்கும். அடுத்தவர்களை அனுசரிக்கும் குணம் குறைவாக இருக்கும். இதனால் இவர்களுக்கு எதிர்ப்புகள் இருக்கும். மிகவும் சுவையாக சாப்பிட விரும்புவார்கள். வாழ்க்கையில் ஏற்படும் எதிர்பாராத நிகழ்ச்சிகளையும், இதுவும் நன்மைக்கே என்று எடுத்துக் கொள்ள வேண்டும். தோல்விகள் வரும் போது துவண்டு விடுவார்கள். விட்டுக் கொடுக்கும் குணத்தை வளர்த்துக் கொண்டால் பல வெற்றிகளை அடையலாம். இவர்கள் சொல்வதைச் சாதிக்க நினைப்பார்கள்.

13-ஆம் தேதி பிறந்தவர்கள்

13-ஆம் தேதி மிகவும் துரதிருஷ்டமான எண் என்று மேலை நாட்டினர் கருதுகிறார்கள். உலகத்தில் பல துரதிருஷ்டமான சம்பவங்கள் இந்தத் தேதியில் நடைபெற்றதே இதற்கு காரணமாகக் கூறப்படுகிறது. மாவீரன் நெப்போலியன் தனது 'வாட்டர்லூ' போரில் தோற்றது இந்நாளே. பல பூகம்பங்களும், எரிமலைகளும் 13-ஆம் தேதியே வெடித்து சிதறியுள்ளன. நம் நாட்டிலும் 13-04-1919 அன்றுதான் 'ஜாலியன் வாலாபாக்' படுகொலை நடந்தது என வரலாறு கூறுகிறது.

இவர்கள் போராடவே பிறந்தவர்கள். வாழ்க்கையில் ஒவ்வொரு நிலையிலும் பிரச்சனைகளை சமாளித்தே வெற்றி பெற வேண்டும். சிறுவயதிலேயே குடும்பப் பிரச்சனைகளால் பாதிக்கப்படுவார்கள். அடிக்கடி வாழ்க்கையில் சரிவுகள் ஏற்பட்டு பல சோதனைகளுக்குள்ளாவார்கள். இருப்பினும் வாழ்க்கையின் பிற்பகுதியில் பல சாதனைகளைச் செய்வார்கள். இளமையின் துன்பங்கள், பிற்காலத்தில் மெல்ல மெல்ல அதிர்ஷ்டங்களாக மாறி

எந்த எண்ணின் ஆதிக்கம் குறைகிறதோ, அதனுடைய நற்பலன்கள் மனிதர்களுக்கு கிடைக்காது.

வெற்றிகரமான வாழ்க்கை அமையும். காரணமில்லாமல் பலருடைய எதிர்ப்பையும், விரோதத்தையும், சம்பாதிக்க வேண்டியது வரும். இவர்கள் செய்த உதவிகளை மற்றவர்கள் எளிதில் மறந்து விடுவார்கள். இவர்களுக்கு வரும் எதிர்பாராத கஷ்டங்களும், துன்பங்களும், எதிர்பாராமலேயே நீங்கிவிடும். எனவே கவலை வேண்டாம். தங்களது கடினமான உழைப்பினாலும், நேர்மையாலும் பல வெற்றிகளை பிற்காலத்தில் பெற்று விடுவார்கள்.

22-ஆம் தேதி பிறந்தவர்கள்

மற்ற தேதிகளில் பிறந்தவர்களை விட இவர்களுக்கு சிக்கல்கள் குறைவாகவே இருக்கும். பல்வேறு திறமைகள் இயற்கையாகவே அமைந்திருக்கும். அதிக நண்பர்கள் மற்றும் உறவினர்கள் உண்டு. நண்பர்கள் சொல்வதை நம்பி அப்படியே செயல்படக் கூடாது. அதனால் பின்பு பல நஷ்டங்களை அடைய நேரும். குறுக்கு வழிகளில் பணம் சம்பாதிக்க முயலக் கூடாது. பிறகு அதற்கான தண்டனையும் நிச்சயம் கிடைத்துவிடும்.

இவர்களுக்கு பணம் சம்பாதிக்கும் ஆற்றல் நிறைய உண்டு. தன் மனசாட்சியின்படி செயல்பட்டால்தான் நன்மைகள் கிடைக்கும். ஆனால் இவர்கள் பெயரிலும் 22 வந்தால் இவர்களை துரதிருஷ்டம் தொடரும். தாங்க முடியாத கஷ்டங்களும், வழக்கு விவகாரங்களும் தேடிவரும். இவர்களின் வாழ்க்கை மிக எளிதாக உயர்ந்துவிடும். அதை சாதுர்யத்துடன் தக்க வைத்துக் கொள்ள வேண்டும். இல்லையெனில் அதே வேகத்தில் தாழ்ந்து விடும். எதையும் ஆராய்ந்து செயல்பட வேண்டும். வீம்புக்காக செயல்களில் ஈடுபட்டால் தோல்விகளே மிஞ்சும். உயர்வும், தாழ்வும் நண்பர்கள் மூலமே ஏற்படும்.

மற்ற தேதிகளில் பிறந்தவர்களை விட இவர்களுக்கு அரசியல், சினிமா, போட்டி பந்தயங்களில் அதிர்ஷ்டம் உண்டு. தீய நண்பர்களைக் கண்டறிந்து அவர்களிடமிருந்து ஒதுங்கிவிட வேண்டும். அவர்களது சகவாசங்களையும், ஆலோசனைகளையும் ஒதுக்கிக் கொண்டால் வாழ்க்கை மிகச் சிறப்பாக அமையும்.

31-ஆம் தேதி பிறந்தவர்கள்

இவர்கள் தங்கள் ஆத்ம திருப்தியே பெரிதென்று வாழ்வார்கள். பேச்சாற்றல் அபரிமிதமாக இருக்கும். பணம் இவர்களைத் தேடி வர வேண்டுமே தவிர, இவர்கள் தேடிச் செல்லும் போது, பணம் விலகிச் செல்லும். பிடிவாத குணமும், அதிகாரம் செய்தலும் இவர்களது குணம். எதிரிகளைத் துணிவுடன் சந்திப்பார்கள். இளவயதில் கோழையாக இருந்தாலும், பின்பு தைரியத்தை ஏற்படுத்திக் கொள்வார்கள். மற்ற மனிதர்களை சரியாக எடை போடத் தெரிந்தவர்கள். லாப நஷ்டங்களைப் பற்றிக் கவலைப்படாமல், தன்

விருப்பப்படி நடக்கும் குணமுள்ளவர்கள். வெற்றியடைவதற்கு எந்த வழியையும் மேற்கொள்ளத் தயங்கமாட்டார்கள். எண்ணின் பலம் குறையும் போது குறுக்கு வழியிலும், தீய வழியிலும் மனம் செல்லும்.

இவர்களுடைய முன்னேற்றத்திற்குத் தடையாக பல குறுக்கீடுகள் ஏற்படும். அவற்றை தைரியத்துடன் சமாளித்து முன்னேறுவார்கள். சலியாத உழைப்பாளிகள். நாணயம், நேர்மை, தைரியம் போன்ற குணங்களை வளர்த்துக் கொண்டால் மிக வெற்றிகரமான வாழ்க்கை அமையும்.

இராகு காயத்ரி

ஓம் க்ஷௌம் ஸௌம் ரம் வம் ஹ்ரௌம்

ஓம் விஹிதேசாய வித்மஹே!

வியாகர சர்மாய தீமஹி

தன்னோ ராஹூ ப்ரசோதயாது!!

❧ ❧ ❧

ஒரு பெயரைத் தொடர்ந்து எழுதி வரும் போது அதனுடைய ஒலி அதிர்வுகள், வாழ்க்கையின் பலன்களைத் (விதியை) தீர்மானிக்கிறது.

7. புதனின் ஆதிக்கத்தில் பிறந்தவர்கள்

எண். 5 புதன் (MERCURY)

இந்த எண்ணில் பிறந்தவர்களின் பொதுப் பலன்கள்

ஒவ்வொரு மாதத்திலும் 5, 14 மற்றும் 23 ஆகிய தேதிகளில் பிறந்த அன்பர்களும், பிறந்த தேதியின் கூட்டு எண் 5 வரும் அன்பர்களும் இந்த எண்ணின் ஆளுமைக்கு உட்பட்டவர்களாவர். எண்களில் வசீகரமிக்கதாகவும், அதிக பலன்களைக் கொடுக்கக் கூடியதாகவும் இருப்பது இந்த எண்தான். ஜனவசியம், இராஜவசியம் நிறைந்த எண் இது. அறிவாற்றலைக் கொண்டு நினைத்த விஷயங்களைச் சாதிப்பவர்கள் இந்த எண்காரர்கள். இதுவே அனைவரும் விரும்பும் எண்ணாகவும், அனைவருக்கும் பொருந்துவதாகவும் இருக்கிறது.

பொதுவான குணநலன்கள்

இவர்கள் அனைத்து மக்களிடமும் இனிமையாகப் பழகுவார்கள். தங்களுடைய சாதுர்யமான பேச்சினால் அனைவரையும் எளிதில் கவர்ந்து விடுவார்கள். எனவே அதிக நண்பர்களை உடையவராக இருப்பார்கள்.

இவர்கள் எந்தச் செயலை எடுத்துக் கொண்டாலும் அதில் வெற்றி கிடைக்கும் வரை விடமாட்டார்கள். பலவகை உத்திகளைக் (TACTIS) கையாளுவார்கள். சிந்தனை, சொல், செயல் ஆகிய மூன்றுமே இந்த எண்காரர்களிடம் நிறைந்து காணப்படும். இவர்களுடைய பல செயல்கள் இவர்களது தீர்க்க தரிசனத்தை உணர்த்தும்.

யாரையும் துன்புறுத்தும் வகையில் பேசமாட்டார்கள். எல்லா மனிதர்களிடமும் இங்கிதமாகப் பேசி அவர்களை வசியம் செய்து விடுவார்கள். இதனாலேயே ஜனவசியம் மிகுந்த எண்ணாகச் சொல்லப்பட்டுள்ளது. மேலும் தெருச் சண்டை, வாய்ச் சண்டையில் கலந்து கொள்ளாமல் ஒதுங்கி விடுவார்கள்.

வெளியூர்ப் பயணங்களின் போது சக பிரயாணிகளிடம் எளிதில் ஒட்டிக் கொள்வார்கள். அந்தப் பழக்கத்தின் மூலம் பல சந்தர்ப்பங்களையும் ஏற்படுத்தி, அவற்றைத் தங்களின் முன்னேற்றத்திற்குப் பயன்படுத்தும் திறமை படைத்தவர்கள்.

இவர்களுக்கு என்றும் செல்வந்தர்களின் ஆதரவும், பெரியவர்களின் ஆதரவும் இயல்பாகவே கிடைத்து விடும். பேனா நண்பர்கள் அதிகமாக இருப்பார்கள். எந்தப் புதிய இடத்திற்கும் எந்தவித சங்கோஜமும் இல்லாமல் சென்று வருவார்கள்.

எத்தகைய தாங்க முடியாத சோதனைகளையும், பிரச்சினைகளையும் சிரித்த முகத்துடன் திறமையாக சமாளிப்பார்கள். தலைக்கு மேல் கடனாளியாக இருப்பினும் துணிவோடு வாழ்க்கையை நடத்துவார்கள். கடன்காரர்கள் நெருங்காமல் தங்கள் வாக்கு சாதுர்யத்தால் சமாளித்து விடுவார்கள். ஆனால் அந்தக் கடனிலிருந்து எப்படியும் விரைவில் தப்பிவிடுவார்கள். ஏதாவது புதிய தொழிலோ அல்லது வியாபாரமோ அமைத்து, அதன் மூலம் கடன்களை அடைத்து, தங்களது செல்வத்தை மறுபடியும் பெருக்கிக் கொள்வார்கள்.

இவர்களுக்கு தலைமைப் பதவிகள் தேடிவரும். எதிர்பாராத சூழ்நிலைகளால் இவர்களது பதவி பலமடங்கு உயர்ந்துவிடும் யோகம் உடையவர்கள். எனவே ஆபத்தான செயல்களிலும் துணிந்து ஈடுபடுவார்கள். இந்த தைரியமான நடவடிக்கையில் பெரும்பாலும் வெற்றிகளையே அடைவார்கள்.

எதிர்பாராத தோல்விகளால் இவர்கள் பாதிக்கப்பட்டாலும் அவற்றைப் பெரிதுபடுத்தமாட்டார்கள். மேலும் தோல்வியை அவமானமாகவும் கருதமாட்டார்கள். "இதெல்லாம் வாழ்க்கையில் சகஜமப்பா" என்று மற்றவர்களிடம் கூறிவிட்டு மறுபடியும் புதிய முயற்சிகளில் ஈடுபடுவார்கள்.

செய்யும் தொழிலில் குறிப்பிட்ட இலாபம் வந்தாலும், அதைவிட இலாபம் தரும் தொழில் ஏதாவது உள்ளதா? அல்லது இதையே கூடுதல் இலாபத்துடன் செயல்பட வைக்கும் புதிய வழிமுறைகள் உள்ளனவா என்று தொடர்ந்து சிந்தித்துக் கொண்டே இருப்பார்கள். சுறுசுறுப்பும் சாமர்த்தியமும் இவர்களுக்கு இயற்கையிலேயே உண்டு.

உடல் உழைப்புக்கு அதிக இடமில்லாத தொழில்களையே தேர்ந்தெடுப்பார்கள். ஏனெனில் இவர்களுடைய எண்ணத்தின் வேகத்திற்கேற்ப உடல் ஒத்துழைக்காது. இவர்களுக்கு ஒற்றை வருமானம் (Single Income) மட்டும் போதாது. எனவே உத்தியோகத்தில் இருக்கும் எண்காரார்கள், பகுதிநேர வேலைகளில் (Part Time Jobs) துணிந்து ஈடுபட்டு உபரி வருமானத்தைப் பெறுவார்கள். பல வகைகளிலும் வருமானங்கள் வந்து கொண்டிருந்தால்தான் இவர்களுக்கு சந்தோஷம் கிடைக்கும்.

எந்த ஒரு சின்ன சந்தர்ப்பத்தையும் பெரிய செயல்களுக்கு அடித்தளமாக அமைத்துக் கொள்ளும் வல்லமை உடையவர்கள். தங்களுக்கு நிச்சயமாக நஷ்டம் வரும் தொழிலில் எக்காரணம் கொண்டும் ஈடுபடமாட்டார்கள். எதிர்காலத்தில் இலாபங்கள் வரும் என்றாலும், தற்கால நஷ்டங்களை அடைய ஒப்புக் கொள்ளமாட்டார்கள். பார்வைக்கு எளிமையாகத் தெரிந்திடினும் எப்பேர்ப்பட்டவர்களையும் தம் சாதுர்யத்தால் வென்று விடுவார்கள்.

பெயர் மாற்றத்தின் மூலம் அனைவரும் அற்புதப் பலன்களை அடையலாம்.

பெரிய மனிதர்களால் செய்ய இயலாத செயல்களை மிக எளிதாகச் செய்து முடித்து, அவர்களிடம் பாராட்டுப் பெறுவார்கள். பல சமயங்களில் சில பொறுப்பான பதவிகளுக்கு ஏகமனதாக போட்டியின்றி (Uncontested) வெற்றி பெறுவார்கள்.

இவர்களுக்கு தீய பழக்கங்கள், தீய எண்ணங்கள், ஏமாற்றும் குணங்கள் ஆகியவை வந்துவிட்டால் இவர்களின் அழிவுப்பாதை தொடங்கிவிடும். பொதுநலம் கொண்டு மற்றவர்களுக்காகச் செயல்பட்டால் வெற்றிகள் தேடிவரும். நடந்து செல்வதில் பிரியம் உள்ளவர்கள். எதிலும் மாற்றத்தை விரும்புவார்கள். அடுத்தவர்களின் பழக்கத்தை, தம்மை அறியாமலேயே பின்பற்றுவார்கள். திருடுவதிலும், ஏமாற்றுவதிலும் திறமையுடன் செயல்படுவார்கள். மற்றவர்களால் இவர்களது குற்றங்களை எளிதில் கண்டுபிடிக்க முடியாது.

அடிக்கடி பயணம் மேற்கொள்வதில் நாட்டம் இருக்கும். பல புண்ணியஸ்தலங்களுக்குச் செல்வதில் விருப்பம் உடையவர்கள். உலக வாழ்க்கையை அனுபவிக்க வேண்டும் என்ற எண்ணம் மிகுந்தவர்கள். குற்றாலம், ஊட்டி, பெங்களூரு என்று அடிக்கடி பயணங்கள் சென்று வாழ்க்கையை சந்தோஷமாக அனுபவிப்பார்கள். எவ்வளவுதான் வசதி ஏற்பட்டாலும், அலையும் குணமும், அனுபவிக்கும் குணமும் மாறாது. இந்த எண்காரர்களுக்கு அறிவு – துணிவு – சமாளிப்பு – எதையும் தாங்கும் இதயம் ஆகியவை பிறவியிலேயே அமைந்து விடும். தினமும் தியானம், யோகா, உடற்பயிற்சிகள் போன்ற பயிற்சிகள் செய்து தங்களது மனதை ஒருமைப்படுத்த வேண்டும். மனதை அதிகம் அலைபாயாமல் பார்த்துக் கொள்ள வேண்டும். இவர்களால் சும்மா இருக்கவே முடியாது. எப்போதும் எதையாவது சிந்தித்துக் கொண்டே இருப்பார்கள். திறமையாகவும், எளிதாகவும், விரைவாகவும், பணம் சம்பாதிக்கும் இவர்களது செயல்முறைகள் மற்றவர்களை ஆச்சரியப்பட வைக்கும்.

இராகு, கேதுவை சமாளிக்கும் எண்

கிரகங்களில் மிகப் பலவான்களான இராகுவும், கேதுவும் நைசிர்க பலத்தில் மிகவும் பலம் குறைந்த புதபகவானுக்குத்தான் கட்டுப்படுவார்கள். காரணம் இராகு, கேதுக்களை உருவாக்கிய மகாவிஷ்ணுவின் எண்தான் இந்த 5–ஆம் எண். இவர்களின் பலமே மூளையின் பலம்தான். எனவே பெரிய மனிதர்களும், முரட்டு மனிதர்களும், இவர்களது அறிவாற்றலில் மயங்கி பணிந்து நடப்பார்கள். மற்றவர்களை தங்களின் எண்ணப்படி செயல்பட வைப்பார்கள்.

இவர்கள் செய்யும் செயல்கள், சில சமயங்களில் மற்றவர்களுக்கு சரியானவையாகத் தெரியாது. ஆனால் அதைப் பற்றிக் கவலைப்படாமல்

தங்கள் எண்ணப்படி செய்து முடிப்பார்கள். தங்களின் செயல்முறைகளை மாற்றிக் கொள்ளமாட்டார்கள்.

இவர்களுக்கு எல்லாக் கலைகளின் மீதும் நாட்டம் இருக்கும். ஆன்மிகம், தத்துவம், சினிமா, இலக்கியம் போன்றவற்றிலும் கவனம் செலுத்துவார்கள். அனைத்தும் தெரிந்தது போல் பேசுவார்கள். எந்த வேலையையும் ஒருவித நேர்த்தியுடனும், வேகத்துடனும் செய்து முடிப்பார்கள். தங்களை ஓரளவு அலங்கரித்துக் கொள்வார்கள். ஆனால் அதில் அதிக நேரம் செலவிடமாட்டார்கள்.

விரைவாகவும், சுருக்கமாகவும், அறிவுப்பூர்வமாகவும் பேசுவார்கள். ஆனால் எக்காரணம் கொண்டும் வள வளவென்று பேசமாட்டார்கள்.

இவர்களுக்கு மனதில் எப்போதும் குருட்டு தைரியம் இருக்கும். எந்தச் சாதனையையும் தம்மால் சாதித்து விட முடியும் என்ற அதீத நம்பிக்கை உண்டு. இவர்கள் மிகவும் அவசரப்படுவார்கள். எந்த ஒரு செயலையும் விரைந்து முடிப்பார்கள். அதே மாதிரி பிறரையும் செயல்களை விரைந்து முடிக்குமாறு விரட்டுவார்கள். இதனால் அவசரக் குடுக்கைகள் என்ற பெயரும் ஏற்படுவதுண்டு. இவர்கள் இருக்குமிடம் எப்போதும் கலகலப்பாகவும், உற்சாகமாகவும் இருக்கும்.

பொறுமை, நிதானம், காத்திருப்பது போன்றவையெல்லாம் இவர்களுக்குப் பிடிக்காத விஷயங்கள். இவர்களுக்கு அறிவு உணர்ச்சியானது இயல்பாகவே உள்மனதாக அமைந்திருக்கும். உள்மனதின் (Instinct) தூண்டுதலின்படி நடந்தால்தான் இவர்கள் வெற்றி பெற முடியும். நாளை என்ன நடக்கும் என்பதை ஊகித்து அறியும் திறமையுடையவர்கள். எதையும் வெளிப்படையாகப் பேசி விடுவார்கள்.

இவர்கள் பணத்தின் அருமையை நன்றாக அறிந்தவர்கள். எப்படியாவது ஏராளமாகச் சம்பாதிக்க வேண்டும் என்ற எண்ணமுடையவர்கள். குறைந்த முதலீட்டில் தங்கள் அறிவுத் திறமையின் மூலம் பணத்தைக் குவிக்க வேண்டும் என்பதே இவர்களின் நோக்கம்.

எண்ணின் பலம் குறைந்தவர்கள், தீயவழிகளில் துணிவுடன் இறங்கி, நூதனமாக மோசடியில் இறங்கி விடுவார்கள். அறிவுத் திருட்டில் ஈடுபடுவார்கள். போர்ஜரி, போலி ஆதாரங்களைக் கொடுத்து ஏமாற்றுதல், கவர்ச்சியான விளம்பரம் செய்து மக்களின் பணத்தைக் கறப்பது என்பதெல்லாம் எப்பொழுதும் இவர்களுக்குக் கைவந்த கலையாகும். 6–ஆம் எண்காரர்களுக்கும் இந்தக் குணங்கள் உண்டு. பெரும்பாலும் அந்தக் குற்றங்களிலிருந்து எப்படியாவது தப்பிவிடுவார்கள். ஆனால் இந்த முன்னேற்றம் விரும்பத்தக்கதல்ல.

ஒவ்வொருவரும் கோடீஸ்வரர்களாவதற்காகவே பிறந்திருக்கிறோம். அதிர்ஷ்ட பெயரும் கனவும், கடுமையான உழைப்பும், நம்பிக்கையுமே இதற்கு மூலதனம்.

புதன் ஆதிக்க நாளில் 5, 14, 23 தேதிகளில் பிறந்தவர்களின் குணங்கள்

5-ஆம் தேதியில் பிறந்தவர்கள்

மற்றவர்களுக்கு மதிப்பும் மரியாதையும் கொடுப்பவர்கள். கல்வியில் சிறந்து விளங்குவார்கள். அழகான முகமும் கவர்ச்சிகரமான தோற்றமும் உடையவர்கள். பேச்சிலும், நடத்தையிலும் வேகமும், விவேகமும் இருக்கும். இளமையிலிருந்து இலட்சியத்திற்காக வாழ்வார்கள். தங்களது இலட்சியத்தை எப்படியும் அடைந்து விடுவார்கள். செல்வம், செல்வாக்கு, புகழ் போன்றவற்றைத் தாமே உருவாக்கிக் கொள்வார்கள். ஆன்மிகத்தில் நாட்டமுடையவர்கள். அறிவு, திறமை, மற்றவரை அனுசரிக்கும் குணம் ஆகியன நிறைந்தவர்கள்.

14-ஆம் தேதி பிறந்தவர்கள்

எப்போதும் கலகலப்பாக இருக்க விரும்புவார்கள். இவர்களது வாழ்க்கை மக்களிடையே கலந்ததாக பெரும்பாலும் இருக்கும். பயணத்தில் மிகவும் விருப்பமுடையவர்கள். இவர்களுக்கு உள்ளுணர்வு (INSTINCT) அதிகம் உண்டு. அதன் ஆலோசனையின்படி செயல்பட்டால்தான் இவர்களால் வெற்றிகளைப் பெறமுடியும். எளிதில் உணர்ச்சிவசப்படுவார்கள். காதல் திருமணத்தை பெரிதும் விரும்புவார்கள். எனவே இந்த விஷயத்தில் இவர்கள் நிதானமாகத்தான் முடிவெடுக்க வேண்டும்.

பொதுநலச் சேவைகள், தெய்வீகத் தொண்டு போன்றவற்றில் நாட்டம் செலுத்துவார்கள். இவர்கள் வியாபாரம் மற்றும் தொழில் செய்வதற்கெனப் பிறந்தவர்கள். உத்தியோகத்தில் இருந்தாலும் தனித்தன்மையுடன் செயல்படுவார்கள். இவர்களால் பெருமளவு செல்வத்தைச் சம்பாதிக்க முடியும். நண்பர்கள், உறவினர்களுக்கும் பணம் செலவு செய்யத் தயங்கமாட்டார்கள்.

அரசியலில் நுழைந்தாலும் வெற்றி பெறுவார்கள். அரசியல் கட்சியில் பதவிகளும், அரசாங்கப் பதவிகளும் தேடிவரும். இவர்களது கையில் பணப்புழக்கம் தாராளமாக இருக்கும். இவர்களால் சாதிக்க முடியாதது எதுவும் இல்லை. ஜனவசியமும், பொருள் வசியமும் நிறைந்தவர்கள்.

இவர்களது வாழ்வில் அடிக்கடி சரிவுகளும், விபத்துகளும் ஏற்படும். ஆனால் அவற்றை எளிதில் சமாளித்து வெற்றி பெறுவார்கள். விபத்துகள், எதிர்பாராத ஆபத்து போன்றவற்றிலிருந்து கடைசி நேரத்தில் தப்பி விடுவார்கள்.

23-ஆம் தேதிகளில் பிறந்தவர்கள்

இவர்கள் குருச்சந்திரயோகம் நிறைந்த அதிர்ஷ்டசாலிகள். மிகவும் அதிர்ஷ்டமான தேதியாகும் இது. அரசாங்கத்தாரின் ஆதரவும், மக்களின் பாராட்டும் எப்போதும் உண்டு. ஓர் அரசனைப் போன்று அனைத்து

வசதிகளுடன் வாழ்வார்கள். பண்பாடும், ஒழுக்கமும் நிறைந்தவர்கள். தங்களுடைய உயரதிகாரிகளால் பாராட்டப்படுவார்கள். இவர்கள் கூறியது எப்போதும் மற்றவர்களால் சரியென்று ஆமோதிக்கப்படும். ஏனெனில் பல விஷயங்களையும் ஆராய்ந்து சரியான முடிவுகள் எடுப்பதில் வல்லவர்கள். இவர்களுக்குப் பெயர் எண்ணும் அதிர்ஷ்டகரமாக அமைந்துவிட்டால் உலகத்தையே ஆளலாம். பெயர் 5–ம் எண்ணில் வைப்பதைத் தவிர்க்க வேண்டும்.

இவர்கள் வாழ்க்கையில் வேகமாக முன்னேறி உன்னத நிலையை அடைவார்கள். தங்களுக்கு வரும் எதிர்ப்பையும் சாதுர்யமாக மாற்றிக் கொள்வார்கள். சமூகத்தில் ஒரு முக்கிய மனிதராக, V.I.P-யாகப் புகழப்படுவார்கள். இவர்களுடைய கருத்துக்கு எப்போதும் மற்றவர்கள் மதிப்பு கொடுப்பார்கள்.

வாழ்க்கையில் அனைத்து வசதிகளும் இவர்களுக்குத் தாமே வந்து சேரும். மிகவும் ஆடம்பரமாக வாழ விரும்புவார்கள். அதே சமயம் மற்றவர்களுக்கும் உதவி செய்யத் தயங்கமாட்டார்கள்.

கணிதம், ஆன்மிகம், விஞ்ஞானம், வியாபாரம் போன்றவற்றில் சிறந்தவர்களாக இருப்பார்கள்.

புதன் காயத்ரி

ஓம் யம் ராம் லாம் சாம் ஓம் க்ஷம்

ஹ்ரீம் ஸ்ரீம்

ஓம் தாரா ஸுதாய வித்மஹே!

ஞான வர்யாய தீமஹி

தன்னோ புத ப்ரசோதயாது!!

8 & 7 மற்றும் 7 & 8 எண்களானது ஒருவரை இல்லற சந்நியாசியாக்கிவிடும். இவைகளுக்கு சூட்சம சக்திகள் உண்டு.

8. சுக்கிரனின் ஆதிக்கத்தில் பிறந்தவர்கள்
எண். 6. சுக்கிரன் (VENUS)

இந்த எண்ணில் பிறந்தவர்களின் பொதுப் பலன்கள்

ஒவ்வொரு மாதத்திலும் 6, 15, 24 ஆகிய தேதிகளில் பிறந்த அன்பர்களும், கூட்டு எண் 6 வரும் அன்பர்களும் இந்த எண்ணின் ஆதிக்கத்தின் கீழ் வருபவர்களாவர். இந்த உலகத்தை அனுபவிக்கப் பிறந்தவர்கள் இவர்கள்தான். இந்த உலகம் இனியது, வாழ்க்கை இனியது, காட்சிகள் இனியவை என்று வாழ்க்கையை எப்போதும் மகிழ்ச்சிகரமாக நடத்துவார்கள். கலை, சினிமா, நாடகம், பாட்டு போன்ற பொழுதுபோக்குக் கலைகளில் வல்லவர்கள். இவர்களை மகாலட்சுமியின் ஸ்வீகார புத்திரர்கள் எனலாம். இவர்களைத் தேடி பணம் வந்து சேரும். மற்றவர்களைத் தன் வசம் இழுத்து தங்களின் காரியத்தை சாமர்த்தியமாக நிறைவேற்றிக் கொள்வார்கள். பிறப்பால் அதிர்ஷ்டசாலிகள். இந்த எண்ணிற்குரியவர் அசுரகுருவான சுக்கிரன் (VENUS) ஆவார்.

பொதுவான குணங்கள்

இவர்கள் மனித சமூகத்தை உற்சாகமூட்டப் பிறந்தவர்கள். இந்த மண்ணுலக இன்பங்களை (Material Pleasures) மகிழ்ச்சியுடன் அனுபவிக்கப் பிறந்தவர்கள். இயல், இசை, நாடகம் ஆகிய மூன்று கலைகளையும் காலம் காலமாக வளர்த்து வருபவர்கள் இவர்கள்தான். மனித சமுதாயம் ஆனந்தமாக வாழ வேண்டும், அன்போடு வாழ வேண்டும். கலைகளை ரசிக்க வேண்டும். காதலைப் போற்ற வேண்டும். வாழ்வின் இன்பங்கள் அனைத்தையும் மக்கள் அனைவரும் குறைவின்றி அனுபவிக்க வேண்டும் என்ற ஆசை உடையவர்கள்.

இவர்களது பேச்சில் நகைச்சுவை நிறைந்திருக்கும். குடும்ப வாழ்வில் பற்றுள்ளவர்கள். பெண்கள் மீது மிகவும் அன்பு கொண்டு வாழ்வார்கள். இவர்களுக்கு குழந்தைச் செல்வம் நிறைந்திருக்கும். பெண் குழந்தைகள் அதிகம் உடையவர்கள். பெண்களின் நளினமும், கவர்ச்சியும் இவர்களிடம் உண்டு. மிக அழகான தோற்றமுடையவர்கள்.

இவர்களிடம் இயற்கையாகவே வசீகர சக்தி நிறைந்திருக்கும். தங்களை மிகவும் சுத்தமாகவும், அழகாகவும் வைத்துக் கொள்வார்கள். எனவே மற்றவர்கள் வலிய வந்து இவர்களுடன் நெருங்கிப் பழகுவார்கள். போகங்களை அனுபவிக்கச் சலிக்க மாட்டார்கள். சக்தியை வீணடிப்பார்கள்.

இவர்களிடம் எந்தச் செயலை ஒப்படைத்தாலும், அதை எந்த வகையிலாவது இவர்கள் முடித்து விடுவார்கள். மற்றவர்களால் செய்ய முடியாது என்று நினைக்கும் செயல்களையும் இவர்கள் சிரமமில்லாமல் செய்து முடிப்பார்கள்.

எல்லாரிடமும் இனிமையாகவும், கலகலப்பாகவும் பழகுவார்கள். இவர்கள் யாரிடமாவது அன்பு கொண்டால் அவருக்காக எதையும் தயங்காமல் செய்வார்கள். அதே வேளையில் சுயநலமும் அதிகம் உடையவர்கள்.

இவர்கள் பணம் சம்பாதிப்பதில் மிகவும் நாட்டமுடையவர்கள். அதற்காக பல வழிகளையும் பின்பற்றுவார்கள். சிலர் மற்றவர்களை ஏமாற்றிப் பிழைப்பார்கள். இவர்களிடம் பலரும் தாமே வந்து பணத்தை ஒப்படைத்து, தங்கள் வேலைகளைச் செய்து முடிக்கச் சொல்வார்கள். தம் கவர்ச்சிகரமான பேச்சினாலும், வசதியாலும், பகட்டான செயல்களில் ஈடுபட்டு பணம் சேர்ப்பதில் வல்லவர்கள். தங்களின் சுயநலத்திற்காக மக்களை ஏமாற்றத் தயங்கமாட்டார்கள். கவர்ச்சிகரமான விளம்பரங்கள், வார்த்தை ஜாலங்கள் மூலம் பணத்தைத் திரட்டி, பின்பு மாயமாக மறைந்து விடுவார்கள். அப்படி செய்தவர்களுக்கு தண்டனைகள் தாமே வந்து சேரும் என்பதை இவர்கள் நினைவில் வைக்க வேண்டியது அவசியம். எண்ணின் ஆதிக்கம் குறைந்தவர்களே இது போன்றவற்றில் ஈடுபடுவார்கள்.

ஆனால் சுக்கிரனின் ஆதிக்கம் சிறந்த முறையில் இருந்தால் அவர்கள் கடமைக்குக் கட்டுப்படுவார்கள். கடமை என்று வந்துவிட்டால் மற்ற எல்லாவற்றையும் ஒதுக்கி வைத்து விடுவார்கள். கடமையைக் கண்ணாகக் கொள்வார்கள். இவர்களுக்கு கலைப் பொருள்கள் மீதும், இசை வாத்தியங்கள் மீதும் மிகுந்த ஈடுபாடு உண்டு. வாய்ப்பாட்டிலோ (Singing) அல்லது ஏதேனும் ஓர் இசைக் கருவியை இயக்குவதிலோ புகழ் பெற்று விளங்குவார்கள்.

நல்ல கல்வி அமையும். அறிவும், ஆற்றலும் நிறைந்தவர்கள். வாழ்க்கையின் முன்னேற்றத்திற்கு அவற்றை முழுமையாகப் பயன்படுத்திக் கொள்வார்கள்.

நல்ல கலைஞர்களுக்கும், நலிந்த கலைஞர்களுக்கும் மிகவும் ஆதரவளிப்பார்கள். இவர்களில் பெரும்பாலானவர்கள் செல்வச் செழிப்பான குடும்பத்தில் பிறந்திருப்பார்கள். 6-ஆம் எண்ணில் குழந்தைகள் பிறந்தால் குடும்பத்திற்கு நல்ல பலன்கள் நடைபெறத் தொடங்கும் என்று நம்பலாம்.

இவர்கள் ஏதாவது ஒரு நன்மையை எதிர்பார்த்தே மற்றவர்களுக்கு உதவுவார்கள். இவர்கள் எளிதில் காதல் (Love) வசப்பட்டு விடுவார்கள். அதில் வெற்றியும் அடைவார்கள். சிற்றின்பத்தில் - நாட்டம் செல்லும். இவர்கள் ஒழுக்கத்தைக் கடைப்பிடிக்கும் வரை வாழ்க்கையில் முன்னேற்றமும், புகழும் கிடைக்கும். இல்லையெனில் பெண் பித்தர்கள் என எளிதில் ஒதுக்கப்படுவார்கள்.

இவர்களது பொருளாதார நிலை எப்போதும் சிறப்பாக இருக்கும். கையில் எப்போதும் பணம் புரண்டு கொண்டிருக்கும். அடுத்தவர்

---

4 & 7 அல்லது 7 & 4 எண்களில் பிறந்தவர்களை காலசர்ப்பதோஷம் பீடிக்கிறது. 32 வயது வரை இதனால் முன்னேற்றம் கிடைக்காது.

பணத்தையாவது வைத்துச் செலவு செய்யத் தயங்கமாட்டார்கள். தங்களை தங்கச் செயின், பிரேஸ்லேட் மற்றும் அழகுச் சாதனங்கள், வாசனை திரவியங்கள் கொண்டு அலங்கரித்துக் கொள்வார்கள்.

தங்களின் வாழ்க்கை வசதிக்காகவும் அந்தஸ்தைக் காப்பாற்றிக் கொள்வதற்காகவும் பணத்தைச் செலவழிப்பார்கள். இவர்களுக்கு வருமானம் தாராளமாக வரும். இவர்களது சாதாரண முயற்சிகள் கூட நல்ல வருமானத்தைக் கொடுக்கும். சிலருக்கு எதிர்பாராத வகையில் உறவினர்களின் சொத்துக்கள் தாமே வந்து சேரும்.

உல்லாசமாக இருக்க வேண்டும்; வண்டி, வாகனங்களைப் பயன்படுத்த வேண்டும்; வாழ்க்கையை நன்கு அனுபவிக்க வேண்டும் என்று தணியாத தாகம் (விருப்பம்) உடையவர்கள். சுக்கிரனின் ஆதிக்கம் குறைந்த அன்பர்கள் பல பெண்களுடன் தொடர்பு கொள்ளவும் தயங்கமாட்டார்கள். ஒழுக்கத்தைப் பற்றிக் கொஞ்சமும் கவலைப்படமாட்டார்கள். பாலியல் புரோக்கர்களாகவும் சிலர் மாறிவிடுவார்கள்.

இவர்கள் வாழ்க்கைக்கு பெண்களால் மிக்க உதவிகளும், ஆதரவும் கிடைக்கும். இவர்கள் உயர்வதற்கும் தாழ்வதற்கும் ஒரு பெண்ணே காரணமாக இருப்பாள் என்பது மட்டும் நிச்சயம்.

இவர்கள் எல்லா விஷயத்திலும் ரசனைகள் நிறைந்தவர்கள். இவர்களுக்கு உதவி செய்ய, தனவந்தர்கள் எப்போதும் தயாராக இருப்பார்கள். எங்கிருந்தாலும் உயர்ந்த வசதியுடனும், கௌரவத்துடனும் இருக்க வேண்டும் என்று விரும்புவார்கள்.

இவர்களுக்கு ஞாபக சக்தி அதிகமிருக்கும். வாழ்க்கையில் பல விஷயங்களில் தங்களை அலட்டிக் கொள்வார்கள். போட்டி, பந்தயம், சூதாட்டம் போன்றவற்றில் ஓரளவு நாட்டம் இருக்கும். தற்புகழ்ச்சி அதிகம் பேசுவார்கள். அடிக்கடி புதிய சூழ்நிலைகளுக்குச் சென்று தம்மை உற்சாகப்படுத்திக் கொள்வார்கள். மிகுந்த கலை ஆர்வம் உடையவர்கள். அடிக்கடி உல்லாசப் பயணம் செல்வார்கள்.

பொதுவாக இளமையில் திருமணம் செய்ய விரும்புவார்கள். இவர்களின் வார்த்தைகளில் இனிமையும் கவர்ச்சியும் இருக்கும். இதை வைத்தே மக்களைக் கவர்ந்து விடுவார்கள்.

இவர்களின் உதவியால் மக்கள் தங்கள் கவலைகளை மறந்து, புத்துணர்ச்சி பெறுவார்கள். இவர்களுக்கு ஆளும் திறமை நன்கு அமைந்திருக்கும். அடுத்தவர்களை ஏவி (அவர்களின் மனம் புண்படாமல்) தங்களது காரியத்தை முடித்துக் கொள்வார்கள். சிரிப்பாகப் பேசியே மக்களை மயக்கி விடுவார்கள்.

சுக்கிரன் ஆதிக்கம் பலமானவர்கள் தங்கள் நண்பர்களை மிகவும் நேசிப்பார்கள். இவர்களிடம் பெருந்தன்மையும், நேர்மையும், நிறைந்திருக்கும். கூடியவரை உண்மையுடன் நடந்து கொள்வார்கள். நம்பிக்கைக்குரியவராக நடந்து கொள்வார்கள். பிறரை ஏமாற்றத் துணியமாட்டார்கள். நிம்மதியுடன் வாழ விரும்புவார்கள். தங்களை நம்பி இருப்பவர்களைக் காப்பாற்றுவார்கள்.

இவர்கள் தங்கள் கோபம், துயரம், கவலை போன்றவற்றை மறைத்து விட்டு கலகலப்புடன் இருப்பது போல் காட்டிக் கொள்வார்கள். தங்களின் திட்டங்களை முடித்துக் கொள்வதில் தீவிரமாக இருப்பார்கள். இந்த விஷயத்தில் எதையும் விட்டுக் கொடுக்கமாட்டார்கள். இவர்கள் கற்பனையையும், குறிப்பிட்ட இலட்சியத்தையும் குறிக்கோளாகக் கொண்டு காய்களை நகர்த்துவார்கள். அழகிய பொருள்களை மிகவும் விரும்புவார்கள். கடன் வாங்கியாவது வீட்டை அலங்கரித்துக் கொள்ள விரும்புவார்கள். நண்பர்களுக்கும், மற்றவர்களுக்கும் அடிக்கடி விருந்தளித்து மகிழ்வார்கள். அப்படியே தங்களது காரியங்களையும் சாதித்துக் கொள்வார்கள்.

இளமைக் காலத்தில் விளையாட்டில் ஆர்வம் உடையவர்களாக இருப்பார்கள். கல்வியில் நாட்டமுடையவர்கள். அப்பொழுதே பொழுதுபோக்கு அம்சங்களிலும் மிகுந்த நாட்டமுடையவர்களாக இருப்பார்கள். இவர்கள் எப்போதும் விவாதங்களைத் தவிர்க்கவே விரும்புவார்கள். சூழ்நிலையை இனிமையாக்கவே முனைவார்கள்.

எதிலும் எங்கும் பதற்றத்துடன் ஈடுபடமாட்டார்கள். நிதானத்துடன் தீர்மானங்களை எடுத்த பின்னரே செயல்படுத்துவார்கள். தங்களின் ரகசியங்களை வெளியிடமாட்டார்கள். ஆனால் மற்றவர்களின் ரகசியங்களை எளிதில் அறிந்து கொள்ளும் திறமைமிக்கவர்கள்.

உலகம் முழுவதிலும் நட்பு வைத்துக் கொள்வதில் நாட்டமுடையவர்கள். 5–ஆம் எண்ணிற்கு அடுத்ததாக பேனா நண்பர்கள் யோகம் இவர்களுக்கு உண்டு. தாய், தந்தையை மிகவும் மதிப்பார்கள். அவர்களின் இறுதிக் காலம் வரை அவர்களுக்குத் துணையாக இருக்க விரும்புவார்கள். தனிமையில் இருக்க விரும்பமாட்டார்கள். எண்ணின் வலிமை குறையும் போது சுயநலமும் பெற்றோரை மதிக்காத குணமும் அமையும்.

சுக்கிரனின் ஆதிக்கத்தில் 6, 15, 24 ஆகிய தேதிகளில் பிறந்தவர்களுக்கான பலன்கள். 6–ஆம் தேதி பிறந்தவர்கள்

இவர்கள் பணம் கிடைப்பதாக இருந்தால்தான் ஒரு காரியத்தை ஆர்வத்துடன் செய்வார்கள். இலாபம் இல்லையென்றால் காரியத்தில் இறங்கமாட்டார்கள்.

எந்த தீய எண்களில் பிறந்திருந்தாலும், நல்ல அதிர்வுப் பெயர் மூலம், (Pronology) அனைவரும் பெரிய வெற்றியை அடையலாம்.

தாங்கள் நிறையப் பணம் சம்பாதிக்க வேண்டும்; வண்டி, வாகனங்கள், வீடு வாங்கி அனுபவிக்க வேண்டும் என்ற எண்ணம் மிகுந்தவர்கள். தங்களுக்குக் கிடைக்கும் எல்லா வாய்ப்புகளையும் நன்கு பயன்படுத்திக் கொள்வார்கள். கடுமையாக உழைத்துச் செல்வத்தைச் சேர்ப்பார்கள்.

மிகவும் கண்ணியமாகத் தோற்றமளிப்பார்கள். மிகுந்த ஊக்கம் உடையவர்கள். கலைகளை ஆர்வத்துடன் கற்றுக் கொள்வார்கள். குழந்தைகளின் மேல் அதிகம் பாசமுடையவர்கள். மற்றவர்களை எடைபோட்டு அவர்களைப் பயன்படுத்திக் கொள்வார்கள்.

15-ஆம் தேதி பிறந்தவர்கள்

இவர்கள் கலைகளின் காவலர்களாக விளங்குவார்கள். ஏதாவதொரு கலையில் நல்ல தேர்ச்சி பெற்று, அதனால் நல்ல புகழையும், பொருளையும் தேடுவார்கள். நாடகம், சினிமா போன்ற துறைகளில் இவர்கள் பிரகாசிப்பார்கள். சிறந்த பேச்சாளர்களாகவும் விளங்குவார்கள்.

நல்ல அதிர்ஷ்டமும் முன்னேற்றமும் உடையவர்களாக இருப்பார்கள். தம் சாதுர்யமான பேச்சினால் முன்னேற்றம் அடைவார்கள். பேச்சில் நகைச்சுவையும், கலாரசனையும் காணப்படும். கவலைகள் இருந்தாலும் வெளிக்காட்டிக் கொள்ளமாட்டார்கள். தங்களது எதிரிகளை மன்னிக்க மாட்டார்கள். இவர்கள் அழுத்தமானவர்கள்தான்.

இவர்கள் எந்தத் தொழில் அல்லது வியாபாரம் செய்தாலும் சிறப்பாகச் செய்வார்கள். வீடு, நிலம், நகைகள், வாகனங்கள் போன்ற பலவகையான நவீன வசதிகளுடன் ஆடம்பரமாக வாழ்வார்கள். நாடகம், சினிமா, டி.வி. போன்றவற்றில் பங்கேற்பார்கள். நல்ல புகழும் அதிர்ஷ்டமும் தேடிவரும்.

விளையாட்டுகளில் சிறந்து விளங்குவார்கள். மேலதிகாரிகளும் இவர்களை மிகவும் விரும்புவார்கள். எனவே பதவி உயர்வு விரைவில் வந்து சேரும். உத்தியோகத்தில் நல்ல பெயரும், பாராட்டுகளும், பதவி உயர்வுகளும் தேடி வரும். தங்களுக்கென சிறப்பான கொள்கைகள் உடையவர்கள். இவர்கள் கலையுலகிலும், அரசியலிலும் புகழ்பெற்று விளங்குவார்கள். தங்களது கருத்தை மற்றவர்களிடம் வலியுறுத்துவார்கள். உறவினர்கள், நண்பர்களின் ஆதரவு உடையவர்கள். சகல வசதிகளையும் தங்கள் சுய முயற்சியால் தேடிக் கொள்வார்கள். குடும்ப வாழ்க்கை நன்கு அமைந்திருக்கும்.

இளமையில் நல்ல கல்வி அமையும். தொடக்கத்திலேயே நல்ல வேலை, உத்தியோகம் கிடைத்துவிடும். பின்பு படிப்படியாக முன்னேறுவார்கள்.

24-ஆம் தேதி பிறந்தவர்கள்

இவர்கள் மிகவும் அதிர்ஷ்டம் மிக்கவர்கள். நல்ல வசதியான குடும்பத்தில் பிறந்திருப்பார்கள். அடக்கமும், அமைதியும் ஆனால் அழுத்தமும்

நிறைந்தவர்கள். மிகவும் துணிச்சலுடன் செயலாற்றுவார்கள். மற்றவர்கள் தயங்கும் காரியங்களை இவர்கள் தைரியமாக ஏற்றுக் கொண்டு, செய்து முடிப்பார்கள்.

விளையாட்டுகளில் சிறந்து விளங்குவார்கள். மேலதிகாரிகளிடம் பக்குவமாக நடந்து கொள்வார்கள். மேலதிகாரிகளும் இவர்களை மிகவும் விரும்புவார்கள். எனவே பதவி உயர்வு விரைவில் வந்து சேரும். உத்தியோகத்தில் நல்ல பெயரும், பாராட்டுகளும், பதவி உயர்வுகளும் தேடி வரும். தங்களுக்கென சிறப்பான கொள்கைகள் உடையவர்கள். இவர்கள் கலையுலகிலும், அரசியலிலும் புகழ்பெற்று விளங்குவார்கள். தங்களது கருத்தை மற்றவர்களிடம் வலியுறுத்துவார்கள். உறவினர்கள், நண்பர்களின் ஆதரவு உடையவர்கள். சகல வசதிகளையும் தங்களது சுய முயற்சியால் தேடிக்கொள்வார்கள். குடும்ப வாழ்க்கை நன்கு அமைந்திருக்கும்.

சுக்கிரன் காயத்ரி

ஓம் ஔம், ஹ்ரீம், ரீம், ரௌம், சௌம், ஐம், க்லீம்,

ஓம் பார்கவாய வித்மஹே

அசுராசார்யாய தீமஹி

தன்னஸ் சுக்ர ப்ரசோதயாது!!

9, 18, 27 ஆகிய தேதிகளில் பிறந்தவர்களுக்கு 2–இல் பெயர் அமைத்தால் தோல்விகளும், வேதனைகளும் இருக்கும். 38–இல் இருந்தால் துர்மரணம் கூட ஏற்படலாம்.

9. கேதுவின் ஆதிக்கத்தில் பிறந்தவர்கள்

எண் 7 கேது (KETHU)

இந்த எண்ணில் பிறந்தவர்களின் பொதுப் பலன்கள்

ஒவ்வொரு மாதத்திலும் 7, 16, 25 ஆகிய தேதிகளில் பிறந்த அன்பர்களும், கூட்டு எண் 7 வரும் அன்பர்களும் இந்த எண்ணின் ஆதிக்கத்தின் கீழ் வருபவர்களாவார்கள். திரைகடல் ஓடியும் திரவியம் சேர்ப்பவர்கள் இவர்கள்தான். தங்களது குடும்பத்தை விட்டுப் பிரிந்து (பல காரணங்களால்) வெளியூருக்கு சென்று, தங்கள் தொழிலை அமைத்துக் கொள்வார்கள். எடுத்த காரியத்தில் தீவிரமாக ஈடுபட்டாலும், ஏதாவது ஒரு காரணத்தினால் அது முடிவடையாமல் தள்ளிக் கொண்டே போகும்.

பொதுவான குணங்கள்

இவர்கள் தனித்து சுயமாகச் சிந்திக்கும் திறன் கொண்டவர்கள். மற்றவர்கள் மூலம் விஷயங்களைத் தெரிந்து கொள்வதைவிட தானே அனுபவித்துத் தெரிந்து கொள்வதில் நாட்டமுடையவர்கள்.

இவர்களுக்கு ஏனோ உள்ளூரில் தொழில் அமைவதில்லை. அப்படி அமைந்தாலும் மிகச் சாதாரண நிலையிலேயே அமைந்திருக்கும். இவர்களது திறமையும் ஆற்றலும் தெரிய வேண்டுமெனில், பிறந்த ஊரைவிட்டு வெளியூரோ அல்லது வெளிநாடோ சென்றால்தான் பிரகாசிக்க முடியும். எனவே பிறந்த ஊரைவிட்டுச் செல்ல 7–ஆம் எண்காரர்கள் தயங்கக்கூடாது. இவர்களுக்குப் பிரயாணங்கள் மேற்கொள்வதில் மிகவும் நாட்டம் இருக்கும்.

இவர்கள் கௌரவமாகவும், எளிமையாகவும் தோற்றமளிப்பார்கள். இவர்கள் செயல்படும் திறமையைக் கண்டு பல அன்பர்கள் இவர்களது நட்பைத் தேடி வருவார்கள். பொறுமையும், தீவிரமும் இவர்களது சிறப்புக் குணங்கள்.

இவர்கள் நல்ல குணங்களையும், நடைமுறைகளையும் உடையவர்கள். ஆனால் தங்களுடைய இயல்புகளை அடிக்கடி மாற்றிக்கொள்வார்கள். உற்சாகமாக இருக்கும் சமயங்களில் கலகலப்பாகவும், மற்ற சமயங்களில் தனித்து சிந்தனை செய்யும் நிலையிலும் இருப்பார்கள். எக்காரணம் கொண்டும் இவர்கள் தங்கள் இலட்சியத்தைக் கைவிடமாட்டார்கள்.

இவர்களும் உணர்ச்சிவசப்படக் கூடியவர்கள்தாம். எனவே மகிழ்ச்சியாக இருக்கும் போது வாழ்க்கை இனிமையானது என்பார்கள். மற்ற சமயங்களில் உலகத்தையே வெறுத்துவிட்டது என்பார்கள்.

இவர்கள் ஆன்மிகத்தில் மிகவும் நாட்டமுடையவர்கள். மேலும் அதில் உண்மையாகவும் ஈடுபடுவார்கள். போலித்தனம் இருக்காது. மூடநம்பிக்கைகள் ஒழிக்கப்பட வேண்டும் என்பதே இவர்களது கொள்கையாக இருக்கும். மற்றவர்களின் ஆலோசனைகளைக் கேட்டுக்கொள்வார்கள். தங்களின் யோசனைப்படிதான் முடிவெடுத்து செயல்படுவார்கள்.

இவர்கள் முற்போக்கான சிந்தனைகள் அதிகம் உடையவர்கள். இவர்கள் பிறந்த ஊரிலிருந்து வெளியூர்களுக்கும், வெளிநாடுகளுக்கும் செல்ல வேண்டியதிருக்கும், அங்கெல்லாம் தொழில்தொடர்புகளின் மூலம் இலாபங்களை அடையலாம். ஆராய்ச்சிக்குணம் மிகுந்தவர்கள்.

இவர்கள் நடுத்தரமான குடும்பத்தில் பிறந்திருப்பார்கள். கல்வி கற்பதற்கும், தொழில் அமைவதற்கும் மற்றவர்களின் ஆதரவு தேவைப்படும் நிலைமை இருக்கும். இவர்கள் கல்வி கற்கும்போதே ஏதாவதொரு தொழிலை, வியாபாரத்தை கற்றுக்கொள்வதில் நாட்டம் செலுத்துவார்கள்.

இவர்களின் 'எதிர்காலத் திட்டம்' ஓர் இலட்சிய வேட்கையைக் கொண்டிருக்கும். தொழிற்கல்வி கற்றவர்கள் தாமே சொந்தமாக தொழில் தொடங்க நினைப்பார்கள். இருப்பினும் சில காலம் அனுபவம் பெற்றுத்தான் சொந்தத் தொழிலைத் தொடங்க வேண்டும். சிரமமான செயல்களை முன்வந்து ஏற்பார்கள். தங்களது பொறுமையான உழைப்பின் மூலம் அதை முடிப்பார்கள்.

உள்நாடு, உள்ளூரில் தொழில் சரியாக அமையாதபோது, துணிந்து வெளிநாட்டிற்குச் செல்லும் முயற்சியில் ஈடுபடுவார்கள். இவர்களது விதியும் சொந்த ஊரைவிட்டு வெளியே செல்ல வைத்துவிடும்.

அங்கு எதிர்பாராத உண்மையான நண்பர்கள் இவர்களுக்கு அமைவார்கள். அவர்கள் மூலம் தங்களுக்கென்று ஒரு தொழிலை (வியாபாரத்தை) தேடிக்கொள்வார்கள். இவ்வாறு துன்பங்களை அன்றாடம் சந்தித்தாலும், தங்கள் சூழ்நிலைகளைக் கருதி பொறுமையுடன் உழைப்பார்கள். தன் சொந்த இன்பத்தைவிட, தனது குடும்பத்தின் நன்மையைக் கருதி செயல்படுவார்கள்.

இவர்களுக்கு திருமணம் மூலம் தொழிலில் சில முன்னேற்றங்கள் ஏற்படும். மனைவியின் பெற்றோர் அல்லது உறவினர்கள் நன்கு உதவுவார்கள்.

சிறியதாக ஒரு தொழிலை அமைத்து, தங்களது கடுமையான உழைப்பால் பெரிய நிறுவனமாக மாற்றும் திடசித்தமுடையவர்கள். தொழிலில் முன்னேறியவுடன் தன் வசதிகளைப் பெருக்கிக்கொள்வார்கள். இருந்தாலும் இவர்களுக்கு மனதளவில் திருப்தி கிடைக்காது. பல துறைகளில் ஆராய்ச்சிகள் செய்வார்கள். தங்களது ஆராய்ச்சியின் மூலம் மனிதகுலத்திற்கு நன்மை கிடைக்க வேண்டும் என்று விரும்புவார்கள்.

காலத்திற்கேற்றபடி நூதனப் பொருட்களைக் கண்டுபிடித்து, அவற்றை வெற்றிகரமாக தங்களது வியாபாரத்தில் நுழைத்து, இலாபங்களை அடைவார்கள்.

> சந்திரன் ஆதிக்கமுள்ள 2, 11, 20, 29 ஆகிய தேதிகளில் பிறந்தவர்களை சர்க்கரை நோய் எனப்படும் நீரிழிவு நோய் அதிகம் பாதிக்கும்.

அடிக்கடி சிறிய விபத்துகளால் பாதிக்கப்படுவார்கள். ஆனால் பெரிய அளவில் பாதிப்பு நேராது. இவர்கள் மற்றவர்களை ஓரளவுக்குத்தான் நம்புவார்கள். மனைவி மக்களிடம்கூட மிகவும் மனம் விட்டு பேசமாட்டார்கள்.

ஒன்றைச் செய்கிறார் என்று வைத்துக்கொள்வோம். இரவு, பகல் பாராது உழைத்துச் செய்த அந்தக் காரியத்தின் மூலம் கிடைத்த பொருளாக இருந்தாலும் (செயலாக இருந்தாலும்) அவருக்குத் திருப்தி கிடைக்கவில்லை என்றால் உடனே அதை ஒதுக்கித் தள்ளிவிடுவார்கள். பொருள் நஷ்டத்தைப் பற்றி கவலைப்படமாட்டார்கள். ஆத்ம திருப்திதான் இவர்களுக்கு முக்கியமாக இருக்கும்.

பலருக்கு இளமையிலேயே திருமணமாகிவிடும். இன்னும் பலருக்கு மிகத் தாமதமாகத்தான் திருமணமாகும். இவர்களது தீவிர குணத்தால் மனைவியிடம் சண்டை சச்சரவுகள் அடிக்கடி ஏற்படும். இருந்தாலும் அடிக்கடி சமாதானமும் ஆகிவிடுவார்கள். மனைவியை நன்கு கவனித்துக் கொள்ள வேண்டும் என்ற எண்ணம் உடையவர்கள். இல்லையெனில் குடும்பப் பிரச்சினைகளால் அதிகம் பாதிக்கப்படுவார்கள்.

இருப்பினும் தொழில் காரணமாக அடிக்கடி குடும்பத்தைப் பிரிந்து தனியே இருக்க வேண்டிய கட்டாயத்திற்கு உள்ளாவார்கள். குழந்தைகளின் நலனில் அதிக அக்கறை செலுத்துவார்கள். அவர்களின் முன்னேற்றத்திற்கு அதிகம் செலவழிப்பார்கள்.

தீய நண்பர்களின் சகவாசத்தால் தீய பழக்கங்களையும் துணிந்து மேற்கொள்ளுவார்கள். மது, மாது, சூதாட்டம் போன்றவற்றில் ஈடுபடுவார்கள். அவற்றைத் தவிர்த்துக் கொண்டால்தான், இவர்களின் முன்னேற்றம் நிரந்தரமாக இருக்கும்.

லாட்டரி, சூதாட்டம், ரேஸ் போன்றவற்றில் நம்பிக்கை இருக்காது. உழைப்பில் நம்பிக்கை உடையவர்கள். அந்த உழைப்பின் மூலமே வெற்றியை அடைய முடியும் என உறுதியாக நம்புவார்கள்.

இவர்கள் எல்லாரையும் சமமாகக் கருதுபவர்கள். சமதர்ம நோக்கம் இருக்கும். தங்களிடம் பணிபுரிபவர்களுக்குத் தேவையான வசதிகளை தயங்காமல் ஏற்படுத்திக் கொடுப்பார்கள். இவர்கள் இளமைக் காலத்தில் பல சோதனைகளைச் சந்தித்தாலும், நடுவயதிற்கு மேல் அதிர்ஷ்டத்தையே அனுபவிப்பார்கள்.

இவர்களுக்கு கலைகளில் நாட்டம் இருக்கும். கலைகளை முழுமையாகக் கற்றுக்கொள்ள ஆசைப்படுவார்கள். கஷ்டம் என்று பாதியில் விடமாட்டார்கள். பல காலம் அதற்காகக் கடுமையாக உழைப்பார்கள். எனவேதான் 7–ஆம் எண்ணில் பிறந்தவர்கள் கலைத்துறையில் பெரும் சிறப்புகளைப்

பெறுகின்றனர். 7–ஆம் எண்ணில் பெயர் வைத்துக்கொண்டவர்களும் சினிமாத்துறையில் புகழ் பெறுகின்றனர்.

(உ.ம்) Deva, Vikram

இளமையிலிருந்தே ஏதேனும் ஓர் இலட்சியத்தை அமைத்துக் கொள்வார்கள். இந்த எண்காரர்களில் சிலர் அரசியலிலும் வெற்றி பெறுவார்கள். ஆனால் மக்களுக்கு உண்மையாகப் பாடுபட விரும்புவார்கள். அரசியலை, அரசியலாகக் கருதி மக்களுக்கு நன்மைகளைச் செய்வார்கள். தங்களது சுயநலத்திற்காக தங்களது பதவிகளை உபயோகப்படுத்த மாட்டார்கள்.

தங்களுக்கு வரும் இன்பங்களையும், துன்பங்களையும் சமமாகக் கருதிச் செயல்படுவார்கள். வெற்றிகள் வரும் போது கர்வம் கொள்ளமாட்டார்கள். தோல்விகள் வரும் போது துவண்டு போகமாட்டார்கள். தோல்விகள் வரும் போது அதற்கான காரணங்களை அலசிப் பார்ப்பார்கள்.

மனதில் ஏகப்பட்ட கவலைகள் இருந்தாலும், அதை வெளிப்படையாகக் காட்டிக்கொள்ளமாட்டார்கள். இவர்களது மனதைப் புரிந்து கொள்வது கடினம். தனிமையில் இருக்கும் போது தங்களின் துன்பங்களையும், துயரங்களையும் எண்ணிக் கலங்குவார்கள். அது சிறிது நேரம்தான். பின்பு தன்னை இயல்பு நிலைக்கு மாற்றிக்கொள்வார்கள். இறைவனிடம் தீவிரமாக முறையிடுவார்கள்.

பெரும்பாலும் தனியாக இருக்கவே விரும்புவார்கள். குறிப்பிட்ட சிலருடன்தான் ஆத்மார்த்தமாகப் பழகுவார்கள். இவர்களுக்கு தங்கள் மனதைக் கட்டுப்படுத்திக் கொள்ளும் ஆற்றல் இயல்பாகவே அமைந்திருக்கும்.

சுகமோ, துக்கமோ மற்றவர்களுடன் பகிர்ந்து கொள்ளமாட்டார்கள். தனிமையில் எண்ணிக் கவலைப்படுவார்கள். இந்தக் குணத்தை மாற்றிக்கொண்டால், மன இறுக்கத்தைக் குறைத்துக் கொள்ளலாம்.

இவர்கள் காதலில் நாட்டமுடையவர்கள். காதல் திருமணத்தையே விரும்பும் குணமுடையவர்கள். இவர்களுக்கு குலம், இனம், ஜாதி முக்கியமில்லை. பெரும்பாலும் வேறு இனத்திலோ அல்லது அன்னியத்திலோ (சொந்தத்தில் பெரும்பாலும் அமையாது) இவர்களே பெண்ணைத் தேடிக்கொள்வார்கள்.

இவர்கள் உலகத்தின் பல மூலைகளிலும் காணப்படுகிறார்கள். பாரதியார் சொன்னபடி இவர்களுக்கு நாட்டின் எல்லைகள் பெரிதில்லை. எங்கு சென்றாலும் அந்த நாட்டுடன் தம்மை இணைத்துக்கொள்வார்கள். அந்த நாட்டிற்காக உண்மையாகப் பாடுபடுவார்கள்.

பிறந்த தேதி எண்கள் 3 & 6 என்று வந்தால் வாழ்க்கையில் முன்னேற்றங்கள் குறையும். ஏதாவது சோகம் எப்போதும் வாட்டிக் கொண்டே இருக்கும்.

இந்த எண்ணில் பிறந்தவர்கள் ஆன்மிகத்தில் உண்மையான நாட்டம் கொண்டு, சிலர் மகான்களாகவும், சிலர் பிரபலமான கலைஞர்களாகவும் புகழ்பெறுகின்றனர்.

தாங்கள் சார்ந்துள்ள மதங்களில் தீவிரமாக ஈடுபடுவார்கள். எவ்வளவு வெற்றிகள் பெற்றாலும் இவர்களுக்கு அவற்றில் ஏதாவது ஒரு குறை மனதிற்குள் இருந்து கொண்டுதான் இருக்கும்.

எண்ணின் ஆதிக்கம் குறைந்தவர்கள் கல்வியிருந்தும், அனுபவம் இருந்தும் சரியான சந்தர்ப்பங்கள் இல்லாமல் சிரமப்படுவார்கள். எந்த ஒரு துறையிலும் நிலையாக இருக்க முடியாது. தன் விதியை நினைத்து வருந்திக் கொண்டிருப்பார்கள். வாழ்க்கையில் விரக்தியடைவார்கள். பொருளாதாரத்தில் எப்போதும் தட்டுப்பாடும் அதிருப்தியும் இருந்துகொண்டே இருக்கும். உத்தியோகத்தில் இருப்பவர்களும்; மற்றவர்களிடம் வேலை செய்பவர்களும் ஏதாவது மனக்குறையினால் பாதிக்கப்படுவார்கள். தங்களுக்குப் பதவி உயர்வு, பாராட்டுகள் போன்றவை கிடைக்கவில்லையே என்று பலர் ஏங்குவார்கள். தன்னைவிட தகுதி குறைந்தவனுக்கு பதவிகளும், பாராட்டுகளும் கிடைப்பது கண்டு மனம் குமுறுவார்கள். இதற்குக் காரணம் இவர்கள் தங்களது உயரதிகாரிகளையோ அல்லது முதலாளிகளையோ அனுசரித்துச் செல்லும் குணம் குறைவதால்தான். தங்கள் மனசாட்சியின்படி இவர்கள் நடப்பவராதலால், மற்றவர்களிடம் இவர்களால் பெரும்பாலும் நல்ல பெயர் பெறமுடிவதில்லை.

இந்த எண் வாழ்க்கையில் எவ்வளவு முன்னேற்றம் கொடுத்தாலும் ஏதாவது ஒரு குறையை ஏற்படுத்திவிடும். எனவே இறைவன் மீது தானாகவே மனம் திரும்பிவிடும். பொதுநலச் சேவையில் ஈடுபட்டு ஆத்மதிருப்தி அடைவார்கள்.

கேதுவின் ஆதிக்கத்தில் 7, 16, 25 தேதிகளில் பிறந்தவர்களுக்கான பலன்கள்

7-ஆம் தேதி பிறந்தவர்கள்

இவர்களுக்கு ஞாபகசக்தி சற்று அதிகமாகத்தான் இருக்கும். தங்கள் அறிவாற்றலைக் கொண்டு வாழ்க்கையில் படிப்படியாக முன்னேறுவார்கள். நிதானமாக ஆனால் நிச்சயமாக முன்னேறி விடுவார்கள்.

எப்போதும் அமைதியாக இருப்பார்கள். எந்தச் செயலையுமே பதற்றப்படாமல் நிதானமாகச் செய்வார்கள். தெய்வ பக்தியும் நிறைந்திருக்கும். மற்றவர்களை அனுசரித்து நடக்கும் குணம் உடையவர்கள். இதுதான் இவர்களது வெற்றியின் ரகசியம். எதிலும் எப்போதும் நேர்மையாக இருக்கவே விரும்புவார்கள்.

இவர்கள் வெளிநாட்டிற்குச் சென்று தொழில் புரியவே விரும்புவார்கள். பிறந்த ஊரில் இருக்க விரும்பமாட்டார்கள். உறவுகளில் திருமணம் செய்ய விரும்பமாட்டார்கள். பெரும்பாலும் காதலித்து திருமணம் செய்பவர்கள். புத்தி சாதுர்யமும், ரசிகத்தன்மையும், ரசனையும் அதிகம் உடையவர்கள்.

எந்த ஒரு முயற்சியையும் ஆராய்ந்து முடிவெடுத்துச் செய்வதில் வல்லவர்கள்.

16-ஆம் தேதியில் பிறந்தவர்கள்

தன் சொந்த முயற்சியால் வாழ்க்கையில் முன்னேறுவார்கள். இவர்களும் யோசித்து செயல்படுபவர்கள்தான். காதல் போன்ற விஷயங்களில் ஏமாற்றமே மிஞ்சும். மிகுந்த மனோசக்தி உடையவர்கள். மனைவி மக்களோடு நன்கு வாழ்வார்கள். எப்போதும் தங்கள் காரியத்திலேயே குறியாயிருப்பார்கள். நல்லபடியாக சென்று கொண்டிருக்கும் இவர்களது வாழ்க்கை எதிர்பாராத சம்பவங்களால் மிகப் பெரிய வீழ்ச்சியையும் சந்திக்க வேண்டியிருக்கும். எனவே இவர்கள் விழிப்புணர்ச்சியுடன் இருக்க வேண்டியது அவசியம்.

எனவே தேவையில்லாத பிரச்சனைகளில் மாட்டிக் கொள்ளக்கூடாது. துணிச்சலுடன் செயல்களைச் செய்து முடிப்பார்கள். கலைகளில் தேர்ச்சி மிக்கவர்கள். தங்களது கலைத் திறமையை நல்ல வழிகளுக்குப் பயன்படுத்திக்கொள்ள வேண்டியதும் அவசியம். தங்களது கலைத்திறமையைப் பயன்படுத்தி பெரும்பொருள் சம்பாதிக்கும் யோகம் உண்டு.

இசைக்கருவிகள், கம்ப்யூட்டர் மற்றும் எலக்ட்ரானிக் சாதனங்கள் போன்றவற்றில் மிக்க ஆர்வத்துடன் ஈடுபடுவார்கள்.

இவர்களின் சாதனைகள் மக்களால் பல காலம் பேசப்படக் கூடியதாக இருக்கும்.

25-ஆம் தேதி பிறந்தவர்கள்

இவர்கள் பொதுநலச்சேவைகளுக்கென்றே பிறந்தவர்கள் எனலாம். தங்களது குடும்பத்தாரைவிட மற்றவர்களுக்கு உதவுவதில் ஆர்வமாக ஈடுபடுவார்கள். தெய்வாம்சம் பொருந்தியவர்கள். சிறந்த கற்பனைத் திறன் உடையவர்கள். தங்கள் குடும்பத்தின் மீது அக்கறை செலுத்தமாட்டார்கள். எனவே குடும்ப வாழ்க்கையில் இவர்களுக்கு திருப்தி கிடைப்பதில்லை. சிறந்த ஆன்மிகவாதியாகவோ, நீதிபதியாகவோ, மக்கள் தொண்டராகவோ மாறிவிடுவார்கள்.

இவர்கள் அரசியலிலும் ஈடுபட்டு எம்.எல்.ஏ., எம்.பி. போன்ற பதவிகளில் அமர்ந்து மக்களுக்காக உண்மையாகப் பாடுபடுவார்கள்.

பிறந்த தேதி எண்கள் 6 & 3 என்று வந்தால் திருமணம், தொழில் ஆகியவற்றில் பெருத்த குறைபாட்டை கொடுத்துவிடும்.

பணம் சம்பாதிப்பதை விட மற்றவர்களுக்கு உதவ வேண்டும், சமுதாயத்திற்கு உதவ வேண்டும் என்ற எண்ணமுடையவர்கள். ஆனால் பணம் இவர்களுக்கு தாமே வந்து சேரும். தங்களுக்கு வரும் வருமானத்தைக் கொண்டு திருப்தியடைவார்கள்.

இவர்கள் எல்லாரிடமும் அன்பாகப் பழகுவார்கள். உயர்ந்த நோக்கங்களும், இலட்சியங்களும் கொண்டு செயல்படுவார்கள். விட்டுக்கொடுக்கும் குணமும் நன்கு அமைந்திருக்கும். வாழ்க்கையின் முற்பகுதியில் பல சோதனைகளைச் சந்திப்பார்கள். வாழ்க்கையின் நடுப்பகுதியிலிருந்து(35 வயதிற்குப் பிறகு)தான் இவர்கள் படிப்படியாக முன்னேறுவார்கள்.

ஆன்மிகத்தில் மிகவும் தீவிரமாக ஈடுபடுவார்கள். விசேஷ ஞானசித்தி இவர்களுக்கு ஏற்பட்டுவிடும்.

கேது காயத்ரி

ஓம் ஹ்ரம் ஷம், ஸ்ரீம், க்லீம், ஸௌம்

ஓம் சித்ராங்காய வித்மஹே

நாக ஸஹாய தீமஹி, தன்னோ கேது ப்ரசோதயாத்

10. சனியின் ஆதிக்கத்தில் பிறந்தவர்கள்

எண். 8 சனி (SATURN)

இந்த எண்ணில் பிறந்தவர்களின் பொதுப் பலன்கள்

ஒவ்வொரு மாதத்திலும் 8, 17, 26 ஆகிய தேதிகளில் பிறந்த அன்பர்களும், பிறந்த தேதியின் கூட்டு எண் 8 வரும் அன்பர்களும் இந்த எண்ணின் ஆதிக்கத்தின் கீழ் வருபவர்களாவர். உலகத்தை இயக்க அடிப்படையாக இருப்பவர்கள் இவர்கள்தான் எனலாம். அனைத்து கடின உழைப்புகளையும் மேற்கொண்டு மக்களுக்கு உதவுவார்கள். வாழ்க்கையில் ஏற்படும் பல துயரங்களையும் தாங்கிக் கொண்டு கடுமையாக உழைப்பவர்கள் இவர்களே.

பொதுவான குணங்கள்

இவர்கள் சிறந்த உழைப்பாளிகள். இவர்கள் சிறந்த நீதிமான்களாகவும், நீதியைப் பின்பற்றுபவர்களாகவும் இருப்பார்கள். ஆழ்ந்து சிந்தனை செய்பவர்கள். ஆனால் இவர்கள் மனதில் ஏதாவதொரு தீய சிந்தனை அல்லது கெட்ட நிகழ்ச்சியானது அடிக்கடி வந்து மனதைத் துன்புறுத்திக் கொண்டிருக்கும். தீவிரமாக உழைத்தும், அதிர்ஷ்டங்கள் குறைந்தவர் என்பது உண்மையில்லை. எட்டாம் எண்காரர்கள் தங்களது வாழ்க்கையின் பிற்பகுதியில் வெற்றி பெற்றே தீருவார்கள். சனிபகவான் முதலில் துன்பங்களைக் கொடுத்தாலும் பின்பு நல்ல பலன்களைக் கொடுப்பார்.

மத விஷயங்களில் நிலையான நடுநிலைமை இருக்காது. சாமி இல்லை என்பவர்களும் இவர்கள்தான்! மதத்திற்காக அனைத்தையும் துறந்து விடுகிறவர்களும் இவர்கள்தான்! இவர்களை மற்றவர்கள் புரிந்து கொள்வது கடினம். ஏதாவதொரு வேலையை மேற்கொண்டால் அதற்காக எத்துணை பிரச்சினைகள், தடைகள் வந்தாலும், கலங்காமல் அதைச் செய்து முடித்து வெற்றியடைவார்கள். தங்களது நடவடிக்கைகள் மூலம் மற்றவர்களுக்குத் துன்பங்கள் நேர்ந்தாலும் வருத்தப்படமாட்டார்கள்.

சனியின் ஆதிக்கத்தால் பாதிக்கப்படும் போது வாழ்க்கையில் அடிக்கடி சோதனைகளால் பாதிக்கப்படுவார்கள். அதைச் சமாளிக்க முடியாமல் தடுமாற்றம் அடைவார்கள். பொருளாதார நெருக்கடிகளை இவர்கள் அடிக்கடி சந்திப்பார்கள். உடைகள் விஷயத்தில் மிகவும் அலட்சியமாக இருப்பார்கள். தீய எண்ணங்களுக்கும் தீய செயல்களுக்கும் இடம் கொடுத்து விடுவார்கள். அதன் மூலம் பல தவறுகள் செய்து அரசாங்கத்திலும், குடும்பத்திலும் பல தண்டனைகளை அடைவார்கள். இவர்களது மனதில் உற்சாகம் குறைந்து காணப்படும். வாழ்க்கையில் விரக்தியும், கவலையும் தொடர்ந்து வரும்.

பிறந்த தேதி எண்கள் 2 & 9 என்று வந்தால் குடும்பத்திலும், வாழ்க்கையிலும் பல கஷ்டங்கள் எற்படும்.

8–ஆம் எண்ணின் ஆதிக்கம் நன்கு அமைந்திருந்தால் பெரும் இலட்சியங்களை அமைத்து அதில் தீவிரமாக உழைப்பார்கள். அறிவாற்றல் மிக்கவர்களாகவும் சுறுசுறுப்பாக செயல்படுபவர்களாகவும் இருப்பார்கள். தங்களது சுய உழைப்பின் மூலம் சமூகத்தில் பிரபலமான பெரும் புள்ளி ஆகிவிடுவார்கள். பொதுமக்களுக்காக பல காரியங்களைச் செய்வார்கள். பல 8–ஆம் எண் அன்பர்களுக்கு சிறுவயதிலேயே தாய் அல்லது தந்தையின் இழப்பு நேரிட்டு விடுகிறது. இல்லையென்றால் இவர்களுக்கு அவர்களது ஆதரவு ஏதோ காரணத்தால் தடைபட்டு விடுகிறது.

இவர்கள் ஏழைகளின் மேல் மிகுந்த இரக்கமுடையவர்கள். யாராவது இவர்களை ஏமாற்ற நினைத்தால், அவர்கள் மீது மிகவும் கோபம் கொண்டு அவர்களுக்கு பல தொந்தரவுகளைக் கொடுக்கத் தயங்கமாட்டார்கள்.

தங்களுக்கு உதவி செய்தவர்களை மிகவும் நன்றியுடன் நினைத்துப் பார்ப்பார்கள். அதே போல் தங்களுக்குக் கெடுதல் செய்தவர்களையும் மறக்க மாட்டார்கள். தக்க சமயத்திற்காகக் காத்திருந்து, தங்களது வஞ்சத்தைத் தீர்த்துக் கொள்வார்கள்.

தங்களைப் பற்றி சுய விளம்பரம் செய்து கொள்ளப் பிடிக்காது. நண்பர்களை குறைவாகவே வைத்துக் கொள்வார்கள். இவர்கள் கலகலப்பாகப் பழக மாட்டார்கள். தனிமையிலும் ஏதாவது சிந்தனையிலும் இருக்கவே விரும்புவார்கள்.

தங்களது பிரச்சினைகளை, கஷ்டநஷ்டங்களை மற்றவர்களிடம் பகிர்ந்து கொள்ளமாட்டார்கள். அவற்றை தங்களது மனதில் போட்டுப் புழுங்கிக் கொண்டே இருப்பார்கள். அடுத்தவர்களிடம் உதவி கேட்க மிகவும் தயங்குவார்கள்.

குடும்பத்திலும், தொழிலிலும் ஏதாவது பிரச்சனைகள் வந்து நிம்மதியைக் கெடுத்துக் கொண்டிருக்கும். வாழ்க்கையில் திடீர் சரிவுகள் ஏற்படும். ஆனால் தங்கள் பொறுமையினாலும், கடுமையான முயற்சிகளாலும், துன்பங்கள் எல்லாவற்றையும் சமாளித்துக் கொண்டு எப்படியும் முன்னேறி விடுவார்கள்.

இவர்களுக்கு வெற்றி கிடைத்தாலும், அது பெரும் வெற்றியாக இருக்கும். தோல்வி ஏற்பட்டாலும் அது பெரும் தோல்வியாக இருக்கும். மற்றவர்களை எளிதில் நம்பமாட்டார்கள். தங்களது வேலைகளைத் தாங்களே செய்தால்தான் இவர்களுக்கு நிம்மதியும், திருப்தியும் ஏற்படும்.

இவர்கள் பெற்றோரிடமும், பெரியவர்களிடமும் மிகுந்த மரியாதை வைத்திருப்பார்கள். ஆனால் வெளிக்காட்டிக் கொள்ளமாட்டார்கள். ஓரளவு சோம்பல் குணமும் உண்டு.

பொதுவாக அமைதியாக வாழ விரும்புவார்கள். ஆனால் இவர்களது விதியானது ஏதாவதொரு பிரச்சினையில் இழுத்துச் சென்று விடும்.

இவர்களுக்கு இறைவன் அருள் என்றும் உண்டு. கஷ்டப்படுகின்ற மகனைத்தான் ஒரு தாய் விரும்புவாள். அதைப் போன்றே இறைவன், கஷ்டப்படும் இவர்களுக்கு உதவுவதில் தயக்கம் காட்டமாட்டார்.

8-ஆம் எண் காலத்தின் (விதியின்) எண்ணாகக் கருதப்படுவதால், அவர்களின் முன் ஜென்ம வினைகளுக்கேற்ப இன்ப துன்பங்களை இந்தப் பிறவியிலேயே அனுபவிக்க வேண்டியதாக உள்ளது. சனி கொடுப்பதை யாராலும் அழிக்க முடியாது என்ற பழமொழியும் வழக்கில் உண்டு. 8-ஆம் எண்காரர்களுக்கு அடுத்த ஜென்மம் இல்லை என்பதால் இந்தப் பிறவியிலேயே நல்லது கெட்டதை அனுபவித்து விடுகிறார்கள்.

சில அன்பர்கள் அவர்களுடைய தகுதிக்கு மீறியவற்றில் ஆசைப்பட்டு துணிந்து ஈடுபட்டு விடுகிறார்கள். அதில் வெற்றி பெற்றாலும் அதன் மூலம் இவர்களுக்கு பெரும் இலாபங்கள் கிடைக்கும் என்று சொல்ல முடியாது. பேராசைப்பட்டு வேண்டாத விவகாரங்களில் / தொழில்களில் இறங்கி, தங்களது சொத்தை இழந்த 8-ஆம் எண்காரர்கள் பலர் உண்டு.

மேலும் ஒரு தொழிலைச் செய்தால் கூட, இரவு பகல் பாராமல் உழைக்கும் பொறுமைசாலிகள் இவர்கள்தான். தன் குடும்பத்தைப் பற்றிக் கவலைப்படாமல் தாங்கள் தொழில் செய்யும் இடத்திலேயே எப்போதும் இருப்பார்கள்.

தாங்கள் செய்த தவறுகளை நினைத்து அடிக்கடி மனம் நொந்து கொள்வார்கள். பல சமயங்களில் ஒருவர் கஷ்டப்படுகிறாரே என்று அவருக்குப் பல உதவிகள் செய்வார்கள். அதன் மூலம் இவர்களுக்கு கஷ்டங்கள் வந்து சேரும். எனவே தகுதியறிந்து அடுத்தவர்களுக்கு உதவிசெய்யும் குணத்தை இவர்கள் வளர்த்துக் கொள்ள வேண்டும்.

பெருந்தன்மையான மனப்போக்கு உடையவர்கள். இவர்களுக்கு கடுமையான கஷ்டங்கள் கொடுத்த மனிதர்களையும், அவர்கள் மன்னிப்பு கேட்கும் பட்சத்தில், எளிதில் அவர்களை மன்னித்து விட்டு அவர்களுக்கு மீண்டும் உதவி செய்யவும் தயங்கமாட்டார்கள்.

அனாவசியமான பகட்டு, அலட்சியப் போக்கு இவர்களிடம் இருக்காது. இவர்களும் வேலைக்காரர்களுடன் வேலைக்காரராக மாறி எல்லாவற்றையும் செய்வார்கள். எனவே தொழிலாளர்களின் ஆதரவு இந்த எண்காரர்களுக்கு எப்போதும் உண்டு.

இவர்களது வாழ்க்கையில் அடிக்கடி மாற்றங்கள் வந்து கொண்டே இருக்கும். 30 வயதுக்கு மேல் ஏதாவதொரு தொழிலை புதிதாக மேற்கொள்ள வேண்டிவரும். அதன் மூலம் அவர்களது வாழ்க்கையில் பல முன்னேற்றங்கள் கிடைக்கும்.

உங்களது பிறந்த நாளின் எண்கள் 9 & 2 வந்தால், வாழ்க்கையில் பல போராட்டங்கள் ஏற்படும்.

இவர்களுக்கு சமய சந்தர்ப்பங்களுக்குத் தகுந்தாற்போல் பேசத் தெரியாது. தங்கள் மனதில் தோன்றியதை அப்படியே சொல்லி விடுவார்கள். எனவே இவர்களை அறியாமலேயே சில எதிரிகள் குடும்பத்திலும், தொழிலிலும் உண்டாகிவிடுகிறார்கள்.

இவர்களுக்கு மந்திர, தந்திரங்களில் நாட்டம் இருக்கும். பில்லி – சூனியம் போன்றவற்றில் சிலர் துணிந்து இறங்கி விடுகிறார்கள். இந்தக் குணத்தைத் தவிர்த்து விட வேண்டும். அதே சமயத்தில் பல அன்பர்கள் சிறந்த ஆன்மிகவாதிகளாகவும், தத்துவ மேதைகளாகவும் விளங்குவார்கள். முரண்பாடுகள் உள்ள குணங்களே இவர்களது தனிச்சிறப்பான அம்சமாகும். இவர்கள் பொதுவாக நீண்ட ஆயுள் பெற்றவர்கள்.

இந்த எண்களில் பலர் புரட்சியாளர்களாக இருப்பார்கள். தங்கள் கண் எதிரே அராஜகம் நடைபெறும் போது இவர்கள் முன்நின்று அவற்றை அடக்கி, சமூகத்தில் புரட்சிகரமான மாற்றங்களை ஏற்படுத்துவார்கள். எனவே சமூகத்தில் தலைமைப் பதவிகள் இவர்களைத் தேடிவரும்.

இவர்கள் தங்களைத் தனியாக நினைத்து வருத்தப்பட்டுக் கொண்டிருப்பார்கள். வீட்டிலும், வெளியிடத்திலும் மற்றவர்கள் இவர்களிடம் ஆதரவும், அன்பும் காட்டினாலும், ஏதோ உள்நோக்கம் இருக்கிறது என்றெண்ணி, கூட்டத்துடன் இருப்பதற்கு விரும்பமாட்டார்கள். யதார்த்தத்தைப் புரிந்து கொண்டு உண்மையான நண்பர்களை அடையாளம் கண்டு கொண்டு, தங்களது கலைகளைப் பகிர்ந்து கொள்ள வேண்டும். தங்களை எப்போதும் உற்சாகத்துடன் வைத்துக் கொள்ள முயற்சி செய்ய வேண்டும்.

இவர்கள் அமைதியாக இருப்பார்களே தவிர, கோழைகள் அல்லர். ஏதாவது விவகாரம் வந்தால் கடைசிவரை போராடிப் பார்த்து விடுவார்கள். தங்களை விளம்பரப்படுத்திக் கொள்வதில் ஆர்வமிருக்காது. இன்பமோ, துன்பமோ தாங்களே அனுபவிக்க வேண்டுமென விரும்புவார்கள்.

பிறர் செய்யக் கூடிய சிறிய தவறுகளையும் பொறுத்துக் கொள்ள மாட்டார்கள். எதுவாக இருந்தாலும், தாங்கள் அனுபவப்பட்ட பிறகே நம்புவார்கள்.

எந்த ஒரு செயலைச் செய்தாலும் மிகவும் மெதுவாகவும், நிதானமாகவும் செய்வார்கள். எனவே உயரதிகாரிகளால் அடிக்கடி பிரச்சினைக்கு உள்ளாவார்கள். சிறிய அவமானங்களைக் கூட மீண்டும் மீண்டும் நினைத்து வருந்திக் கொண்டே இருப்பார்கள்.

8–ஆம் எண்ணின் ஆதிக்கம் நன்கு அமைந்தவர்களுக்கு எப்படியாவது வாழ்க்கையில் முன்னேற வேண்டும் என்று தணியாத இலட்சியம் இருக்கும். தங்களுடைய வாழ்க்கையை சவாலாக எடுத்துக்கொண்டு, தீராத வெறியுடன் உழைத்து, வெற்றி பெற்று விடுவார்கள். 8–ஆம் எண்காரர்கள் எடுத்துக் கொள்ளும் காரியங்களுக்கு எதிர்ப்பும், முட்டுக்கட்டைகளும் ஏற்படும்.

இதனால் சிறிய காரியங்களையும் கஷ்டப்பட்டே முடிக்க வேண்டியதாக இருக்கும். இதுவே பிறகு சலிப்பாக மாறிவிடும்.

தங்களுக்குக் கொடுக்கப்பட்ட பொறுப்புகளை மிகவும் தீவிரமாக செய்து முடிப்பார்கள். இவர்கள் தங்களது உழைப்பினால்தான் தங்களுடைய அதிர்ஷ்டத்தை உருவாக்கிக் கொள்ள வேண்டும். 8–ஆம் எண்ணின் அமைப்பை கவனியுங்கள். இரண்டு பூஜ்யம் (0+0) இணைந்து (8) 8–ஆம் எண்ணாக உருவாக்கப்பட்டுள்ளது. தங்களது பிரச்சனைகளை மனோதிடத்துடன் சமாளித்து, வெற்றியை அடைய வேண்டும் என்பதை இது குறிக்கிறது. பூஜ்யத்திலிருந்து இராஜ்ஜியத்தை அடைவார்கள்.

இந்த எண்ணில் பெரும் கோடீஸ்வரர்களும், தொழில் அதிபர்களும், நாட்டுத் தலைவர்களும் இருக்கிறார்கள். அவர்களது வாழ்க்கையை ஆராய்ந்தால், அது அவர்களின் கடுமையான உழைப்பின் பலன்களாகத்தான் இருக்குமே தவிர, அதிர்ஷ்டத்தின் மூலம் முன்னேறினார்கள் என்ற நிலை இருக்காது.

தாழ்ந்த நிலையில் உள்ள இந்த எண்காரர்களுக்கு சரியான நீதி கிடைப்பதில்லை. மற்றவர்களின் அவமானங்களும், துரோகங்களுமே இவர்களை வருத்தும். எனவே இவர்களது வாழ்க்கையும் வருந்தத்தக்கதாக இருக்கும். எனவே பல அன்பர்கள் தெய்வத்தின் முன்பு முறையிட்டு நீதியைக் கேட்பார்கள்.

விதி எண்ணும் 8 ஆக வந்துவிட்டால் அனைத்து துன்பங்களையும் இந்தப் பிறவியிலேயே அனுபவித்து, பின்பு பெரும் சாதனைகளைப் படைத்து விடுகிறார்கள்.

இன்னும் சிலரது சாதனைகளை அவர்கள் உயிருடன் இருக்கும் வரை மக்கள் உணரமாட்டார்கள். அவர்கள் இறந்தவுடன் அவரின் அருமை தெரிந்து உலகம் கொண்டாடி மகிழும் (உம்) ஷேக் முஜிபுர் ரகுமான் (பங்களாதேஷ்).

தங்களது கருணை மனதாலும், உண்மையான சேவையாலும், கடுமையான உழைப்பினாலும் மக்கள் மனதைத் தங்கள் ஆயுட்காலத்திலேயே கவர்ந்தவர்களும் இந்த எண்காரர்கள்தான். எதையும் எதிர்பாராமல் மக்களுக்காக உழைப்பவர்கள் இவர்கள்தான். (உம்) M.G.R. இவர்கள் நீதி, தர்மம், நேர்மை போன்றவற்றில் மிகவும் நம்பிக்கை உடையவர்கள். தற்பெருமை கொண்டவர்களாகவும், புகழ்ச்சிக்கு மயங்குபவர்களாகவும் சிலர் இருப்பார்கள்.

மற்ற எண்காரர்களைவிட இவர்கள் கடுமையாக, தொடர்ந்து உழைத்தால்தான் வெற்றி பெற முடியும். ஆனால் மிகப் பெரும் வெற்றியையும் இந்த எண்தான் கொடுத்து விடுகிறது. 35 வயதுக்கு மேல்தான் 8–ஆம் எண்ணின் கடுமை குணம் மறைந்து, நன்மைகள் செய்யத் தொடங்குகிறது.

18–ஆம் எண்ணில் பெயர் அமைந்திருந்தால் வாழ்க்கையில் எதிர்பாராத போராட்டங்களையும், வீழ்ச்சிகளையும் சந்திக்க நேரிடும்.

இந்த எண்காரர்களில் பலர், வாழ்க்கையை வெறுத்து சாமியார்களாகவும் ஆகிவிடுகிறார்கள். எண்ணின் பலம் குறைந்தால் எத்துறையிலும் எதிர்ப்பும், ஏமாற்றமும், சூழ்ச்சியும், பொறாமையும் மிகுந்து காணப்படும். எவ்வளவு வெற்றிகள் வந்தாலும் வண்டு துளைத்த மாம்பழத்தைப் போல ஏதாவது கவலையோ, குற்ற உணர்வோ மனத்தை அரித்துக் கொண்டிருக்கும்.

வாழ்க்கையின் சோகத்தால் பாதிக்கப்பட்ட சில அன்பர்கள் சமூகத்தில் குற்றங்கள் (திருட்டு, கொலை, கொள்ளை) புரிந்து சிறையில் தவிக்க வேண்டிய நிலை உள்ளது. அதுமட்டுமின்றி இந்த எண்ணில் பிறந்த பலர் சிறைச்சாலைகளில் பணிபுரிகிறார்கள் என்பதும் கவனிக்கத்தக்கது.

எனவே இந்த எண்காரர்கள் இறைவனை நம்பி தங்களுக்கு வரும் பிரச்சினைகளால் துவண்டு விடாமல் கடுமையாக உழைத்தால் இவர்களும் நிச்சயம் மற்ற எண்காரர்களைப் போல் பிரகாசிப்பார்கள். கிரேக்கர்கள் இந்த எண்ணை 'நீதியின் கண்' என அழைத்தனர். இதற்கு இரண்டு கைகள் உண்டு. கிறிஸ்தவ மதமும் மூன்று எட்டுகள் (888) கொண்ட எண்ணை உலகத்தின் இரட்சகர் இயேசுவிற்கு உரியது என விளக்குகிறது.

சனியின் ஆதிக்கத்தில் 8, 17, 26 ஆகிய தேதிகளில் பிறந்தவர்களின் குணங்கள்

8-ஆம் தேதி பிறந்தவர்கள்

வாழ்க்கையில் நிறைய சாதனைகளைச் செய்ய வேண்டும், நிறையப் பணம் சம்பாதிக்க வேண்டும் என்ற எண்ணம் கொண்டவர்கள். தங்களது மனச்சாட்சிக்கு கட்டுப்பட்டவர்கள். மிகுந்த தெய்வபக்தி உள்ளவர்கள்.

நேர்மைக்குப் புறம்பான வழியில் பணம் சம்பாதிக்க விரும்பமாட்டார்கள். இவர்களுக்கு நல்ல நண்பர்கள் அமைவார்கள். அவர்களால் பல உதவிகள் கிடைக்கும். இவர்கள் அமைதியானவர்கள்.

வம்புச் சண்டைக்குப் போகாதவர்கள். ஆனால் வந்த சண்டையை விடமாட்டார்கள். சமூக சேவையில் நாட்டமுடையவர்கள். பொருளாதார வல்லுநர்களாகவும் விளங்குவார்கள். கடுமையான உழைப்பாளிகளாக விளங்குவார்கள். சமூகத்தில் நலிவுற்றவர்களைத் கைதூக்கி விடுவார்கள். ஆக்கப்பூர்வமான சிந்தனையாளர்கள். தொழில்துறைக் கல்வியில் நாட்டம் செல்லும்.

தாமதமாக திருமணம் நடக்கும். மற்றவர்களை நிர்வகிப்பதில் சிறந்தவர்கள். எந்தச் செயலை எடுத்தாலும் அதை முடிக்காமல் விடமாட்டார்கள்.

17-ஆம் தேதி பிறந்தவர்கள்

வாழ்க்கையில் பல போராட்டங்களைச் சந்திப்பவர்கள். இளமையில் வறுமையில் வாழ்ந்தாலும் பிற்காலத்தில் மிகவும் புகழ்பெற்று விளங்குவார்கள். இளமையிலேயே ஓர் இலட்சியத்தை ஏற்படுத்திக் கொண்டு, அதற்காக தங்களை வருத்திக் கொண்டு உழைப்பார்கள்.

வாழ்க்கையில் ஏராளமாகச் சம்பாதிக்க வேண்டும்; நிறையச் சொத்து சேர்க்க வேண்டும்; ஆடம்பரமாக வாழ வேண்டும் என்று விரும்புவார்கள். பணம் சம்பாதிக்க எந்த வழியையும், பின்பற்றத் தயங்கமாட்டார்கள். குறுக்கு வழிகளிலும் துணிந்து இறங்குவார்கள். இதனால் பல தண்டனைகளையும், துயரங்களையும் சந்திப்பார்கள்.

இவர்களுடைய முயற்சிக்கு நிச்சயம் பலன்கள் கிடைக்கும். இவர்கள் எதிர்பார்த்தது போலவே செல்வமும், வசதிகளும் வந்து சேரும். சமூகத்தில் பிரபலமாக விளங்குவார்கள். பொதுமக்களுக்கு சேவை செய்வதில் மிகுந்த ஆர்வம் உடையவர்கள்.

இவர்கள் சிக்கனத்தைக் கடைப்பிடிக்க மாட்டார்கள். தங்களைப் புகழ்பவர்களை இவர்களுக்கு மிகவும் பிடிக்கும். அவர்களுக்கு தம்மால் முடிந்த அளவு உதவுவார்கள். இவர்கள் அழுத்தமாக செயல்படுவார்கள். செயற்கரிய செயல்களைச் செய்து காட்டுவார்கள்.

கல்வி, குடும்பம், தொழில் ஆகியவற்றில் ஏதாவது மனக்குறையால் பாதிக்கப்படுவார்கள். உடல் சுகத்திற்கு மிகவும் முக்கியத்துவம் கொடுக்க மாட்டார்கள். தங்களுக்கு ஏற்படும் துன்பங்களைப் பற்றிக் கவலைப்படாமல், முன்னேற்றத்திலேயே குறியாக இருப்பார்கள்.

26-ஆம் தேதி பிறந்தவர்கள்

8–ஆம் தேதிகளில் மிகவும் கவலைப்படக்கூடிய எண்ணாக 26–ஆம் தேதி இருக்கிறது. வாழ்க்கையில் பல சோதனைகளையும், தடைகளையும் ஏற்படுத்தக் கூடியது. பெற்றோரை (ஒருவரை) இழத்தல், கல்வியில் தடை போன்றவற்றை பல அன்பர்கள் அனுபவிப்பார்கள்.

பிறரால் வீண்பழி சுமத்தப்படுவார்கள். பெரும் தொழில் மேதைகளாகவும், நிர்வாகிகளாகவும் பிற்காலத்தில் புகழ் பெறுவார்கள். பூர்வீக குடும்பச் சொத்துக்கள் விரயமாகும். தங்களைத் தனியாக நினைத்து வருத்திக் கொள்வார்கள்.

ஆனால் மற்றவர்களை அடக்கியாளும் தன்மையுள்ளவர்கள். தன்னம்பிக்கையும், தங்களது கொள்கையில் வேகமும் உடையவர்கள். கற்பனை சக்தியும், நகைச்சுவை உணர்வும் உண்டு.

குடும்பத்தில் அதிக கவனம் செலுத்தமாட்டார்கள். இவர்களுக்கு கவர்ச்சியான தோற்றமும், கம்பீரமும் அமைந்திருக்கும். காதல் விஷயத்தில் சிக்கலையே சந்திப்பார்கள். அனுபவ அறிவு அதிகம் பெற்று அதிகம் கற்றவர்களைப் போல் நடந்து கொள்வார்கள்.

பலவிதமான துன்பங்களுக்கு இடையில் படிப்படியாக முன்னேறுவார்கள். இவர்களுக்கு பல ஆசைகள் இருக்கும். ஆனால் எந்த ஆசையையும்

7, 16, 25 தேதியில் பிறந்தவர்கள் அதே எண்ணை உடையவர்களை மணக்கக் கூடாது. குடும்பத்தில் சுகம் குறையும், பிரிவுகள் அடிக்கடி ஏற்படும்.

சுலபத்தில் நிறைவேற்றிக் கொள்ள முடியாது. பிறந்த ஊரைவிட வெளியூரில்தான் புகழ் பெறுவார்கள். விதியானது வெளியிடங்களுக்குத் தள்ளிக் கொண்டு செல்லும்.

சனி காயத்ரி

ஓம் சம், ஸ்ரீம், ஹ்ரீம், ஐம், ஓம்

ஓம் சாயாத்மஜாய வித்மஹே!

நீல வர்ணாய தீமஹி

தன்ன ஸௌரி ப்ரசோதயாது!

11. செவ்வாயின் ஆதிக்கத்தில் பிறந்தவர்கள்
எண். 9 செவ்வாய் (MARS)

இந்த எண்ணில் பிறந்தவர்களின் பொதுப் பலன்கள்

ஒவ்வொரு மாதத்திலும் 9, 18, 27 ஆகிய தேதிகளில் பிறந்த அன்பரும், பிறந்த தேதியின் கூட்டு எண் 9 வரும் அன்பர்களும் அந்த எண்ணின் ஆதிக்கத்தின் கீழ் வருபவர்களாவார்கள். எடுத்த காரியத்தை முடிக்கும் ஆற்றல் உடையவர்கள். எதிர்ப்புகளை துவம்சம் செய்பவர்கள். ஒரு நாட்டிற்கும், வீட்டிற்கும் வெற்றியும், மகிழ்ச்சியும் இவர்களால்தான் உருவாக்கப்படுகின்றன. தங்களைச் சார்ந்துள்ளவர்களைப் பாதுகாப்பார்கள், தன் குடும்பத்தாரின் பிரச்சனைகளையும் தீர்த்து உதவுவார்கள்.

இவர்களின் பொதுவான குணங்கள்

தங்களது கருத்தை மற்றவர்கள் மீது திணிக்க முயல்வார்கள். மற்றவர்கள் தவறு செய்தால் தட்டிக் கேட்கத் தயங்கமாட்டார்கள். நலிந்தவர்களுக்கு மற்றவர்களால் பிரச்சனைகள் ஏற்பட்டால் அவர்களுக்காக வரிந்துகட்டிக் கொண்டு போராடுவார்கள்.

எனவே இயல்பாகவே இவர்களுக்கு எதிரிகள் ஏற்பட்டு விடுகிறார்கள். ஆனால் அதுபற்றி இவர்கள் கவலைப்படமாட்டார்கள். குறைவான நண்பர்களே அமைவார்கள்.

இவர்களுக்கு அதிக சிந்தனை செய்து மனதைக் குழப்பிக் கொள்வது பிடிக்காது. இவர்கள் செயலில் நம்பிக்கை உடையவர்கள். மனதிற்கு சரியென்றுபட்டால் எந்த மனிதரையும் எதிர்த்து நிற்பார்கள்.

இவர்களிடம் தன்மானம் அதிகமாக இருக்கும். மற்றவர்கள்தான் இவர்களிடம் விட்டுக் கொடுத்துச் செல்ல வேண்டியதாக இருக்கும். மற்றவர்கள் இவர்களை அலட்சியம் செய்தால் நிச்சயம் தட்டிக் கேட்கும் குணமுடையவர்கள்.

அவசர குணமும், முன்கோபமும் கொண்டவர்கள். இவர்களின் விருப்பங்களுக்கு இவர்களே எஜமானர்களாக இருப்பார்கள். அபாரத் துணிச்சல் உள்ளவர்கள். எனவே குடும்பத்தார் இவர்களை அனுசரித்துச் சென்றால் பிரச்சினையில்லை. இவர்கள் நாட்டைக் காக்கும் போர்வீரர்களாகவும், காவல்துறை அதிகாரிகளாகவும் வெற்றி பெறுவார்கள்.

வாழ்நாளில் பலமுறை காயங்களோ அல்லது உடலில் ஆபரேஷனோ நடக்கும். இந்த எண்ணில் பிறந்த குழந்தைகள் அடிக்கடி கீழே விழுந்து காயங்களால் பாதிக்கப்படுவார்கள். எனவே குழந்தைகளை கவனமாக வளர்க்க வேண்டும்.

> 4, 13, 22 ஆகிய இராகு ஆதிக்கமுள்ள தேதிகளில் (கூட்டு எண்கள் வந்தாலும்) திருமணம் செய்தால், பொருள் விரயம் வாழ்க்கையில் ஏற்படும்.

குடும்ப வாழ்க்கையில், குடும்பத்தாரிடம் வாக்குவாதம் செய்யத் தயங்க மாட்டார்கள். மிகச் சாதாரணமான விஷயங்களுக்கும், வீட்டில் பிரச்சனைகளை ஏற்படுத்துவார்கள்.

தங்களது சொந்த விஷயங்களில் மற்றவர்கள் குறுக்கிடுவதை விரும்பமாட்டார்கள். இவர்கள் சிறுவயதில் சிரமமான வாழ்க்கையை மேற்கொண்டாலும், தங்களது கடுமையான உழைப்பின் மூலம் விரைவில் முன்னேறி உயர்ந்தநிலையை அடைந்து விடுவார்கள்.

இவர்களிடம் ஏராளமான திறமை குவிந்திருக்கும். அத்துடன் கடுமையாக உழைக்கவும் தயங்கமாட்டார்கள். சோம்பலுடன் பொழுதைக் கழிக்க விரும்பமாட்டார்கள். இவர்கள் எந்தத் துறையில் ஈடுபட்டாலும் அதில் வேகமாக முன்னேறி விடுவார்கள்.

இவர்களிடம் திறமையுடன் விரைந்து செயலாற்றும் குணம் இருப்பதால், இவர்களது மற்ற குறைபாடுகளை யாரும் பெரிதாக பொருட்படுத்தமாட்டார்கள். இவர்கள் முரட்டுத்தனமாக செயல்படுவார்களே தவிர, அன்பிற்கு மிகவும் உருகுவார்கள். அன்பினால் இவர்களைக் கட்டுப்படுத்தி விடலாம். இவர்கள் மற்றவர்களிடம் உதவி கேட்கமாட்டார்கள். மற்றவர்களுக்கு முடிந்த உதவியைச் செய்வார்கள்.

பாரதியார் கவிதைகளில் சொன்னபடி மனம், தைரியம், ஆண்மை, ஞானம் அனைத்தும் ஒருங்கே நிறைந்தவர்கள்.

பணத்தைச் சம்பாதிப்பதிலும், அதைப் பாதுகாப்பதிலும் கவனமாக இருப்பார்கள். அனாவசியமாக செலவு செய்யமாட்டார்கள்.

இவர்கள் நேர்மையானவர்கள். குறுக்கு வழியில் சென்று பணம் சம்பாதிக்க விரும்பமாட்டார்கள். தங்களை நம்பியவர்களை ஒருபோதும் கைவிடமாட்டார்கள்.

தங்களுக்கு உதவி செய்தவர்களை எப்போதும் மறக்கமாட்டார்கள். மிகவும் நன்றியுடன் நினைத்துக் கொண்டிருப்பார்கள். அதேபோல் தங்களுக்குத் துரோகம் செய்தவர்களையும் மறக்கமாட்டார்கள். பழிவாங்கக் காத்திருப்பார்கள்.

புதிய கட்சிகள், சங்கங்களைத் தோற்றுவிப்பார்கள். ஆனால் இவர்களே அதன் தலைவராக இருக்கவேண்டும் என்று எண்ணுவார்கள். அவற்றின் நடவடிக்கைகள் தங்களுடைய கட்டுப்பாட்டில் இருக்க வேண்டுமென விரும்புவார்கள். அப்படி முடியாவிட்டால், அச்சங்கத்தையே கலைத்தும் விடுவார்கள்.

அன்பு, அனுசரணைக்கு ஏங்குவார்கள். ஆனால் அதை வெளிக்காட்டிக் கொள்ளமாட்டார்கள்.

வீண் ஆடம்பரத்தை விரும்பமாட்டார்கள். அவசியமானதை ஒதுக்கித் தள்ளிவிடமாட்டார்கள். எதையும் சீர்தூக்கிப் பார்த்து ஆராய்ந்து உண்மையை அறியும் ஆற்றல் பெற்றவர்கள்.

ஞாபகசக்தி அதிகமுடையவர்கள். சிறுவயது சம்பவங்களையும் மறக்காமல் நினைவில் வைத்திருப்பார்கள்.

எண்களின் பலன் குறைந்தவர்கள். முன்கோபம் அதிகம் கொண்டு தன் எதிரிகளை வெட்டு, குத்து, கொலை என்று மிரட்டுவார்கள். அவசரப்பட்டு செய்யவும் தயங்கமாட்டார்கள். மக்களை பணத்திற்காகவும், பெருமைக்காகவும் மிரட்டுவார்கள். சில பேர் தாதாக்களாக உருவெடுத்துவிடுகிறார்கள். இருட்டு, பேய், பிசாசு போன்றவற்றில் பயமில்லாதவர்கள்.

முழுத்திட்டத்தையும் தீட்டிக் கொண்டு, செயலில் ஈடுபடமாட்டார்கள். அப்போதைய நிலைமைக்கேற்ப, குறுகிய காலத்திட்டங்களைப் போட்டு செயலாற்றுவார்கள். ஆயினும் எந்த ஒன்றைச் செய்தாலும் திறமையுடன் செய்து முடிப்பார்கள்.

அரசாங்கச் சட்டங்கள் மற்றும் சமூகக் கட்டுத்திட்டங்களையும் மதித்து நடப்பார்கள்.

இவர்கள் பார்த்தவுடன் எளிதில் காதல் கொள்வார்கள். காதலில் வெற்றியும் பெறுவார்கள். ஆனால் குடும்பம் அமைந்த பிறகுதான் பிரச்சினைகளை அனுபவிப்பார்கள்.

ஒரு பொருளை அடைய விரும்பினால் முதலில் நேர்வழியில் முயற்சி செய்வார்கள். இல்லையெனில் மற்ற சாம, பேத தான, தண்டம் போன்ற வகைகளில் ஏதாவது ஒன்றைக் கடைப்பிடித்து, எப்படியும் அந்தப் பொருளை (அல்லது செயலை) அடைந்தே தீருவார்கள்.

உறவினர்கள், நண்பர்கள் மற்றும் இவர்களிடம் வேலை செய்யும் ஊழியர்கள் யாரேனும் துன்பத்தில் இருப்பதாக அறிந்தால் தம்மால் இயன்ற உதவிகளைச் செய்வார்கள். பொருள் உதவியும் செய்யத் தயங்க மாட்டார்கள். ஆனால் பின்பு அவற்றை வசூலும் செய்து விடுவார்கள்.

இவர்கள் அடிக்கடி பிரயாணம் செய்ய விரும்புவார்கள். புதிய இடங்களைப் பார்ப்பதிலும், இயற்கைக் காட்சிகளைப் பார்ப்பதிலும், வெளிநாடுகளுக்குச் செல்வதிலும் மிக்க ஆர்வமுடன் இருப்பார்கள். தொழில் நிமித்தமாக வெளிநாடுகளுக்குச் சென்று அங்குள்ள புதிய வழிமுறைகளை அறிந்து வருவார்கள். அதை உடனே தம் தொழிற்சாலையில் செயல்படுத்தியும் விடுவார்கள்.

நட்பிற்கு மிகவும் மரியாதை கொடுப்பார்கள். குறைந்த அளவே நண்பர்கள் இருந்தாலும், அவர்களுக்கு அனைத்து உதவிகளையும் செய்வார்கள். வீண் பேச்சு பேசுவதையும், வெட்டிப் பேச்சையும் வெறுப்பார்கள்.

5, 14, 23 ஆகிய புதன் ஆதிக்கமுள்ள தேதிகளில் (கூட்டு எண்ணாக வந்தாலும்) திருமணம் செய்தால் குழந்தை பாக்கியம் குறையும், திடீர் சரிவுகள் வாழ்க்கையில் உண்டாகும்.

இவர்களுக்கு முன்னோரின் சொத்து கிடைக்கும். சுயமாகச் சம்பாதித்து மேலும் பல சொத்துக்களை வாங்குவார்கள்.

தொழில் சம்பந்தமான நூல்களையும், தன்னம்பிக்கை நூல்களையும் வாங்கிப் படிப்பார்கள். தொழிலின் அபிவிருத்தி குறித்து எப்போதும் சிந்திப்பார்கள்.

யார் தவறு செய்தாலும் உடனே சொல்லிக் காட்டுவார்கள். இதனால் ஏற்படும் விளைவுகளைப் பற்றிக் கவலைப்படமாட்டார்கள். இவர்கள் வயதான காலத்திலும் சுறுசுறுப்பாக வேலை செய்வார்கள். எந்த வேலையைச் செய்தாலும் சிறப்பாகவும், விரைவாகவும் செய்ய வேண்டும் என்ற கொள்கையை உடையவர்கள்.

இரவில் அதிக நேரம் விழித்திருந்து வேலைகளைச் செய்வார்கள். நடந்து செல்வதில் பிரியம் உள்ளவர்கள். வேகமாய் நடப்பதிலும், வேகமாக வண்டிகளை ஓட்டுவதிலும் நிபுணர்கள்.

விஞ்ஞானம், பொறியியல், கணிதம் போன்ற துறைகளில் நல்ல பயிற்சியும், ஞானமும் இருக்கும். மருத்துவத் துறையிலும் சிறந்த அறுவை சிகிச்சை நிபுணர்களாகப் புகழ் பெறுவார்கள். தெய்வத் திருப்பணிகள் செய்தல், கல்விக்கூடங்களைக் கட்டுதல் போன்றவற்றில் மனப்பூர்வமாக ஈடுபடுவார்கள்.

குடும்ப வாழ்க்கையில் பங்காளிகள், உறவினர்கள் மற்றும் மனைவியின் குடும்பத்தாருடன் ஏதாவது சச்சரவுகளும், சண்டைகளும் ஏற்படும்.

இவர்கள் எப்போதும் உற்சாகமாக இருப்பார்கள். அயராது உழைப்பதில் தான் இவர்களுக்கு திருப்தியும் நிம்மதியும் கிடைக்கும். தம் காலம் முழுவதும் உழைத்துக் கொண்டும், ஊர் சுற்றிக் கொண்டும் இருப்பார்கள். சிறந்த நிர்வாகிகளாகவும் இருப்பார்கள். தேவைப்படும் போது, கௌரவம் பார்க்காமல் எந்த வேலையையும் செய்து முடிப்பார்கள்.

செவ்வாய் ஆதிக்கத்தில் 9, 18, 27 தேதிகளில் பிறந்தவர்களுக்கான பலன்கள்:

9-ஆம் தேதி பிறந்தவர்கள்

ஆற்றலும் வலிமையும் மிக்கவர்கள். இவர்கள் உழைப்பை பெரிய காரியங்களுக்குப் பயன்படுத்திக்கொண்டால் பெரிய வெற்றிகளை அடையலாம். சிறிய திட்டங்களிலும், சிறிய விஷயங்களிலும் ஈடுபட்டு வெற்றிகளைக் குவிப்பார்கள் என்றாலும் இவர்கள் பெரிய திட்டங்களை அமைத்து செயல்பட்டால்தான் வாழ்க்கையில் பல சாதனைகளைச் செய்ய முடியும்.

ஏராளமாகப் பேசிச் சம்பாதிப்பார்கள். தங்களுக்கு வரும் கடுமையான எதிர்ப்புகளைச் சமாளித்து வெற்றி பெறுவார்கள். ஸ்திர சொத்துக்கள் விருத்தி உண்டாகும். அரசாங்கம் மற்றும் அரசியலில் ஈடுபாடு உடையவர்கள்.

அவற்றில் அனுபவமும், வெற்றியும், இலாபமும் அடைவார்கள். எல்லாரையும் அடக்கியாளும் திறமை பெற்றவர்கள். பிடிவாதம், கோபம், விடாமுயற்சி, வைராக்கியம் ஆகியவை இருக்கும்.

18-ஆம் தேதி பிறந்தவர்கள்

மற்ற இரு தேதிகளை விட இது சுமாரானதுதான். வறட்டுப் பிடிவாதமும், விட்டுக் கொடுக்காத தன்மையும் நிறைந்திருக்கும். இவர்களது வாழ்க்கை 13-ஆம் தேதியில் பிறந்தவர்களைப் போன்றே மிகவும் போராட்டமாக இருக்கும். நியாயமான தேவைகளுக்கும், சிலவகை உரிமைகளுக்கும்கூடப் போராட வேண்டியதிருக்கும்.

தங்களுக்கு ஆகாதவர்களை சமயம் பார்த்து பழி தீர்த்துக் கொள்வார்கள். எதிரிகளால் இவர்களின் முன்னேற்றம் பாதிக்கப்படும். திருமணம், தொழில் போன்ற விஷயங்கள் தாமதமாகும். கட்டப்பஞ்சாயத்து நடத்தி பிரச்சனைகளில் சமாதானம் செய்து வைக்கும் ஆற்றல் உடையவர்கள்.

மற்றவர்களின் எச்சரிக்கையைப் பொருட்படுத்தமாட்டார்கள். இதனால் தோல்விகள்தான் மிஞ்சும். எதிலும் அவசரப்படுவார்கள். இவர்கள் போடும் திட்டங்களில் பல குழப்பங்கள் இருக்கும். இவர்களால் எதையும் சாதிக்க முடியும். தங்களது கோபத்தையும், அவசரத்தையும் விட்டு பொறுமையைக் கடைப்பிடித்தால் நிச்சயம் வெற்றி பெறலாம்.

27-ஆம் தேதி பிறந்தவர்கள்

மற்ற 9-ஆம் தேதிகளில் பிறந்தவர்களை விட அதிர்ஷ்டமிக்கவர்கள். மிகப் பெரும் அறிவாளிகளாகவும், இராஜதந்திரிகளாகவும் விளங்குவார்கள். சமூகத்தில் நல்ல செல்வாக்கு வந்து சேரும்.

இவர்களும் போராடுவதற்குச் சற்றும் தயங்கமாட்டார்கள். போராடி பல வெற்றிகளையும் அடைவார்கள்.

வாழ்க்கையில் கிடைக்கும் சந்தர்ப்பங்களை நன்கு பயன்படுத்தி வெற்றி பெறுவார்கள். அடக்கம் பணிவு, அமைதி போன்ற குணங்கள் இவர்களிடம் இருக்கும். 9, 18 ஆகிய தேதிகளில் பிறந்தவர்களிடம் இவற்றை எதிர்பார்க்க முடியாது.

எந்தப் பிரச்சினைகளையும் அமைதியாய் அவசரப்படாமல் நிதானமாக அணுகுவார்கள். பெரும் சாதனைகளை எளிதில் செய்து முடிப்பார்கள். அறிவும், ஆற்றலும் நிரம்பியவர்கள். பொதுநலச் சேவைகளில் ஈடுபடுவார்கள்.

இவர்களின் யோசனைகள் தகுந்த வெற்றி பெறும்வரை அயராமல் உழைப்பார்கள். உயர்வான எண்ணமும், உயர்ந்தநிலையை அடைய வேண்டும்

நீங்கள் வசிக்கும் ஊரின் பெயர் எண்ணும், உங்களுக்கு நன்மையாக இருக்கும் பட்சத்தில், முன்னேற்றம் நன்கு அமையும்.

என்ற நோக்கமும் உடையவர்கள். எதிலும் சுதந்திர மனப்பான்மையுள்ளவர்கள். நடைப்பயணம், சைக்கிள் ஒட்டுதல், உலகம் சுற்றுதல் போன்றவற்றில் ஆர்வத்துடன் ஈடுபடுவார்கள்.

செவ்வாய் காயத்ரி

ஓம் க்லீம் ஐம் க்ரோம் க்ஷம் ஹ்ரீம்
ஓம் தராத் மஜாய வித்மஹே!
பௌம ஸூராய தீமஹி
தன்னோ அங்காரஹ ப்ரசோதயாது!!

12. உங்களது பிறந்த தேதி எண்களும் பலன்களும்

(சூரியன் மற்றும் சூரியனின் ஆதிக்கம்)

பிறவி எண். 1 : விதி எண். 1 (சூரியனின் ஆதிக்கம் அதிகம் நிறைந்தவர்கள்)

இவர்கள் அழகிய தோற்றத்தினர். அதிக உஷ்ணமான உடல்நிலையை உடையவர்கள். இந்த வெப்பத்தின் காரணமாக இவர்கள் கண்கள் சிறிது சிவந்து காணப்படும்.

வாழ்வில் முன்னேற்றமடைய வேண்டும் என்பதிலேயே குறியாய் இருக்கும் இவர்கள், அதற்காகப் புதிய புதிய வழிமுறைகளைச் சிந்தித்த வண்ணமே இருப்பர். இந்த எண்ணின் ஆதிக்கத்தில் பிறந்தவர்களில் பலர் அரசுப் பணிகளில் இருப்பார்கள். அரசுடன் சம்பந்தப்பட்ட வேலைகளில் இருப்பார்கள்.

சிலர் அரசியல்வாதிகளாகவும் இருப்பார்கள். சிலர் நெருப்பு தொடர்பான உணவகத்தின் அதிபராயிருந்து பொருளீட்டுவார்கள். சிலருக்கு இரும்புத் தொழில், மின்துறை ஆகியனவும் அமைவதுண்டு. சிலர் ஆசிரியத் தொழிலை மேற்கொள்வார்கள். மருத்துவத்துறையிலும் பலருக்கு ஆர்வம் இருக்கும்.

இவர்கள் மனதில் எப்போதும் நேர்மை குடியிருக்கும். போலித்தனமான நபர்களை இவர்கள் இனங்கண்டு புறக்கணித்து ஒதுக்கி விடுவார்கள். பல நல்ல நண்பர்களும் இனிய வாழ்க்கையும் இவர்களுக்கு அமைந்து மன நிறைவைத் தரும். குழந்தைகளிடம் பாசம் மிக்கவர்களாக இவர்கள் காணப்படுவார்கள்.

நண்பர்களின் தேவையறிந்து இவர்களே வலியச் சென்று உதவுவார்கள். இயற்கை எழில் சூழ்ந்த இடங்களைக் கண்டு மகிழும் மனம் கொண்ட இவர்கள், அடிக்கடி அதற்கான பயணங்களையும் மேற்கொள்வார்கள். தேசபக்தி, குடும்பப்பற்று ஆகியவற்றில் மிகுந்த ஈடுபாடுள்ளவர்கள். வாகனங்களின் பேரில் அளவற்ற பிரியங்கொண்டவர்கள்.

பொருள் சேர்ப்பதிலுங்கூட, நேர்மையையே கடைப்பிடிப்பார்கள். தீயவழிகளில் வருவதானால் அதை வெறுக்கவும் கூடியவர்கள். இவர்கள் மீது மற்றவர்கள் எப்போதும் அதிக மதிப்பும் மரியாதையும் காட்டுவார்கள். பொதுக்காரியங்களில் ஈடுபாடு உடையவர்கள்.

நீங்கள் வசிக்கும் ஊரின் பெயர் எண் எதிரிடையாக இருக்கும் பட்சத்தில், அந்த ஊரில் இருக்கும் வரையிலும் உங்களுக்கு முன்னேற்றம் உண்டாகாது.

இந்த எண் ஆதிக்கத்தினருக்கு உஷ்ணம் தொடர்பான நோய்கள் வர வாய்ப்புண்டு. உஷ்ணக்கட்டிகள், ரத்த அழுத்தம், கண்நோய், இதயநோய், மூலவியாதி போன்றவற்றால் தொல்லைகள் ஏற்படக்கூடும். இவர்கள் உணவில் கீரை வகைகளை அடிக்கடி நிறையச் சேர்த்துக் கொள்வது நலம். இயல்பாகக் குளிர்ச்சியானவற்றையும் சேர்த்துக் கொள்ளலாம்.

கலை உள்ளம் படைத்த இவர்களுக்கு நல்ல நண்பர்கள் கிடைப்பார்கள். இவர்கள் காதல் வசப்படுபவர்கள் என்றாலும் தனது கௌரவம் பாதிக்கப்படும் போது திருமண வாழ்க்கையை அமைத்துக் கொள்வர். இவர்கள் மிகவும் நாணயமாக நடந்து கொள்வார்கள். பலருக்குத் தலைவராக இருக்கவும் வாய்ப்பு உண்டு. இவர்கள் அடிக்கடி தம் வாகனங்களை மாற்றிக் கொண்டிருப்பார்கள்.

1.	பெயர் அமைக்க வேண்டிய எண்கள்	14, 15, 23, 24, 27, 32, 41, 45, 50
2.	அதிர்ஷ்டத் தேதிகள் / எண்கள்	1, 5, 6, 9
3.	அதிர்ஷ்டக் கற்கள்	மாணிக்கம், ஸ்டார் ரூபி
4.	அதிர்ஷ்ட நிறங்கள்	மஞ்சள், வெளிர் சிவப்பு
5.	தவிர்க்கும் நிறங்கள்	கறுப்பு
6.	தவிர்க்கும் எண்கள்	8

❋❋❋

பிறவி எண். 1 : விதி எண். 2 (சூரியன் மற்றும் சந்திரன் ஆதிக்கம்)

இவர்கள் அழகான தோற்றம் உடையவர்கள், நடுத்தர உயரமுள்ளவர்கள். இவர்கள் வாழ்வில் அடிக்கடி சங்கடங்களும், சஞ்சலங்களும் இருந்து கொண்டிருக்கும். சந்திரனின் தோற்றம் வளர்பிறை நாள்களில் வளர்ந்து வருவதும், தேய்பிறை நாள்களில் குறைந்து வருவதும் போல இந்த எண்ணின் ஆதிக்கத்தின் கீழ் பிறந்தவர்களின் வாழ்விலும் உயர்வும் தாழ்வும் மாறி மாறி வரும். 30 வயதுக்கு மேல் மிகுந்த திட்டமிட்டு வாழ்க்கை நடத்த வேண்டும்.

ஒரு மாதத்தில் 15 நாள்களில் எந்தக் காரணமும் இல்லாமலே சோர்ந்து போய்க் காணப்படுவார்கள். தமக்கு ஏதோ ஒரு கெடுதல் நேரப்போகிறது என்று தமக்குத் தாமே கற்பனை செய்து கொண்டு நிம்மதி இழந்தவர்களைப் போலக் காணப்படுவார்கள். அடுத்த 15 நாள்களில் மிகவும் உற்சாகமாய் இருப்பார்கள்.

உடல் வலிமையுடன் காணப்படும் இவர்களின் உள்ளத்தைப் பொறுத்தவரை, பலவீனர்கள் என்றே சொல்லலாம். மிகச் சாமர்த்தியமாக ஒரு வேலையை முடித்து விட்டதாக எண்ணிப் பெருமைப்படும் இவர்கள், ஒருவேளை அந்த வேலை தோல்வியைக் கண்டுவிட்டால் அதை வெளியில் சொல்லிக் காட்டிக் கொள்ளாமல் பூசி மழுப்புவார்கள். தினமும் தியானம் செய்து வருவது மன ஆற்றலைத் தரும்.

இவர்களில் பெரும்பாலானவர்களுக்கு அரசு உத்தியோகம் அமையும். சிலர் மின்சாரம் தொடர்பான தொழில்களிலும் சிலர் நெருப்பு தொடர்பான தொழில்களிலும் ஈடுபட்டிருப்பார்கள். சிலர் பெண்களுக்குத் தேவையான அழகிய ஆடம்பரப் பொருள்களை வியாபாரம் செய்பவர்களாக இருப்பார்கள். பொருள் போக்குவரத்து செய்வதன் மூலம் சிலர் லாபம் சம்பாதிப்பார்கள்.

இந்த எண்ணின் ஆதிக்கத்தில் பிறந்தவர்களுக்குச் சிறு சிறு உடல் உபாதைகள் தோன்றும். தலைவலி, பல்வலி, வயிற்றுவலி போன்றவை அவ்வப்பொழுது தலை காட்டி நீங்கும். பலவீனம் காரணமாக சிறு பிரச்சனைகள் தோன்றி மருத்துவச் செலவுகளுக்கு வழிவகுக்கும்.

தான் கெட்டிக்காரத்தனமாக இருப்பதாக எண்ணிக்கொண்டு, பல சமயம் ஏமாந்து விடுவார்கள். உத்தியோகத்தில் இருந்தால் மேலதிகாரிகளால் சில தொந்தரவுகள் ஏற்படலாம். தொழில் செய்வதாயிருந்தால், தொழிலில் அடிக்கடி குழப்பங்கள் வரும். சமாளிப்பது அவசியம்.

இவர்கள் பெண்கள் விஷயத்தில் நிதானமாகவும், முன் எச்சரிக்கையாகவும் நடந்து கொள்ளுதல் வேண்டும்.

1.	பெயர் அமைக்க வேண்டிய எண்கள்	10, 14, 15, 19, 23, 24, 32, 33, 41, 42, 46, 50
2.	அதிர்ஷ்டத் தேதிகள் / எண்கள்	1, 5, 6, 7
3.	அதிர்ஷ்டக் கற்கள்	மாணிக்கம், முத்து MOONSTONE
4.	அதிர்ஷ்ட நிறங்கள்	மஞ்சள், வெள்ளை, வெளிர் பச்சை, வெளிர் நீலம்
5.	தவிர்க்கும் நிறங்கள்	கறுப்பு, சிவப்பு
6.	தவிர்க்கும் எண்கள்	8, 9

***

பிறவி எண். 1 : விதி எண். 3 (சூரியன் மற்றும் குருவின் ஆதிக்கம்)

அமைதியின் வடிவம் இவர்கள், அன்புள்ளம் கொண்டவர்கள். தேனீயைப் போன்ற சுறுசுறுப்பு எப்போதும் இவர்களிடம் குடியிருக்கும், சுமாரான உயரத்துடன், சுருட்டை முடியும், சற்று நீண்ட புருவங்களையும் கொண்ட தோற்றத்தில் காணப்படுவார்கள். ஓரளவு ஆளுமையும், சுயகௌரவமும் உடையவர்கள்.

ஒருவர் இவர்களைச் சந்திக்க வரும்போதே அவர்களது வருகையின் நோக்கத்தைப் புரிந்து கொள்ளும் ஆற்றல் இவர்களுக்குண்டு. எந்தச் செயலையும் நிதானமாகச் செய்து முடிக்கும் இவர்கள் அந்தச் செயலின்

5, 6 எண்களில் குழந்தை பிறந்தால், அந்தக் குடும்பத்தாருக்கு நல்ல முன்னேற்றம் உண்டாகும்.

சாதக, பாதகங்களை முன் கூட்டியே கணித்தறிந்து அதில் ஈடுபடுவதால், பெரும்பாலும் எதிலும் வெற்றியே பெறக் கூடியவர்கள்.

சற்று அழுத்தமான நபர்கள் இவர்கள். மற்றவர்கள் பலரும் இவர்களுக்கு மரியாதை கொடுத்து அன்பாகவே பேசினாலும், இவர்கள் மனதில் என்ன இருக்கிறது என்பது எளிதாக வெளிப்பட்டுவிடாது. இவர்கள் குடும்பத்தினரே கூட இவர்களைப் புரிந்து கொள்வது சிரமந்தான். எதையும் தர்க்கமாகச் சிந்தித்த பிறகே பேசுவார்கள். செயலிலும் ஈடுபடுவார்கள். ஆனால் இறுதியில் வெற்றியே இவர்களது குறியாய் இருக்கும்.

குடும்ப வாழ்க்கையைப் பொறுத்தவரை ஒத்துழைப்புள்ள இனிய வாழ்க்கைத்துணை அமைந்துவிடும். நிலம், வீடு, வாகன வசதிகளைப் பெற்றுச் செழிப்பான சிறப்பான வாழ்க்கையைப் பெற்றிருப்பார்கள். பிறரிடம் சாமர்த்தியமாகவும் சமயோசிதமாகவும் பேசியும், நடந்தும் வேலை வாங்கும் ஆற்றல் கொண்ட இவர்கள், நிதானத்துடன் படிப்படியாக முன்னேறி, வாழ்வில் உயர்ந்த நிலையை எட்டிப் பிடிப்பார்கள்.

இந்த எண்ணின் ஆதிக்கத்தில் பிறந்தவர்கள் நெருப்பு தொடர்பானதும், உணவுப் பொருள்கள் தொடர்பானதுமான தொழில்களில் வெற்றியும் முன்னேற்றமும் அடையக்கூடிய அமைப்புள்ளதால் பால்பண்ணை, கோழிப்பண்ணை, உணவகங்கள், கால்நடைகளை வாங்குதல், விற்பனை செய்தல் போன்றவையும் வெற்றியைத் தரும்.

இவர்கள் கணிதத்துறையில் வல்லவர்களாக விளங்கக்கூடிய வாய்ப்புள்ளதால், இவர்களில் சிலர் ஜோதிடம், தத்துவப் பிரசாரங்கள், வானிலை ஆய்வு போன்ற துறைகளில் ஈடுபட்டால் பிரகாசமடைவார்கள்.

இந்த எண்ணின் ஆதிக்கத்தில் பிறந்தவர்களுக்கு உஷ்ணத்தால் அடிக்கடி காய்ச்சல், பேதி ஆகிய தொல்லைகள் ஏற்படக்கூடும். தோலில் அரிப்பு, தடிப்பு போன்றவையும் ஏற்படலாம். மற்றபடி பெரிதாக பாதிப்பு ஏற்படும் வாய்ப்பு குறைவு எனலாம்.

இவர்களிடம் உள்ள ரகசியத்தை யாராலும் தெரிந்து கொள்ள முடியாது. இவர்கள் வாழ்க்கையில் உயர்ந்த நிலையை அடைவர். மற்றவர்களின் பாராட்டுக்களை அதிகம் எதிர்பார்ப்பார்கள்.

சிலர் அரசியல்வாதியாகவும், சிலர் அரசாங்க ஊழியராகவும் இருப்பர். ஆராய்ச்சி மனப்பான்மை கொண்ட இவர்களில் சிலர் ஜோதிடம், வானிலை, கணிதம், தத்துவம் ஆகியவை பற்றி ஆராய்ச்சி செய்வர்.

1.	பெயர் அமைக்க வேண்டிய எண்கள்	14, 19, 23, 27, 32, 37, 41, 45, 50
2.	அதிர்ஷ்டத் தேதிகள் / எண்கள்	1, 3, 5, 9
3.	அதிர்ஷ்டக் கற்கள்	மாணிக்கம், ஸ்டோர் கனகபுஷ்பராகம், புஷ்பராகம்
4.	அதிர்ஷ்ட நிறங்கள்	மஞ்சள், கத்தரிப்பூ நிறம், ரோஸ்
5.	தவிர்க்கும் நிறங்கள்	பச்சை, கறுப்பு
6.	தவிர்க்கும் எண்கள்	6, 8

***

பிறவி எண். 1 : விதி எண். 4 (சூரியன் மற்றும் இராகு ஆதிக்கம்)

இவர்கள் நடுத்தரமான உயரத்துடன், கம்பீரமான உருவத்தைப் பெற்றவர்கள். அறிவாற்றல் மிக்கவர்கள், தன் எழுத்தாலும் பேச்சாலும் மக்களின் அறியாமையைப் போக்கி சீர்திருத்த வேண்டும் என்ற விருப்பமுடையவர்கள். பிறர் பேசுவதைப் பொறுமையாகக் கேட்டுக் கொண்டிருப்பது இவர்களால் இயலாது. தன் மனதில் தோன்றியதை வெடுக்கென்று பேசி விடுவார்கள்.

எதையுமே பிறர் சொல்வதைச் சரி என்று ஏற்றுக் கொள்ளாத இவர்கள், தம் மனதுக்குச் சரி என்று தெரிந்தால்தான் எதையும் நம்புவார்கள். தமக்குச் 'சரி' என்று தோன்றாத விஷயத்தில் தலையிட்டு யாருக்கும் சங்கடம் ஏற்படவைக்க இவர்கள் சிறிதும் விரும்பமாட்டார்கள். படிப்பதில் ஆர்வம் உடைய இவர்கள் கற்பனைக் கதைகள், ஆன்மிக விஷயங்கள், ஜோதிடம் போன்ற புத்தகங்களை விரும்பிப்படித்துப் பல்வேறு தகவல்களைச் சேகரித்து வைத்துக் கொள்ளும் பழக்கமுள்ளவர்கள்.

இவர்களுள் சிலர் புத்தகங்கள் படிப்பதில் மட்டுமின்றி, பேசுவதிலும் ஈடுபாடுள்ளவர்கள் என்பதால் அரசியல் மேடைகளில் உரையாற்றுபவர்களாக விளங்குவார்கள். எனினும் போலித்தனத்தை வெறுத்து நேர்மையாகவே வாழ விரும்புவார்கள். வாகனங்கள் ஓட்டுவதில் பிரியமுள்ளவர்கள்.

இவர்களுள் சிலர் அரசுத்துறை உத்தியோகத்தில் இருந்துகொண்டே, தொழிலும் செய்து கொண்டு இரட்டை வருமானத்தைப் பெறுபவர்களாக இருப்பார்கள். சம்பாதிக்கும் பணத்தைச் சேமிப்பில் கவனமாக வைக்க வேண்டும்.

இப்படி இருவழிகளில் வருமானம் வந்து இனிமையான இல்வாழ்க்கையும் அமைந்திருந்தாலும் கூட, இவர்கள் மனம் எதையோ இழந்துவிட்டதைப் போல எண்ணி அசைபோட்டுக் கொண்டிருக்கும். பொருளாதார விஷயத்தில் நேர்மை தவறாமல் நடந்து கொள்ளும் இவர்களைப் பலரும் பாராட்டுவார்கள். அதே வேளையில் சில நேரங்களில் பிறருக்கு வலியச்சென்று உதவப்போய் கையைச்

உங்களது பெயர் எண்ணின் கிரகம் அதிர்ஷ்டமானதாகவும், ஜாதகத்திற்கு யோகாதிபதியாகவும் இருந்தால் நீங்கள் கோடீஸ்வரராகலாம்.

சுட்டுக்கொள்ளும் அனுபவங்களையும் பெற நேரும். காரணமின்றி இவர்களைப் புகழ்கிறார்கள் என்றால், விரைவில் அவர்கள் இவர்களது காலை வாரிவிடத் திட்டமிடுகிறார்கள் என்பதை இவர்கள் புரிந்து கொள்வது நலம்.

மேலும் இந்த எண்ணின் ஆதிக்கத்தில் பிறந்தவர்களில் பெரும்பாலானவர்களுக்கு உஷ்ணம் தொடர்பான நோய்கள் அடிக்கடி தொல்லை தரும். இரத்த அழுத்தம், வாயு தொடர்பான நோய், மூலநோய் போன்றவையும் சிலருக்கு ஏற்படும். சிலருக்கு சிறுவயதிலேயே பார்வைக்குறைவு ஏற்பட்டு கண்ணாடி அணிய நேரும்.

இவர்கள் பிறர் என்ன சொன்னாலும், தன் மனதிற்குச் சரி என்று தெரிந்தால்தான் அதில் ஈடுபடுவர். நண்பர்களிடம் மிகுந்த அன்பு கொண்டவர்கள்.

தனக்கு ஒருவனைப் பிடிக்கவில்லை என்றால் உடனே விலகி விடுவார்கள். ஆனால் புறம் பேசமாட்டார்கள். இவர்கள் மிகுந்த புத்திசாலிகளாக இருப்பர். இவர்கள் எப்போதும் எதையேனும் சிந்தித்த வண்ணம் இருப்பர். பண விஷயத்தில் நாணயம் உண்டு.

1.	பெயர் அமைக்க வேண்டிய எண்கள்	14, 15, 19, 23, 24, 27, 32, 33, 37, 41, 42, 46, 50
2.	அதிர்ஷ்டத் தேதிகள் / எண்கள்	1, 5, 6, 9
3.	அதிர்ஷ்டக் கற்கள்	மாணிக்கம், கோமேதகம்
4.	அதிர்ஷ்ட நிறங்கள்	முஞ்சள், வெளிர்நீலம், வெளிர்பச்சை
5.	தவிர்க்கும் நிறங்கள்	கறுப்பு, ஆழ்ந்த சிவப்பு
6.	தவிர்க்கும் எண்கள்	7, 8

✸✸✸

பிறவி எண். 1 : விதி எண். 5 (சூரியன் மற்றும் புதன் ஆதிக்கம்)

சுமாரான உயரமும் ஓரளவு பருமனும் கொண்ட இவர்கள் எப்பொழுதும் ஏதாவதொரு பணியில் ஈடுபட்டு சுறுசுறுப்பாக இயங்கிக் கொண்டிருப்பார்கள். எடுத்த பணியை முடிக்கும் வரை உணவைக் கூட ஒதுக்கி வைக்கத் துணிந்தவர்கள். இவர்கள் எந்த நேரத்தில் என்ன செய்கிறார்கள் என்பதை யாராலும் ஊகிக்க முடியாது. ஓடியோடிப் பாடுபடும் இவர்கள் தாம் அணிந்திருக்கும் அழுக்காடைகளை மாற்ற வேண்டும் என்பதில் கூட மனதைச் செலுத்தமாட்டார்கள். கருமமே கண்ணாயினார் என்ற வரிக்கு இவர்களே முழு இலக்கணமாகத் திகழ்பவர்கள் எனலாம்.

திறமையும், அன்பும் கொண்டவர்களை மனதார மதித்து அவர்களுக்கு உதவி புரிய முன்வரும் இவர்கள், யாருக்கும் கீழ்ப்படிந்து நடக்கமாட்டார்கள். நல்லவனுக்கு நல்லவன், கெட்டவனுக்குக் கெட்டவன் என்ற மொழிக்கேற்ப இவர்களை யாராவது எதிர்த்து நடந்து கொண்டால், அவர்களுக்குப் பாடம்

புகட்டித் தமக்கு அடிமையாக்க வேண்டும் என்று துடிப்பார்கள். ஆனால் அப்படி எதிர்த்தவர்களே இவர்களை தேடி வந்தார்களானால், உடனே அவர்களின் தவறுகளை மன்னித்து மறந்து விடுவார்கள்.

நண்பர்களின் சேர்க்கை இவர்களுக்கு அதிகமுண்டு. ஆயினும் அவர்களால் புரிந்துகொள்ள முடியாத நபராகவே இவர்கள் விளங்குவர். பலரிடமும் நல்லவர் என்ற பெயரை வாங்கும் இவர்கள், சிலருக்குக் கெட்டவராகவே தோன்றுவர்.

குடும்பத்தைப் பொறுத்தவரை நல்ல பண்புள்ள வாழ்க்கைத் துணையே அமையும் என்றாலும், காதல் உணர்வு அலைமோதும் சலன உள்ளத்தைப் பெற்றவர்கள். அன்பாகப் பேசி மகிழும் வாழ்க்கைத் துணையிடம் திடீரென்று கடுகடுப்பாகப் பேசி அவர்கள் உள்ளத்தைப் புண்படுத்துவார்கள்.

இவர்கள் காண்ட்ராக்ட் தொழிலில் ஈடுபடலாம். அடுத்து பொருள் போக்குவரத்து சர்வீஸ் வெற்றியைத் தரும். இவர்களுள் சிலர் இரும்பு தொடர்பான தொழிலிலும் ஈடுபடுவார்கள். காதல் மணம் புரிவதில் ஆர்வம் இருக்கும்.

இந்த எண்காரர்களுக்கு உஷ்ணம் தொடர்பான நோய்களும், செக்ஸ் தொடர்பான நோய்களும் ஏற்பட்டுத் தொல்லை தரக்கூடும். மூட்டுவலியும் ஏற்பட்டுத் துன்பம் தரக்கூடும்.

இவர்கள் தனியாகப் போகும் பொழுது, சிலர் தனக்குத்தானே பேசிக் கொள்வதும் உண்டு. குடும்பத்தாருக்கும் நேரம் ஒதுக்குவது அவசியம்.

இவர்கள் யாருக்கும் பணியமாட்டார்கள். திறமையுள்ளவர்களைக் கண்டால் நல்ல மதிப்பு கொடுப்பார்கள். ஆனால் இவர்களை யாரும் பகைத்துக் கொள்ளக் கூடாது. இவர்களுடன் எப்பொழுதும் சிலர் இருந்துகொண்டே இருப்பர். நினைத்த காரியம் முடியாவிட்டால் கடவுளையே பழிப்பர், தன் சொந்த முயற்சியால் முன்னேறுபவர்கள்.

1.	பெயர் அமைக்க வேண்டிய எண்கள்	14, 15, 19, 23, 24, 27, 32, 33, 37, 41, 42, 45, 46, 59
2.	அதிர்ஷ்டத் தேதிகள் / எண்கள்	1, 5, 6, 9
3.	அதிர்ஷ்டக் கற்கள்	மாணிக்கம் மற்றும் வைரம் (ஜிர்கான்)
4.	அதிர்ஷ்ட நிறங்கள்	மஞ்சள், பச்சை, நீலம்
5.	தவிர்க்கும் நிறங்கள்	கறுப்பு
6.	தவிர்க்கும் எண்கள்	8

***

DI, DIE, DHI போன்ற ஒலிகள் உங்கள் பெயரில் வந்தால், வாழ்க்கையில் திடீர் விரயங்கள், அடிக்கடி தொழில் மாற்றங்கள், சிலருக்கு துர்மரணமும் ஏற்படும்.

பிறவி எண். 1 : விதி எண். 6 (சூரியன் மற்றும் சுக்கிரன் ஆதிக்கம்)

சுமாரான உயரமும் மிடுக்கான தோற்றமும் கொண்ட இவர்களுக்கு, நேர்மையான உள்ளமும், நல்ல பேச்சாற்றலும் அமைந்திருக்கும். உலகிலுள்ள எல்லாவிதமான சுகபோகங்களையும் அனுபவித்துப் பார்த்துவிட வேண்டும் என்ற ஆர்வம் இவர்களிடம் மேலோங்கியிருக்கும். பலரும் பாராட்டும் அளவுக்கு நடை, உடை, பாவனைகளைக் கொண்டவர்களாக உள்ள இவர்கள் வசதியான வாழ்க்கையையும் பெற்றிருப்பார்கள்.

நண்பர்கள் எப்பொழுதும் இவர்களைச் சூழ்ந்திருப்பார்கள். வாகனங்கள், வாசனைப் பொருள்களின் மீது பிரியம் மிகுந்த இவர்கள் அதற்காக எவ்வளவு பணம் செலவானாலும் விதம் விதமாக வாங்கிப் பயன்படுத்தி மகிழ்ச்சி காண்பார்கள்.

பலரிடையே பேசும்பொழுது இவர்களது நடவடிக்கைகள் மிக நாகரிகமாகக் காணப்படும். பல மொழிகளைத் தெரிந்து வைத்திருப்பர். அவற்றில் அழகாகவும், பிழையில்லாமலும் பேசுவதில் வல்லவர்களாக இவர்கள் விளங்குவார்கள்.

இவர்களது ஆடம்பரத்தைக் கண்டு பல பெண்கள் இவர்களது வாழ்க்கையில் குறுக்கிடக் கூடும். எனவே இந்த விஷயத்தில் மனஉறுதியுடன் இருந்தால் மட்டுமே நல்ல குடும்ப வாழ்க்கை அமையும். இல்லையேல் வீணான கெட்ட பெயர் வாங்கவும் வாய்ப்புண்டு. இருப்பினும் பெயர் எண் நன்கு பொருத்தமாக அமைந்திருக்குமானால் இந்த நிலைமாறி இனிய இல்வாழ்க்கைத்துணை அமைந்து விடும்.

இயற்கைக் காட்சிகளைக் கண்டு அனுபவித்து மகிழும் ஆர்வம் மிகுந்த இவர்கள் அடிக்கடி உல்லாசப் பயணங்களை மேற்கொள்வார்கள். வெளிநாடுகளையும் கூட விட்டுவைக்காமல் பல நாடுகளுக்கும் சென்று வரும் வாய்ப்பு இந்த எண்காரார்களில் சிலருக்கு ஏற்படும். இதற்கெல்லாம் அடிப்படைத் தேவையான பொருளாதார வசதிக்கும் குறைவிருக்காது.

ஏனெனில் வருமானம் வரும் திட்டங்களைத் தவிர வேறெதிலும் இவர்கள் சிந்தனையைச் செலுத்தமாட்டார்கள். இதன் காரணமாக பங்களா போன்ற பெரிய வீடு, வளமான வாழ்க்கை அமையப் பெற்று சந்தோஷமாகவும் உல்லாசமாகவும் வாழக் கூடியவர்கள் இவர்கள். பெண்களுடன் பழகுவதில் மட்டும் மிகவும் எச்சரிக்கையாக நடந்துகொள்ள வேண்டும் என்பதை இவர்கள் நினைவில் நிறுத்திக் கொள்ள வேண்டியது அவசியம்.

இந்த எண்காரார்களில் சிலர் நல்ல உத்தியோகத்தில் இருப்பார்கள். சிலர் சிறு உத்தியோகத்தில் இருக்கக்கூடும் என்றாலும், அவர்களும் தம் மனைவியின் பெயரில் ஏதேனும் தொழில் தொடங்கி வருமானத்துக்கு வழி

தேடிக்கொள்வார்கள். சிலர் மின்சாரம், இரும்பு, நெருப்பு தொடர்பான தொழில்களில் ஏதேனும் ஒன்றைச் செய்து வருவார்கள். சிலர் மின்சாரத்துறையில் பணிபுரிபவர்களாகவும் இருக்கக்கூடும். பகட்டான பொருட்கள் விற்பனையிலும், நகைகள் விற்பனையிலும் சிலர் ஈடுபட்டுப் பொருள் ஈட்டுவார்கள்.

இவர்களுக்கு குறிப்பிட்ட சில நண்பர்கள்தான் உண்டு. லாபம் இல்லாத காரியங்களில் இறங்கமாட்டார்கள். இவர்கள் இவ்வுலகை நன்கு அனுபவிக்கப் பிறந்தவர்கள்.

1.	பெயர் அமைக்க வேண்டிய எண்கள்	14, 15, 19, 23, 24, 27, 32, 33, 37, 41, 42, 45, 46, 50
2.	அதிர்ஷ்டத் தேதிகள் / எண்கள்	1, 5, 6, 9
3.	அதிர்ஷ்டக் கற்கள்	மாணிக்கம், பச்சை (மரகதம்)
4.	அதிர்ஷ்ட நிறங்கள்	மஞ்சள், பச்சை, நீலம்
5.	தவிர்க்கும் நிறங்கள்	வயலட் மற்றும் கறுப்பு
6.	தவிர்க்கும் எண்கள்	3, 8

***

பிறவி எண். 1 : விதி எண். 7 (சூரியன் மற்றும் கேது ஆதிக்கம்)

சுமாரான உயரமுள்ள இவர்கள், பிறரைக் கவரக்கூடிய தோற்றம் அமையப் பெற்றவர்களாக இருப்பார்கள். ஞானவான்கள் என்றும், வேதாந்திகள் என்றும் பலரால் கூறப்படும் இவர்களுக்கு நிரந்தரமான நெருங்கிய நண்பர்கள் எனச் சிலர் கூட அமையமாட்டார்கள். காரணம், யாரிடமும் இவர்கள் நம்பிக்கை கொண்டிருக்கமாட்டார்கள்.

சிந்தனையாற்றல் மிகுந்த இவர்கள் கதை, கவிதைகளை எழுதும் பழக்கமுடையவர்களாக இருப்பார்கள். பெயர்ப் பொருத்தம் சரியான முறையில் அமைந்துவிட்ட சிலர், தங்கள் எழுத்துத் தொழிலின் மூலமாகவே பொருள் ஈட்டவும் செய்வார்கள்.

நல்லவர்களைப் போலவே தோற்றமளிக்கும் இவர்களில் சிலருக்கு திடீரென்று முன்கோபம் ஏற்பட்டுவிடும். இந்தக் குணத்தை அவர்கள் குறைத்துக் கொண்டால் இவர்கள் வாழ்வில் தோல்வி குறுக்கிடாது. தம் முன்னேற்றத்துக்கு முட்டுக்கட்டை இந்த முன்கோபமும், மற்றவர்களின் பேரில் தாம் கொள்ளும் அவநம்பிக்கையுமே என்பதை இவர்கள் புரிந்து கொள்வது நல்லது.

நேர்மையாகவும், உண்மையாகவும் இருக்க வேண்டும் என விரும்பும் இவர்கள் மற்றவர்கள் அவ்வாறின்றிப் போலித்தனமாக நடந்துகொள்ளும்

பெயரில் 'LO' எழுத்துகள் வருமானால் முன்னேற்றம் மிகவும் தடைபடும்.

வேளையில் அவர்களைப் பகைத்துக் கொள்ளாமல் அன்பாகச் சொல்லித்தான் திருத்த வேண்டும்.

இவர்களுள் சிலருக்கே மகிழ்ச்சிகரமான குடும்ப வாழ்க்கை அமையும். பலருக்கு வாழ்க்கைத்துணை திருப்திகரமாக அமையாததால் வாழ்க்கையை வெறுக்கும் நிலைக்கு ஆளாகிவிடுவர்.

மத நம்பிக்கைகளில் ஆழமான ஈடுபாடு கொண்ட இவர்கள் அவற்றின்படியே வாழ்க்கையை நடத்திச் செல்ல முயலுவார்கள். ஆடம்பரத்தைப் பெரிதும் விரும்பாத இவர்கள், எளிமையாக ஆனால் தூய்மையாகவே எப்போதும் காணப்படுவார்கள். ஈவு, இரக்கம் கொண்ட இவர்கள் ஆழ்ந்த தெய்வ நம்பிக்கை கொண்டவர்களாகவும் இருப்பார்கள். எதற்கும் அலட்டிக் கொள்ளாமல் எல்லாம் இறைவன் செயல் என்றிருப்பார்கள்.

இந்த எண்காரர்களில் பலர் நெருப்பு, உலோகம், தொடர்பான தொழில்களில் ஈடுபட்டுப் பணம் சம்பாதிப்பார்கள். வாகனங்களின் மூலமும் சிலர் பொருள் ஈட்டுவார்கள். கமிஷன் ஏஜென்ஸியும் சிலருக்குப் பொருந்தி வரும்.

இவர்களுக்கு நல்ல கற்பனை சக்தி உண்டு. எழுத்தாளராக இருப்பர். இவர்களுக்கு நெருங்கிய நண்பர்கள் அமைவது கடினம். சில சமயத்தில் கலகலவெனப் பேசினாலும் வேறு பல சமயங்களில் பேசாமல் இருப்பர்.

இவர்கள் புகழ்ச்சியை விரும்பமாட்டார்கள். நேர்மை மிகுந்தவர்கள். சிலர் வேதாந்தியாக இருப்பதும் உண்டு.

இவர்கள் மதப்பற்று உள்ளவர்கள். இவர்களில் சிலர் ஆராய்ச்சியாளராகவும் தொழில் அதிபராகவும் அரசியல்வாதியாகவும் இருப்பர்.

1.	பெயர் அமைக்க வேண்டிய எண்கள்	14, 15, 23, 24, 32, 33, 41, 42, 50
2.	அதிர்ஷ்டத் தேதிகள் / எண்கள்	1, 2, 5, 6
3.	அதிர்ஷ்டக் கற்கள்	மாணிக்கம் மற்றும் வைடூரியம்
4.	அதிர்ஷ்ட நிறங்கள்	மஞ்சள், பச்சை, பலவர்ணங்கள் (Disco Colours)
5.	தவிர்க்கும் நிறங்கள்	கறுப்பு, நீலம், ஆழ்ந்த சிவப்பு
6.	தவிர்க்கும் எண்கள்	4, 8

❋❋❋

பிறவி எண். 1 : விதி எண். 8 (சூரியன் மற்றும் சனியின் ஆதிக்கம்)

கடுமையான உழைப்பாளிகள். இவர்கள் தொடங்கிய பணியை முடிக்கும் வரை உணவு, உறக்கம், ஓய்வு எதைப் பற்றியும் சிந்திக்காமல் உழைத்து முடித்துவிட்டுத்தான் மறு வேலையைப் பற்றி எண்ணுவர். பிறருடைய யோசனைகளைக் கேட்பது இவர்களுக்குப் பிடிக்காது. தனக்குத்தானே ராஜா என்பது போல இவர்கள் மனம் போன போக்கிலேயே நடைபோடுவார்கள்.

எனினும் வாழ்வில் தடைகள் ஏற்பட்டாலும்கூட எதிர்நீச்சல் போட்டு முன்னேறி, தொழிலில் பெருத்த லாபங்களை அடைந்துவிடுவார்கள். வீடு வாசல், நிலபுலன் எனச் சௌகர்யமான வாழ்க்கையை அமைத்துக் கொள்வார்கள். மேலும் தன் பிறந்த தேதிக்குப் பொருந்தக் கூடிய, பின்னால் சொல்லியிருக்கக் கூடிய தேதிகளில் பெயரும் அமைந்து விட்டால் யாரும் இவர்களைக் கையில் பிடிக்க முடியாது. வாழ்வில் கொடிகட்டிப் பறப்பார்கள். 35 வயதுக்கு மேல்தான் அமோக வாழ்க்கை அமையும்.

மனத் துணிச்சல் மிகுந்த இவர்களுக்கு தெய்வ பக்தியும், கடவுள் அனுக்கிரகமும் எப்போதும் உறுதுணையாக இருந்து வரும் என்பதால் பெரும்பாலும் இவர்கள் எதற்குமே கலங்கமாட்டார்கள்.

தெய்வ வழிபாடு தொடர்பான ஆன்மிக நிகழ்ச்சிகள் எங்கே நடந்தாலும் அங்கே இவர்களைத் தவறாமல் காண முடியும். அந்த அளவுக்கு தெய்வீகத்தில் ஈடுபாடு காட்டக் கூடியவர்கள் இவர்கள். இதைத் துணையாய்க் கொண்டு ஆன்மிக ஆராய்ச்சிகளிலும் ஈடுபடுவார்கள்.

எல்லாவற்றிலும் நேர்மையைக் கடைப்பிடிக்க வேண்டும் என விரும்பும் இவர்கள், சிக்கனமாக எதையும் செய்ய வேண்டும் என முதலில் நினைப்பார்கள். ஆயினும் இவர்களது பரந்த மனப்பான்மையின் காரணமாக அவ்வாறு செய்ய இவர்களால் முடியாததால் அது இறுதியில் பெரும் செலவிலேயே போய் முடியும்.

இவர்கள் வாக்குறுதியை நிறைவேற்றுவர். சிக்கனத்தில் புத்தி செல்லும். ஆனால் செலவைக் கட்டுப்படுத்த முடியாது. தொழிலில் ஈடுபட்டு ஏராளமான செல்வம் சேர்ப்பர். ஆனால் அதை இழக்காமல் பார்த்துக் கொள்ள வேண்டும்.

இவர்கள் தனிமையில் வாழவே ஆசைப்படுவர், இவர்கள் முன்னேற்றத்தை வெளியில் காட்டிக் கொள்ளமாட்டார்கள்.

1.	பெயர் அமைக்க வேண்டிய எண்கள்	14, 15, 23, 24, 27, 32, 33, 41, 42, 46, 50
2.	அதிர்ஷ்டத் தேதிகள் / எண்கள்	1, 5, 6, 9
3.	அதிர்ஷ்டக் கற்கள்	மாணிக்கம், நீலம்
4.	அதிர்ஷ்ட நிறங்கள்	மஞ்சள், பச்சை, நீலம்
5.	தவிர்க்கும் நிறங்கள்	கறுப்பு, பழுப்பு (brown)
6.	தவிர்க்கும் எண்கள்	8, 7

***

பெயரில் 'NO' எழுத்துகள் வந்தால், வாழ்க்கையில் தடைகளும், சோகமும் நிச்சயம் ஏற்பட்டுவிடும்.

பிறவி எண். 1 : விதி எண். 9 (சூரியன் மற்றும் செவ்வாய் ஆதிக்கம்)

தோற்றத்தில் சுமாரான உயரம் என்றாலும் மன உறுதி, துணிச்சல் போன்றவற்றில் மலையைப் போன்றவர்கள். அசாத்தியத் துணிச்சல் மிக்க இவர்கள், ஒளிமிக்க சூரியனும், உறுதிமிக்க செவ்வாயும் இணைந்து ஆதிக்கம் செலுத்தப்படுபவர்கள் என்பதால், இவர்களது வாழ்விலும் பிரகாசம் நிறைந்து காணப்படும்.

இளமையில் கல்விக்குத் தடை ஏற்பட்டாலும் கூட அனுபவ அறிவின் மூலமாகப் பட்டதாரிகளையும் மிஞ்சும் அறிவும் ஞானமும் பெற்றவர்களாக விளங்குவார்கள். பல்வேறு அனுபவங்களின் மூலம் இவர்கள் பட்டை தீட்டப்பட்ட வைரமென ஜொலிப்பார்கள்.

மற்றவர்கள் ஏதாவது பேசிக் கொண்டிருந்தால் அதையெல்லாம் உடனே கிரகித்துக் கொண்டு அவற்றையும் தன் முன்னேற்றத்திற்காகப் பயன்படுத்திக் கொள்வார்கள். சற்று முன்கோபம் உடையவர்கள்.

பிறருக்கு உதவி செய்யத் தயங்காதவர்கள் இவர்கள். அளவற்ற துணிச்சல்காரர்களான இந்த எண்காரர்களில் சிலர் அரசியலிலும் ஈடுபட்டு, தன் நடவடிக்கைகளால் நிலையானதோர் இடத்தைப் பிடித்து விடுவார்கள்.

பெயர் மட்டும் பொருத்தமானதாக அமைந்திருக்குமானால், வாழ்க்கையிலும் சரி, தொழிலிலும் சரி, அரசியலிலும் சரி எந்தச் சோதனைகள் ஏற்பட்டாலும் அத்தனையையும் முறியடித்து வெற்றி பெறுவார்கள்.

இந்த எண்காரர்களில் பெரும்பாலானவர்கள் தாங்கள் பிறந்த இடத்திலிருந்து நீண்ட தொலைவிலுள்ள ஊர்களுக்கு சென்று குடியேறி வாழக் கூடியவர்களாகவே இருப்பார்கள்.

இந்த எண்காரர்களில் பெரும்பாலானவர்கள் நெருப்பு தொடர்பான அல்லது சிவப்பு நிறமுள்ளவற்றின் தொடர்பான தொழில்களின் மூலமாகப் பெரும் வெற்றியும், பெரும் பொருளும் பெறுவார்கள். சிலருக்கு இரும்புத் தொழில், கமிஷன் ஏஜென்ஸி, காண்ட்ராக்ட் போன்றவை லாபம் தரக்கூடியனவாகும்.

இவர்கள் துணிச்சல்காரர்கள், எதிலும் தைரியமாக ஈடுபட்டு வெற்றி பெறுவர். பல்வேறு சோதனைகளுக்குப் பிறகுதான் இவர்களுக்கு நல்ல வாழ்க்கை அமையும், கல்வியில் தடை இருந்தாலும் முன்னேற்றம் குறையாது.

சுதந்திரப் பிரியர், பெண்கள் விஷயத்தில் கவனம் தேவை. பலருடன் பழகுவர். ஆனால் நண்பர்கள் சிலரே, இவர்கள் பிறந்த ஊரைவிட்டு, வேறு ஊர்களில் போய் வாழ்பவர்கள்.

1.	பெயர் அமைக்க வேண்டிய எண்கள்	14, 15, 23, 24, 32, 33, 41, 42, 50
2.	அதிர்ஷ்டத் தேதிகள் / எண்கள்	1, 5, 6, 9
3.	அதிர்ஷ்டக் கற்கள்	மாணிக்கம், பவழம்
4.	அதிர்ஷ்ட நிறங்கள்	மஞ்சள், சிவப்பு
5.	தவிர்க்கும் நிறங்கள்	கறுப்பு, வெள்ளை, பழுப்பு (Brown)
6.	தவிர்க்கும் எண்கள்	2, 8

❋ ❋ ❋

பிறவி எண். 2 : விதி எண். 1 (சந்திரன் மற்றும் சூரியன் ஆதிக்கம்)

இவர்கள் நடுத்தரமான உயரத்துடன் கூடிய அழகிய தோற்றத்தைக் கொண்டிருப்பார்கள். உற்சாகமும் சோர்வும் மாறி மாறித் தோன்றும் இயல்பினராகக் காணப்படுவார்கள். 30 வயதுக்கு மேல் நற்பலன்கள் ஏற்படும்.

இவர்களில் சிலர் இளம் வயதிலேயே பெற்றோரை இழக்க நேரிடும் அல்லது பெற்றோர் உயிருடன் இருந்தாலும், அவர்களை விட்டு விலகி வெகு தொலைவில் வசிக்க வேண்டிய சூழ்நிலை ஏற்படும்.

இவர்கள் எந்தத் தொழிலில் ஈடுபட்டாலும், அந்தத் தொழிலில் மிகுந்த ஆர்வம் காட்டி அதில் முன்னேற்றமும் வெற்றியும் அடைவார்கள். ஒருவேளை தோல்வியடைய நேர்ந்தால் பெயர்ப் பொருத்தம் சரியில்லை என்பதை உணர்ந்து, எண்கணித வல்லுநரை அணுகி உரிய முறையில் பெயரை மாற்றியமைத்துக் கொண்டால் வாழ்வில் முன்னேற்றத்தைப் பெறலாம். பேச்சுத்திறமை மிகுந்தவர்கள்.

தெய்வ நம்பிக்கையை மிகுந்த அளவில் கொண்டிருக்கும் இவர்கள், தெய்வீக, ஆன்மிக விஷயங்களைப் பற்றி எப்பொழுதும் சிந்தித்தவண்ணம் இருப்பார்கள். ஓவியம், இசை, சட்டம், மருத்துவம், ஜோதிடம் எனப் பல்வேறு கலைகளிலும் மிகுந்த ஈடுபாடு கொண்டவர்களாக விளங்குவார்கள். ஆனால் அவற்றையே தொழிலாகக் கொண்டிருக்கமாட்டார்கள்.

கடவுளின் அனுக்கிரகத்தால் வீடு, வாகனம், நிலம், தொழில் என எல்லாமே இவர்களுக்குத் திருப்தியான முறையில் அமைந்துவிடும். எனினும் எப்போதும் இவர்கள் எதையாவது அடிக்கடி சிந்தித்துத் திட்டமிட்டுக் கொண்டிருப்பார்கள். வீண் குழப்பங்களால் அடிக்கடி பாதிக்கப்படுவார்கள்.

இவர்கள் மற்றவர்களுக்கு உதவ வேண்டும் என்ற எண்ணம் கொண்டவர்கள், முன்பின் ஆராய்ந்து உதவியும் செய்வார்கள். ஆனால் அவ்வாறு உதவி செய்யப் போய் வீணான வம்பில் அகப்பட்டுக் கொள்ள மாட்டார்கள். இவர்களுக்கு கஷ்டமான நிலையில் பலரும் உதவ முன் வருவார்கள்.

உங்கள் பெயரில் 'WAR, WARI' என்ற எழுத்துகள் இருந்தால் கோபக்காரராகவும், போராட்டங்களை உடையவராகவும் உங்களை ஆக்கிவிடும்.

அடிக்கடி மனக்குழப்பத்திற்கு ஆளாவார்கள். பிறகு தமக்குத் தாமே சமாதானமாகித் தேறி விடுவார்கள். மற்றவர்களிடம் எளிதில் பழகத் தயங்கும் இவர்கள், பழகி விட்டால் அவர்களை விட்டுப் பிரிய மனமில்லாமல் ஆழ்ந்த அன்பைச் செலுத்துவார்கள்.

இந்த எண்காரர்களில் பெரும்பாலானவர்கள் ஆடம்பரப் பொருள்களை விற்பனை செய்பவர்களாக இருப்பார்கள். குறிப்பாகப் பச்சை நிறப் பொருள்கள் எதுவாயினும் அவற்றை விற்பனை செய்தால் இவர்கள் அதிகலாபம் பெறுவார்கள். விவசாயமும் இவர்களில் சிலருக்கு ஆதாயம் தருவதாக அமையும். சிலர் கமிஷன் ஏஜென்ஸி தொழிலில் ஈடுபட்டிருப்பார்கள்.

இவர்களுக்கு மனக்குழப்பம் உண்டு. பலதொழிலிலும் முன்னேற்றம் உண்டு.

இவர்கள் எதிலும் கணக்கிட்டே செயல்படுவர். எப்பொழுதும் சிந்தனையில் ஆழ்ந்திருக்கும் இவர்கள் உடல் உஷ்ணத்தால் அடிக்கடி பாதிக்கப்படுவார்கள்.

இவர்களில் சிலர் குடும்பத்தை விட்டுத் தனியாக வாழ்வதும் உண்டு. நன்கு ஓடோடி உழைப்பர். செல்வம் சேரும். எளிதில் பழகமாட்டார்கள். பழகிவிட்டாலோ உயிரையே கொடுப்பார்கள்.

1.	பெயர் அமைக்க வேண்டிய எண்கள்	14, 15, 19, 23, 24, 32, 33, 37, 41, 42, 46, 50
2.	அதிர்ஷ்டத் தேதிகள் / எண்கள்	1, 5, 6, 7
3.	அதிர்ஷ்டக் கற்கள்	முத்து, மாணிக்கம்
4.	அதிர்ஷ்ட நிறங்கள்	வெள்ளை, வெளிர் பச்சை, வெளிர் நீலம்
5.	தவிர்க்கும் நிறங்கள்	சிவப்பு, கறுப்பு
6.	தவிர்க்கும் எண்கள்	9, 8

***

பிறவி எண். 2 : விதி எண். 2 (சந்திரன் மற்றும் சந்திரன் ஆதிக்கம்)

இவர்களில் பெரும்பாலானோர் குறைந்த உயரம் உடையவர்களாகவும், பார்வைக்கு அழகிய தோற்றம் உடையவர்களாகவும் காணப்படுவார்கள்.

சந்திரன் தேய்ந்து வளர்வது போல, இவர்களுடைய மனமும் மாதத்தில் பாதி நாள்கள் உற்சாகமாகவும், பாதி நாள்கள் சோர்வாகவும் காணப்படும். எல்லாரிடமும் இனிமையாய்ப் பேசிப் பழகுவார்கள் என்றாலும் இவர்கள் எதிலும் ஓரளவு பிடிவாதமாகவும் இருப்பார்கள். தாம் சொல்வதை மற்றவர்கள் கேட்கவேண்டும் என்று விரும்புவார்களேயன்றி, மற்றவர்கள் சொல்வதை இவர்கள் கேட்கமாட்டார்கள். பேச்சில் இருக்கும் தைரியம், மனதில் இருக்காது.

இவர்கள் எதையும் வெளிப்படையாகவும் சகஜமாகவும் பேசுவார்கள். சிலர் மனதிற்குள்ளேயே எதையும் வைத்துக்கொண்டு டென்ஷன் ஆகிவிடுவார்கள். இவர்களில் சிலர் சிறந்த என்ஜினீயர்களாகவும், சிலர் வழக்கறிஞர்களாகவும் விளங்குவார்கள்.

இந்த எண் கொண்டவர்கள் ஆண்களாயிருப்பின் பெண்களாலும், பெண்களாயிருப்பின் ஆண்களாலும் குழப்பத்திற்காளாவார்கள். குறிப்பாக ஆண்கள், பெண்களின் விஷயத்தில் எந்த நேரத்திலும் வரம்பு மீறிவிடாமல் அளவாகப் பழகிவருதல் நல்லது. இல்லையேல், சிற்றின்ப விஷயங்களில் இயல்பாகவே மிகுந்த நாட்டங்கொண்ட இவர்கள், தவறான பழக்கங்களுக்கு ஆட்பட்டு, பின்னர் அதிலிருந்து மீள முடியாமல் வருந்த நேரும்.

இவர்களில் பெரும்பாலானவர்கள், இயற்கைக் காட்சிகளில் மனதைப் பறிகொடுப்பவர்களாக இருப்பார்கள். மேலும் தூர தேசங்கள் ஆகிய இடங்களுக்குப் பயணங்களை அடிக்கடி மேற்கொள்வதிலும் ஆர்வம் கொண்டவர்கள் என்பதால் அடிக்கடி பிரயாணம் செய்து கொண்டே இருப்பார்கள். அடிக்கடி தங்களின் தொழிலை மாற்றவும் நினைப்பார்கள்.

இந்த எண்காரர்களில் பலர் ஆடம்பரப் பொருள்கள், அழகு சாதனங்கள் ஆகியவற்றை வியாபாரம் செய்பவர்களாக இருப்பார்கள். சிலர் உணவுப் பொருள்கள் தொடர்பான வியாபாரத்திலும், சிலர் உணவு விவசாயத்திலும் ஈடுபட்டிருப்பார்கள். குறிப்பாக, பச்சை நிறப் பொருள்கள் மிகுந்த லாபத்தைத் தரும்.

செல்வம், செல்வாக்கு அனைத்தும் உண்டு. இயற்கைக் காட்சிகளில் இன்பம் காண்பவர்கள். சூரியனை தினமும் 5 நிமிடம் வழிபடவேண்டும்.

இவர்கள் மனக் கட்டுப்பாட்டை வளர்த்துக் கொள்ள வேண்டும். எந்தவிதக் கெட்ட பழக்கத்தையும் ஆரம்பத்திலிருந்தே பழகாமலிருப்பது நல்லது. தங்களுக்கென ஒரு வழிகாட்டியை தேர்ந்தெடுத்து, அவருடைய வழிகாட்டுதல்படி வாழ்க்கையை நடத்தினால் பல நன்மைகளை அடையலாம்.

1.	பெயர் அமைக்க வேண்டிய எண்கள்	10, 14, 15, 19, 23, 24, 32, 33, 37, 41, 42, 46, 50 சில தருணங்களில் 16, 25
2.	அதிர்ஷ்டத் தேதிகள் / எண்கள்	1, 5, 6, 9
3.	அதிர்ஷ்டக் கற்கள்	மாணிக்கம், ஸ்டார் ரூபி
4.	அதிர்ஷ்ட நிறங்கள்	மஞ்சள், வெளிர் சிவப்பு
5.	தவிர்க்கும் நிறங்கள்	கறுப்பு
6.	தவிர்க்கும் எண்கள்	8

✹✹✹

பெயரில் 'OO' எழுத்துகள் சேர்ந்து வந்தால் நீங்கள் சம்பாதிக்கும் பணம் அனைத்தும் வீண் விஷயங்களில் விரயமாகிவிடும்.

பிறவி எண். 2 : விதி எண். 3 (சந்திரன் மற்றும் குருவின் ஆதிக்கம்)

இந்த எண்காரார்கள் ஓரளவு நடுத்தரமான உயரமுள்ளவர்களாகவும், சுமாரான அழகுள்ளவர்களாகவும் இருப்பார்கள்.

பலருக்கும் நல்லவராகவே நடந்து கொள்ளும் தன்மையுள்ள இவர்களைப் பொறாமை கொண்ட சிலர் தூற்றவும் செய்வார்கள். இருப்பினும் தம்மை நாடி வருபவர்களையும் தம்மை மதித்து வருபவர்களையும் ஆதரிப்பதில் திருப்தியடைவார்கள். தன்னலம் சிறிதளவு இருந்தாலும் பொதுநலமே பெரும் பகுதி இருக்கும். இதன் காரணமாக நல்லவர், சாமர்த்தியசாலி என்றெல்லாம் இவர்களைப் பலரும் புகழ்வார்கள்.

எந்தச் செயலிலும் சிந்திக்காமல் திடீரென ஈடுபடமாட்டார்கள். சாதக பாதகங்களையெல்லாம் நன்கு எடை போட்டுப் பார்த்த பின்னரே, செயலில் ஈடுபடுவார்கள். எதிர்ப்படும் முட்டுக்கட்டைகளையும் முறியடித்து இறுதியில் வெற்றியும் பெற்று விடுவார்கள்.

எதிரிகளை, அவர்களது நடவடிக்கைகளைக் கொண்டே கணித்துப் புரிந்து கொள்ளும் நுண்ணறிவு இவர்களுக்குண்டு.

சுயகௌரவம் பார்ப்பதில் இவர்களுக்கு நிகர் இவர்களே எனலாம். யாராவது தம்மைப் பற்றி அவதூறாகப் பேசி விட்டால் தாம் வகிப்பது எந்தப் பெரிய பதவியாய் இருந்தாலும் தூக்கியெறிந்து விடத் தயங்கமாட்டார்கள்.

தேச பக்தியும், சமுதாய நலனும் மிக முக்கியமானது எனக் கருதும் இவர்கள் நேர்மையையும் கண்போலக் காப்பாற்றக் கூடியவர்கள். இவர்களுக்குக் குடும்ப வாழ்க்கையும் குறைவின்றி அமைந்துவிடும்.

இவர்களில் சிலர் ஏதேனும் அரசுத்துறை, தனியார்துறை போன்றவற்றில் உத்தியோகத்திலிருந்தாலும், சொந்தமாகத் தொழில் ஒன்றைத் தொடங்கி நடத்தி, சிலருக்கு வேலை வாய்ப்பு கொடுத்து உதவ விரும்புவார்கள்.

இளம் வயதில் மிக எளிய நிலையில் இவர்கள் வாழ்ந்தாலும், விரைவில் வாழ்வில் உயர்ந்தநிலையை அடைந்து விடுவார்கள். திட்டமிட்ட உழைப்பு மட்டுமின்றி, கடவுளின் பரிபூரணமான அருளும் இவர்களுக்கு உண்டு.

எதிரியை எளிதில் புரிந்து கொள்வர். திடீரென்று ஒரு காரியத்தில் இறங்கமாட்டார்கள். நல்ல காரியங்களைச் செய்து கெட்டிக்காரர் என்ற பெயரை எளிதில் தட்டிச் செல்வர்.

இவர்களைப் புகழ்ந்து காரியத்தைச் சாதித்துக் கொள்ளலாம். நல்ல மனம் கொண்ட இவர்களைச் சிலர் வஞ்சிப்பார்கள்.

1.	பெயர் அமைக்க வேண்டிய எண்கள்	19, 21, 23, 32, 37, 41, 46, 50
2.	அதிர்ஷ்டத் தேதிகள் / எண்கள்	3, 5, 7
3.	அதிர்ஷ்டக் கற்கள்	முத்து, கனக புஷ்பராகம்
4.	அதிர்ஷ்ட நிறங்கள்	மஞ்சள், வெள்ளை, நீலம்
5.	தவிர்க்கும் நிறங்கள்	சிவப்பு, கறுப்பு
6.	தவிர்க்கும் எண்கள்	9, 6, 8

***

பிறவி எண் 2 : விதி எண் 4 (சந்திரன் மற்றும் இராகு ஆதிக்கம்)

தோற்றத்தைப் பொறுத்தவரை, நடுத்தர உயரத்தைக் கொண்டவர்கள் என்றாலும், பார்வைக்குக் குறை சொல்ல முடியாத அளவில் சுமாரான அழகைப் பெற்றவர்களாகக் காணப்படுவார்கள்.

இவர்களில் சிலர் ஏதேனும் உத்தியோகத்தில் இருந்தாலும் வேறொரு வழியில் வருமானம் வரக்கூடிய வகையில் ஒரு தொழிலைத் தொடங்கி நடத்தி வருவார்கள்.

பேச்சு இவர்களுக்குச் சரளமாகவும், தங்கு தடையின்றியும் வெளிவரும் என்பதால் இவர்களில் சிலர் வழக்கறிஞர்களாகவும், சிலர் அரசியல் மேடைகளில் சொற்பொழிவாளர்களாகவும் விளங்குவார்கள்.

இவர்களில் சிலர் எப்போதோ ஒருமுறை, எங்கோ ஓரிடத்தில் கண்ட சம்பவங்களை, நேரில் பார்த்து மகிழும் திரைப்படக் காட்சியைப் போலச் சுவையாக வர்ணித்துச் சொல்வதில் வல்லவர்கள், இதன் காரணமாக இவர்களில் சிலர் கதை, கவிதை போன்றவற்றை எழுதிப் புகழ் பெறுபவர்களாகவும் இருப்பார்கள். ஆனால் அதையே நிரந்தர வருவாய்க்குரிய தொழிலாகச் செய்ய முடியாது.

அரசு அல்லது தனியார் துறைகளில் உள்ளவர்கள் தங்கள் விருப்பம் போல் சுதந்திரமாக நடந்து கொள்ள முயல்வார்கள். ஆனால் இதை இவர்கள் தவிர்த்து உயர் அதிகாரிகளுடன் அனுசரித்துப் போக முயலவேண்டும். கடவுள் பக்தியையும் வளர்த்துக் கொள்ள வேண்டியது அவசியம். தீய பழக்கம் உள்ளவர்கள் அதைக் கண்டிப்பாக நிறுத்தி விடுவது நல்லது.

இவர்களில் சிலர் வாகனங்களை வாங்கி விற்பதன் மூலமும், சிலர் அழகு சாதனப் பொருள்களின் விற்பனை மூலமும், வருவாய் தேடக்கூடியவர்களாக இருப்பார்கள். அதிர்ஷ்டக் கற்களை விற்பதில் சிலர் இலாபம் ஈட்டுவார்கள். தூர தேசங்களுக்கு, தோல் போன்ற பொருள்களை ஏற்றுமதி செய்வதன் மூலம் சிலருக்கு வருவாய் கிடைத்து வரும்.

பெயரில் 'LU' என்று வந்தால், உங்களது கடைசிகாலத்தில் பணத்தட்டுப்பாடும் நோய்களால் பீடிக்கப்படுவதும் உண்டாகும்.

பிரச்சினைகள் ஏற்பட்டால், அது தீரும் வரை சும்மா இருக்கமாட்டார்கள். ஓரளவு உயரமாக உள்ள இவர்கள் சற்று சுறுசுறுப்பாகவே இருப்பர். இவர்கள் ஒரு திறமையான ஆலோசகரை வைத்துக் கொள்வது நலம்.

சிலர் அழகு சாதனங்கள், வாகனங்கள் வியாபாரம் செய்து திரண்ட பொருள் ஈட்டுவர். சிலர் வெளிநாடுகளுக்கு ஏற்றுமதியும் செய்வர்.

எவ்வளவுதான் வசதியாக இருந்தாலும் இவர்கள் மனதில் ஏதாவதொரு கவலை இருந்து கொண்டிருக்கும். மனோதைரியத்தையும் வளர்த்துக் கொள்ளுதல் அவசியம்.

1.	பெயர் அமைக்க வேண்டிய எண்கள்	10, 14, 15, 19, 23, 24, 32, 33, 37, 41, 42, 46, 50
2.	அதிர்ஷ்டத் தேதிகள் / எண்கள்	1, 5, 6
3.	அதிர்ஷ்டக் கற்கள்	முத்து, கோமேதகம்
4.	அதிர்ஷ்ட நிறங்கள்	வெள்ளை, நீலம், பச்சை
5.	தவிர்க்கும் நிறங்கள்	சிவப்பு, பழுப்பு, கறுப்பு
6.	தவிர்க்கும் எண்கள்	9, 7, 8

✸✸✸

பிறவி எண். 2 : விதி எண். 5 (சந்திரன் மற்றும் புதன் ஆதிக்கம் உள்ளவர்கள்)

இந்த எண்ணில் பிறந்தவர்கள் நடுத்தர உயரமும், பார்வைக்கு ஓரளவு அழகிய தோற்றமும் உடையவர்களாக விளங்குவார்கள்.

மதக் கோட்பாடுகளில் ஆழ்ந்த நம்பிக்கை கொண்ட இவர்கள் மிகவும் சுறுசுறுப்புடனேயே எப்போதும் காணப்படுவார்கள். எதிலும் முன்னெச்சரிக்கை உணர்வு கொண்ட இவர்கள், தீவிர ஆலோசனை செய்த பின்னரே எந்த ஒரு செயலிலும் ஈடுபடுவார்கள். பல சமயங்களில் காலம் கடந்து சென்றுவிடும் அபாயமும் உள்ளது.

மற்றவர்கள் எல்லாரையும் மதிக்கும் பண்புடையவர்கள் இவர்கள், தாமும், தம்மைச் சார்ந்த முக்கியமான சிலரும் வாழ்வில் உயர்நிலையடையக் கடுமையான உழைப்பை மேற்கொள்வார்கள், வெற்றியும் பெறுவார்கள், தேவையான அளவுக்குச் செல்வத்தையும் சேர்ப்பார்கள்.

இவர்கள் பேசும் போது கடுமை தோன்றக் கூடும். ஆனால் அதை வைத்து இவர்களை முரட்டுத்தனமானவர்கள் என்று முடிவு செய்து விடக்கூடாது. பலர் காரியவாதிகளாக இருப்பார்கள்.

இவர்கள் தம் உத்தியோகத்தில் படிப்படியாக உயர்வு பெற்று மிகச் சிறப்பான நல்ல நிலையை அடைந்து விடுவார்கள். தம் அளவுக்கு மற்றவர்களும் உயர்ந்தநிலையை அடையவேண்டுமென்று விரும்புவார்கள்.

இந்த எண்காரர்களில் பெரும்பாலானவர்களுக்கு வாழ்க்கைத்துணை சிறப்பாக அமைந்துவிடும். ஒத்த மனமும் உயர் குணமும் கொண்ட வாழ்க்கைத்துணை அமையும்.

இவர்கள் பார்ப்பதற்கு பலமுள்ளவர்கள் போலக் காணப்பட்டாலும்கூட, உண்மையில் இவர்கள் உடலும் சரி, மனமும் சரி பலவீனமானவையே. ஆனால் அதையெல்லாம் வெளியில் யாரிடமும் காட்டிக் கொள்ளாமல் பலசாலிகளைப் போலவே காட்டிக் கொள்வார்கள்.

இவர்களின் நடை, உடை, பாவனைகள் யாவும் மிகவும் கவர்ச்சிகரமாகவே இருக்கும். செக்ஸ் விஷயத்தில் அதிக ஆர்வமுடையவர்களாக இருப்பார்கள்.

உலக விவகாரங்களைப் பொறுத்தவரை இவர்களுக்குத் தெரியாத விஷயமே இல்லை எனலாம். தமக்குத் தொடர்பில்லை என்றாலும்கூட எதையும் விட்டு வைக்காமல் எல்லா விஷயங்களையும் தெரிந்து வைத்திருப்பார்கள். ஆனால் காட்டிக்கொள்ளமாட்டார்கள். அதுதான் இவர்களின் தனிச்சிறப்பு. இத்தனை நல்ல பலன்களும் பெயர் பொருந்தியிருந்தால்தான் நடைபெறும் என்பதை இவர்கள் புரிந்து கொள்ள வேண்டும்.

மனபலம் அதிகமாக இல்லாவிட்டாலும், மனபலம் கொண்டவர் போல் பேசுவர். இவர்களுக்கு அநேகமாக மத்திய வயதில் தொந்தி விழும். எனவே உடற்பயிற்சிகள் அவசியம்.

1.	பெயர் அமைக்க வேண்டிய எண்கள்	10, 14, 15, 19, 23, 24, 31, 32, 37, 41, 42, 46, 50
2.	அதிர்ஷ்டத் தேதிகள் / எண்கள்	1, 5, 6, 7
3.	அதிர்ஷ்டக் கற்கள்	முத்து, வைரம் (ஜிர்க்கான்)
4.	அதிர்ஷ்ட நிறங்கள்	வெள்ளை, நீலம், வெளிர் பச்சை
5.	தவிர்க்கும் நிறங்கள்	சிவப்பு, கறுப்பு
6.	தவிர்க்கும் எண்கள்	6, 9, 8

✴ ✴ ✴

உங்களது பெயரில் 'END' வந்தால் உங்களது தொழில் நஷ்டமடையும். தொழிலையும் அடிக்கடி மாற்ற வேண்டியதிருக்கும்.

பிறவி எண். 2 : விதி எண். 6 (சந்திரன் மற்றும் சுக்கிரன் ஆதிக்கம் உள்ளவர்கள்)

ஓரளவு சுமாரான உயரமானவர்கள். கவர்ச்சியான முகத்தோற்றத்தைப் பெற்றிருப்பார்கள். இதன் காரணமாக மற்றவர்களை எளிதில் கவர்ந்து விடக்கூடிய வாய்ப்பையும் பெற்றிருப்பார்கள்.

இவர்கள் தீய பழக்கங்களைத் தவிர்க்க வேண்டும். அவ்வாறு தீய பழக்கத்திற்கு ஆட்பட்டுவிட்டால் பின்னர் அதிலிருந்து இவர்களால் மீள இயலாதென்பதால் மிகவும் எச்சரிக்கையாயிருக்க வேண்டும்.

இவர்களை யாராவது வாய் திறந்து புகழ்ந்து பேசி விட்டால் போதும், அந்த வார்த்தைகளைக் கேட்டு அப்படியே மயங்கி விடுவர். ஆனால் இவரிடமுள்ள குறையை யாராவது எடுத்துச் சொன்னால் மட்டும் மிகவும் ஆத்திரப்பட்டு அவர்களை வெறுத்தொதுக்க முற்படுவார்கள்.

பேசுதல், எழுதுதல், வாதம் புரிதல் ஆகியவற்றில் மிகவும் வல்லவர்களான இவர்களில் சிலர், வழக்கறிஞர் தொழிலில் மிகுந்த புகழ் பெறக் கூடும். இன்னும் சிலர் என்ஜினீயராகவோ, டாக்டராகவோ தொழில் புரிந்து வருவாய் ஈட்டக்கூடும். கலைத்துறையில் நாட்டம் செல்லும்.

இவர்களுடைய மனம் எப்பொழுதும் ஒரே நிலையில் இருக்காது. எப்போதும் எதையாவது பரபரப்பாகச் செய்து கொண்டே இருப்பார்கள். அப்படியிருந்தால்தான் இவர்களுக்குப் பிடிக்கும். இருப்பினும் திடீரென்று சிறு பிரச்சினை ஏதாவது தோன்றினாலும் மனம் தளர்ந்து சோர்ந்து விடுவார்கள். இந்தப் பழக்கத்தை இவர்கள் கைவிட வேண்டும்.

இனிமையாகப் பேசி எல்லாரையும் தன் வயப்படுத்தும் தன்மை கொண்ட இவர்களில் யாரும் பெரிதாகக் கஷ்டப்படுவதாகச் சொல்வதற்கில்லை. வீடு, நிலம், தொழில், வாகனம் என்று வசதியான வாழ்க்கையே பலருக்கும் அமைந்திருக்கும். குடும்ப வாழ்க்கையும் திருப்தியாகவே அமைந்துவிடும்.

கவர்ச்சியான நடை, உடை, பாவனைகள் இயற்கையாக இவர்களுக்கு உண்டு. சிலர் வழக்கறிஞர்களாக இருப்பர். சிலர் டாக்டராகவும் இருக்கலாம். பேச்சுத்திறன் படைத்தவர்கள்.

இவர்கள் புகழ்ச்சிக்கு மயங்குபவர்கள். இவர்களுடைய மனம் எப்பொழுதும் ஒரே நிலையில் இராது. இவர்கள் உத்தியோகத்தில் இருந்தாலும் வேறு ஏதாவது தொழிலில் ஈடுபட்டு பணம் சம்பாதிப்பர். பொதுவாக இவர்கள் பெரும் கஷ்டத்திற்கு ஆளாவதில்லை.

1.	பெயர் அமைக்க வேண்டிய எண்கள்	10, 14, 15, 19, 23, 24, 32, 33, 37, 41, 42, 46, 50
2.	அதிர்ஷ்டத் தேதிகள் / எண்கள்	1, 5, 6, 9
3.	அதிர்ஷ்டக் கற்கள்	முத்து, மரகதப்பச்சை
4.	அதிர்ஷ்ட நிறங்கள்	வெள்ளை, பச்சை, நீலம்
5.	தவிர்க்கும் நிறங்கள்	சிவப்பு, வயலட், கறுப்பு
6.	தவிர்க்கும் எண்கள்	9, 8

✱✱✱

பிறவி எண். 2 : விதி எண். 7 (சந்திரன் மற்றும் கேது ஆதிக்கம் உள்ளவர்கள்)

இந்த எண்ணில் பிறந்த பெரும்பாலானவர்கள் நல்ல உயரமான உடலமைப்பைப் பெற்றிருப்பார்கள். கல்வி, பொருளாதார வசதி எல்லாவற்றிலும் சிறந்த நிலையை அடைந்திருப்பார்கள்.

எப்பொழுதும் தனிமையில் எதையாவது சிந்தித்தபடி காணப்படுவார்கள். தெய்வ பக்தி மிகுந்த இவர்களிடம் தெய்வ சக்தியும் குடிகொண்டிருக்கும். பெயர் மட்டும் பொருத்தமானதாக இவர்களுக்கு அமைந்து விடுமானால், இவர்கள் பெரும் முன்னேற்றம் அடைவதில் தடை இராது.

வாழ்வில் உயர்வடைய வேண்டும் என்பதையே குறிக்கோளாகக் கொண்ட இவர்கள், அதேபோல வெற்றியையும் அடைந்து விடுவார்கள். ஆனால் ஏதேனும் ஒரு சிறிய பிரச்சினை இவர்களுக்குத் தோன்றினாலும் மனக்குழப்பத்தில் ஆழ்ந்து விடுவார்கள். மனக்கட்டுப்பாடு, தியானம் போன்றவற்றில் இவர்களுக்கு ஓரளவு பயிற்சியும் ஈடுபாடும் இருக்கும். இவை இவர்களின் வெற்றிக்கு உறுதுணையாயிருக்கும். பலருக்கு வெளியூர், வெளிநாடுகளில் தொழில் அமையும்.

உடல் நலத்தைப் பொறுத்தவரை பெரிதாக கோளாறு எதுவும் இவர்களுக்கு ஏற்பட வாய்ப்பில்லை. சிறுசிறு உபாதைகள் அவ்வப்போது தலைகாட்டி உடனே மறைந்து விடும்.

கற்பனையாற்றல் மிகுதியாய் அமையப் பெற்ற இவர்கள், தங்கள் எழுத்துகளின் மூலம் தம் உள்ளக்கருத்துகளை வெளிப்படுத்துவதில் பெரிதும் ஆர்வம் காட்டுவார்கள். அதிக மனக்குழப்பங்கள் உடையவர்கள்.

மற்றவர்களுடன் ஒத்துப்போகும் உள்ளம் கொண்ட இவர்கள் யாருடனும் சகஜமாகப் பேசமாட்டார்கள். தெய்வீகம், இசை மற்றும் பல கலையம்சங்களிலும் ஈடுபாடு கொண்ட இவர்கள், எப்போதும் ஓர் இசைத்தட்டு தங்கள் காதருகில் ஒலித்துக் கொண்டே இருக்கவேண்டும் என்று மிகவும் விரும்புவார்கள்.

உங்களது குலதெய்வ கோயிலுக்கு அடிக்கடி சென்று வந்தால் குடும்பத்தில் முன்னேற்றம், தொழில் முன்னேற்றம் ஏற்படும்.

மிகுந்த தெய்வபக்தி உள்ளவர்கள்; எப்பொழுதும் தூய்மையாகக் காட்சியளிப்பர். தெய்வபக்தி உள்ள இவர்கள் மற்றவர்களையும் தெய்வ பக்தியுடன் இருக்க வேண்டுமென்று தூண்டுவர். சிலர் நாத்திகமும் பேசுவார்கள்.

பிரச்சினை என்று வந்தால் மனக்குழப்பம் ஏற்பட்டுவிடும். கலையுள்ளம் படைத்த இவர்கள் எப்பொழுதும் ஏதேனும் ஒரு பாட்டை முணுமுணுத்துக் கொண்டிருப்பர். திருமண விஷயத்தில் கவனமுடன் செயல்படுதல் நல்லது.

பொதுவாக இவர்கள் நல்ல பேரும் புகழும், செல்வமும் கொண்டவர்கள். கற்பனை சக்தி மிகுந்தவர்கள். பிறர் கஷ்டத்தைக் கண்டு மனம் பொறாதவர்கள்.

1.	பெயர் அமைக்க வேண்டிய எண்கள்	10, 14, 15, 19, 23, 24, 32, 33, 37, 41, 42, 46, 50
2.	அதிர்ஷ்டத் தேதிகள் / எண்கள்	1, 2, 5, 6,
3.	அதிர்ஷ்டக் கற்கள்	முத்து, வைடூரியம்
4.	அதிர்ஷ்ட நிறங்கள்	வெள்ளை, நீலம், பலவர்ணம் (Disco)
5.	தவிர்க்கும் நிறங்கள்	சிவப்பு, கறுப்பு
6.	தவிர்க்கும் எண்கள்	9, 4, 8

***

பிறவி எண். 2 : விதி எண். 8 (சந்திரன் மற்றும் சனி ஆதிக்கம் உள்ளவர்கள்)

இந்த எண்காரர்களில் சிலர் குள்ளமான உருவத்தையும் சிலர் உயரமான உருவத்தையும் பெற்றிருப்பார்கள்.

இவர்களுடைய மனம் நிலையில்லாதது, அடிக்கடி சலனப்படக்கூடியது. எதிலும் சந்தேகம் கொள்வார்கள். எதையும் எதிர்ப்பின்றி உடனே சரியென்று ஏற்றுக்கொள்ளமாட்டார்கள்.

இவர்களுக்கு எதிலும் அவநம்பிக்கை அதிகம். மற்றவர்களைச் சந்தேகப்படுவது மட்டுமல்லாமல், தங்கள் மீதே அவநம்பிக்கை கொள்வார்கள். சில நேரங்களில் சில செயல்களைச் செய்துவிட்டு பிறகு நாம் தவறு செய்துவிட்டோமோ என்றெண்ணி தம்மைத் தாமே நொந்து கொள்வார்கள். இளமையில் பல சோதனைகளைச் சந்திப்பார்கள்.

கல்வியில் மிகுந்த தேர்ச்சியுடையவர்களாயிருந்தும், ஞாபகசக்திக் குறைவின் காரணமாக முக்கியமான சில விவரங்களை மறந்து விடுவார்கள். தனியாக எங்காவது போகும்பொழுதும் கூட எதிர்காலத்தைப் பற்றிய ஏதாவது திட்டங்களை வகுத்துக் கொண்டும், கற்பனையில் மிதந்து கொண்டும்தான் செல்வார்கள்.

தங்கள் பணியை மிக விறுவிறுப்பாகச் செய்து கொண்டிருக்கும் இவர்கள், இடையே ஏதேனும் சிறு குழப்பம் ஏற்பட்டாலும் கூட, உடனே கவலைப்பட்டுச் சோர்வடையத் தொடங்கி விடுவார்கள்.

தொழில்நுட்பம் தொடர்பான கல்வியில் மிகவும் சிறந்து விளங்குவார்கள். இதன் காரணமாக மெக்கானிசம் போன்ற துறைகளில் தேர்ச்சியும் பெற்றிருப்பார்கள். பலருக்கு விவசாயத் துறையில் ஈடுபாடு இருக்கும்.

உடல் வலிமையானவர்களாக இவர்கள் காணப்பட்டாலும் ஏதேனும் சிறு மன உளைச்சலால் தன்னம்பிக்கையை இழந்து பலவீனப்பட்டு விடுவார்கள். இவர்களுக்கு அடிக்கடி கனவுகளால் தொல்லை ஏற்படும். இரவில் தெய்வீகமான நூல்களைப் படிப்பதும், தியானம் ஆகியவற்றை மேற்கொண்ட பின்னர் படுக்கைக்குச் செல்வதும் நலம். 35 வயதுக்கு மேல் வாழ்க்கையில் பல முன்னேற்றங்கள் ஏற்படும்.

தெய்வபக்தியில் சிறந்து விளங்குபவர்கள்தான் என்றாலும் இவர்கள் அடிக்கடி கோயில்களுக்கெல்லாம் போவதைப் பழக்கமாய்க் கொண்டிருக்க மாட்டார்கள்.

பெரியவர்களிடம் மிகுந்த மரியாதையும் மதிப்பும் உள்ளவர்கள்; திடீரென முரண்பாடாக பேச ஆரம்பித்து விடுவார்கள்.

எல்லாரிடமும் அன்பாகப் பழகக்கூடியவர்கள். இவர்களது மனம் கடல் அலையைப் போன்று காணப்படும். சற்று சந்தேகப் பேர்வழி, பிறரை எளிதில் நம்ப மாட்டார்கள்.

கல்வியில் ஆர்வம் கொண்டவர்கள் என்றாலும், நினைவாற்றல் குறைவும் ஏற்படக்கூடும், தொழில்நுட்பக் கல்வியில் சிறந்து விளங்குவர்.

வேலை செய்யும் நேரத்தில் சிறு தவறு நேர்ந்தாலும் மனக்குழப்பம் அடைந்து விடுவர். இவர்கள் தனியாகச் சென்று கொண்டிருக்கும் பொழுது, எதிர்காலத் திட்டத்தை வகுத்துக் கொண்டே செல்வர்.

1.	பெயர் அமைக்க வேண்டிய எண்கள்	10, 14, 15, 19, 23, 24, 32, 33, 37, 41, 42, 46, 50
2.	அதிர்ஷ்டத் தேதிகள் / எண்கள்	1, 5, 6, 7
3.	அதிர்ஷ்டக் கற்கள்	முத்து, நீலம்
4.	அதிர்ஷ்ட நிறங்கள்	வெள்ளை, பச்சை, நீலம்
5.	தவிர்க்கும் நிறங்கள்	சிவப்பு, கறுப்பு
6.	தவிர்க்கும் எண்கள்	9, 8

✹✹✹

பிறவி எண். 2 : விதி எண். 9 (சந்திரன் மற்றும் செவ்வாய் ஆதிக்கம் உள்ளவர்கள்)

இவர்கள் ஓரளவு நடுத்தரமான உயரமுடையவர்களாகவும், பார்வைக்குச் சுமாரான அழகுள்ளவர்களாகவும் காணப்படுவார்கள்.

பிரம்ம முகூர்த்தத்தில் (காலை 4.30 – 6 மணி) உங்களது பெயரினை எழுதி வந்தால் வெகு சீக்கிரம் நற்பலன்கள் அடையலாம்.

சந்திரனும் செவ்வாயும் ஒருவருக்கொருவர் பகை என்பதால் இவர்களின் வாழ்க்கை போராட்டமாகவே காணப்படும். எனினும் எண்கணித வல்லுநரின் அறிவுரையின்பேரில் அதிர்ஷ்டகரமான பெயராக மாற்றியமைத்துக் கொண்டால், இவர்களின் வாழ்க்கையில் மறுமலர்ச்சி தோன்றும்.

எந்த ஒரு செயலிலும் துணிந்து ஈடுபடுவார்கள். வெற்றியா, தோல்வியா ஒரு கை பார்த்து விடுவோம் என்ற மனஉறுதி மிகுந்த இவர்கள், ஒரு சிறு பிரச்சினை தோன்றினாலும் சோர்ந்து, விரக்தியின் எல்லைக்கே சென்று விடுவார்கள். தொழிலில் அடிக்கடி பாதிப்புகள், மாற்றங்கள் உண்டாகும்.

எல்லாரிடமும் வம்பு பிடித்த மனிதர் என்ற பட்டத்தைப் பெறுவார்கள். இருப்பினும் சிலருக்கிடையே எழும் வழக்குகளைச் சமாதானமாகத் தீர்த்து வைக்கும் திறமையால் பலரைத் தன் பக்கம் இழுத்துக் கொள்வார்கள். காரசாரமாகப் பேசும் குணமும் வக்கீல்களைப் போலக் குறுக்குக் கேள்விகள் கேட்டு மற்றவர்களைக் குழப்பும் தன்மையும் இவர்களுக்குண்டு.

இவர்களுக்கு மறைமுக எதிரிகள் எப்போதும் இருந்து வருவார்கள். தொழில் செய்பவராயினும் சரி, உத்தியோகத்தில் இருப்பினும் சரி, இவர்களுக்கு எதிர்ப்புகள் இருந்து கொண்டுதான் இருக்கும்.

ஆன்மிக விஷயங்கள், சமய சாஸ்திரங்கள் போன்றவற்றிலும் ஆழ்ந்த நம்பிக்கை கொண்ட இவர்கள் அதில் தீவிர நாட்டம் செலுத்துவார்கள். வயது அதிகமாக அதிகமாக இவர்களுடைய ஆன்மிக உணர்வுகளும் மிகுதியாகும்.

இவர்களது குடும்ப வாழ்க்கை குழப்பமானதேயாகும். இவர்களுக்கு திருமணம் காலங்கடந்து நடந்தாலும் அந்தத் திருமணத்திலும் திருப்தியடைய முடியாமல், சிக்கல்கள்தாம் தோன்றக் கூடும். எனினும் பெயர் மாற்றம் செய்வதன் மூலம் இச்சிக்கல்கள் தீர வழியுண்டு என்பதை இவர்கள் கவனத்தில் கொள்ள வேண்டும்.

தன் முரட்டுத்தனத்தாலேயே இவர்கள் தன் பெயரைக் கெடுத்துக் கொள்வர். உத்தியோகம் பார்க்கும் இடத்தில் கட்சி, மாற்றுக் கட்சி எல்லாம் ஏற்படும். அவற்றுள் ஒரு கட்சிக்கு இவர்கள்தான் தலைவர்.

சற்று வயதான பிறகுதான் திருமணம் முடியும். பெயரையும், பெயர் எண்ணையும் நன்றாக அமைத்துக் கொண்டு விட்டால் இவர்கள் பல தொல்லைகளிலிருந்து விடுபடலாம்.

1.	பெயர் அமைக்க வேண்டிய எண்கள்	10, 14, 15, 23, 24, 32, 33, 41, 42, 50
2.	அதிர்ஷ்டத் தேதிகள் / எண்கள்	1, 5, 6
3.	அதிர்ஷ்டக் கற்கள்	முத்து, பவளம்
4.	அதிர்ஷ்ட நிறங்கள்	நீலம், பச்சை
5.	தவிர்க்கும் நிறங்கள்	சிவப்பு, கறுப்பு
6.	தவிர்க்கும் எண்கள்	2, 8, 9 (2, 4 ஒன்றுக்கொன்று எதிரியாவதால் தவிர்க்க வேண்டும்.)

✷✷✷

பிறவி எண். 3 : விதி எண். 1 (குரு மற்றும் சூரியன் ஆதிக்கம் உள்ளவர்கள்)

இவர்கள் நடுத்தர உயரமுடையவர்களாக இருப்பார்கள். இவர்களின் கண்கள் சற்றே சிவந்து காணப்படும். ஆயினும் அது முரட்டுத்தனத்தைக் காட்டுவதாக இல்லாமல் கருணை பொங்குவதாகவே இருக்கும். கத்தி போன்ற புருவம் அமைந்திருக்கும். முடி சுருட்டையாய்க் காணப்படும்.

இவர்கள் சுதந்திரத்தை விரும்புபவர்கள். உத்தியோகத்தில் உள்ளவர்களும்கூட உயர் அதிகாரிகளுக்கு வேலை விஷயத்தில் வேண்டுமாயின் அடங்கிப் போவார்களேயன்றி, தனிப்பட்ட முறையில் அவர்களுக்குப் பணிந்து போவது இவர்களுக்குப் பிடிக்காது. எப்போதும் தொழில் பற்றியே சிந்தனை உள்ளவர்கள்.

எந்தப் பிரச்சனையிலும் வேண்டியவர், வேண்டாதவர் என்றெல்லாம் சிந்திக்காமல் நேர்மையான முறையில் பேசி பிரச்சினையைத் தீர்த்து வைப்பார்கள். இயல்பாகவே நேர்மை தவறாத குணம் கொண்ட இவர்கள் தமக்கு விருப்பமில்லாத எந்த ஒரு செயலிலும் ஈடுபடமாட்டார்கள்.

மனசாட்சியைப் பெரிதும் போற்றி மதிக்கும் இவர்கள், எதிலும் மனத்துணிவுடனேயே செயல்படுவார்கள். உறவினர்கள், நண்பர்கள் போன்றோரிடம் உதட்டில் ஒன்றும் உள்ளத்தில் ஒன்றும் என இல்லாமல் வெளிப்படையாகவும் களங்கமில்லாத உண்மையான அன்புடனும் பழகுவார்கள். குடும்பத்தாருடன் அன்யோன்யமாக பழக வேண்டியது அவசியம்.

இந்த எண்காரர்களில் பலர், அரசு உத்தியோகம் அல்லது தனியார் உத்தியோகத்தில் இருந்தாலும் மற்றொரு வருமானம் வரக்கூடிய அளவில் ஏதேனும் கடைகள் போன்ற வியாபார நிறுவனங்களைத் தொடங்கி நடத்தி வருவார்கள்.

தம்மிடம் பணிபுரியும் பணியாளர்களையும் தட்டிக் கொடுத்து வேலை வாங்கக்கூடிய நிர்வாக ஆற்றல் இவர்களுக்கு இயல்பாகவே அமைந்திருப்பதால், உத்தியோகத்தைவிட வியாபார நிறுவனங்களிலேயே பெரிதும் சோபிக்கக் கூடியவர்கள். இவர்களுடைய பெயர் பொருத்தமாக அமைந்துவிட்டால் சிரமங்களைக் குறைத்துக் கொண்டு, வெற்றிகள் பெற வாய்ப்புண்டு.

கல்வியில் பேரார்வமும், கடவுள் பக்தியும் கொண்ட இவர்களில் பெரும்பாலானவர்கள் சிறந்த கல்விமான்களாகவும், பக்திமான்களாகவும்

கோடீஸ்வரராக வேண்டும் என்று கனவு காணுங்கள், அதற்கென செயல்படுங்கள்.... சாஸ்திரங்களை சரியாக பயன்படுத்தினால் செல்வத்தைக் குவிக்கலாம்.

விளங்குவார்கள். பெரியவர்களை மதித்து, அவர்களது சொற்படி நடப்பதிலும், அவர்களை மதிப்பதிலும் இவர்களுக்கு நிகர் இவர்களே எனலாம்.

இவர்கள் மனசாட்சியைத் தெய்வமாக நினைப்பர். நேர்மையான குணம் கொண்டவர்கள். தன் மனதிற்குப் பிடிக்காத எதிலும் ஈடுபடமாட்டார்கள்.

1.	பெயர் அமைக்க வேண்டிய எண்கள்	10, 14, 19, 21, 23, 30, 32, 37, 39, 41, 46, 50
2.	அதிர்ஷ்டத் தேதிகள் / எண்கள்	1, 3, 5, 9
3.	அதிர்ஷ்டக் கற்கள்	கனக புஷ்பராகம், மாணிக்கம்
4.	அதிர்ஷ்ட நிறங்கள்	வயலட், ரோஸ், மஞ்சள்
5.	தவிர்க்கும் நிறங்கள்	பச்சை, கறுப்பு
6.	தவிர்க்கும் எண்கள்	6, 8

✱✱✱

பிறவி எண். 3 : விதி எண். 2 (குரு மற்றும் சந்திரன் ஆதிக்கம் உள்ளவர்கள்)

இவர்கள் நடுத்தர உயரமுள்ளவர்களாகவும் ஓரளவு சதைப்பிடிப்புள்ள தோற்றத்தினராகவும் காணப்படுவார்கள். இவர்கள் இரக்க குணம் கொண்டவர்கள். துன்பப்படுபவர்கள் யாரையேனும் கண்டால் அவர்களுக்கு உதவ வேண்டும் என விரும்புவார்கள்.

தாம் குடியிருக்கும் வீடுகளையும், தம்முடைய ஆடை அணிகளையும் எப்பொழுதும் தூய்மையாகவும் அழகாகவும் வைத்துக் கொள்வார்கள். தம் உடைமைகளைக் கண்ணும் கருத்துமாகப் பாதுகாப்பதில் வல்லவர்கள். அதே நேரத்தில் பிறருடைய பொருள்களுக்குச் சிறிதும் ஆசைப்படமாட்டார்கள்.

தமக்கு நேரக்கூடிய கெடுதல்களை முன்கூட்டியே அறிந்து அதற்கேற்ற முறையில் செயல்பட்டு அவற்றிலிருந்து தப்பிவிடுவார்கள். மன உறுதி இவர்களுக்கு ஓரளவு குறைவாகவே இருக்கும். சிறுசிறு பிரச்சினைகளிலும் குழம்பித் தவிப்பார்கள்.

இவர்கள் புதிய ரக வாகனங்களைப் பார்த்தால் உடனே அதை வாங்க வேண்டும் என விரும்புவார்கள். ஓரளவுக்கு இயல்பாகவே போதிய வசதிகள், வீடு, நிலம் போன்ற சௌகரியங்கள் கிடைக்கப் பெற்று, சொகுசாகவே வாழும் இவர்கள் குடும்ப வாழ்வில் சற்று அவசரக்காரர்கள். காதல் வலையில் வீழ்ந்து காதல் திருமணம் செய்து கொள்வார்கள். குடும்பத்தாரை மிகவும் விரும்புவார்கள்.

கலையழகு கொஞ்சும் இடங்களையும் பெரும் புகழ்மிக்க கோயில்களையும், வரலாற்றுப் புகழ்மிக்க இடங்களையும் கண்டு ரசிக்க விரும்பும் இவர்கள் அடிக்கடி இன்பச் சுற்றுலா கிளம்பி விடுவார்கள். நன்கு திட்டமிட்டு செலவழிப்பார்கள். இருந்த போதும் எப்போதும் பணத்தட்டுப்பாடு

இருந்து வரும்! மற்றவர்களுக்கு உதவிகள் செய்து, பலர் துன்பத்திற்கு ஆளாவார்கள். இதில் கவனம் தேவை.

இந்த எண்காரர்களில் பலர் திரவங்களுடன் தொடர்புள்ள தொழிலையே தேர்ந்தெடுத்துக் கொள்வார்கள். கமிஷன் ஏஜென்ஸி, ரசாயனப் பொருள்கள், அழகு சாதனப் பொருள்கள் ஆகிய வியாபாரத்தாலும் சிலர் பொருள் ஈட்டுவார்கள்.

இந்த எண்காரர்களில் சிலருக்கு கண்நோய், தோல் நோய்கள் போன்றவை ஏற்பட்டுத் தொல்லை தரக்கூடும். சிலருக்கு ரத்தக் கொதிப்பு, நீரிழிவு போன்றவையும் ஏற்பட வாய்ப்புண்டு.

இவர்கள் யோகம் மிகுந்தவர்கள். நல்ல மனைவி, நல்ல குழந்தை அமைவர். துன்புற்றவரைக் கண்டு இரங்கும் அன்புள்ளம் கொண்டவர்கள்.

சில நேரங்களில் முரடராகத் தோன்றினாலும் அடுத்த வேளையில் சாத்விகமாகி விடுவர். சிறு சிக்கல் ஏற்பட்டாலும் பெரிதாகக் குழம்பிவிடுவர். திடசித்தம் இராது.

இவர்கள் கலையை வளர்ப்பதில் பிரியம் கொண்டவர்கள். ஆண்டவனின் பேரருளும் உண்டு. பெயரும் எண்ணும் சரியாக இல்லாவிட்டால் இவர்கள் மனம் மங்கையரிடமும் மதுவிடமும் நாட்டம் கொள்ளும். இவர்கள் ஆடம்பரப் பொருள்களைச் சேர்ப்பதில் பிரியம் கொள்வர்.

1.	பெயர் அமைக்க வேண்டிய எண்கள்	10, 14, 19, 21, 23, 30, 32, 37, 41, 46, 50
2.	அதிர்ஷ்டத் தேதிகள் / எண்கள்	1, 3, 5, 7
3.	அதிர்ஷ்டக் கற்கள்	கனக புஷ்பராகம், முத்து
4.	அதிர்ஷ்ட நிறங்கள்	வயலட், ரோஸ், நீலம்
5.	தவிர்க்கும் நிறங்கள்	பச்சை, கறுப்பு, சிவப்பு
6.	தவிர்க்கும் எண்கள்	6, 9, 8

***

பிறவி எண். 3 : விதி எண். 3 (குரு மற்றும் குருவின் ஆதிக்கம் உள்ளவர்கள்)

நடுத்தர உயரத்துடனும், சுமாரான அழகுடனும் காணப்படும் இவர்கள், பெரும்பாலும் மற்றவர்களால் விரும்பி நேசிக்கப்படக் கூடியவர்களாக இருப்பார்கள். இவர்களும், தங்களை மற்றவர்கள் மதிக்க வேண்டும் என்ற எண்ணம் கொண்டிருப்பார்கள்.

ஆனால் பிறர் மதிக்க வேண்டும் என்பதற்காக நியாயமற்ற வார்த்தைகளை போலித்தனமாகக் கூறிப் புகழாமல் உண்மையான அன்புடன் எல்லாரிடமும் பழகக் கூடியவர்கள்.

எண்கணிதம் பற்றிய அறிவு, உங்கள் வாழ்க்கையை ராஜபாட்டையாக்கி விடும்.

இவர்கள் இயல்பாகவே நீதி, நேர்மை, நாணயம், நல்லெண்ணம் ஆகியவற்றைக் கொண்டிருப்பதுடன், எந்தச் செயலையும் மிகுந்த நம்பிக்கையுடன் தொடங்கி, முயன்று வெற்றி காண்பார்கள். இளமையில் சுமாராக இருந்தாலும் 30–ஆம் வயதுக்கு மேல் இவர்கள் படிப்படியாக முன்னேறி வாழ்க்கையில் உயர்ந்தநிலையை அடைவார்கள். சுய கௌரவம் மிகுந்தவர்கள்.

பேச்சு, எழுத்து போன்ற துறைகளில் நாட்டமுடைய இவர்கள், அவற்றின் மூலம் தம்மாலியன்ற அளவுக்கு மக்களைத் திருத்த முனைவார்கள். ஆலயத் திருப்பணிகள், தெய்வீக விழாக்கள் போன்றவற்றில் முன்நின்று தம்மாலியன்ற ஒத்துழைப்பைத் தருவார்கள்.

இவர்களில் சிலருக்கு முன்பற்கள் இரண்டு பெரிதாகத் தோன்றும், இளமையிலேயே தலைமுடி உதிர்ந்து வழுக்கையும் விழக்கூடும். இந்தச் சிறுகுறைகள் இருப்பினும் இவர்கள் கவர்ச்சியாகவே காணப்படுவார்கள்.

மற்றவர்களிடம் இவர்கள் எதையாவது, கருத்துகளை எடுத்துச் சொல்லும்பொழுது அவை தெளிவாகவும், ஆணித்தரமாகவும் மற்றவர்கள் மறுத்துச் சொல்ல முடியாத அளவில் நியாயமானவையாகவும் இருக்கும். பழைய சம்பிரதாயங்களில் ஈடுபாடு கொண்டவர்கள்.

இவர்கள் எவ்வளவுதான் முன்னேற்றமடைந்து வாழ்வில் வளம் பெற்று விளங்கினாலும் ஆடம்பரத்தைச் சிறிதும் விரும்பமாட்டார்கள். அனைவரிடமும் அன்பாகப் பழகுவதிலும் குறை வைக்கமாட்டார்கள். குடும்பத்தினர், குழந்தைகள் அனைவரிடமும் பாசத்துடன் இருப்பார்கள். இந்த எண்காரர்களில் பலர் பால்பண்ணை வைத்து நடத்திப் பொருள் சம்பாதிப்பார்கள். கமிஷன் ஏஜென்ஸி, காண்ட்ராக்ட் மூலமாகவும் சிலர் ஆதாயம் பெறுவார்கள். ஜோதிடத்தில் நாட்டமுள்ள இவர்களில் சிலர் ஜோதிடத்தையே தொழிலாகவும் கொண்டிருப்பார்கள்.

இவர்களது முன்னேற்றம் நாளுக்கு நாள் விருத்தியடையும். எவ்வளவு வருமானம் பெருகினாலும் ஆடம்பரத்தை விரும்பமாட்டார்கள்.

ஆராய்ச்சி செய்யும் மனப்பான்மை கொண்ட இவர்கள் உத்தியோகத்தில் படிப்படியாக உயர்ந்து உயர் பதவி அடைவர். உயர் பதவிகள் பலருக்குத் தேடி வரும்.

1.	பெயர் அமைக்க வேண்டிய எண்கள்	14, 23, 27, 32, 41, 46, 50
2.	அதிர்ஷ்டத் தேதிகள் / எண்கள்	1, 3, 5, 9
3.	அதிர்ஷ்டக் கற்கள்	கனக புஷ்பராகம்
4.	அதிர்ஷ்ட நிறங்கள்	வயலட், ரோஸ்
5.	தவிர்க்கும் நிறங்கள்	பச்சை, கறுப்பு
6.	தவிர்க்கும் எண்கள்	6, 8

✷✷✷

பிறவி எண். 3 : விதி எண். 4 (குரு மற்றும் இராகு ஆதிக்கம் உள்ளவர்கள்)

ஓரளவு உயரமானவர்களாகவும், நல்ல தோற்றத்தைக் கொண்டவர்களாகவும் விளங்கும் இவர்களுடைய தலைமுடி அலையலையாய் கவர்ச்சியாகக் காணப்படும்.

இளமையிலேயே பேச்சு சாமர்த்தியமும், அறிவுத் திறமையும் வாய்க்கப் பெற்ற இவர்கள் வாழ்க்கையில் பெரும் முன்னேற்றமடைந்து புகழ், செல்வம் போன்ற சகல சௌகரியங்களையும் பெற்று வாழ்வதுடன் பலருக்கும் உதவி செய்யக்கூடிய உபகாரிகளாகவும் திகழ்வார்கள்.

நல்ல மனைவி, நல்ல குழந்தைகள், வீடு, வாகனம் என அனைத்து வசதிகளையும் அடைந்து, சிறப்பான வாழ்க்கையை மேற்கொள்ளும் வாய்ப்புடைய இவர்கள் குறிப்பாக பெண்கள் விஷயத்தில் மிகவும் எச்சரிக்கையாய்ப் பழக வேண்டியது அவசியம். இவர்களிடம் பெண்களும் பெண்களிடம் இவர்களும் மயங்கும் சூழ்நிலைகள் உண்டு என்பதால் எச்சரிக்கை தேவை.

இவர்களுக்கு நண்பர்கள் குறைவில்லை. எப்போதும் இவர்களைச் சுற்றி நண்பர்களின் கூட்டம் இருந்துகொண்டே இருக்கும். ஏனெனில் இவர்களும் நண்பர்களுக்குத் தேவையானதையெல்லாம் அவ்வப்போது இல்லையென்று சொல்லாமல் கொடுத்துக் கொண்டே இருப்பார்கள்.

இயல்பாகவே பேச்சுத்திறமை மிகுந்த இவர்கள் நீதிமன்றங்களில் வழக்கறிஞர்களாகித் திறம்பட வாதாடக் கூடிய வாய்ப்பைப் பெறுவார்கள். அரசியல் மேடைகளிலும் சிலர் சோபிப்பார்கள்.

தம்முடைய பேச்சு, எழுத்து ஆகியவற்றால் பொருள் தேடக்கூடிய இவர்களுக்கு, அவ்வப்பொழுது சில சோதனையான அனுபவங்கள் ஏற்பட்டு வேதனை ஏற்படுத்தக்கூடும். இருப்பினும் அவற்றையெல்லாம் இவர்கள் சாமர்த்தியமாகச் சமாளித்து வெற்றி பெற்று விடுவார்கள். கவனமாக இல்லாவிட்டால், சேமிப்பு எல்லாம் விரயமாகி விடும்.

கையில் பணமிருக்கும் போது தாராளமாகச் செலவு செய்வார்கள். வாகன யோகம் சிறப்பாகக் காணப்படும். இவர்கள் வாகனங்களை ஒட்டுவதில் மிகுந்த ஆர்வம் கொண்டிருப்பர். அடிக்கடி வெளியூர்ப் பயணங்கள், திருத்தல யாத்திரைகள் போன்றவற்றை மேற்கொள்வார்கள்.

பொதுவாக புகழ், அந்தஸ்து, செல்வம், நல்ல மனைவி, நல்ல குழந்தைகள், வீடு, வாகனம் பெற்று பலருக்கு உதவி புரியும் மனிதனாக வாழ்வர். சற்று செலவாளி, அதனால் சேமிப்பது கடினமாகும்.

பெயரின் நல்ல ஒலிகளே (Vibrations) வெற்றிக்கு உத்திரவாதத்தை அளிக்கும்.

நன்றாகப் பேசிக் காரியம் சாதிப்பதில் வல்லவர்கள். பேச்சாலும், எழுத்தாலும் பொருள் ஈட்டும் இவர்களுக்குப் பல சோதனைகள் வரும். இளமையிலேயே பேரறிவும், பேச்சுத்திறனும் கொண்ட இவர்கள் அரசியல், அரசாங்க உத்தியோகம் போன்றவற்றில் இருப்பார்கள்.

1.	பெயர் அமைக்க வேண்டிய எண்கள்	14, 19, 21, 23, 27, 32, 37, 41, 45, 46, 50
2.	அதிர்ஷ்டத் தேதிகள் / எண்கள்	1, 3, 5, 9
3.	அதிர்ஷ்டக் கற்கள்	கனக புஷ்பராகம், கோமேதகம்
4.	அதிர்ஷ்ட நிறங்கள்	வயலட், ரோஸ், நீலம்
5.	தவிர்க்கும் நிறங்கள்	பச்சை, கறுப்பு
6.	தவிர்க்கும் எண்கள்	6, 7, 8

✳✳✳

பிறவி எண். 3 : விதி எண். 5 (குரு மற்றும் புதன் ஆதிக்கம்)

நடுத்தர உயரமும் சுமாரான அழகும் வாய்க்கப்பெற்ற இவர்கள் மிகவும் சுறுசுறுப்பானவர்களாகக் காணப்படுவார்கள்.

மிகவும் சாமர்த்தியம் படைத்தவர்களான இவர்கள் பலரையும் ஏவி வேலை வாங்கக்கூடியவர்கள். இவர்களுக்கு இளமைப் பருவம் சுமாரானதாக இருந்தாலும் 30 வயதுக்கு மேல் நன்கு வளர்ச்சியும் முன்னேற்றமும் அடைந்து வீடு, வாகனம், பூமி போன்ற சௌகரியங்களைப் பெற்று வாழ்வார்கள்.

தமக்கு எல்லாரும் பணிந்து கீழ்ப்படிந்து நடக்க வேண்டும் என்ற ஒரு வகைக் கர்வம் இவர்களிடம் இருக்கும். யாருக்காவது உதவி செய்யப் போய், அதுவே இவர்களுக்குக் கெட்ட பெயரைத் தேடிக் கொடுத்து விடும். இதன் காரணமாக இவர்கள் அமைதியிழந்து காணப்படுவார்கள். யார் எந்தக் கேள்வியைக் கேட்டாலும் உடனே பதில் கூறிவிடுவார்கள்.

இவர்கள் பேசத் தொடங்கினால் மிக இனிமையாகவும் சுவையாகவும் பேசி, பேச்சினாலேயே மற்றவர்களை எளிதில் கவர்ந்து விடுவார்கள். காரியவாதிகள்.

தம்மை யாரேனும் எதிர்த்துப் பேசுகிறார்கள் என்று தெரிந்தால், அவர்களை மட்டம் தட்டச் சந்தர்ப்பத்தை எதிர்பார்த்துக்கொண்டே இருந்து சந்தர்ப்பம் வாய்க்கும் போது மட்டம் தட்டி விடுவார்கள்.

யாரிடமிருந்தும் தமக்கு எந்த நேரத்திலும் சிறு கெடுதலும் நேர்ந்து விடாத வண்ணம் மிகப் பாதுகாப்புடனும் எச்சரிக்கையுடனும் இருந்து வருவார்கள். யாராவது இவர்களைப் புகழ்ந்து பேசி மயக்கிவிடலாம் என்று நினைத்தார்களானால் அவர்கள் ஏமாந்துதான் போவார்கள். இவர்களை அவர்களால் ஒன்றும் செய்துவிட முடியாது. அவ்வளவு அழுத்தமானவர்கள் இவர்கள்.

எதையும் தனியாக இருந்தே திட்டம் போட்டுச் செயல்படுவர். தெய்வ பக்தி கூடியவர்கள். அதனால் இவர்களது திட்டங்கள் எல்லாம் எளிதில் நிறைவேறிவிடும். தம்மை எதிர்ப்பவரைச் சமயம் பார்த்து மடக்கி விடுவர்.

ஆனால் தன்னைச் சார்ந்தவர்களை உயர்ந்த நிலைக்குக் கொண்டு வரப் பாடுபடுவர். இவர்கள் மின்னல் வேகத்தில் சிந்திக்கும் ஆற்றல் உள்ளவர்கள். அதனால் கேட்ட கேள்விகளுக்கு உடனே பதில் சொல்லி விடுவர்.

1.	பெயர் அமைக்க வேண்டிய எண்கள்	14, 19, 23, 27, 32, 37, 41, 45, 46, 50
2.	அதிர்ஷ்டத் தேதிகள் / எண்கள்	1, 3, 5, 9
3.	அதிர்ஷ்டக் கற்கள்	கனக புஷ்பராகம், வைரம்
4.	அதிர்ஷ்ட நிறங்கள்	வயலட், ரோஸ், நீலம்
5.	தவிர்க்கும் நிறங்கள்	பச்சை, கறுப்பு
6.	தவிர்க்கும் எண்கள்	6, 8

***

பிறவி எண். 3 : விதி எண். 6 (குரு மற்றும் சுக்கிரன் ஆதிக்கம் உள்ளவர்கள்)

இந்த எண்காரர்களைப் பொறுத்தவரை இந்த எண்களின் சேர்க்கை சிறப்பான அமைப்பன்று. அதாவது தேவகுருவான குருவும் அசுர குருவான சுக்கிரனும் ஒருவருக்கொருவர் பகைமை பூண்டவர்கள் என்பதால், இந்த எண்காரர்கள் வாழ்வில் எதிர்நீச்சல் போட வேண்டியதாயிருக்கும்.

இந்த எண்காரர்களில் சிலர் அரசாங்க உத்தியோகத்தில் இருப்பார்கள். சிலர் சொந்தத்தில் ஏதேனும் தொழில் செய்பவர்களாக இருப்பார்கள். எதுவாயிருப்பினும் இவர்கள் அவ்வப்பொழுது சில ஏற்ற, இறக்கங்களைச் சந்திக்கவும் அதனால் மனநிம்மதிக் குறைவு ஏற்படவும் வழியுண்டு. தொழிலில் அடிக்கடி பிரச்சினைகளால் பாதிக்கப்படுவார்கள்.

இவர்கள் ஆண்களாக இருந்தால் பெண்களாலும், பெண்களாக இருந்தால் ஆண்களாலும் கெட்ட பெயர் ஏற்படக்கூடிய சந்தர்ப்பங்கள் ஏற்படக்கூடும். ஓரளவு அழகான தோற்றம் அமையப்பெற்ற இவர்கள் மனதைக் கட்டுப்படுத்தி ஓர் உறுதியான நிலையில் வைத்திருக்க வேண்டியது முக்கியம். இல்லையேல் பெண்கள் விஷயங்களில் மிகுந்த பிரியமுள்ள இவர்கள், அதனால் இன்னலடைய நேரிடும். குடும்ப வாழ்க்கையிலும் பல பிரச்சனைகள் வர வாய்ப்புண்டு.

இந்த எண்காரர்களில் சிலருக்கு நண்பர்கள், உடன் பிறந்தோர் ஆகியோரிடம் கூட பகைமை ஏற்படும் வாய்ப்புண்டு.

> அதிர்ஷ்டப் பெயரினை Visiting Cards, Letter Pad, Signboard மூலம் வலுப்படுத்துதல் அவசியம்.

இவர்களுக்குக் குருபகவானின் திருவருளால் சிறந்த அறிவாற்றலும் எதையும் ஆழ்ந்து யோசித்து முடிவெடுக்கும் திறனும் இயல்பாகவே அமைந்திருக்கும். எனினும், சில அவசர நடவடிக்கைகளால், இவர்கள் அல்லல் படவேண்டிய சூழ்நிலைகள் எப்படியோ அமைந்துவிடும்.

பலர் ஆடம்பரப் பிரியர்கள். இதன் காரணமாக மலைப்பாங்கான இடங்களையும் இயற்கைக் காட்சிகள் நிறைந்த பகுதிகளையும் கண்குளிரக் கண்டு ரசிக்கும் ஆர்வம் படைத்த இவர்கள், அடிக்கடி அத்தகைய இடங்களுக்கு பயணம் சென்று வருவார்கள். வாழ்க்கையில் ஏதாவது ஒரு விஷயத்தில் குறைபாட்டை ஏற்படுத்திவிடும்.

இவர்களுக்கு தீர்க்கமான அறிவும் நல்ல யோசனையும் இருந்தும் தீய காரியங்களில் ஈடுபடுவர். இவர்கள் கவனமாக செயல்பட வேண்டும். இல்லையெனில் பல சங்கடங்கள் வந்து சேரும்.

பார்ப்பதற்கு அழகாயிருக்கும் இவர்கள், காமத்தைக் கட்டுப்படுத்திக் கொள்ள வேண்டும். நல்லவர்களாக வாழ்ந்தாலும், இவர்களுக்குக் கெட்ட பெயரே ஏற்படும் நிலைமை வந்து சேரும்.

இவர்கள் தன் வாயாலேயே தீங்கைத் தேடிக் கொள்வர். எதிர்காலத்திற்கு சேமிப்பு அவசியம்.

1.	பெயர் அமைக்க வேண்டிய எண்கள்	14, 19, 23, 27, 32, 37, 41, 45, 46, 50
2.	அதிர்ஷ்டத் தேதிகள் / எண்கள்	1, 5, 9
3.	அதிர்ஷ்டக் கற்கள்	கனக புஷ்பராகம், பச்சை
4.	அதிர்ஷ்ட நிறங்கள்	நீலம், மஞ்சள்
5.	தவிர்க்கும் நிறங்கள்	கறுப்பு
6.	தவிர்க்கும் எண்கள்	3,6,8 (3,6 எண்கள் ஒன்றுக்கொன்று கடுமையான பகையாகும்.)

✱✱✱

பிறவி எண். 3 : விதி எண். 7 (குரு மற்றும் கேதுவின் ஆதிக்கம் உள்ளவர்கள்)

இந்த எண்காரர்களில் பெரும்பாலானவர்கள் ஓரளவு உயரமானவர்களாகவும், கவர்ச்சியான வசீகர முகத் தோற்றத்தையும் கொண்டவர்களாகவும் காணப்படுவார்கள்.

இவர்கள் சற்றே முன்கோபமுள்ளவர்களாக இருப்பார்கள். இவர்கள் யாரிடமும் எளிதில் நட்பு கொண்டுவிடமாட்டார்கள். தனிமையில் இனிமை காணும் சுபாவம் கொண்டவர்கள். இத்தகைய காரணங்களால் இவர்களுக்கு நல்ல நண்பர்கள் மிகக் குறைவாகவே இருப்பார்கள். எனினும் நல்ல நண்பர்கள் சிலர் அமைந்து விட்டால் அவர்களிடம் உள்ளக் களிப்புடன் பழகுவார்கள்.

இவர்கள் மேற்கொள்ளும் முயற்சிகளில் ஏதேனும் பிரச்சினைகள் தோன்றினாலும், எளிதில் அதை விட்டுவிடமாட்டார்கள். எப்படியாவது முயன்று வெற்றி கண்டு விடுவார்கள். பலருக்கு வெளியூர், வெளிநாட்டில் வேலை அமையும் வாய்ப்பு உள்ளது.

நாட்டுப்பற்று இவர்கள் உள்ளத்தில் இருந்து கொண்டிருக்கும். மதக் கொள்கைகள், கோட்பாடுகளிலும் ஈடுபாடு கொண்டிருப்பார்கள். இதற்காகத் தம்மாலியன்ற அளவு எழுத்தாலும் பேச்சாலும் பிரச்சாரங்களை மேற்கொண்டு உழைப்பார்கள். ஆயினும் அதற்கான சரியான அங்கீகாரம் கிடைக்காத காரணத்தால் மனம் மிகவும் வருந்தி இறுதியில் அந்தப் பணிகளிலிருந்து ஒதுங்கிக் கொள்ளவே முயல்வார்கள்.

கல்வித்துறை, ஆராய்ச்சி போன்றவற்றில் ஈடுபடும் மனப்பான்மை இவர்களுக்கு அமைந்திருக்கும் என்பதால் எப்பொழுதும் ஏதேனும் ஒரு சிந்தனையிலேயே ஆழ்ந்திருப்பார்கள். இத்தகைய சிலருக்கு நான் பொருத்தமான மிக அதிர்ஷ்டகரமான பெயராக மாற்றியமைத்துக் கொடுத்த பின்னர், அவர்கள் இத்துறைகளில் பெரிதும் முன்னேறி அரசாங்க விருதுகளும், பரிசுகளும் பெற்றுப் பிரபலம் அடைந்திருக்கிறார்கள்.

இந்த எண்காரர்களில் சிலர், யாரிடமும் நம்பிக்கை இல்லாமல் அவநம்பிக்கை கொண்டிருப்பார்கள். இதன் காரணமாக எல்லாரிடமும் மனக்கசப்புகள், கருத்து வேறுபாடுகள் தோன்றக் கூடும். எனினும் அதிர்ஷ்டமான பெயராக மாற்றிக் கொண்டால் இக்குறைபாடுகளும் நீங்கக்கூடும்.

தனியாகத் தொழில் தொடங்கி நடத்துபவர்களும் கூட அதற்குத் தேவையான நெளிவு சுளிவுகளைப் பற்றி யாரிடமும் கேட்டுத் தெரிந்து கொள்ள விரும்பமாட்டார்கள். தம் விருப்பம்போல் எதையும் செய்துவிட்டு முன்னேற்றம் காணமுடியாமல் தவிப்பார்கள். குடும்ப வாழ்க்கையிலும் இவர்களுக்குக் குழப்பமான சூழ்நிலையே நிலவும். குடும்பத்துடன் மனம் விட்டுப் பேசுவதை வளர்த்துக் கொள்ள வேண்டும்.

இவர்கள் மதப்பற்றும், நாட்டுப்பற்றும் கொண்டவர்கள். தன்னை விட பலம் வாய்ந்தவர்களாக இருந்தாலும் அஞ்சாது எதிர்ப்பார்கள்.

சற்று முன் கோபிகளான இவர்கள் யாராவது தவறு செய்துவிட்டால் அதைச் சுட்டிக்காட்டிப் பேசுவர். எப்பொழுதும் எதையாவது சிந்தித்த வண்ணமிருப்பர்.

பிரச்சினைகள் வந்து விட்டால், பேசியே காரியத்தில் வெற்றியே கொள்வர். ஆனால் இவர்களது கொள்கை மற்றவர்களுக்கு அவ்வளவாக ஒத்துவராது. நல்ல நண்பர்கள் அமைவது சற்று சிரமமே.

பெயர் எண்ணின் யந்திரங்களை அணிய வேண்டும். அதற்கான கிரகத்தின் ஸ்தலங்களையும் தரிசிக்க வேண்டும். இதன் மூலம் விரைவில் அதிர்ஷ்டப்பலன்களை அடைய முடியும்.

1.	பெயர் அமைக்க வேண்டிய எண்கள்	14, 19, 23, 27, 32, 37, 41, 45, 46, 50
2.	அதிர்ஷ்டத் தேதிகள் / எண்கள்	1, 2, 3, 5, 9
3.	அதிர்ஷ்டக் கற்கள்	கனக புஷ்பராகம், வைடூரியம்
4.	அதிர்ஷ்ட நிறங்கள்	வயலட், பிங்க், வெள்ளை, நீலம்
5.	தவிர்க்கும் நிறங்கள்	பச்சை, கறுப்பு
6.	தவிர்க்கும் எண்கள்	4, 6, 8

***

பிறவி எண். 3 : விதி எண். 8 (குரு மற்றும் சனி ஆதிக்கம்)

இந்த எண்காரர்களில் பெரும்பாலானவர்கள் சுமாரான உயரத்தையும், ஓரளவு கவர்ச்சியான தோற்றத்தையும் பெற்றிருப்பார்கள்.

உலக நடப்புகள் எல்லாமே இவர்களுக்கு அத்துபடி. சின்னச் சின்ன விஷயங்களையும் தெரிந்து வைத்திருப்பார்கள். இளமையில் பல்வேறு சிரமங்களை அனுபவித்திருப்பார்கள் என்பதால், உலக ஞானத்தைப் பெற்றிருப்பார்கள். சுறுசுறுப்பாக இயங்கி வாழ்வில் படிப்படியாக முன்னேற்றம் அடைவார்கள்.

இந்த எண்காரர்களில் பலர் ஏதேனும் ஓர் உத்தியோகத்தில் இருந்து கொண்டிருப்பார்கள்.

இந்த எண்காரர்கள் கற்பனையாற்றல் மிகுந்தவர்கள். அவர்கள் தங்கள் எழுத்தின் மூலம் பெயர் புகழ் பெறுவது மட்டுமின்றி, பொருளாதார வசதிகளையும் சிலர் பெறுதல் கூடும்.

இந்த எண்காரர்களில் சிலர் மிகச் சிக்கனமாக வாழ நினைப்பார்கள். ஆனால் பணத்தையெல்லாம் சேர்த்து வைக்கும்பொழுது, அவர்களுக்கு வேறு வீண் செலவுகள் ஏதாவது வந்து சேரும்.

இவர்கள் சில நேரங்களில் தொழில் மந்த நிலையை அடையும்போது வீணாக மனக்குழப்பம் அடைவார்கள். வேறு தொழிலை மாற்றிச் செய்யலாமா என்று யோசித்து முடிவெடுப்பதற்குள் வழக்கமான தொழிலிலேயே லாபம் கிடைத்துவிடும்.

பல பொறுப்புகளைச் சுமந்து கொண்டு வாழும் இவர்கள் நேர்மையாக வாழ்ந்தாலும் பழிச்சொல் வரும். பூட்டிய பூட்டை மூன்று முறை இழுத்துப் பார்க்கும் இவர்கள், தான் ஒரு சீர்திருத்தவாதியாக வாழவேண்டும் என்று எண்ணுபவர்கள்.

சிலர் கற்பனை சக்தியாலும், சிலர் எழுத்தின் மூலமாகவும் சிறப்புப் பெறுவர். திடமான மனநிலை கொண்ட இவர்கள் திடீரென்று தன்னம்பிக்கையை இழப்பர்.

பெயரும் எண்ணும் பொருத்தமாக அமைந்திருந்தால் உத்தியோக உயர்வும் நல்ல முன்னேற்றமும் கிடைக்கும். ஆரம்ப வாழ்க்கை அவ்வளவு சுகமாக அமையாவிட்டாலும் போகப்போக முன்னேறிவிடுவர்.

1.	பெயர் அமைக்க வேண்டிய எண்கள்	14, 19, 23, 27, 32, 37, 41, 45, 46, 50
2.	அதிர்ஷ்டத் தேதிகள் / எண்கள்	1, 3, 5, 9
3.	அதிர்ஷ்டக் கற்கள்	கனக புஷ்பராகம், நீலம்
4.	அதிர்ஷ்ட நிறங்கள்	வயலட், மஞ்சள், நீலம்
5.	தவிர்க்கும் நிறங்கள்	பச்சை, கறுப்பு
6.	தவிர்க்கும் எண்கள்	6, 8

***

பிறவி எண். 3: விதி எண். 9 (குரு மற்றும் செவ்வாய் ஆதிக்கம் நிறைந்தவர்கள்)

இந்த எண்காரர்களில் பலரும் நடுத்தரமான உயரம் உள்ளவர்களாகவும், பார்வைக்குக் கம்பீரமான தோற்றத்தைக் கொண்டவர்களாகவும் காணப்படுவார்கள். வலிமையான நல்ல உடலமைப்பு இவர்களுக்கு உண்டு.

இவர்கள் நேர்மையாகவும், முன்னெச்சரிக்கையுடனும் நடந்து கொண்டு இவர்களது முயற்சியில் வெற்றி காணக் கூடியவர்கள் என்பதால் மற்றவர்கள் யாரையுமே அவ்வளவாக லட்சியம் செய்யமாட்டார்கள். அறிவும், துணிவும் உடையவர்கள்.

இவர்களில் சிலர் இராணுவம், காவல்துறை போன்ற துறைகளில் பலரையும் தங்கள் கட்டளைக்காகக் காத்திருக்க வைக்கக்கூடிய பொறுப்பான பதவிகளில் பணியாற்றிப் பெயரும் புகழும் பெறக்கூடியவர்களாக இருப்பார்கள்.

இயல்பாகவே சகல சௌகர்யங்களுடன் வாழக்கூடிய பாக்கியத்தைப் பெற்ற இவர்களுக்கு, பெயரும் பொருத்தமான அதிர்ஷ்டப் பெயராக அமைந்துவிட்டால் மேலும் இவர்கள் மேன்மையான வாழ்க்கையைப் பெற்று விளங்குவார்கள்.

இவர்களுடைய வாழ்க்கைத்துணையும் மிக யோகமான துணையாகவே அமையும் என்பதால் வாழ்க்கையில் கவலையின்றி, பெரும் சாதனைகளைப் புரியக்கூடியவர்களாக இருப்பார்கள்.

இவர்கள் மற்றவர்கள் எல்லாருக்கும் உரிய முறையில் மரியாதை செலுத்துவார்கள். அதேபோல மற்றவர்களும் தங்களுக்கு மரியாதை தரவேண்டும் என்று விரும்புவார்கள். அவ்வாறு மரியாதையாக நடந்து கொள்ளாதவர்களை இவர்கள் வெறுத்தொதுக்கி விடுவார்கள்.

இவர்கள் நாட்டுப்பற்று மிகுந்தவர்களாக இருப்பார்கள். நாட்டு முன்னேற்றத்திற்கான பணிகளிலும் உழைக்க முன்வருவார்கள்.

வாழ்வின் இறுதிக்காலம் வரை நல்ல செல்வாக்குடன் சௌகரியமாக வாழக்கூடிய அமைப்பைப் பெற்ற இவர்களுக்கு நல்ல மனைவி, மக்கள்

கண்ணாடிப் பயிற்சியை தினமும் 15 நிமிடங்கள் செய்துவர, வேண்டிய நற்பலன்கள் உடனே கிடைக்கும்.

அமைவார்கள். எனினும் மிதமிஞ்சிய காம நினைவுகளைக் கொண்ட இவர்கள், பெண்களிடம் பழகும்போது மிகவும் முன்னெச்சரிக்கையாக அளவோடு பழகுதல் வேண்டும். இல்லையேல் இவர்களது வாழ்க்கை தடம் மாறி விடும்.

இவர்களுக்கு நல்ல நண்பர்களும், உதவி செய்பவர்களும் அதிகமுண்டு. இவர்களுக்கு உதவப் பலர் முன்வருவர். இவர்கள் எதையும் அதிகாரத்தால் முடிக்கவே பிரியப்படுவர்.

இவரைக் கண்டால் குடும்பத்தில் உள்ளவர்கள்கூட பயப்படுவார்கள். ஏதாவது சாதனை செய்யவேண்டும் என்று முயற்சிப்பார்கள்.

முன் கோபக்காரரான இவர்கள் ஆத்திரத்தில் திட்டிவிட்டுப் பிறகு அதை நினைத்து வருந்துவர். பார்ப்பதற்கு கம்பீரமாக இருக்கும் இவர்களின் பேச்சு துடுக்காக இருக்கும். எல்லா வசதிகளையும் பெற்று வாழும் பாக்கியசாலியாகவும் இருப்பர்.

1.	பெயர் அமைக்க வேண்டிய எண்கள்	14, 21, 23, 27, 32, 41, 45, 50
2.	அதிர்ஷ்டத் தேதிகள் / எண்கள்	1, 3, 5, 9
3.	அதிர்ஷ்டக் கற்கள்	கனக புஷ்பராகம், பவளம்
4.	அதிர்ஷ்ட நிறங்கள்	வயலட், மஞ்சள், சிவப்பு
5.	தவிர்க்கும் நிறங்கள்	பச்சை, வெள்ளை, கறுப்பு
6.	தவிர்க்கும் எண்கள்	6, 2, 8

✸✸✸

பிறவி எண். 4 : விதி எண். 1 (இராகு மற்றும் சூரியன் ஆதிக்கம் உள்ளவர்கள்)

இந்த எண்காரர்களில் பெரும்பாலானவர்கள், ஓரளவு நடுத்தர உயரமுள்ளவர்களாகவும், கவர்ச்சிகரமான அழகிய தோற்றத்தை உடையவர்களாகவும் காணப்படுவார்கள்.

இவர்கள் சாப்பாட்டுப் பிரியர்கள். எப்பொழுதும் இவர்களுக்கு அறுசுவை மிகுந்த உணவு இருந்தாக வேண்டும். இதற்கேற்ற மாதிரி இவர்களுக்குத் தேவையானவற்றைக் கவனிக்கக்கூடிய அளவில் நல்ல குடும்பம் அமைந்துவிடும். ஆண்களாயின் நல்ல மனைவி, பெண்களாயின் நல்ல கணவர், நல்ல குழந்தைகள் என, திருப்திகரமான குடும்பம் அமைந்து விடும்.

உஷ்ண ஆதிக்கம் மிகுந்த இவர்களுக்கு இளமையிலேயே தலைமுடி உதிரத் தொடங்கிவிடும். சிற்றின்பத்தில் மிகுந்த நாட்டங்கொண்ட இவர்கள், அது தவறென்பதை உணர்ந்து திருத்திக் கொள்வது நல்லது. இல்லையேல் விபரீதமான பழக்கத்திற்கும் தொடர்புகளுக்கும் ஆட்பட நேரிடும்.

யாராவது எதையேனும் கூறினால் அதை அப்படியே உடனே நம்பிவிட மாட்டார்கள். பிறருக்கு எவ்விதத் தீங்கும் செய்ய விரும்பாதவர்கள் என்பதால் எல்லாரிடமும் நல்ல பெயரைச் சம்பாதிப்பார்கள். ஆனால் நல்லவர்களுக்கு நல்லவர், கெட்டவர்களுக்குக் கெட்டவர் என்பதற்கேற்ப, இவர்களுக்கு யாரேனும் தீங்கு செய்ய நினைத்தால் அவர்களை ஒரு வழி செய்து விடுவார்கள்.

யார் என்ன கேட்டாலும் உடனே பதில் சொல்வார்கள். அந்த அளவுக்கு இவர்கள் தகவல் சுரங்கமாக இருப்பார்கள். மேலும் சின்ன விஷயம்தான் என்றாலும் கூட இவர்கள் அதையும் தள்ளிவிடாமல் விஷயங்களைச் சேகரித்துக்கொண்டே இருப்பார்கள். இதன் காரணமாகவும் கூட, இவர்களது வாழ்வில் முன்னேற்றம் கூடும் எனலாம். வாழ்வில் படிப்படியாக உயர்ந்து உயர்நிலையை அடைவார்கள். பலருக்கும் உதவும் எண்ணமுடையவர்கள்.

நாணயமும், நம்பிக்கையும் இவர்களுக்கு மிகவும் பிடித்தமானவை. இவர்களுடைய நட்பைப் பெறப் பலர் விரும்புவார்கள். இவர்களில் சிலர் நல்ல பேச்சாளர்களாகவும், எழுத்தாளர்களாகவும் விளங்குவார்கள். பொதுவாக சிறு குறைகள் இருந்தாலும், நல்ல மனிதர்களாக வாழும் இவர்களுக்கு எத்தகைய இடையூறுகள் எதிர்வந்தாலும் இறுதியில் அவை இவர்களை விட்டு விலகி ஓடிவிடும்.

இவர்களில் பலர் உத்தியோகத்தில் உள்ளனர். சிலர்தான் தொழில் புரிகின்றனர். பெயரும் எண்ணும் பொருத்தமுடன் இருந்தால், நல்ல மனைவி, நல்ல குழந்தை, நல்ல ஆரோக்கியம், நல்ல செல்வம் பெற்றுச் சிறப்பாக வாழலாம். இவர்கள் சாப்பாட்டுப் பிரியர்கள். ஒரு காரியத்தில் ஈடுபட்டு விட்டால் எதையும் லட்சியம் செய்யாமலே வாழ்வார்கள்.

நாணயமாகவும் நம்பிக்கையாகவும் நடந்து கொள்வார்கள். இவர்களைப் புகழ்ந்து பேசி காரியத்தை முடித்துக் கொள்ளலாம்.

இவர்கள் சாதாரணமாக இருந்து படிப்படியாக மேல் நிலையை எய்துவர். இவர்களுள் சிலர் பேச்சாளர்களாகவும், எழுத்தாளர்களாகவும் இருப்பதுண்டு. புத்திக் கூர்மையுள்ளவராதலால், எங்கு சென்றாலும் பல விஷயங்களைச் சேகரித்துக் கொண்டே இருப்பர். எடுப்பான தோற்றம் உண்டு. மனதில் உள்ளதை மறைக்காமல் வெளியிடுவர்.

கலிகாலத்தில் எண்கணிதத்தின் பலன்களே வாழ்க்கையில் ஏற்படுகின்றன.

1.	பெயர் அமைக்க வேண்டிய எண்கள்	10, 14, 15, 19, 23, 24, 27, 32, 33, 37, 41, 42, 45, 46, 50
2.	அதிர்ஷ்டத் தேதிகள் / எண்கள்	1, 5, 6, 9
3.	அதிர்ஷ்டக் கற்கள்	கோமேதகம், மாணிக்கம்
4.	அதிர்ஷ்ட நிறங்கள்	நீலம், மஞ்சள், பொன் நிறம்
5.	தவிர்க்கும் நிறங்கள்	கறுப்பு
6.	தவிர்க்கும் எண்கள்	7, 8

✸✸✸

பிறவி எண். 4 : விதி எண். 2 (இராகு மற்றும் சந்திரன் ஆதிக்கம் உள்ளவர்கள்)

இந்த எண்காரர்களில் பெரும்பாலானவர்கள் சுமாரான உயரம் உடையவர்களாகவும், பார்வைக்கு ஓரளவு அழகிய தோற்றமுடையவர்களாகவும் காணப்படுவார்கள். பார்வைக்கு வலிமையுடையவர்கள் போலத் தெரிந்தாலும், சந்திரனின் ஆதிக்கத்திற்குட்பட்டவர்களாதலால், அடிக்கடி உடலும் மனமும் வலிமை குன்றியவர்களாகவே இருப்பார்கள்.

நேர்மையை உயிராய் மதிப்பவர்கள் இவர்கள். இதன் காரணமாக யாருக்கும் சிறு கெடுதலும் செய்திட இவர்கள் மனம் ஒப்பாது. வசதியான குடும்பத்தில் பிறந்தவர்களாகவே இருப்பினும், அடிக்கடி ஏற்படும் சோதனைகளால் புடமிட்ட பிறகே இவர்கள் சொக்கத்தங்கமாக மின்னுவதற்கு இறைவனின் அருள் கிட்டும்.

இவர்களுக்கு உடல்நலம், வாழ்க்கைத் துணை, குழந்தைகள் ஆகிய எல்லா அம்சங்களுமே திருப்திகரமாய் அமைந்திருந்தாலும், ஏதாவதொரு சிறு குறை இவர்கள் மனதை வாட்டிக் கொண்டேயிருக்கும்.

இவர்கள் தங்களுக்கு எவ்வளவுதான் துயரங்கள் ஏற்பட்டாலும் துணிவுடன் தாங்கிக் கொள்வார்கள். ஆனால் மற்றவர்கள் படும் துயரத்தைக் காணச் சகிக்கமாட்டார்கள். அவர்களது துயரத்தைத் துடைத்தெறியத் துடிப்பார்கள். எனவே இத்தகைய இளகிய மனம் படைத்த இவர்களுக்கு உரிய சமயத்தில் தேவையான உதவியைச் செய்திட இறைவனும் தவறுவதில்லை.

போலித்தனமாகப் பேசி நடந்து கொள்ளத் தெரியாதவர்களும் விரும்பாதவர்களுமான இவர்கள், மற்றவர்களும் தம்மிடம் அதேபோலப் பெருந்தன்மையுடன் நடந்து கொள்ளவேண்டும் என விரும்புவார்கள். யாரிடமும் கடன் வாங்குவதையோ, யாருக்கும் அடங்கிப் போவதையோ இவர்கள் சிறிதும் விரும்பமாட்டார்கள்.

அதிகார பலத்தைக் காட்டி இவர்களைப் பணிய வைக்க முடியாதென்றாலும், அன்புக்கு இவர்கள் கட்டுப்படக் கூடியவர்கள்தாம். கல்வியில் பெரிய பட்டப் படிப்பு இவர்களுக்கு இல்லாதிருப்பினும் உலக ஞானம் என்னும் அனுபவப் படிப்பு மிகுதியாகவே இருக்கும்.

இவர்களிடம் அன்பால் எதையும் சாதித்துக் கொள்ளலாம். சிரமப்பட்டுப் பணம் சம்பாதிக்கும் இவர்களுக்குச் செலவு காத்துக் கொண்டிருக்கும். துன்பம், துயரம் எவ்வளவு வந்தாலும் தாங்கிக் கொள்ளும் இதயம் படைத்தவர்கள்.

மனதில் ஏதாவது ஒரு பிரச்சனை இருந்து கொண்டே இருக்கும். எப்பொழுதும் சுறுசுறுப்பாக இருப்பர். பார்ப்பதற்கு கம்பீரமாகக் காட்சியளித்தாலும், சமயத்தில் மனம் குழம்புவர். தினமும் சூரியனை வழிபடுவது நன்மையைத் தரும்.

1.	பெயர் அமைக்க வேண்டிய எண்கள்	10, 14, 15, 19, 23, 24, 32, 33, 41, 42, 46, 50
2.	அதிர்ஷ்டத் தேதிகள் / எண்கள்	1, 5, 6
3.	அதிர்ஷ்டக் கற்கள்	கோமேதகம், முத்து
4.	அதிர்ஷ்ட நிறங்கள்	நீலம், வெள்ளை, பச்சை
5.	தவிர்க்கும் நிறங்கள்	சிவப்பு, கறுப்பு
6.	தவிர்க்கும் எண்கள்	7, 8, 9

✹✹✹

பிறவி எண். 4 : விதி எண். 3 (இராகு மற்றும் குருவின் ஆதிக்கம் உள்ளவர்கள்)

இந்த எண்காரார்களில் பெரும்பாலானவர்கள் ஓரளவு நல்ல உயரம் உள்ளவர்களாகவும், சுமாரான சதைப்பற்றுடன் பார்வைக்குக் கவர்ச்சி மிக்கவர்களாகவும் காணப்படுவார்கள். புருவ அமைப்பு நீண்டு கவர்ச்சியாக விளங்கும். இவர்களுக்கு முன்பற்கள் சற்று பெரியதாகக் காணப்படும். இந்த அமைப்பைக் கொண்ட இவர்கள், தங்கள் உடல் நிலையையும் மிகக் கவனமாகப் பேணிக் காத்து வருவார்கள். ஏதேனும் ஒரு சிறு உபாதை ஏற்பட்டாலும் கூட உடனே தகுந்த சிகிச்சைகளை மேற்கொண்டு சரிப்படுத்திக் கொள்வார்கள்.

இவர்களுக்கு இளமைக் கால வாழ்க்கை குறிப்பிடத்தக்க அளவுக்குச் சிறப்பாக அமைந்திராவிட்டாலும், தம் கடினமானதும் சுறுசுறுப்பு மிகுந்ததுமான முயற்சிகளின் மூலம் படிப்படியாக முன்னேற்றமான வாழ்வை எட்டிப்பிடித்து விடுவார்கள்.

யாருக்கேனும் ஏதேனும் வாக்குறுதி கொடுத்து விட்டால் அதை நிறைவேற்றத் தம்மால் இயன்றவற்றையெல்லாம் செய்பவர்கள் இவர்கள். இதன் காரணமாக இவரைப் பலரும் போற்றிக் கொண்டாடுவார்கள். அதே போல, தமக்கு வேண்டியவர்கள் யாரும் ஒரு தவறு செய்துவிட்டால் அதையும் கடுமையாய்க் கண்டித்து திருத்த முயலுவார்கள்.

ஜாதகம் மட்டுமே உங்களது விதியை தீர்மானிக்கிறது என்பது உண்மையல்ல.

மிகவும் அடக்கமான முறையில் அமைதியான வாழ்க்கையை அமைத்துக் கொண்டு வாழ விரும்பும் இவர்கள், தங்கள் தகுதிக்கேற்ற முறையில் யாரும் குறை சொல்ல இயலாத வகையில் வாழ்ந்து வருவார்கள். எந்த ஒரு செயலிலும் ஆழ்ந்து சிந்தித்து முடிவு செய்த பின்னரே ஈடுபடுவார்கள்.

இவர்களில் சிலர் அரசாங்க உத்தியோகத்தில் இருந்து வருவார்கள். இவர்கள் தங்கள் உயர் அதிகாரிகளை மதித்து நடந்துகொள்வார்கள். அவர்களிடம் இணக்கமாக நடந்து கொண்டு நற்பெயர் பெறுவார்கள்.

ஊக்கம் மிக்கவர்களான இவர்கள், தங்கள் உழைப்பாலும் பழக்க வழக்கங்களாலும் வாழ்வில் உயர்ந்த நிலையை அடைவதுடன், தங்களுக்கு வேண்டியவர்களுக்கும் தம்மாலியன்ற உதவிகளைச் செய்து அவர்களையும் முன்னேற்றமடையச் செய்வார்கள். இவர்களில் சிலர் அரசியலிலும் நற்பெயர் பெறுவார்கள்.

தேசபக்தி கொண்ட இவர்கள், சீர்திருத்த மனப்பான்மை கொண்டவர்கள்..

1.	பெயர் அமைக்க வேண்டிய எண்கள்	10, 14, 21, 23, 27, 32, 37, 41, 45, 46, 50
2.	அதிர்ஷ்டத் தேதிகள் / எண்கள்	1, 3, 5, 9
3.	அதிர்ஷ்டக் கற்கள்	கோமேதகம், கனக புஷ்பராகம்
4.	அதிர்ஷ்ட நிறங்கள்	வயலட், மஞ்சள், நீலம்
5.	தவிர்க்கும் நிறங்கள்	பச்சை, கறுப்பு
6.	தவிர்க்கும் எண்கள்	6, 7, 8

✸✸✸

பிறவி எண். 4 : விதி எண். 4 (இராகு மற்றும் இராகு ஆதிக்கம் உள்ளவர்கள்)

இந்த எண்காரர்களில் பலர் உயரமானவர்களாகவே காணப்படுவார்கள். ஓரளவு சதைப் பிடிப்புடனும் இருப்பார்கள். சிலருக்குக் கண்கள் சிறியனவாகவும், காதுகள் பெரியனவாகவும் அமைந்திருக்கக் காணலாம். இவர்களில் சிலருக்கு கால்கள் உடலுக்குப் பொருத்தமில்லாதவாறு குறுகலாகக் காணப்படும்.

தெய்வ நம்பிக்கை இவர்களிடம் மிகுதியாய் அமைந்திருக்கும் என்றாலும், தங்கள் பக்தியைப் படாடோபமாக வெளிக்காட்டிக் கொள்ள மாட்டார்கள். பக்தி மனத்தில் இருந்தால் போதும் என்பார்கள்.

இவர்களில் பலர் பெரும்பாலும் உல்லாசப் பிரியர்கள். மலைப் பகுதிகள், இயற்கை எழில் சூழ்ந்த பகுதிகள் ஆகிய இடங்களுக்கு அடிக்கடி சென்று வருவார்கள். எதையும் சந்தேகத்துடன் பார்ப்பார்கள்.

இந்த எண்காரர்களில் பலர் தமக்காக உழைப்பதைவிட, பிறருக்காக உழைத்து அவர்களை முன்னேற்றவே பாடுபடுவார்கள். இவர்களது சேமிப்பு

என்பது வெறும் பணம் மட்டுமாக இருக்காது. அவற்றுள் அனுபவப் பாடங்களே அதிகமாக இருக்கும்.

இவர்களுக்கு ஆத்மார்த்தமான நண்பர்கள் பலர் அமைந்திருப்பார்கள். அவர்களும் எந்த நேரத்திலும் இவர்களது நலத்திலேயே கண்ணும் கருத்துமாக இருப்பார்கள். இதன் காரணமாக பண வருமானம் ஓரளவு குறைவாக இருந்தாலும், நண்பர்களின் எண்ணிக்கை இவர்களுக்கு நாளுக்கு நாள் பெருகிக் கொண்டே இருக்கும்.

இந்த எண்காரர்களில் பலர் ஊருக்கு உபகாரிகளாக விளங்குவதால் இவர்களது ஆதரவையும், ஆலோசனைகளையும் பெறப் பலர் முன்வருவார்கள். அவர்களுக்குத் தம்மால் இயன்ற அளவிலான உதவியைச் செய்ய இவர்கள் தயங்கவே மாட்டார்கள். இவர்களைச் செலவாளிகள் என்று கூறலாம்.

வேதாந்தம், சோதிடம், வைத்தியம் ஆகியவற்றில் நாட்டம் கொண்ட இவர்கள் மிகுந்த தெய்வ பக்தியுள்ளவர்கள். பலர் இவர்களிடம் ஆலோசனை கேட்க முன்வருவர். வயது ஆக ஆக நல்ல எழுத்தாளர்களாகவும், கவிஞர்களாகவும் பேச்சாளர்களாகவும் விளங்குவர்.

பெயரும் எண்ணும் பொருத்தமாக அமைந்து விட்டால், வீடு, நிலம், வாகனம் போன்ற வசதிகளுடன் சீரும் சிறப்புமாக இருப்பர். நல்ல நண்பர்கள் அமைவார்கள். இயற்கைக் காட்சிகளைக் காண விரும்புவர்.

1.	பெயர் அமைக்க வேண்டிய எண்கள்	10, 14, 15, 19, 23, 24, 32, 33, 41, 42, 50
2.	அதிர்ஷ்டத் தேதிகள் / எண்கள்	1, 5, 6, 9
3.	அதிர்ஷ்டக் கற்கள்	கோமேதகம், கார்னட்
4.	அதிர்ஷ்ட நிறங்கள்	நீலம், பச்சை
5.	தவிர்க்கும் நிறங்கள்	கறுப்பு
6.	தவிர்க்கும் எண்கள்	7, 8

***

பிறவி எண். 4 : விதி எண். 5 (இராகு மற்றும் புதன் ஆதிக்கம் உள்ளவர்கள்)

இந்த எண்காரர்களில் பெரும்பாலானவர்கள் உத்தியோகத்தை விட, தொழில் செய்து பொருள் ஈட்டுவதையே பெரிதும் விரும்புவார்கள். சிலர் உத்தியோகத்தில் அமர்ந்திட நேர்ந்தாலும் கூட, அவர்களும் வேறேதேனும் ஒரு தொழிலை உபரியாகச் செய்து வருவார்கள்.

இவர்களுக்குப் பெயர் மட்டும் பொருத்தமானதாக அமைந்து விட்டால் வீடு, வாசல், செல்வம், செல்வாக்கு யாவும் அமையப் பெற்று உயர்நிலையை

ஜாதகம் பெயர், வாஸ்து போன்ற அனைத்தும் சேர்ந்த கலவைப் பலன்களே வாழ்க்கையில் ஏற்படும். இவற்றுள் பெயரே முக்கியத்துவம் வாய்ந்தது.

அடைந்து விடுவார்கள். அவ்வாறு பெயர் அமையவில்லையாயின் இவர்கள் பல விதத்திலும் சிரமப்பட நேரும். இவர்களில் பெரும்பாலானோர் ஜோதிடத்தில் மிகுந்த ஈடுபாடுடையவர்களாக இருப்பார்கள். சிலர் தாமே ஜோதிடர்களாக இருக்கவும் கூடும்.

இந்த எண்காரர்களில் பலர் இரும்பு, நெருப்பு போன்றவற்றுடன் தொடர்புள்ள தொழிலில் ஈடுபட்டிருப்பார்கள். சிலர் சொத்துக்களை வாங்கி விற்கும் தொழிலின் மூலம் வருவாய் பெறுவார்கள். தையற்கூடம், லாண்டரி, போன்றவற்றைப் பெரிய அளவில் நடத்துபவர்களாகச் சிலர் இருப்பார்கள்.

இவர்களுக்கு நினைத்தது நடக்க வேண்டும் இல்லையெனில் கோபம் வரும். எல்லாப் பழக்கங்களையும் அனுபவித்து, பின்பு அதைத் தொடரமாட்டார்கள். இவர்களை எளிதில் புரிந்துகொள்ள முடியாது. வழக்குகளையும் வம்புகளையும் சந்திக்கத் தயாராக இருப்பார்கள்.

விஷயம் சிறிது தெரிந்தாலும், அதிகம் தெரிந்ததுபோல் காட்டிக் கொள்வார்கள். கவர்ச்சியான நடை, உடை, பாவனை கொண்டவர்கள். கம்பீரமாக உள்ள இவர்கள் வசதிப் பெருக்கால் பருமனாகி விடுவார்கள். சில சமயம் தன் மனத்திலிருப்பதைத் தெரிவித்து, பகை தேடிக் கொள்வதும் உண்டு.

எதையும் சீக்கிரம் செய்து முடிக்க வேண்டும் என்ற அவா உண்டு. தயாள குணம் கொண்ட இவர்கள், பிறருக்கு நன்கு செலவு செய்து அதற்குத்தக்க வேலைகளையும் வாங்கி விடுவர்.

1.	பெயர் அமைக்க வேண்டிய எண்கள்	10, 14, 15, 19, 23, 24, 27, 32, 33, 41, 42, 46, 50
2.	அதிர்ஷ்டத் தேதிகள் / எண்கள்	1, 5, 6, 9
3.	அதிர்ஷ்டக் கற்கள்	கோமேதகம், வைரம்
4.	அதிர்ஷ்ட நிறங்கள்	வெளிர் நீலம், பச்சை
5.	தவிர்க்கும் நிறங்கள்	கறுப்பு
6.	தவிர்க்கும் எண்கள்	7, 8

***

பிறவி எண். 4 : விதி எண். 6 (இராகு மற்றும் சுக்கிரன் ஆதிக்கம் உள்ளவர்கள்)

காண்போரைக் கவரக்கூடிய அளவில் கம்பீரமாகவும் அழகாகவும் காணப்படும் இவர்கள் எப்போதும் அழகான பொருள்களைக் கண்டு மகிழவும், உலகில் எல்லாவிதமான இன்பங்களையும் அனுபவங்களையும் பெற விருப்பம் உள்ளவர்கள்.

மற்றவர்களுக்குத் தங்களாலியன்ற உதவிகளைச் செய்யக்கூடிய மனப்பான்மை கொண்ட இவர்கள், இளம் வயதில் வசதியற்ற வாழ்க்கையைப் பெற்றவர்களாய் இருப்பினும், நாளாக நாளாக பிற்பகுதி வாழ்க்கையில் சகலவிதமான வசதிகளையும்பெற்று மகிழ்ச்சியாக வாழ்வார்கள். ஆனால்

அதற்கேற்ற முறையில் இவர்களுடைய பெயர் பொருத்தமுள்ளதாக அமைந்து இருக்க வேண்டியது அவசியம் என்பதை இவர்கள் புரிந்து கொள்ள வேண்டும். ஜனவசியம் நிறைந்தவர்கள்.

இவர்களிடம் ஒரு குறைபாடு உண்டு. எந்த முயற்சியில் ஈடுபட்டாலும், அதை முழுமையாக முடிப்பதற்குள்ளேயே அதைப் பாதியில் விட்டு விட்டு, இன்னொரு செயலில் ஈடுபட்டு விடுவார்கள்.

சங்கீதம், நடனம், விளையாட்டுப் போட்டிகள் ஆகியவற்றிலெல்லாம் மிகுந்த விருப்பமுள்ள கலாரசிகர்களாய் இவர்கள் இருப்பதால், இவற்றை எல்லாம் கண்டு ரசிப்பது மட்டுமின்றி, நுணுக்கமான விமர்சனமும் செய்யக்– கூடியவர்கள்.

அழகை ஆராதிக்கக்கூடிய இவர்களுக்கு தாம் அழகாக உடை உடுத்திக் கொள்ள வேண்டும், தங்களை அழகுபடுத்திக் கொள்ள வேண்டும் என்று எண்ணுவது மட்டுமின்றி, தம் இருப்பிடம், வாகனங்கள், அலுவலகங்கள் போன்ற எல்லாமே அழகாக விளங்க வேண்டும் என்பதில் மிகவும் குறியாய் இருப்பார்கள்.

எப்போதும் சுத்தமாகவே இருக்க விரும்பும் இவர்கள் பளிச்சென்று தூய ஆடைகளையே அணிவார்கள் என்பதால், எவ்வளவு பெருங்கூட்டத்திலும் இவர்களை எளிதாக அடையாளம் கண்டுகொள்ள முடியும்.

பேச்சிலும் சளைத்தவர்கள் அல்லர் இவர்கள். ஒரு பொருளைப் பற்றி விவரித்து இவர்கள் பேசும் பேச்சைக் கேட்டால், கையில் காசில்லாதவர்கள் கூட அருகிலுள்ள நண்பர்களிடம் கடன் வாங்கியாவது அந்தப் பொருளை வாங்காமல் அங்கிருந்து நகரமாட்டார்கள்.

அன்புள்ளம் கொண்ட இவர்கள் பிறர் உயர்ந்த வாழ்க்கையையடைய நன்கு உதவுவர். ஒரு வேலையைச் செய்து கொண்டிருக்கும் பொழுதே, பாதியில் விட்டு விட்டு மறுவேலை செய்யப் புகும் மனப்பான்மையை மாற்றிக்கொள்ள வேண்டும்.

மனைவியை அதிகம் நேசிப்பார்கள். சுவையான உணவு இவர்களுக்குத் தேவை. வீட்டையும் நன்கு அழகு செய்து கொள்வர்.

1.	பெயர் அமைக்க வேண்டிய எண்கள்	10, 14, 15, 19, 23, 27, 32, 33, 41, 42, 46, 50
2.	அதிர்ஷ்டத் தேதிகள் / எண்கள்	1, 5, 6, 9
3.	அதிர்ஷ்டக் கற்கள்	கோமேதகம், மரகதம்
4.	அதிர்ஷ்ட நிறங்கள்	நீலம், பச்சை
5.	தவிர்க்கும் நிறங்கள்	கறுப்பு, ஊதா
6.	தவிர்க்கும் எண்கள்	7, 3

✻✻✻

பெயரை மாற்றி சரியான முறையில் பயன்படுத்தும் போது, 45 நாட்களுக்குள் (குறைந்தபட்சம்) நற்பலன்கள் ஏற்படவில்லை என்றால், வேறு அதிர்ஷ்ட எண்ணிற்கு பெயரை மாற்றிக் கொள்ளவும்.

பிறவி எண். 4 : விதி எண். 7 (இராகு மற்றும் கேது ஆதிக்கம் உள்ளவர்கள்)

பார்ப்பதற்குச் சுமாரான உயரமுடைய இவர்கள் அழகிலும் சுமார்தான்.

அறிவைப் பெருக்கும் இராகு, ஞானகாரகனான கேது ஆகிய இருவரின் ஆதிக்கம் பெற்ற இந்த எண்காரர்கள், அறிவாற்றலும், ஞானமும் கைவரப் பெற்றவர்களாக விளங்குவார்கள். கடவுள் பக்தி மிகுதியாய்க் கொண்டிருப்பார்கள். இதன் காரணமாக வேதாந்திகள் போல விளங்குவார்கள். எல்லா வசதிகளையும் இவர்கள் பெற்றிருந்தாலும், சில நேரங்களில் காரணமின்றி எதையோ பறிகொடுத்தவர்களைப் போலக் கவலைப்பட்டுக் கலங்குவார்கள். சிலர் நாத்திகவாதிகளாகவும் இருப்பார்கள்.

கலை ரசனை கொண்ட இவர்கள் கைத்தொழில்களிலும், ஓவியம், சங்கீதம் போன்றவற்றிலும் பயிற்சி பெறுவார்கள். பயிற்சியுடன் நில்லாமல் மேலும் திறமையை நன்கு வளர்த்துக் கொண்டு அதன் மூலம் மகிழ்ச்சியும் காண்பார்கள். வாழ்க்கையில் பல சோதனைகளைச் சந்திப்பார்கள்.

தங்களது சிந்தனைகளை எழுத்திலும், பேச்சிலும் வெளிப்படுத்த முயன்று அதில் வெற்றியும் பெறுவார்கள், நேர்மையை நெஞ்சாரப் போற்றி அதை வாழ்வில் முழுமையாய்க் கடைப்பிடிக்க முனைவார்கள். இதன் காரணமாக எல்லாரிடமும் நல்ல பெயரையும் பெறுவார்கள்.

கடவுள் பக்தி மிகுதியாய்க் கொண்டவர்கள் என்பதால் இவர்கள் தமக்கு நோய் ஏதேனும் ஏற்பட்டாலும்கூட அதற்குத் தக்க மருத்துவம் செய்ய வேண்டும் என்ற சிந்தனையே இவர்களுக்குத் தோன்றாது. இருக்கவே இருக்கிறது கடவுள் பிரார்த்தனை, அதுவே எல்லாக் குறைபாடுகளையும் போக்கி விடும் என்று மிகுந்த நம்பிக்கையுடன் அநாயாசமாய்ச் சொல்லிவிட்டு வழக்கமான பணிகளில் மூழ்கிவிடுவார்கள். தியானமும் கடவுள் பக்தியும்தான் இவர்களுக்கு அருமருந்து.

இவர்களுக்கு விருப்பமில்லாத ஒரு செயலை யார் செய்தாலும் இவர்களுக்குப் பிடிக்காது. அவர்களைத் திட்டிப் பேசி, அவர்களிடம் கெட்ட பெயரைத் தேடிக் கொள்வார்கள்.

தம்மிடம் பழகுபவர்களிடம் மிகுந்த பெருந்தன்மையுடன் பழகுவார்கள். அதேபோல மற்றவர்களும் தம்மிடம் உண்மையான உள்ளத்துடன் பழகவேண்டும் என்று எதிர்பார்ப்பார்கள். யாரேனும் சிலர் இதில் தவறி விடுவார்களானால் அவர்களை இவர்கள் வெறுத்தொதுக்கி விடுவார்கள்.

நீதியிலும், நேர்மையிலும் மிகுந்த நம்பிக்கை கொண்ட இவர்களுக்குக் குடும்ப வாழ்க்கையைப் பொறுத்தவரை அவ்வளவாக ஈடுபாடோ, அக்கறையோ இருக்கும் என்று சொல்வதற்கில்லை. இருப்பினும் அறுசுவை உணவை உட்கொள்வதில் மிகுந்த நாட்டமுடையவர்கள் இவர்கள் என்பதால் நாக்கைக் கட்டுப்படுத்திக் கொள்வது மிக அவசியம்.

உணர்ச்சி வசப்பட்ட இவர்கள் எதையும் யோசித்துச் செய்ய வேண்டும். சிலர் குடும்பத்தில் அதிகம் நாட்டம் கொள்வதில்லை. அழகான பொருள்களை வாங்கிச் சேர்ப்பதில் ஆர்வம் உள்ளவர்கள்; சிறிய விஷயத்தில்கூட சிலரைக் கோபித்துக் கொள்வார்கள். கால சர்ப்ப தோஷம் உள்ளதால், 32 வயதுக்கு மேல்தான் முன்னேற்றங்கள் ஏற்படும்.

சிலர் கஷ்டப்படாது வாழ்க்கையில் உயர வழிதேடுவர். ஆனால் பயந்து கொண்டு சில விஷயங்களில் தோல்வியுறுவர். தனக்குப் பிடிக்காத காரியத்தை யார் செய்தாலும் வெறுப்பர்.

1.	பெயர் அமைக்க வேண்டிய எண்கள்	10, 14, 15, 19, 23, 24, 32, 33, 41, 42, 46, 50
2.	அதிர்ஷ்டத் தேதிகள் / எண்கள்	1, 2, 5, 6,
3.	அதிர்ஷ்டக் கற்கள்	கோமேதகம், வைடூரியம்
4.	அதிர்ஷ்ட நிறங்கள்	நீலம், பச்சை
5.	தவிர்க்கும் நிறங்கள்	கறுப்பு
6.	தவிர்க்கும் எண்கள்	8

***

பிறவி எண். 4 : விதி எண். 8 (இராகு மற்றும் சனி ஆதிக்கம் உள்ளவர்கள்)

பார்வைக்குக் கம்பீரமான தோற்றத்தைக் கொண்டவர்களாகக் காணப்படும் இவர்கள், எப்பொழுதும் சுதந்திரப் பறவையாகப் பறக்கத் துடிக்கும் இயல்பினராக இருப்பார்கள். தங்களது உள்ளத்தில் தோன்றும் கருத்துகளை வெளிப்படையாகத் தெரிவித்து விடுவார்கள். யாராவது தம்மைப் பற்றி தவறாக நினைத்து விடுவார்களோ என்றெல்லாம் சிந்தித்துக் குழப்பமடைய மாட்டார்கள். வாழ்க்கையில் பல விதங்களிலும் பாதிக்கப்படுவார்கள்.

இந்த எண்காரர்களில் பலரும் தொழிலிலேயே மிகவும் நாட்டம் கொண்டிருப்பார்கள். சிலர் மட்டுமே உத்தியோகத்தில் இருந்து கொண்டிருப்பார்கள். பொருத்தமான பெயர் அமைந்திருக்கிறதா என எண்கணித வல்லுநரைச் சந்தித்து அறிந்து கொள்ளவேண்டும். அவ்வாறு பெயர் பொருத்தமாய் அமையாவிட்டால், தொழிலிலும் சரி, வாழ்விலும் சரி சில சோதனைகளுக்கு ஆளாக நேரிடும்.

இந்த எண்காரர்கள் பாச உணர்வு மிகுந்தவர்கள். குறிப்பாக, பெற்றோர், குழந்தைகள் ஆகியோரிடம் அன்பைப் பொழியக் கூடியவர்கள், சில

பிறந்த தேதி எண்கள் 1 & 1 வருவது வாழ்க்கையில் குடும்பப் பிரச்சனைகள், தொழிலில் முன்னேற்றமில்லாத தன்மையை உண்டாக்கும்.

நேரங்களில் தேவையற்ற முறையில் மனம் குழம்பி வருந்துவதை இவர்கள் கைவிட வேண்டும்.

இவர்களுக்கு ஜோதிடம், மருத்துவம், கை நுணுக்கத் தொழில் இவற்றில் நல்ல ஆராய்ச்சி இருக்கும். இவர்களது வாழ்க்கையில் போட்டிகள் இல்லாவிட்டால், முன்னேற்றம் தடைப்படும். எல்லோரும் இவர்களை விரும்பும் அளவிற்கு நடந்து கொள்வர்.

மனத்தில் உள்ளதை அப்படியே சொல்லி விடுவர். சில சமயம் அதனால் சங்கடம் ஏற்படும். இவர்களுக்குப் பல்வேறு வழிகளில் பணம் வந்து சேரும். பெற்றோரின் பால் மிகுந்த அன்பும் பக்தியும் கொண்டவர்கள்.

பெயரும் எண்ணும் பொருத்தமாக இருந்தால் வாழ்க்கையின் உச்சாணிக் கிளைக்கே செல்வர், மிகுந்த விவாதத்திறமை உள்ளவர்கள். பார்ப்பதற்கு கம்பீரமாகவும் குறுகுறுப்பான முகத்தோற்றமும் கொண்டவர்கள். சுதந்திரப்பிரியர். எல்லா இடங்களையும் சுற்றிப் பார்க்க விழைவர்.

1.	பெயர் அமைக்க வேண்டிய எண்கள்	10, 14, 15, 19, 23, 24, 32, 33, 41, 42, 50
2.	அதிர்ஷ்டத் தேதிகள் / எண்கள்	1, 5, 6, 9
3.	அதிர்ஷ்டக் கற்கள்	கோமேதகம், நீலம்
4.	அதிர்ஷ்ட நிறங்கள்	நீலம், பச்சை, மஞ்சள்
5.	தவிர்க்கும் நிறங்கள்	கறுப்பு
6.	தவிர்க்கும் எண்கள்	7, 8

***

பிறவி எண். 4 : விதி எண். 9 (இராகு மற்றும் செவ்வாய் ஆதிக்கம் உள்ளவர்கள்)

இவர்கள் சுமாரான உயரமுள்ளவர்களாகவும், கம்பீரமான தோற்றத்தைக் கொண்டவர்களாகவும் இருப்பார்கள். இவர்கள் குரல் சற்றே தடித்த குரலாகத் தோன்றும். அந்தக் குரலுக்கேற்ப ஓரளவு முரட்டுக் குணமும் இவர்களிடம் காணப்படும்.

இவர்கள் ஆளுக்கேற்ப நடந்து கொள்வதில் மிகுந்த சாமர்த்தியசாலிகள். பணிய வேண்டியவர்களிடம் பணிவதுபோல நடிப்பார்கள். துணிவைக் காட்ட வேண்டியவர்களிடம் மிரட்டி உருட்டி, தங்கள் வேலையை முடித்துக் கொள்வார்கள்.

இவர்களிடம் தீய பழக்கங்கள் வந்து சேரும். பெண்கள் பிரச்சனையில் இவர்கள் சற்று கட்டுப்பாடுகளைக் கடைப்பிடிக்காவிட்டால் பிற்கால வாழ்வில் பல வகையிலும் வருந்த நேரும். சிலருக்கு இருதார அமைப்பும் கூட ஏற்படக்கூடும்.

எல்லாத் தரப்பினருடனும் பழகக்கூடிய வாய்ப்பைப் பெற்ற இவர்கள், அநேகமாக அடுப்பங்கரை விஷயத்திலிருந்து அரசியல் கூட்டணி வரை எல்லா

விஷயங்களையுமே தெரிந்து வைத்திருப்பார்கள். படிப்பறிவை விட அனுபவ அறிவு இவர்களுக்கு அதிக அளவில் இருக்கும்.

இவர்களை யாராவது சிறிது புகழ்ந்து பேசிவிட்டாலே போதும் அவர்களின் தேவைகளை இவர்கள் நிறைவேற்றி வைத்துவிடுவார்கள். அந்த அளவுக்குப் புகழ் விரும்பிகள் இவர்கள். மற்றவர்களுக்கெல்லாம் அறிவுரைகளையும் ஆலோசனைகளையும் கூறும் இவர்கள், மற்றவர்களிடம் தங்களுக்கென எந்த யோசனையையும் கேட்க விரும்பமாட்டார்கள்.

ஜோதிடம், சமயம், சட்டம், கலைத்துறை போன்ற பலவற்றிலும் ஈடுபாடு கொண்டு அவற்றைப் பற்றிய சிந்தனையில் அடிக்கடி மூழ்கி விடுவார்கள். ஆயினும் இவற்றையெல்லாம் தங்கள் தொழிலாகக் கொள்ளமாட்டார்கள். இந்த எண்காரர்களில் சிலர் அரசியலிலும் ஆர்வம் காட்டுபவர்களாக இருப்பார்கள்.

இவர்களிடம் மரியாதையும் உண்டு, மிரட்டலும் உண்டு. பெயரும் எண்ணும் பொருத்தமாக இருந்தால் இளமையிலேயே எல்லாச் செல்வங்களையும் பெற்று வாழ்வர். சில சமயம் சற்று முரடராகவும் காட்சியளிப்பர்.

பலர் இவர்களைப் புகழ்ந்து பேசி காரியத்தைச் சாதித்துக் கொள்வர். சொல் கடுமையாக இருந்தாலும் நண்பர்களுக்கு இனிமையானவர்கள். இவர்களுக்குத் தெரியாத செய்தியே இராது. நூல் அறிவை விட அனுபவ அறிவு அதிகம் உண்டு.

1.	பெயர் அமைக்க வேண்டிய எண்கள்	14, 15, 23, 24, 27, 32, 33, 41, 42, 45, 50
2.	அதிர்ஷ்டத் தேதிகள் / எண்கள்	1, 5, 6, 9
3.	அதிர்ஷ்டக் கற்கள்	கோமேதகம், பவளம்
4.	அதிர்ஷ்ட நிறங்கள்	நீலம், சிவப்பு
5.	தவிர்க்கும் நிறங்கள்	வெள்ளை, கறுப்பு
6.	தவிர்க்கும் எண்கள்	2, 7, 8

❋❋❋

பிறவி எண். 5 : விதி எண். 1 (புதன் மற்றும் சூரியன் ஆதிக்கம் உள்ளவர்கள்)

தோற்றத்தில் நல்ல உயரமுள்ளவர்களாகவும், கவர்ச்சிகரமாகவும் காணப்படக்கூடிய இவர்கள், செயலிலும் மின்னல் போல் இயங்கக்கூடிய சுறுசுறுப்பு நிறைந்தவர்களாய் இருப்பார்கள்.

இவர்கள் ஈடுபடும் முயற்சியைப் பற்றி யாரிடமும் தெரிவிக்கவோ, ஆலோசனை கேட்கவோ முன்வரமாட்டார்கள். தன்னுடைய சொந்த உழைப்பும், தன்னம்பிக்கையும் அதில் நிச்சயமாய் வெற்றி தேடித் தரும் என்ற

> பிறந்த தேதி எண்கள் 2 & 2 வருவது மனப் போராட்டங்களையும், வாழ்க்கையில் பல சிக்கல்களையும், மேடு பள்ளங்களையும் கொடுக்கும்.

மனஉறுதியே காரணமாகும். ஊண், உறக்கம், உல்லாசம் எல்லாமே இவர்களுக்கு இரண்டாம்பட்சம்தான். ஈடுபட்ட முயற்சியில் வெற்றி பெறுதலே முதல் நோக்கம்.

இந்த எண்காரர்களில் சிலர் உத்தியோகத்தில் அமர்ந்து மாதந்தோறும் கையெழுத்திட்டு மாதச் சம்பளம் பெறுபவர்களாயிருப்பினும், மனதில் சொந்தமாக ஏதேனும் ஒரு தொழில் செய்து நிறையச் சம்பாதிக்க வேண்டும் என்று துடித்துக் கொண்டே இருப்பார்கள். அதற்கான திட்டங்களையும் வகுத்துக் கொண்டே இருப்பார்கள். ஆனால் இதற்கெல்லாம் இவர்கள் பிறந்த தேதியுடன் பெயரும் பொருத்தமாக அமைந்திருக்க வேண்டும். இல்லையெனில் இவர்களது திட்டம் எதுவும் நிறைவேறாது.

சொந்த முயற்சியால் முன்னேறுவார்கள். தர்ம குணம் படைத்தவர்கள். கலை உள்ளம் படைத்தவர்கள். பெயரும் எண்ணும் நன்றாக அமையாவிட்டால், மனம் தீய வழியில் இழுத்துச் செல்லும். உத்தியோகம், நல்ல மனைவி, நல்ல ஆரோக்கியம், நல்ல குழந்தைகள், பெரும் செல்வம் எல்லாம் கிடைக்கும்.

தன்னம்பிக்கையும் விடாமுயற்சியும் வெற்றி தரும் என்ற கொள்கை உடையவர்கள். ஒரு காரியத்தில் இறங்கிவிட்டால் போதும். அதிலேயே முழுகிவிடுவர், தூக்கத்தைக் கூட கைவிடுவர். ஏழைக் குழந்தைகளுக்கு உதவி செய்வதில் ஆர்வம் உள்ளவர்கள்.

1.	பெயர் அமைக்க வேண்டிய எண்கள்	14, 15, 19, 23, 27, 32, 41, 42, 45, 46, 50
2.	அதிர்ஷடத் தேதிகள் / எண்கள்	1, 5, 6, 9
3.	அதிர்ஷ்டக் கற்கள்	வைரம், மாணிக்கம்
4.	அதிர்ஷ்ட நிறங்கள்	நீலம், மஞ்சள்
5.	தவிர்க்கும் நிறங்கள்	கறுப்பு
6.	தவிர்க்கும் எண்கள்	8

✸✸✸

பிறவி எண். 5 : விதி எண். 2 (புதன் மற்றும் சந்திரன் ஆதிக்கம் உள்ளவர்கள்)

இந்த எண்காரர்களில் பலர் சுமாரான உயரமுள்ளவர்களாகத் தோன்றுவார்கள். பார்வைக்கு அழகானவர்கள். சிந்தனை தேங்கிய முகத்தினராகவும், அழகிய பல் வரிசையைக் கொண்டவர்களாகவும் காணப்படுவார்கள்.

பார்வைக்கு உடல்பலம் மிகுந்தவர்களைப் போலக் காணப்பட்டாலும், மனபலம் இவர்களுக்குக் குறைவுதான். இவர்கள் சந்திரனுடைய ஆதிக்கத்தினராதலால், சந்திரனைப் போன்றே வளர்பிறை, தேய்பிறை இவர்களது வாழ்விலும் காணப்படும். ஆசைகளால் மனம் தூண்டப்படுவார்கள்.

சில வேளைகளில் மிகத் துணிச்சலுடனும் உறுதியுடனும் இருப்பார்கள். சில வேளைகளில் திடீரென்று சோர்வடைந்து விடுவார்கள். நல்ல உடல் நலத்துடனும் பலத்துடனும் இருப்பார்கள். திடீரென்று ஏதேனும் உடல் நலக்குறைவு ஏற்பட்டுவிடும். பல வழிகளில் பணவரவு வந்து கொண்டிருக்கும். அதைக் கண்டு மகிழ்ச்சியில் திளைப்பார்கள். திடீரென்று ஏதாவது தேவையற்ற செலவுகள் ஏற்பட்டு பணப் பற்றாக்குறையால் தவிப்பார்கள். இப்படி எல்லாவற்றிலும் ஏற்றமும் இறக்கமும் இருந்து கொண்டிருக்கும்.

இந்த எண்காரர்கள் அழகிய இயற்கைக் காட்சிகளைக் கண்டு ரசிப்பதிலும், ஆடம்பரமான பலவகைப் பொருள்களை வாங்கித் தம் வீட்டை அலங்காரம் செய்து பார்த்து மகிழ்வதிலும் மிகுந்த நாட்டம் உடையவர்கள். அடிக்கடி உல்லாசப் பயணங்களை மேற்கொள்பவர்கள் இவர்கள்.

இந்த எண்காரர்களில் சிலருக்கு முன்கோபம் ஏற்படுவதுண்டு. இதன் காரணமாக, பலரது பகைமையைத் தேடிக்கொள்ள வேண்டியநிலை ஏற்படுவதுடன், உடல்நலத்திற்கும் தீங்கு நேரும் என்பதை உணர்ந்து, இதைத் தடுத்து நிறுத்திட இவர்கள் முயல்வது அவசியம்.

இவர்கள் பழைமைவாதிகள் என்றெண்ணி ஒரேயடியாய் ஒதுக்கி விடப்படக்கூடியவர்களுமல்லர்; புதுமை விரும்பிகள் என்று போற்றிப் புகழப்படக்கூடியவர்களுமல்லர். தேவையற்ற மூடப்பழக்க வழக்கங்களை வெறுப்பார்கள். புதுமையான சீர்திருத்தக் கருத்துகளை வரவேற்பார்கள். எனவே இந்த இருதரப்பினருக்கும் ஏற்ற அளவில் கொள்கைகளைக் கொண்டவர்களாயிருப்பார்கள்.

இவர்களிடம் கற்பனை வளம் குடிகொண்டிருக்கும் என்பதால் எதையேனும் ஒன்றைப் பற்றி எப்போதும் ஆராய்ச்சியில் மூழ்கிவிடுவார்கள். யாரையும் நம்பாமல் தங்கள் பிரச்சனைகளுக்குத் தாங்களே தீர்வு காணவேண்டும் என்ற நோக்கத்துடன் எப்படியாவது சிரமப்பட்டாவது தங்கள் முயற்சிகளில் வெற்றி காண்பார்கள்.

பெருஞ்செல்வம் திரட்டக்கூடியவர்களல்லர் என்றாலும் இவர்கள் பணம் பற்றாக்குறைக்கு ஆட்பட்டு வருந்தமாட்டார்கள். தமக்கு வேண்டிய பிறர் ஏதேனும் தகராறு செய்துகொண்டு தங்களுக்குள் வாதாடிக் கொண்டிருந்தால் அதில் தலையிட்டுச் சமரசம் செய்து வைப்பதில் வல்லவர்கள் இவர்கள்.

எதிலும் முன் எச்சரிக்கை கொண்ட இவர்கள் பிறரை எளிதில் நம்பமாட்டார்கள். வெளியில் ஒரு காரியம் நடக்காவிட்டால் வீட்டில் உள்ளோரைத் திட்ட ஆரம்பிப்பர்.

பிறந்த தேதி எண்கள் 3 & 3 வருவது கல்வித்தடையோ அல்லது கல்விக்கு மாறான தொழிலோ அமையும். பொருளாதார குறைபாடுகள் உண்டாகும்.

1.	பெயர் அமைக்க வேண்டிய எண்கள்	14, 15, 19, 23, 24, 32, 33, 37, 41, 42, 46, 50
2.	அதிர்ஷ்டத் தேதிகள் / எண்கள்	1, 5, 6, 7
3.	அதிர்ஷ்டக் கற்கள்	வைரம், முத்து
4.	அதிர்ஷ்ட நிறங்கள்	பச்சை, வெள்ளை, மஞ்சள்
5.	தவிர்க்கும் நிறங்கள்	சிவப்பு, கறுப்பு
6.	தவிர்க்கும் எண்கள்	8, 9

✺✺✺

பிறவி எண். 5 : விதி எண். 3 (புதன் மற்றும் குரு ஆதிக்கம் உள்ளவர்கள்)

இந்த எண்காரர்கள் சுமாரான உயரமுள்ளவர்களாக இருப்பார்கள். கவர்ச்சியான தோற்றத்தைப் பெற்றிருப்பார்கள். பல்வரிசை அழகாக அமைந்திருக்கும் என்றாலும் இந்த எண்காரர்களில் சிலருக்கு முன்பற்கள் இரண்டு சற்று பெரிதாக அமைந்திருக்கும். உஷ்ண தேகத்தினரான இவர்களில் சிலருக்கு இளமையிலேயே தலையில் வழுக்கை விழுவதைத் தடுக்க முடியாது.

இவர்கள் சுறுசுறுப்புக்குப் பெயர் பெற்றவர்கள். எப்பொழுதும் எதையாவது ஒன்றைச் செய்து கொண்டிருப்பார்கள் அல்லது சிந்தித்துக் கொண்டிருப்பார்கள். ஆனால் அதிகமாகப் பேசமாட்டார்கள். எந்தச் செயலிலும் ஈடுபடுவதற்கு முன் ஒருமுறைக்குப் பலமுறை அதைப் பற்றி நன்கு சிந்தித்து அதில் வெற்றி பெற முடியும் எனத் தோன்றினால் மட்டுமே செயலில் ஈடுபடுவார்கள்.

கல்வியில் சிறந்து விளங்கும் இவர்கள் மற்றவர்களால் சிறந்த அறிவாளி எனப் போற்றப்படுவார்கள். இந்த எண்காரர்களில் சிலர் உத்தியோகத்தில் அமர்ந்து ஊதியம் பெறுவோராக இருப்பார்கள். இவர்கள் தங்கள் உத்தியோகத்தில் மிகத் திறமையாய்ச் செயல்பட்டு, உயர் அதிகாரிகளின் நம்பிக்கைக்குப் பாத்திரமாகி, நாளடைவில் நல்ல உயர்ந்தநிலையை அடைவார்கள்.

அதேபோல, இந்த எண்காரர்களில் சிலர் ஏதேனும் தொழில் செய்வதிலும், டிபார்ட்மென்ட்டல் ஸ்டோர்ஸ் போன்ற பெரும் வணிக நிறுவனங்களை நடத்துவதிலும் ஆர்வம் காட்டுவர். அதன் மூலம் அபரிமிதமான லாபத்தையும் அள்ளிக் குவிப்பார்கள். ஆனால் அதற்காக அவர்கள் காட்டும் அக்கறையும், தொழில் பக்தியும் மிக அதிகமாக இருக்கும்.

யாரையும் அலட்சியப்படுத்த விரும்பாத இவர்கள், அனைவரிடமும் பணிவுடனும் அன்புடனும் பழகுவார்கள். இதன் காரணமாக மற்றவர்களின் மதிப்பைப் பெற்று விளங்குவார்கள். இவர்களின் தகுதியும் உயர்ந்து கொண்டே சென்று செல்வப் பெருக்கம், வாகன வசதி, வீடு, வாசல் ஆகிய

அனைத்து வசதிகளையும் பெற்று வாழ்வார்கள். ஆனால் இதற்கெல்லாம் அடிப்படையாக, அவர்களுக்குப் பொருத்தமான பெயர் அமைந்திருக்க வேண்டும். இல்லையேல் எல்லாவற்றிலும் தொல்லைகளைச் சந்திக்க நேரும்.

எதிலும் அவசரப்படமாட்டார்கள், ஆழ்ந்து யோசித்துத்தான் செயல்–படுவார்கள். அடக்கமாகப் பேசுவர். நினைத்த காரியத்தை நோக்கியே செல்வர். பெயரும் எண்ணும் பொருத்தமாக இருந்தால் இவர்களை உயர்த்தி வைத்துவிடும். இரு தொழில்கள் செய்யும் யோகம் உண்டு.

புதிய கண்டுபிடிப்பில் நாட்டம் கொண்டவர்கள். தொழிலில் நல்ல லாபம் பெறுவர். உத்தியோகத்தில் இருந்தாலும், பெரிய பதவியை அடைவர். அதிகம் பேசமாட்டார்கள், எதையும் சிந்தித்து செயல்படுவர்.

1.	பெயர் அமைக்க வேண்டிய எண்கள்	14, 21, 23, 27, 32, 37, 41, 42, 45, 46, 50
2.	அதிர்ஷ்டத் தேதிகள் / எண்கள்	1, 3, 5, 9
3.	அதிர்ஷ்டக் கற்கள்	வைரம் மற்றும் கனக புஷ்பராகம்
4.	அதிர்ஷ்ட நிறங்கள்	நீலம், வயலட் மற்றும் ரோஸ் நிறம்
5.	தவிர்க்கும் நிறங்கள்	பச்சை, கறுப்பு
6.	தவிர்க்கும் எண்கள்	6, 8

✸✸✸

பிறவி எண். 5 : விதி எண். 4 (புதன் மற்றும் இராகு ஆதிக்கம் உள்ளவர்கள்)

இந்த எண்காரர்கள் சுமாரான உயரமுள்ளவர்களாக இருப்பார்கள். பார்வைக்குக் கவர்ச்சிகரமான தோற்றத்தைப் பெற்றிருப்பார்கள்.

இவர்கள் நானே ராஜா, நானே மந்திரி என்ற கொள்கையுடைய சுதந்திர உணர்வாளர்கள். யாருக்கும் அடங்கிப் பணிந்து போவது இவர்களுக்குப் பிடிக்காது. அரசாங்க அலுவலகங்களில் உத்தியோகத்தில் அமர்ந்திருக்கும் இந்த எண்காரர்களில் சிலர் கூட, தம் உயர் அதிகாரிகளுக்குப் பணிந்து நடப்பார்கள் என்று சொல்ல முடியாது. தம் மனம் போன போக்கில்தான் பணியாற்றுவார்கள்.

இவர்கள் சுதந்திரமாக இருக்க எவ்வளவு விருப்பம் கொண்டு இருக்கிறார்களோ, அந்த அளவுக்கு உல்லாசமாக ஊர்களைச் சுற்றிப் பார்ப்பதிலும் மிகுந்த விருப்பம் உடையவர்களாவார்கள். அடிக்கடி பல்வேறு ஊர்களுக்கும் பயணம் சென்று சுற்றிப் பார்த்துவிட்டு வந்த பிறகு அந்த அனுபவங்களையெல்லாம் மற்றவர்களிடம் சுவையாக விவரித்துக் கூறி மகிழ்வார்கள். வாகனங்களை இயக்குவதிலும், வாகனங்களில் பயணம் செய்வதிலும் மிகுந்த ஆர்வம் காட்டுவார்கள்.

பிறந்த தேதி எண்கள் 4 & 4 வருவது வீண் பிரச்சனைகளையும், தொழில் முன்னேற்றமின்மையையும் கொடுக்கும்.

இவர்களைச் சுற்றிலும் நண்பர்களின் பட்டாளம் இருந்து கொண்டே இருக்கும். காரணம் என்னவெனில், நண்பர்களுக்குத் தேவையானவற்றை நிறைவு செய்வதில் இவர்கள் எப்பொழுதும் முன்நிற்பார்கள் என்பதுதான். அதிகம் செலவு செய்பவர்கள்.

உல்லாசப் பிரியர்கள் என்னும்பொழுது வாசனைத் திரவியங்களை மட்டும் விட்டு விடுவார்களா? வாசனைத் திரவியங்களிலும் பலவகையானவற்றை வாங்கிப் பயன்படுத்துவார்கள். அவற்றின் துணையுடன் எப்பொழுதும் கவர்ச்சியாகவும் தூய ஆடைகளுடனும் காணப்படுவார்கள்.

இவர்களது மனம் எப்பொழுதும் எதைப் பற்றியேனும் திட்டம் தீட்டிய வண்ணமாகவே இருக்கும். சுதந்திரப்பிரியர்கள். அதனால் எவருக்கும் அடங்கமாட்டார்கள். இவர்கள் வாகனப் பிரியர்கள்.

பிறருக்குத் தீங்கு நினைக்காத இவர்களை, எவரேனும் எதிர்க்க நினைத்தால் எதிரியை எப்படியும் சின்னாபின்னமாக்கி விடுவர். பெயரிலும் எண்ணிலும் பொருத்தம் உண்டானால், பல அதிர்ஷ்டங்கள் உண்டாகும்.

1.	பெயர் அமைக்க வேண்டிய எண்கள்	14, 15, 19, 23, 27, 32, 33, 37, 41, 42, 46, 50
2.	அதிர்ஷ்டத் தேதிகள் / எண்கள்	1, 5, 6, 9
3.	அதிர்ஷ்டக் கற்கள்	வைரம், கோமேதகம்
4.	அதிர்ஷ்ட நிறங்கள்	நீலம், பச்சை
5.	தவிர்க்கும் நிறங்கள்	கறுப்பு
6.	தவிர்க்கும் எண்கள்	7, 8

✷✷✷

பிறவி எண். 5 : விதி எண். 5 (புதன் மற்றும் புதன் ஆதிக்கம்)

இந்த எண்காரர்கள் நடுத்தர உயரமுள்ளவர்களாகவும், கவர்ச்சியான தோற்றமுள்ளவர்களாகவும் காணப்படுவார்கள்.

மிகுந்த தன்னம்பிக்கை உடையவர்கள், தன்னால் முடியாதது எதுவுமே இல்லை, முயன்றால் எதையும் முடித்துவிட முடியும் என்பதில் அசைக்க முடியாத நம்பிக்கை உடையவர்கள். நம்பிக்கை மட்டும் வெற்றி தந்து விடாது. தேனீயைப் போல ஓடியாடி ஓயாமல் உழைக்கவும் தயங்காதவர்கள் இவர்கள். தாங்கள்தான் அறிவாளிகள் என்ற அலட்சியம் இருக்கும்.

அது மட்டுமின்றி தம்மைப் போலவே தம்மைச் சார்ந்த மற்றவர்களும் இருக்க வேண்டும் என விரும்புவார்கள். ஆனால் அப்படியில்லாமல் யாரேனும் சோம்பேறித்தனமாக இருப்பதைக் கண்டுவிட்டால் அவர்களை மிகவும் கண்டிப்பார்கள்.

இந்த எண்காரர்களில் பலர், தம் அறிவாற்றலின் துணை கொண்டு தம் சிந்தனையில் உருவாகும் கருத்துகளை எந்த வழியிலேனும் மக்களிடையே பரப்ப முயல்வார்கள்.

கணிதம், மருத்துவம், விஞ்ஞானம் போன்ற துறைகளிலும் ஈடுபட்டு அவை பற்றிய நுணுக்கமான தகவல்களையெல்லாம் தெரிந்து கொள்ளும் நோக்கில், அவை தொடர்பான புத்தகங்களை நிறைய வாங்கிப் படித்துத் தம் பொது அறிவை வளர்த்துக் கொள்வார்கள்.

பெயர் மட்டும் பிறந்த தேதிக்குப் பொருத்தமுள்ளதாக அமைந்துவிட்டால் இவர்கள் பெரும் சாதனைகளைப் படைத்துக் காட்டுவார்கள்.

பெயர் பொருத்தமாக அமையாவிட்டால் இவர்கள் எவ்வளவு சாமர்த்தியசாலிகளாக இருந்தாலும் அவையெல்லாம் பயன்படாமல் சில சிக்கல்களுக்கு ஆளாக நேரும் என்பதை இவர்கள் மறந்து விடலாகாது.

தமக்கு எப்போதும் ஏதேனும் பல வழிகளில் பணவரவு வந்து கொண்டிருக்க வேண்டும் என்ற குறிக்கோளை மனத்தில் கொண்டுள்ள இவர்கள், அதற்கான பல வழிகளையும் கடைப்பிடிப்பார்கள். அப்படி முயன்றும் சில வழிகளில் எதிர்பாராத வகையில் தோல்வி ஏற்பட்டாலும் அதைப் பெரிதாகப் பொருட்படுத்தாமல் சற்று நேரத்திலேயே அதை மறந்து விட்டு அடுத்த பணியைத் தொடங்கி விடுவார்கள்.

பிறரால் தீர்வு கண்டுபிடிக்க முடியாத புதிரான, சிக்கலான பிரச்சினைகளிலும் கூட உடனே தீர்வு சொல்லக் கூடிய அளவுக்குக் கூர்மையான அறிவாற்றல் இவர்களிடம் அமைந்திருக்கும். இதன் காரணமாக பலராலும், பாராட்டப்படக்கூடிய தனிச்சிறப்பு மிக்க மனிதராக விளங்குவார்கள்.

பேரறிவும் பெரும் செல்வமும் கொண்ட மனிதர்களாக வாழும் பாக்கியம் உடையவர்கள். எதிலும் துரிதமாக செயல்படுவர். பலருடைய ஆதரவு இவர்களுக்குக் கிடைக்கும். பெயரும் எண்ணும் பொருத்தமாக அமைந்து விட்டால் நாட்டின் மிக முக்கிய மனிதராக வாழ்வர். மீண்டும் 5–ம் எண்ணில் பெயர் வைக்கக்கூடாது.

தன்னால் முடியாதது ஒன்றும் இல்லை என்று எண்ணும் இவர்கள், புதுமையாக எதையாவது செய்ய வேண்டும் என்ற ஆர்வம் கொண்டவர்கள். எந்தப் பிரச்சினை வந்தாலும் அதைத் தூக்கி எறிந்துவிடுவர். இவர்களுக்குப் பல வழிகளில் வருவாய் வந்துகொண்டே இருக்கும்.

பிறந்த தேதி எண்கள் 5 & 5 வந்தால், அதீத அறிவுத் திறனால் பல பாதிப்புகள் உண்டாகும். வியாபாரம், வேலைகளில் பல குறைபாடுகள் உண்டாகும்.

1.	பெயர் அமைக்க வேண்டிய எண்கள்	15, 19, 24, 27, 33, 37, 42, 46, 50
2.	அதிர்ஷ்டத் தேதிகள் / எண்கள்	1, 5, 6, 9
3.	ஆதிர்ஷ்டக் கற்கள்	வைரம்
4.	அதிர்ஷ்ட நிறங்கள்	நீலம், பச்சை
5.	தவிர்க்கும் நிறங்கள்	கறுப்பு
6.	தவிர்க்கும் எண்கள்	8

✸✸✸

பிறவி எண். 5 : விதி எண். 6 (புதன் மற்றும் சுக்கிரன் ஆதிக்கம் உள்ளவர்கள்)

இந்த எண்காரர்கள் ஓரளவு உயரமானவர்களாக இருப்பார்கள். தோற்றமும் கவர்ச்சிகரமானதாகவே காணப்படும். தெய்வீக ஆற்றல் நிரம்பப் பெற்ற இவர்களின் நடை, உடை பாவனை போன்றவை மிக நாகரிகமாக இருக்கும்.

தன் திறமைகளையெல்லாம் வெளிப்படுத்தி வாழ்க்கையில் பொருளீட்டுவது ஒன்றையே நோக்கமாகக் கொண்டு, உழைக்கக்கூடிய இவர்களுக்கு நாளுக்கு நாள் உயர்வான நிலையும், செல்வமும் செல்வாக்கும் பெருகிக் கொண்டே இருக்கும். எப்பொழுதும் மிகச் சுறுசுறுப்பாக இயங்கக்கூடிய இவர்கள், எப்பொழுதாவது அபூர்வமாக ஓய்வெடுக்க வேண்டும் என நினைத்துப் படுத்தார்களானால் தம்மை மறந்து நெடுநேரம் தூங்கி விடுவார்கள்.

இவர்கள் பல தரப்பட்டவர்களுடன் கலந்து பழகக்கூடிய அமைப்பினர் என்பதால், அவர்கள் செய்யும் பல்வேறு தொழில்கள், வியாபாரங்களைப் பற்றிய தகவல்களையும் தெரிந்து வைத்திருப்பார்கள். இவர்களை சுற்றி எப்போதும் நண்பர்கள் பட்டாளம் சூழ்ந்தே இருக்கும்.

எப்படியாவது பெரும் பொருளைச் சேர்த்து சுகபோகமாக வாழ வேண்டும் என்ற துடிப்பு இவர்கள் உள்ளத்தில் இருந்து கொண்டே இருக்கும். இதற்காக மற்றவர்களை எப்படியாவது தன் பக்கமாக இழுத்து அவர்கள் மூலமாகத் தங்கள் பிரச்சினைகளை முடித்து நிம்மதி அடைவார்கள்.

அழகை ரசிப்பதில் மிகக் கைதேர்ந்தவர்கள் இவர்கள். இசை, நாட்டியம் போன்ற பலவற்றிலும் மிகுந்த ஈடுபாடு கொண்டிருப்பார்கள். இவர்களில் பலர் கலை, ரசனை உள்ளவர்களாக இருப்பார்கள்.

இவர்கள் எல்லா விஷயங்களிலும் ஓரளவு தெளிவானவர்களே. பெயரும் பொருந்தியிருந்தால் மிகப் பெருஞ்செல்வந்தராக வாழ வாய்ப்புண்டு.

சமயம், சட்டம், மருத்துவம் போன்றவற்றில் ஆராய்ச்சியுள்ளவர்களாக விளங்குவர். உள்ளொன்று வைத்துப் புறமொன்று பேசத் தெரியாதவர்கள். இவர்களின் மனம் அழகான பொருள்களைக் கண்டு ரசிக்கும். இவர்களுடைய பெயரும் எண்ணும் சரியாக அமைந்து விட்டால், வாழ்க்கையில் உச்ச நிலையை அடைவர்.

மற்றவர்களை அதிகாரம் செய்தும், மகிழ்வித்தும் பொருளீட்டும் வழி தெரிந்தவர்கள். இவர்களுக்குப் பல்வேறு தொழில் புரிபவர்களின் உதவி கிடைக்கும்.

1.	பெயர் அமைக்க வேண்டிய எண்கள்	14, 15, 19, 23, 24, 27, 32, 33, 37, 41, 42, 46, 50
2.	அதிர்ஷ்டத் தேதிகள் / எண்கள்	1, 5, 6, 9
3.	அதிர்ஷ்டக் கற்கள்	வைரம், மரகதப் பச்சை
4.	அதிர்ஷ்ட நிறங்கள்	பச்சை, நீலம்
5.	தவிர்க்கும் நிறங்கள்	கறுப்பு, வயலட் நிறங்கள்
6.	தவிர்க்கும் எண்கள்	3, 8

✱✱✱

பிறவி எண். 5 : விதி எண். 7 (புதன் மற்றும் கேது ஆதிக்கம் உள்ளவர்கள்)

இந்த எண்காரர்கள் சுமாரான உயரத்தினராகவும், பார்வைக்கு அழகிய தோற்றமுடையவராகவும் காணப்படுவார்கள். கல்வியில் சிறந்து விளங்கக்கூடிய இவர்கள் மிகுந்த கண்ணியவான்களாகவும் இருப்பார்கள்.

தெய்வ நம்பிக்கை மிகுந்த இவர்கள் நேர்மையற்ற செயல்களை அறவே வெறுப்பார்கள். யார் அத்தகைய செயல்களைச் செய்தாலும் இவர்கள் சகித்துக் கொள்ளமாட்டார்கள். உண்மையே உயர்வு தரும் என்பதில் அசைக்க முடியாத நம்பிக்கை கொண்டவர்கள். மனமறிந்து சிறு தவறும் செய்ய விரும்பாதவர்கள்.

சிந்தனையாற்றல் சிறந்து விளங்கக்கூடிய இவர்கள் எப்போதும் ஏதேனும் கற்பனையிலேயே ஆழ்ந்திருப்பார்கள். தெய்வீகத் திருத்தலங்களுக்குச் சென்று தெய்வ தரிசனம் கண்டு வருவதில் மிகுந்த நாட்டம் கொண்டிருப்பார்கள்.

வெளித் தோற்றத்துக்கு மிகவும் தைரியசாலி போல இவர்கள் காணப்பட்டாலும், உண்மையில் பயந்த சுபாவத்தினராகவே இருப்பார்கள். பிறருக்குத் தம்மால் இயன்ற அளவில் நன்மையைச் செய்ய வேண்டும் என்று

பிறந்த தேதி எண்கள் 6 & 6 வந்தால் கல்வித் தடையையும், பணம் மிச்சமில்லாத தன்மையையும் கொடுக்கும்.

விரும்புவார்கள். ஆனால் கூடவே குழப்பமும் தோன்றிவிடும். இதனால் ஏதாவது பிரச்சனை தோன்றிவிடுமோ என அஞ்சுவார்கள்.

இசை, நாட்டியம், சமயம், இலக்கியம், சட்டம் என்ற பல்வேறு கலைகளிலும் நாட்டங்கொண்டு, அவை பற்றிய நிறையத் தகவல்களைச் சேகரித்துக் கொள்ளப் பெரிதும் விரும்புவார்கள். அழகான வீடு, தோட்டம் போன்றவற்றை அமைப்பதிலும், அவற்றை அலங்காரமாக வைத்துக் கொள்வதிலும் விருப்பமுள்ள இவர்கள் தாம் குடியிருக்கும் வீட்டின் ஒவ்வொரு பகுதியையும் மிகவும் தூய்மையாகவும், கலை நயத்துடனும் பராமரிப்பதைக் காண முடியும்.

இவர்கள் வீட்டைத் தூய்மையாக வைத்துக் கொள்வதில் ஆர்வம் மிகுந்தவர்கள். சமுதாயத்தில் பெரிய மனிதராக வாழ்வர். ஆனால் பெயரும் எண்ணும் பொருத்தமாக அமைய வேண்டும். தைரியசாலியைப் போல தோன்றினாலும் உள்ளூற பயந்தாங்கொள்ளியே!

இவர்களுடைய முன் கோபத்தைக் கண்டு எல்லாரும் அஞ்சி ஒதுங்குவர். கடவுள் நம்பிக்கை கொண்ட இவர்களுக்குப் புனித யாத்திரை செல்வதில் அதிக ஆர்வம் இருக்கும். இவர்களுக்குப் பல்வேறு தரப்பிலும் நண்பர்கள் இருப்பினும், எல்லாரிடமும் நிரந்தரமாகப் பழக்கம் வைத்துக் கொள்ள மாட்டார்கள்.

எப்போதும் எளிமையான ஆடையிலேயே தூய்மையாகத் தோன்றுவர். சிறந்த சிந்தனை சக்தி படைத்தவர்கள். தன் மனத்தில் இருப்பதையெல்லாம் வெளியில் சொல்லாது மனம் புழுங்குவர்.

1.	பெயர் அமைக்க வேண்டிய எண்கள்	14, 15, 19, 23, 24, 32, 33, 37, 41, 42, 46, 50
2.	அதிர்ஷ்டத் தேதிகள் / எண்கள்	1, 2, 5, 6
3.	அதிர்ஷ்டக் கற்கள்	வைரம், வைடூரியம்
4.	அதிர்ஷ்ட நிறங்கள்	நீலம், பச்சை
5.	தவிர்க்கும் நிறங்கள்	கறுப்பு
6.	தவிர்க்கும் எண்கள்	4, 8

✵✵✵

பிறவி எண். 5 : விதி எண். 8 (புதன் மற்றும் சனி ஆதிக்கம் உள்ளவர்கள்)

இந்த எண்காரர்கள் சுமாரான உயரமுள்ளவர்களாகவும், அழகிய தோற்றமுள்ளவர்களாகவும் காணப்படுவார்கள். இந்த எண்காரர்களில் சிலர் இளமையில் துன்பங்களுக்காளாகி அந்த அனுபவத்தின் மூலம் படிப்படியாக

நல்ல நிலைக்கு வந்து வாழ்வின் பிற்பகுதியில் பெரும் செல்வந்தர்களாக விளங்குவார்கள். சிலர் தொடக்கத்திலிருந்தே சுகமான சொகுசு வாழ்வை அனுபவிக்கக் கூடிய வசதிகளைப் பெற்றவர்களாக இருப்பார்கள். 35 வயதுக்கு மேல் அதிர்ஷ்டங்கள் அதிகமாகும்.

அதேபோல் இந்த எண்காரர்களில் சிலரே ஏதேனும் உத்தியோகத்தில் அமர்ந்து சம்பளம் வாங்குபவர்களாக இருப்பார்கள். பலர், சொந்தமாகத் தொழில் தொடங்குவார்கள் அல்லது வருவாய் கிடைக்கக்கூடிய பல்வேறு வழிகளை ஆராய்ந்தும் செல்வம் திரட்டத் திட்டமிடுவார்கள்.

இவர்கள் இயல்பிலேயே மன உறுதி மிகுந்தவர்கள் என்பதால், எந்த முயற்சியில் ஈடுபட்டாலும் நம்பிக்கையுடன், ஓய்வின்றி அயராமல் உழைத்து வெற்றி காண்பார்கள்.

இவர்களுக்கு கலை ரசனையும் ஆராய்ச்சி மனப்பான்மையும் உண்டு. இயற்கை அழகைக் கண்டு ரசிப்பதற்காக எங்கேனும் ஓர் இடத்திற்குப் பயணம் செய்தாலும் அங்கும் ஏதாவதொரு புதுமையான பொருளைப் பார்த்து விட்டால் அதைப் பற்றிய விவரங்களை அறிந்து கொள்ளத் துடிப்பார்கள்.

ஏதேனும் ஓர் உத்தியோகத்தில் அமர்ந்திருக்கும் சிலர், வருமானம் போதாது, நிறையச் சம்பாதிக்க இந்த உத்தியோகம் பயன்படாது என்ற எண்ணத்தில் உபரியாக ஏதேனும் ஒரு தொழிலைத் தொடங்கி, பொருள் ஈட்டி வருவார்கள்.

தம்மால் இயன்ற அளவுக்கு பிறருக்கு உதவி செய்ய வேண்டும் என்ற பரந்த மனப்போக்கு படைத்தவர்கள். அதன்படியே உதவவும் செய்வார்கள். முடிந்ததை மட்டுமே கண்டிப்பாகச் செய்வார்கள். இதன் காரணமாகப் பலரும் பாராட்டக்கூடிய நபர்களாக விளங்குவார்கள்.

இயற்கைக் காட்சிகளை மட்டுமின்றி, புதிய பொருள்கள் எதையேனும் தயார் செய்யும் தொழிற்சாலைகளையும் தேடிச் சென்று பார்வையிடுவதில் விருப்பமுடையவர்கள் இவர்கள். அதன் மூலமாக தமக்கேற்ற தொழில் ஏதேனும் அமையுமானால் அதே தொழிலைத் தாமும் தொடங்கி விடுவார்கள்.

எப்பொழுதும் சுறுசுறுப்பாய் இருக்கும் இவர்கள் ஓய்வெடுக்க நினைத்தால் முழுச் சோம்பேறியாய் இருப்பர். சட்டம், சமயம், கணிதம், ஜோதிடம் போன்றவற்றில் இவர்களுக்கு ஆராய்ச்சி இருக்கும்.

தன்னால் முடிந்தவரை பிறருக்கு உதவுவர். வாழ்க்கையில் முன்னேற்றம் காண வேண்டும் என்ற குறிக்கோளோடு அயராது உழைத்துக் கொண்டிருப்பர்.

> பிறந்த தேதி எண்கள் 7 & 7 வரும்போது, வாழ்க்கையில் பல சோதனைகளையும், குடும்பத்தினருடைய பிரிவுகளையும் ஏற்படுத்தும்.

பெயரும் எண்ணும் பொருத்தமாக இருந்தால் வாழ்க்கையில் உயர்ந்த ஸ்தானத்தை அடைவார்கள்.

எந்தக் காரியத்தில் இறங்கினாலும், அதைச் செய்து முடிக்கும் வரை அயராது உழைப்பர். தன் தொழிலாலும் உத்தியோகத்தாலும் உயர்ந்த நிலையை அடைந்து வீடு, வாகனம், நிலம் போன்ற அனைத்து வசதிகளையும் பெறுவர்.

1.	பெயர் அமைக்க வேண்டிய எண்கள்	14, 15, 19, 23, 24, 27, 32, 33, 37, 41, 42, 46, 50
2.	அதிர்ஷ்டத் தேதிகள் / எண்கள்	1, 5, 6, 9
3.	அதிர்ஷ்டக் கற்கள்	வைரம், நீலம்
4.	அதிர்ஷ்ட நிறங்கள்	மஞ்சள், நீலம்
5.	தவிர்க்கும் நிறங்கள்	கறுப்பு, பழுப்பு
6.	தவிர்க்கும் எண்கள்	8

***

பிறவி எண். 5 : விதி எண். 9 (புதன் மற்றும் செவ்வாய் ஆதிக்கம் உள்ளவர்கள்)

இந்த எண்காரர்கள் நன்கு உயரமுள்ளவர்களாகவும், பார்வைக்குக் கம்பீரமான தோற்றம் உடையவர்களாகவும் காணப்படுவார்கள். இவர்கள் ஏதோ முரட்டு மனிதர் போல் தெரிகிறாரே என்றெல்லாம் எண்ணிச் சிலர் மலைப்பார்கள். ஆனால் அவர்களது செயல்பாடுகளைக் காண்பவர்கள் பிறகு தங்களது எண்ணத்தை மாற்றிக் கொள்வார்கள்.

இவர்கள் தாம் நினைத்ததை நினைத்தபடியே கச்சிதமாய்ச் செய்து முடிக்கும் ஆற்றலுள்ளவர்கள். இதன் மூலம் தம் வாழ்வில் உயர்ந்த நிலையை அடைவதுடன், பலருக்கும் தம்மால் இயன்ற அளவு உதவிகளைச் செய்து அவர்கள் வாழ்வையும் உயர்த்திப் பார்த்து மகிழ விரும்புவார்கள்; பலரது பாராட்டுகளையும் பெற்றுவிடுவார்கள்.

இவர்கள் சிறு வயதில் சில இன்னல்களுக்கு ஆளாகி, அதன் மூலம் நிறைந்த அனுபவங்களைப் பெற்றிருப்பார்கள். இதன் காரணமாக இவர்களைச் சுற்றிச் சூழ்ந்துள்ளவர்களில் நல்லவர்கள் யார், ஏமாற்றுக்காரர்கள் யார் என்பதையெல்லாம் எளிதில் இனங்கண்டு கொள்வார்கள். இந்த அனுபவங்களைக் கொண்டு எந்தச் செயலையும் திட்டமிட்டுச் செய்து வெற்றி பெறக்கூடியவர்கள் இவர்கள். வயதாக ஆக அனுபவ முதிர்ச்சி பெறுவதுடன், வாழ்க்கையிலும் சுகபோக வசதிகளைப் பெற்று விடுவார்கள்.

கைத்தொழில்கள், இசை, சட்டம் போன்ற துறைகளில் இவர்களுக்கு மிகுந்த நாட்டம் இருக்கும். அவற்றைப் பற்றிய சகலமான தகவல்களையும்

சேகரித்து வைத்துக் கொண்டு மேற்கொண்டு அவற்றைப் பற்றியே சிந்தித்து ஆராய்ச்சி செய்து கொண்டே இருப்பார்கள். இயல்பிலேயே மிகுந்த சுறுசுறுப்புள்ள இவர்கள் இவற்றின் துணை கொண்டு ஏதேனும் தொழிலைத் தொடங்கவும் முனைவார்கள். தொடங்கிய பின்னரும் திடீர் என்று இவர்களுக்குத் தோன்றும் புதிய கருத்துகளின்படி, தம் தொழிலில் பெரும் மாற்றங்களைச் செய்து புகழ்பெறுவார்கள்.

பிறருக்கு ஊக்கம் கொடுப்பதில் கை தேர்ந்தவர்களான இவர்கள், தனக்கு வரும் கஷ்டத்தைப் பிறரிடம் கூறாது தானாகவே தைரியப்படுத்திக் கொள்வர். கலை ஆர்வம் கொண்டவர்கள், இசைப்பிரியர்கள்.

இவர்களது வாழ்க்கை, போராட்டத்திலேயே உயர்ந்து கொண்டு செல்லும். எக்காரியத்தில் இறங்கினாலும் அதில் இரகசியமான வருவாயைத் தேடிக் கொண்டே செல்வர். பொதுவாக இவர்களைப் பொதுஜன உபகாரி என்றே சொல்வார்கள்.

1.	பெயர் அமைக்க வேண்டிய எண்கள்	14, 15, 23, 24, 27, 32, 33, 41, 42, 45, 50
2.	அதிர்ஷ்டத் தேதிகள் / எண்கள்	1, 5, 6, 9
3.	அதிர்ஷ்டக் கற்கள்	வைரம், பவளம்
4.	அதிர்ஷ்ட நிறங்கள்	சிவப்பு, நீலம், பச்சை
5.	தவிர்க்கும் நிறங்கள்	கறுப்பு, வெள்ளை
6.	தவிர்க்கும் எண்கள்	2, 8

***

பிறவி எண். 6 : விதி எண். 1 (சுக்கிரன் மற்றும் சூரியன் ஆதிக்கம் உள்ளவர்கள்)

இந்த எண்காரர்கள் சுமாரான உயரமுள்ளவர்களாகவும், கவர்ச்சிகரமான தோற்றத்தைப் பெற்றவர்களாகவும் இருப்பார்கள், தோற்றத்தில் மட்டுமின்றி இவர்களது பேச்சிலும் கூட ஒருவித பெருமிதம் இருக்கும். பேசுவதைத் தெளிவாகவும் மற்றவர்களைக் கவரும் வகையிலும் பேசுவார்கள்.

இவர்கள் சுகபோகப் பிரியர்கள். இந்த உலகில் பிறந்த நாம் வாழ்நாளில் சகல சுகங்களையும் அனுபவித்துவிட வேண்டும் என்ற விருப்பம் உடையவர்கள்.

இவர்களுக்கு அதிர்ஷ்டகரமான பெயராகப் பொருந்தியிருக்குமாயின் இவர்கள் வாழ்வில் இளமையிலிருந்தே நாளுக்கு நாள் பலவித வசதிகளையும் பெற்று வாழ்வில் உன்னத நிலைக்கு உயர்ந்து விடுவார்கள்.

பிறந்த தேதி எண்கள் 8 & 8 வரும்போது அதிக பிடிவாத குணத்தையும், தொழில் பிரச்சினைகளையும் கொடுக்கும்.... ஏதாவது சோகம் தொடர்ந்து வாட்டும்.

ஆடம்பரத்தில் மிகுந்த மோகம் கொண்ட இவர்கள், அதற்காக எவ்வளவு தொகையைச் செலவிட வேண்டுமானாலும் தயங்கமாட்டார்கள். வாகனங்களின் பேரிலும் இவர்களுக்கு அளவற்ற பிரியம் உண்டு. இதனால் தங்களிடமிருக்கும் வாகனங்களை அடிக்கடி மாற்றியும் வண்ணங்களை மாற்றியும் அழகு பார்த்து மகிழ்வார்கள்.

இயற்கைக் காட்சிகளையும் அழகான இடங்களையும் கண்டு மகிழ்வதில் ஆர்வம் கொண்ட இவர்கள், அடிக்கடி அத்தகைய இடங்களுக்கு உல்லாசப் பயணங்களை மேற்கொள்வார்கள். சிலர் வெளிநாடுகளுக்கும் கூடச் சென்று வருவார்கள்.

இந்த எண்காரார்களில் பெரும்பாலானவர்கள் அதிக அளவில் சிரமப்பட்டு உழைக்காமலேயே பெருஞ்செல்வம் திரட்டக் கூடிய வாய்ப்பு அமையப் பெற்றவர்களாக இருப்பார்கள்.

இவர்கள் கவர்ச்சியான தோற்றம் அமையப் பெற்றவர்கள் என்பதால் பாலினக் கவர்ச்சியால் இவர்கள் பாதிப்படைய வாய்ப்புண்டு. ஆண்களாயின் பெண்களிடமும், பெண்களாயின் ஆண்களிடமும் மிகவும் எச்சரிக்கையுடன் பழக வேண்டும். இல்லையெனில் சில தகாத உறவுகளுக்கு ஆட்பட்டு அல்லற்பட நேரும்.

இந்த எண்காரர்களில் பலர் உத்தியோகத்தால் வருமானம் பெறுபவர்களாகவே இருப்பினும், பல வழிகளிலும் இவர்களுக்குப் பணம் வந்து குவியும். மேலும், ஏதேனும் தொழில் செய்து உபரியாக வருமானம் தேடுவதிலும் கண்ணும் கருத்துமாக இருப்பார்கள்.

கடவுள் நம்பிக்கை கொண்ட இவர்கள் முயன்றால் முடியாதது இல்லை. குறிப்பிட்ட நல்ல நண்பர்களையே கொண்டிருப்பர். சில நேரங்களில் மிடுக்காகப் பேசி கடுமையானவர்களாக நடந்து கொள்வர். கண்ணாடியை அணியும் போது கூட அழகான பிரேம் கொண்ட கண்ணாடிகளைத்தான் அணிவர்.

எப்பொழுதும் தூய்மையாகக் காட்சியளிப்பர். எந்த ஒரு பிரச்சினை வந்தாலும், அலட்டிக் கொள்ளாது செயல்படுபவர். உத்தியோகம் பார்க்கும் இவர்கள் கூட்டு முறையில் தொழில் செய்யவும் முற்படுவர்.

1.	பெயர் அமைக்க வேண்டிய எண்கள்	14, 15, 19, 23, 24, 27, 32, 33, 37, 41, 42, 45, 46, 50
2.	அதிர்ஷ்டத் தேதிகள் / எண்கள்	1, 5, 6, 9
3.	அதிர்ஷ்டக் கற்கள்	மரகதப்பச்சை, மாணிக்கம்
4.	அதிர்ஷ்ட நிறங்கள்	பச்சை, மஞ்சள், பொன்நிறம்
5.	தவிர்க்கும் நிறங்கள்	வயலட், கறுப்பு
6.	தவிர்க்கும் எண்கள்	3, 8

✸✸✸

பிறவி எண். 6 : விதி எண். 2 (சுக்கிரன் மற்றும் சந்திரன் ஆதிக்கம் உள்ளவர்கள்)

இந்த எண்காரர்கள் சுமாரான உயரமுடையவர்களாகவும், பார்வைக்குக் கவர்ச்சியான தோற்றம் அமையப் பெற்றவர்களாகவும், சற்றே பருத்த சரீர அமைப்பைக் கொண்டவர்களாகவும் காணப்படுவார்கள்.

இந்த எண்காரர்களில் சிலர் பிறக்கும்பொழுதே வசதி மிக்க குடும்பத்தில் பிறந்திருப்பார்கள். சிலர் தங்கள் சொந்தத் திறமையால் வாழ்க்கையில் முன்னேற்றம் அடையப் பெற்றவர்களாக இருப்பார்கள்.

வாழ்வில் எப்பொழுதும் மகிழ்ச்சியாய்க் காலங்கழிக்க விரும்பும் இவர்களின் மனப்பான்மைக்கேற்ற வகையில் இவர்களின் வசதி, வாய்ப்புகளும் அமைந்திருக்கும். வீடு, நிலம், தொழில், வாகனவசதி போன்ற எல்லா வசதிகளும் அமையப் பெற்றிருப்பார்கள். இதற்கு இவர்களின் பெயரும் பொருத்தமாக அமைந்திருக்க வேண்டும்.

இவர்களுக்கு பொருந்தாத பெயர் அமைந்திருக்குமானால், இவர்களின் வளர்ச்சி பாதிக்கப்படுவதுடன், ஏற்கெனவே உள்ள வசதி, வாய்ப்புகளிலும் குறைபாடுகள் ஏற்பட்டு விடக்கூடும், தீய பழக்கங்களுக்கும் ஆட்பட்டுத் துன்பப்பட நேரும்.

தம்மால் இயன்றவரை மற்றவர்களுக்கு உதவ வேண்டும் என்ற மனப்பான்மை கொண்ட இவர்களுக்குக் கடவுளின் அருள் முழுமையாய் இருப்பதால் இவர்களுக்குக் குறையெதுவும் ஏற்பட்டுவிடாது. ஆயினும் தம்மிடம் உதவி பெற்றவர்களே தம்மை மதிக்காமல் செல்லும் பொழுது இவர்களுடைய மனம் பெரிதும் வருந்தும்.

இயற்கைக் காட்சிகளையும், பசுமை எழில் நிறைந்த இடங்களையும் பார்த்துப் பார்த்து ரசிப்பதில் அளவற்ற விருப்பமுடைய இவர்கள், உல்லாசப் பயணங்களை மேற்கொண்டு மகிழ்ச்சி அடைவார்கள்.

புகழ்ச்சிக்கு மயங்கிவிடக்கூடிய குழந்தைத்தனம் படைத்தவர்கள். இதைப் புரிந்து இவர்களுக்கு வேண்டாத சிலரும் இவர்களை அணுகி நயமாகப் பேசி, தங்களுக்குத் தேவையானதை நிறைவு செய்துகொண்டு திரும்பிப் பாராமல் போய்விடுவார்கள்.

குறுக்குக் கேள்வி கேட்பதிலும், சமாதானம் செய்வதிலும் திறமை மிக்கவர்களாக இருப்பர். பெயரும் எண்ணும் பொருத்தமாக இருந்தால் அனைத்திலும் சிறந்து விளங்குவர். பிடிவாதக்காரர் போல் காட்சியளிக்கும் இவர்கள் இளகிய மனம் கொண்டவர்களே.

பிறந்த தேதி எண்கள் 9 & 9 வரும்போது மிகவும் அவசரப்படுபவராகவும், முன்கோபக்காரராகவும், வாழ்க்கையில் வெற்றிபெற முடியாதவராகவும் இருப்பர்.

நீர்வீழ்ச்சிகளையும் பசுமையான இடங்களையும் கண்டு களிப்பதில் இவர்கள் மனம் அமைதியுறும். இவர்களில் சிலருடைய பெயரும் எண்ணும் சரியில்லையெனில் போதைப் பொருளுக்கு அடிமையானவர்களாக அல்லது சூதாட்டக்காரர்களாக மாறிவிடுவர்.

1.	பெயர் அமைக்க வேண்டிய எண்கள்	14, 15, 19, 23, 24, 32, 33, 37, 41, 42, 46, 50
2.	அதிர்ஷ்டத் தேதிகள் / எண்கள்	1, 5, 6, 7
3.	அதிர்ஷ்டக் கற்கள்	பச்சை, முத்து
4.	அதிர்ஷ்ட நிறங்கள்	பச்சை, நீலம், வெள்ளை
5.	தவிர்க்கும் நிறங்கள்	சிவப்பு, கறுப்பு
6.	தவிர்க்கும் எண்கள்	8, 9

❈❈❈

பிறவி எண். 6 : விதி எண். 3 (சுக்கிரன் மற்றும் குரு ஆதிக்கம் உள்ளவர்கள்)

இந்த எண்காரர்கள் கிரகங்களின் பகை அமைப்பைக் கொண்டவர்களாக இருப்பதால் இவர்களுக்குக் கெடுதல் என்பது வெளியில் எங்கிருந்தும் வரவேண்டிய அவசியமில்லை. தமக்குத் தாமே பகையைத் தேடிக்கொள்ளக் கூடியவர்கள் இவர்கள்.

எனினும் இவர்கள் பிறந்த தேதிக்கேற்ப பொருத்தமான பெயர் அமைந்துவிட்டால் தீய பலன்கள் குறைந்து நற்பலன்கள் நடைபெறவும், வாழ்வில் முன்னேற்றம் காணவும் வழிபிறக்கும்.

பிறருக்கு உதவும் மனப்பான்மை கொண்ட இவர்கள் அதனால் சில இன்னல்களைச் சந்திக்க நேரும். எனவே துணிந்து உதவி செய்ய அஞ்சுவார்கள். இதனால் நமக்கு ஏதேனும் கெடுதல் ஏற்பட்டு விடுமோ என இவர்கள் மனம் ஊசலாடும்.

சரித்திர முக்கியத்துவம் வாய்ந்த இடங்களையும் இயற்கை எழில் நிறைந்த பகுதிகளையும் பார்த்து மகிழத் துடிப்பவர்கள் இவர்கள். ஆனால் இவ்வாறு செல்லும் இடங்களில் கூட அவற்றைப் பார்த்து ரசித்து மகிழும் மனநிலை இவர்களுக்கு இராமல், எதையோ எண்ணிக் குழம்பிக் கொண்டிருப்பார்கள்.

இவர்களுக்குக் குடும்ப வாழ்க்கையிலும் குழப்பமே குடி கொண்டிருக்கும். கணவன் மனைவிக்கிடையே கனிவான உறவு நீடித்திராமல், அவ்வப்பொழுது சச்சரவுகள் தலை தூக்கும். ஏன்தான் திருமணம் செய்து கொண்டோமோ என்ற வெறுப்பே விஸ்வரூபம் எடுத்து நிற்கும்.

இவர்களுக்கு எல்லா வசதிகளும் அமைந்திருப்பினும், இவர்கள் மனதில் நிம்மதியோ, திருப்தியோ ஏற்படாது. எதையோ இழந்துவிட்டவரைப் போல கவலையில் ஆழ்ந்து விடுவார்கள்.

எல்லோருக்கும் அமைந்திருப்பதைவிடச் சற்று மேலாகவே அறிவாற்றலும், தத்துவம், சாஸ்திரம், ஜோதிடம் போன்ற நுணுக்கமான கலைகளில் ஈடுபாடும் இருந்தாலும், அவற்றால் பயன்பெறக்கூடிய அளவில் இவர்களுக்கு சூழ்நிலைகள் அமைவதில்லை. இவற்றுக்கெல்லாம் காரணம் உடல் எண்ணுக்குரிய சுக்கிரனும் உயிர் எண்ணுக்குரிய குருவும் ஒருவருக்கொருவர் பகைக் கிரகங்களாக அமைந்திருப்பதுதான்.

அதனால் இவர்கள் செய்கின்ற ஒவ்வொன்றும் மற்றவர்களுக்குக் கெட்டதாகவே தெரியும். போராட்டமாகவே வாழ்வு அமையும்.

ஆனால் பெயரும் எண்ணும் பொருத்தமாக இருந்து விட்டால் எல்லாத் தீயவையும் மறைந்து முன்னேற்றம் ஏற்படும்.

1.	பெயர் அமைக்க வேண்டிய எண்கள்	14, 19, 23, 27, 32, 37, 41, 45, 46, 50
2.	அதிர்ஷ்டத் தேதிகள் / எண்கள்	1, 5, 9
3.	அதிர்ஷ்டக் கற்கள்	பச்சை மற்றும் கனக புஷ்பராகம்
4.	அதிர்ஷ்ட நிறங்கள்	நீலம், சிவப்பு
5.	தவிர்க்கும் நிறங்கள்	கறுப்பு
6.	தவிர்க்கும் எண்கள்	3, 6, 8 (3, 6 ஒன்றுக்கொன்று கடுமையான பகையுடையவை)

***

பிறவி எண். 6 : விதி எண். 4 (சுக்கிரன், இராகு ஆதிக்கம் உள்ளவர்கள்)

இந்த எண்காரர்கள் ஓரளவு உயரமானவர்களாகக் காணப்படுவார்கள். இவர்கள் சுருள் முடி உடையவர்களாகவும், நடுத்தரமான பருமனுள்ளவர்களாகவும் காணப்படுவார்கள்.

சுதந்திரப் பிரியர்களான இவர்கள், உலக வாழ்விலுள்ள பலவகைச் சுகங்களையும் அனுபவிக்க விரும்புவார்கள். தமக்கு வாய்த்துள்ள செல்வ சுக வாழ்வைக் கொண்டு, தாம் மட்டுமே வாழ வேண்டும் என்ற சுயநல நோக்கமின்றி, தம்மைச் சார்ந்தோர் அனைவருமே நலமிக்க நல்வாழ்வைப் பெறவேண்டும் என்னும் பரந்த மனப்பான்மை உள்ளவர்கள் இவர்கள். இதன் காரணமாக இவர்களை மற்றவர்கள் பெருந்தன்மை மிக்கவர்கள் எனப் போற்றிப் புகழ்வார்கள்.

இவ்வாறு மற்றவர்களின் நலனில் அக்கறை கொண்டு உதவும் மனமுள்ள இவர்கள், இறைவனின் பேரன்புக்கும் பேரருளுக்கும் உரியவர்களாகிறார்கள். இவர்களின் பெயரும் அதிர்ஷ்டகரமான பெயராக அமைந்துவிட்டால் இவர்கள் இரட்டிப்பான நற்பலன்களைப் பெறுவார்கள்.

சரியான பெயர் மாற்றம் மூலம் நீங்கள் பெருஞ்செல்வந்தர் ஆகலாம் என்பது சர்வ நிச்சயம்.

நாட்டியம், இசை, விளையாட்டு போன்ற துறைகளிலும் நாட்டம் மிகக் கொண்ட இவர்கள், எல்லாவற்றிலும் ஓரளவுக்குப் பயிற்சியும் பெற்றிருப்பார்கள். எனினும் சிற்றின்ப விஷயத்தில் மட்டும் இவர்கள் மிக எச்சரிக்கையாய் இருத்தல் வேண்டும். இவர்கள் தூங்கும்போது கனவில் அடிக்கடி விஷ ஜந்துக்களைக் காண்பார்கள்.

எந்த விஷயத்தையும் நுணுக்கமாக ஆராய்ந்து பார்த்து முடிவு செய்வார்கள் என்றாலும் சில நேரங்களில் தம்மையும் மீறி ஏமாந்து தவறு செய்து விட்டு விழிப்பார்கள்.

அழகை பாராட்டும் குணம் கொண்ட இவர்களுக்கு எல்லாமே அழகாக இருக்க வேண்டும். வீடு அழகாக இருக்க வேண்டும், தாம் அணிந்திருக்கும் ஆடை, அணிமணிகள் அழகாக இருக்க வேண்டும்; தாம் வைத்திருக்கும் கார் அழகாக இருக்க வேண்டும்; தாம் அணியும் காலணிகள் கூட அழகாக இருக்க வேண்டும். இதிலெல்லாம் இவர்கள் மிகுந்த அக்கறை எடுத்துக் கொள்வார்கள்.

யாருக்கேனும் ஒரு வாக்குறுதி அளித்தார்களானால் அதை எப்பாடு பட்டேனும் நிறைவேற்றி விடுவார்கள். அதற்காகச் சிரமப்பட நேர்ந்தாலும் அதையெல்லாம் பொருட்படுத்தமாட்டார்கள்.

நாள்தோறும் விதவிதமான சுவையுடன் உணவுண்டு மகிழ விரும்புபவர்கள் இவர்கள். இதற்காக சுவையாகப் பேசிக் கொண்டே சாப்பிடுவதற்கென சாப்பாட்டு நேரங்களில் நண்பர்கள் பலரைச் சேர்த்துக் கொள்வார்கள்.

இவர்கள் ஜாமீன் கையெழுத்துப் போட்டு மாட்டிக் கொள்ளும் வழக்கம் உண்டு. இவர்களது மனம் எப்பொழுதும் அழகான பொருட்களையே நாடிச் செல்லும்.

1.	பெயர் அமைக்க வேண்டிய எண்கள்	14, 15, 19, 23, 24, 27, 32, 33, 27, 41, 42, 46, 50
2.	அதிர்ஷ்டத் தேதிகள் / எண்கள்	1, 5, 6, 9
3.	அதிர்ஷ்டக் கற்கள்	பச்சை, கோமேதகம்
4.	அதிர்ஷ்ட நிறங்கள்	பச்சை, நீலம்,
5.	தவிர்க்கும் நிறங்கள்	கறுப்பு, வயலட்
6.	தவிர்க்கும் எண்கள்	3, 7, 8

✸✸✸

பிறவி எண். 6 : விதி எண். 5 (சுக்கிரன் மற்றும் புதன் ஆதிக்கம் உள்ளவர்கள்)

இவர்கள் சுமாரான உயரம் உள்ளவர்களாகவும், அழகிய தோற்றம் உடையவர்களாகவும் காணப்படுவார்கள். இவர்களது சரீரம் ஓரளவு பருத்தே காணப்படும்.

பிறருக்கு உதவ வேண்டும் என்ற ஆர்வம் நிறையக் கொண்டிருப்பார்கள். இவர்கள் யாருக்கும் கெடுதல் செய்ய எண்ணமாட்டார்கள். ஆனால் இவர்களை யாரேனும் ஏமாற்ற நினைத்தார்களானால் அவர்களை எளிதில் விடமாட்டார்கள். சந்தர்ப்பத்தை எதிர்பார்த்திருந்து வாய்ப்பு கிடைக்கும்போது அவர்களைப் பழி வாங்கிவிடுவார்கள்.

சில நேரங்களில் குழந்தையைப் போலப் பழகும் இவர்கள், சில நேரங்களில் கடுமையான, முரட்டுத்தனமான மனிதராகக் காணப்படுவார்கள்.

கையில் காசிருக்கும் போது ஆடம்பரமாகச் செலவு செய்யத் தயங்கமாட்டார்கள். கையில் காசில்லாத வேளைகளில் தனியாய் அமர்ந்து வருந்துவார்களே தவிர, தாம் உதவி செய்தவர்களிடம் கேட்டுப் பார்ப்போம் என்று எண்ணமாட்டார்கள்.

பிறருக்கு உதவுதல் மட்டுமின்றி, பல தொழில்களை நிறுவித் திறம்பட நடத்துவதிலும் இவர்கள் ஈடுபடுவதால், மக்களிடையே தங்கள் செல்வாக்கை நாளுக்கு நாள் வளர்த்து நிலை நிறுத்திக் கொள்வார்கள்.

எந்தச் செயலில் ஈடுபட்டாலும் அதை உடனே முடிக்க வேண்டும் என்ற செயல் வேகம் மிகுந்தவர்கள் இவர்கள். எதைத் தொடங்கினாலும், இறைவனின் பேரருளாலும், தன்னுடைய அயராத உழைப்பினாலும் வெற்றிகரமாக முடிக்க முடியும் என்பதில் அசைக்க முடியாத ஆழ்ந்த நம்பிக்கை கொண்டவர்கள் இவர்கள்.

கலைகளில் ரசனை மிகுந்த இவர்களுக்கு இசை, நாட்டியம் போன்றவற்றில் ஈடுபாடு நிறைய இருக்கும். பலர் மது, மாது போன்ற தீய பழக்கங்களுக்கு அடிமையாகி, இவர்கள் வாழ்வு திசைமாறிவிட நேரும். எனவே இந்த விஷயத்தில் இவர்கள் எச்சரிக்கையாய் இருப்பதும் அவசியம்.

எதிலும் தன்னம்பிக்கையுடன் இயங்குபவர்கள், அதனால் வெற்றி கிடைக்கும். எதிலும் ஆர்வம் மிகுந்தவர்கள். பெயரும் எண்ணும் பொருந்திவிட்டால் நாளுக்கு நாள் செல்வம் நன்கு வளர்ச்சியடைந்து முன்னேற்றத்தில் உச்ச ஸ்தானத்தை அடைவர்.

மற்றும் நல்ல மனைவி, நல்ல குழந்தைகள், மிகுந்த செல்வம் போன்றவை அமைந்து, சிறந்து வாழ்வர். கையில் பணம் இல்லாவிட்டால் மனம் சோர்வுறுவர். இவர்களைச் சுற்றிலும் எப்பொழுதும் நண்பர்கள் இருந்து கொண்டே இருப்பர்.

உங்களது கையொப்பம் இறுதியில் கீழ் நோக்கி வளையக்கூடாது. இது முன்னேற்றத்தடையை உண்டு பண்ணும்.

1.	பெயர் அமைக்க வேண்டிய எண்கள்	14, 15, 19, 23, 24, 27, 32, 33, 37, 41, 42, 46, 50
2.	அதிர்ஷ்டத் தேதிகள் / எண்கள்	1, 5, 6, 9
3.	அதிர்ஷ்டக் கற்கள்	பச்சை, வைரம்
4.	அதிர்ஷ்ட நிறங்கள்	பச்சை, நீலம்
5.	தவிர்க்கும் நிறங்கள்	கறுப்பு, வயலட்
6.	தவிர்க்கும் எண்கள்	3, 8

✸✸✸

பிறவி எண். 6 : விதி எண். 6 (சுக்கிரன் மற்றும் சுக்கிரன் ஆதிக்கம் உள்ளவர்கள்)

இவர்கள் சுமாரான உயரம் உள்ளவர்களாகவும், பார்வைக்கு அழகிய தோற்றமுடையவர்களாகவும் காணப்படுவார்கள். வாழ்க்கை வாழ்வதற்கே என்னும் மனப்பான்மையுடன் வாழ்க்கையை அணு அணுவாக ரசித்து மகிழ வேண்டும் என்ற விருப்பங்கொண்ட உல்லாசப் பிரியர்கள் இவர்கள்.

இவர்களில் பெரும்பாலோர் இயல்பாகவே இளமையிலேயே சகல செல்வ வசதிகளையும் பெற்றவர்களாய் இருப்பார்கள். இன்னும் சிலர் தங்கள் சொந்த முயற்சியினாலும் புத்தி சாதுர்யத்தாலும், கடுமையான உழைப்பாலும் படிப்படியாக முன்னேறி, வாழ்வில் உயர்நிலையைப் பெற்றவர்களாகவும் இருப்பார்கள். வாழ்க்கையில் ஏதாவது ஒன்று இவர்களுடைய மனத்தை உறுத்திக் கொண்டே இருக்கும்.

இந்த எண்காரர்களில் பலர் பிறருக்கு உதவக்கூடிய ஈகைக் குணத்தில் சிறந்து விளங்குபவர்களாய் இருப்பார்கள். எதையுமே நன்கு சிந்தித்துச் செயல்படக்கூடியவர்களான இவர்கள், உள்ளத்தில் ஒன்றும் உதட்டில் ஒன்றும் பேசக்கூடியவர்களாக இராமல் எதையுமே வெளிப்படையாகப் பேசும் இயல்பினராவார்கள். தங்கள் வளர்ச்சியிலும் முன்னேற்றத்திலும் மிக அக்கறை கொண்டவர்கள்.

இரக்க சிந்தை கொண்டுள்ள இவர்கள், தங்களிடம் செல்வ வசதி இருப்பதால் தம்மாலியன்ற அளவு பிறருக்கு உதவிகளைச் செய்தும், சமூகத்தில் பல சிறப்புப் பணிகளைச் செய்தும் மக்களிடம் நற்பெயர் பெறுவார்கள். சமூகத்தில் உயர் அந்தஸ்தையும் பெற்று விளங்குவார்கள். மீண்டும் 6–ஆம் எண்ணில் பெயர் வைக்கக்கூடாது!

இயற்கை எழில் சூழ்ந்த பகுதிகளையும் மலைப் பிரதேசங்களையும் சுற்றிப் பார்த்துக் கண்டுகளிக்க இவர்கள் அடிக்கடி பயணங்களை மேற்கொள்வார்கள். இறையுணர்வும் இவர்களுக்கு மிகுதி என்பதால் அடிக்கடி ஆலயங்கள் பலவற்றிற்குச் சென்று தரிசனம் செய்து வருவார்கள்.

புதிதாக ஆபரணங்களை வாங்கி அணிவதில் இவர்களுக்கு ஆர்வம் மிகுதி. அதேபோல வாசனைத் திரவியங்களைப் பயன்படுத்துதல், வீடு,

தோட்டம் ஆகியவற்றை அழகாக அமைத்துப் பராமரித்தல் போன்றவற்றிலும் இவர்கள் மனதைச் செலுத்துவார்கள்.

பெயரும் எண்ணும் பொருத்தமாக இருந்தால் வாழ்க்கையில் உச்ச நிலையை அடைவார்கள். எந்த ஒரு பிரச்சினை வந்தாலும் உடனே முடிவெடுக்கும் ஆற்றல் பெற்றவர்கள். அழகான வீடு கட்டுவதும், நல்ல தோட்டம் அமைப்பதும் இவர்களுக்குக் கை வந்த கலையாகும்.

1.	பெயர் அமைக்க வேண்டிய எண்கள்	14, 19, 24, 27, 32, 37, 41, 46, 50
2.	அதிர்ஷ்டத் தேதிகள் / எண்கள்	1, 5, 6, 9
3.	அதிர்ஷ்டக் கற்கள்	பச்சை
4.	அதிர்ஷ்ட நிறங்கள்	பச்சை, நீலம்
5.	தவிர்க்கும் நிறங்கள்	வயலட், கறுப்பு
6.	தவிர்க்கும் எண்கள்	3, 8

***

பிறவி எண். 6 : விதி எண். 7 (சுக்கிரன் மற்றும் கேது ஆதிக்கம் உள்ளவர்கள்)

இந்த எண்காரர்கள் ஓரளவு உயரமானவர்களாகவும், பார்வைக்கு அழகிய தோற்றத்தை உடையவர்களாகவும் காணப்படுவார்கள். மிகக் கண்ணியவான் என்று நினைக்கத் தக்க வகையில் நாகரிகமான நடை, உடை, பாவனைகளைக் கொண்டிருப்பார்கள்.

கணிதம், ஜோதிடம் ஆகியவற்றில் ஈடுபாடு கொண்ட இவர்கள் அவற்றைப் பற்றிய பல நூல்களைப் படித்து நிறைய விவரங்களைச் சேகரித்துக் கொள்வார்கள். தத்துவம், இசை போன்றவற்றிலும் அதிக நாட்டம் இருக்கும்.

தம்மால் இயன்ற அளவுக்குப் பிறருக்கு உதவி செய்வார்கள். அதற்காகப் பெரிதாக விளம்பரம் செய்து கொள்ளமாட்டார்கள். யாரிடமும் அதிகக் கலகலப்பாய்ப் பேசாதவர்கள்; அடக்கமானவர்கள்; பெரும்பாலும் தனிமையில் இருக்கவே விரும்புவார்கள்.

பசுமையான வயல்வெளி, மலைப்பகுதி, இயற்கை அழகு மிகுந்த இடங்கள் ஆகியவற்றைச் சுற்றிப்பார்க்கும் விருப்பமுள்ள இவர்கள் அடிக்கடி அத்தகைய இடங்களுக்குச் சென்று வருவார்கள்.

இவர்களில் பெரும்பாலானவர்கள் வீடு, நிலம், வாகன வசதி ஆகியவற்றைக் குறைவின்றிப் பெற்று வசதியான வாழ்க்கையைப் பெற்றிருப்பார்கள். படிப்படியாக வாழ்வில் உயர்ந்து சமூகத்தில் உயர் அந்தஸ்தைப் பெறுவார்கள்.

இறைவழிபாட்டில் மிகுந்த நம்பிக்கை கொண்டவர்கள் இவர்கள். தாம் வசிக்கும் வீட்டை மிக அழகான முறையில் அலங்காரமாக வைத்துக்

உங்களது கையெழுத்தின் கீழே கோடு போட்டு புள்ளி வைக்கக்கூடாது.... காரியத் தடைகளை உண்டு பண்ணும்.

கொள்வதிலும், தோட்டங்கள் அமைத்துப் பராமரிப்பதிலும் மிகுந்த ஆர்வம் உள்ளவர்கள்.

புதுமையும், பழமையும் கலந்த வாழ்க்கையை அனுசரணையோடு நடத்திச் செல்லும் இவர்களுக்கு மக்கள் மத்தியில் எப்போதும் நல்ல செல்வாக்கு இருந்து வரும். அறிவாளி என்று எல்லோரும் போற்றிப் புகழ்வார்கள். இவர்கள் வாயால் யாரையாவது வசை கூறினால் அப்படியே பலித்து விடும். பலருக்கு வெளியூரில் தொழில் அல்லது வாழ்க்கை அமையும்.

இவர்கள் காரசாரமாகப் பேசினாலும், தனிமையில் இருந்து கொண்டு சிந்தனை செய்வர். சங்கீதம், தத்துவம் போன்றவற்றில் மிகுந்த ஆர்வம் இருக்கும். தனிமையான இடத்தில் வாழவே விரும்புவர்.

பெயரும் எண்ணும் பொருந்திவிட்டால் வாழ்க்கையில் வெகு எளிதில் உயர்ந்த நிலையையடைவர். எப்போதும் எதையாவது சிந்தித்துக் கொண்டிருக்கும் இவர்களுக்குப் புதுப்புதுக் கருத்துகள் தோன்றும்.

வீட்டை அலங்கரித்து வைத்துக் கொள்வதிலும் தோட்டம் அமைப்பதிலும் பழைமையையும் கலந்து வாழ்க்கை நடத்தும் இவர்கள், எப்பொழுதும் நிலையான எண்ணத்துடன் இருக்கமாட்டார்கள். சிறிது மனக்கஷ்டமிருந்தாலும் நண்பர்கள் மேல் எரிந்து விழுவர். தன்னால் இயலாது என்று எதற்கும் சொல்லமாட்டார்கள்.

1.	பெயர் அமைக்க வேண்டிய எண்கள்	14, 15, 19, 23, 24, 27, 32, 33, 37, 41, 42, 46, 50
2.	அதிர்ஷ்டத் தேதிகள் / எண்கள்	1, 2, 5, 6
3.	அதிர்ஷ்டக் கற்கள்	பச்சை, வைடூரியம்
4.	அதிர்ஷ்ட நிறங்கள்	பச்சை, நீலம்
5.	தவிர்க்கும் நிறங்கள்	வயலட், கறுப்பு
6.	தவிர்க்கும் எண்கள்	3, 4, 8

* * *

பிறவி எண். 6 : விதி எண். 8 (சுக்கிரன் மற்றும் சனி ஆதிக்கம் உள்ளவர்கள்)

இந்த எண்காரர்கள் சுமாரான உயரமுள்ளவர்களாகவும், அழகான தோற்றத்தைக் கொண்டவர்களாகவும் இருப்பார்கள். இவர்களில் சிலர் இளமையிலேயே நல்ல வாழ்க்கை, வசதிகளைப் பெற்றிருப்பார்கள். சிலர் கடுமையான உழைப்பாளிகளாக இருந்து முன்னேறுவார்கள். இவர்களுக்கு அதிர்ஷ்டமான பெயர் பொருத்தமாய் அமைந்து விட்டால் இவர்கள் வாழ்நாள் முழுவதும் சொகுசான சுகவாழ்வு அமையப் பெறுவார்கள்.

உலகியல் நடைமுறைகள் எல்லாவற்றையும் மிக நுணுக்கமாக அறிந்து வைத்திருப்பார்கள். எப்போதும் கடுமையான உழைப்பிலும் சிந்தனையிலும் ஈடுபட்டிருப்பார்கள். கடவுள் அருளும், கடுமையான உழைப்பும் என்றுமே

வீணாகிவிடாமல், நல்ல பலன்களைக் கொடுக்கும் என்ற கருத்தில் ஆழமான நம்பிக்கை உடையவர்கள்.

பிறருக்கு உதவி செய்து அவர்களைத் தம்மாலியன்ற வரை முன்னுக்குக் கொண்டுவர வேண்டும் என்ற எண்ணம் இவர்களுக்கு இருக்கும்.

எதையும் மறைத்துப் பேச இவர்களுக்குத் தெரியாது. தம் பேச்சால் ஏதாவது பிரச்சினைகள் தோன்றுவதாயிருப்பினும்கூட, வெளிப்படையாகப் பேசி விடுவார்கள். தங்கள் நன்மையைக் கருதியே இவர்கள் அவ்வாறு பேசுகிறார்கள் என்பதை உணர்ந்து கொள்ளாத சிலர் இவர்களைக் குறை கூறவும் நேரும். ஆனால் இவர்கள் அதைப் பற்றிக் கவலைப்படமாட்டார்கள். 35 வயதுக்கு மேல்தான் பல முன்னேற்றங்கள் உண்டாகும்.

கணிதம், மருத்துவம் போன்றவற்றில் இவர்களுக்கு மிகவும் ஈடுபாடு இருக்கும் என்பதால் அதைப் பற்றி நிறையச் செய்திகளை அறிந்து கொள்வதில் ஆர்வம் காட்டுவார்கள். இந்த எண்காரர்களில் சிலர் அத்துறைகளின் மூலம் முன்னேற்றத்தையும் அடையக்கூடும்.

இவர்கள் கடுமையான உழைப்பால்தான் உயர முடியும். சிற்றின்பப் பிரியர்கள். இருந்தும் அது தீங்கு விளைவிக்கும் என்று தெரிந்தவுடன் குறைத்துக் கொள்வர்கள். சிலர் இளமையிலேயே வசதி படைத்தவர்களாக இருப்பர்கள்.

பெயரும் எண்ணும் பொருத்தமாக இருந்தால் எடுத்த காரியம் எல்லாம் கைகூடும். எளிதில் உயர்ந்த நிலையை அடைவர். மறைத்துப் பேசத் தெரியாது. பிறருக்காக ஒரு பிரச்சினையில் இறங்கும் போது துணிவாகச் செயல்படுவார்கள்.

இவர்களில் தொழில் புரிபவர்கள் பலர் தூரதேசப் பயணங்களை மேற்கொள்வதில் மிகுந்த ஆர்வம் காட்டுவார்கள். கடவுள் நம்பிக்கை கொண்ட இவர்கள் எல்லாம் அவன் செயல் என்று இல்லாமல் கடுமையாக உழைக்க வேண்டும்.

1.	பெயர் அமைக்க வேண்டிய எண்கள்	14, 15, 19, 23, 27, 32, 33, 37, 41, 42, 46, 50
2.	அதிர்ஷ்டத் தேதிகள் / எண்கள்	1, 5, 6, 9
3.	அதிர்ஷ்டக் கற்கள்	பச்சை, நீலம்
4.	அதிர்ஷ்ட நிறங்கள்	பச்சை, நீலம், மஞ்சள்
5.	தவிர்க்கும் நிறங்கள்	வயலட், கறுப்பு
6.	தவிர்க்கும் எண்கள்	3, 8

✷✷✷

கையெழுத்தில் பாம்பு, கதாயுதம், வேல், கத்தி போன்ற வடிவங்கள் இருந்தால், குடும்பத்தில் சிக்கல்களும் தொல்லைகளும் தொடர்ந்து வந்து கொண்டிருக்கும்.

பிறவி எண். 6 : விதி எண். 9 (சுக்கிரன் மற்றும் செவ்வாய் ஆதிக்கம் உள்ளவர்கள்)

இந்த எண்காரர்கள் சுமாரான உயரமுள்ளவர்களாகவும் கம்பீரமான தோற்றமுள்ளவர்களாகவும் காணப்படுவார்கள். எதையும் கூர்ந்து கவனிக்கும் ஆற்றலுள்ளவர்கள். மிகுந்த துணிச்சல் உள்ளவர்கள்.

இவர்கள் நினைத்ததை நினைத்தபடி நடத்தி முடிக்கும்வரை ஓயமாட்டார்கள். எந்தப் பிரச்சினையிலும் துணிந்து ஈடுபடுவார்கள். எதையுமே போராடிப் பெறுவதற்காகவே இந்த உலகத்தில் நாம் பிறந்திருக்கிறோம் என்று பேசுவார்கள். கவர்ச்சிகரமான கண்களை உடையவர்கள். அறிவாற்றல் மிக்கவர்கள், சற்றே சூழ்ச்சிக் குணமும் படைத்தவர்கள்.

இந்த உலகில் என்னென்ன சுகங்கள் உண்டோ, அத்தனையையும் நாம் அனுபவித்துவிட வேண்டும் என்ற பேராசை இவர்களிடம் காணப்படும். எப்படியாவது வாழ்க்கையில் ஓர் உயர்ந்த நிலையை அடைந்துவிட வேண்டும் என்ற வெறி இவர்களிடம் இருக்கும். அதற்கேற்றபடி இவர்களுடைய பெயரும் பிறந்த தேதிக்கேற்ப அதிர்ஷ்டமானதாக அமைந்துவிட்டால் வாழ்வில் இவர்கள் அனைத்து வசதிகளையும் பெற்று மகிழ்வார்கள்.

இவர்களுக்கு இயற்கை எழில் சூழ்ந்த பகுதிகளைச் சுற்றிப் பார்த்து மகிழும் ஆர்வம் அதிகம் உண்டு. பல தொழிற்கூடங்களையும் பார்த்து தமக்குப் பயன்படுமா என்று யோசித்துத் திட்டமிடுவார்கள். இறைவனை தரிசனம் செய்துவர இவர்கள் கோயிலுக்குச் சென்று வருவதை வழக்கமாகக் கொண்டவர்கள். இந்த எண்காரர்களில் சிலர் கடுமையாக உழைத்து வெற்றி பெற்றுச் சாதனையாளர்களாகவும் விளங்குவதைக் காணலாம்.

துன்பங்கள் இவர்களுக்கு ஏற்படுமானால் அதற்காகக் கலங்க மாட்டார்கள். எதிர்த்துப் போராடி வெற்றி பெறவே முயல்வார்கள். வெற்றி பெறுவதால் உண்டாகும் வசதிகளின் மூலம் தாம் மட்டும் மகிழ்வடைவதுடன் நில்லாமல், மற்றவர்களுக்கும் இயன்ற அளவு உதவுவார்கள்.

உத்தியோகத்திலும் தொழிலிலும் உயர்ந்த நிலையை அடைவார்கள். ஆனால் பெயரும் எண்ணும் பொருத்தமாக இருக்க வேண்டும். பெருஞ்செல்வம் பெற்று சிறப்பாக வாழ்வார்கள்.

இந்த உலகம் இன்பமயமானது. அனுபவிக்கவே பிறந்துள்ளோம் எனும் வேதாந்தத்தை இவர்கள் அடிக்கடி பேசுவார்கள். தன்னை உயர்த்திக் கொள்வதற்கு சளைக்காது உழைப்பார்கள்.

மிகுந்த தைரியசாலியான இவர்கள் எதிலும் உடனே துணிந்து இறங்கிவிடுவார்கள். காந்த சக்தி நிறைந்த கண்களை உடையவர்கள். தாம் நினைத்ததை முடிக்க ஓடோடி உழைப்பார்கள்.

1.	பெயர் அமைக்க வேண்டிய எண்கள்	14, 15, 23, 24, 27, 32, 33, 41, 42, 45, 50
2.	அதிர்ஷ்டத் தேதிகள் / எண்கள்	1, 5, 6, 9
3.	அதிர்ஷ்டக் கற்கள்	பச்சை, பவளம்
4.	அதிர்ஷ்ட நிறங்கள்	பச்சை, சிவப்பு, நீலம்
5.	தவிர்க்கும் நிறங்கள்	வெள்ளை, வயலட், கறுப்பு
6.	தவிர்க்கும் எண்கள்	3, 2, 8

***

பிறவி எண். 7 : விதி எண். 1 (கேது மற்றும் சூரியன் ஆதிக்கம் உள்ளவர்கள்)

இந்த எண்காரர்கள் சுமாரான உயரமுள்ளவர்களாகவும் ஓரளவு கவர்ச்சியான தோற்றம் உள்ளவர்களாகவும் காணப்படுவார்கள். அறிவாற்றலும், சிந்தனை சக்தியும் மிகுந்தவர்கள். பார்த்தவுடனே இவர்கள் நல்லவர்கள் என மற்றவர்கள் எண்ணும் வண்ணம் அனைவரிடமும் சகஜமாகப் பேசிப் பழகுவார்கள்.

தெய்வநம்பிக்கை மிகுந்த இவர்களிடம் ஈவு, இரக்கம், தயாள குணம் ஆகியவையும் நிறைந்திருக்கும். பிறருக்குத் துன்பங்கள் எதுவும் நிகழ்ந்தால் அதைத் தமக்கே நிகழ்ந்ததாக எண்ணி வேதனைப்படுவார்கள். அதிலிருந்து அவர்கள் விடுபடவும் பெரிதும் உதவுவார்கள். ஆனால் இதற்காக வேண்டுமென்றே இவர்களைப் புகழ்ந்து யாரேனும் பேசினால் அதையும் இவர்கள் புரிந்து கொள்வார்கள்.

கலை ரசனை படைத்த இவர்கள் கதை, கவிதைகளைப் படைப்பதிலும், கலாசார நிகழ்ச்சிகளை நடத்துவதிலும் நாட்டம் கொண்டவர்களாக இருப்பார்கள். அதேபோல மத நம்பிக்கைகளிலும் ஆழ்ந்த ஈடுபாடு கொண்டு சம்பிரதாயமான சமூகப் பழக்கவழக்கங்களைப் பின்பற்றி வருவார்கள்.

தன் குடும்பத்திற்கும் நாட்டிற்கும் பெருமை சேர்க்கக் கூடிய வகையிலான செயல்களைச் செய்வதில் எப்போதும் முன்னே நிற்பார்கள்.

ஆடம்பரப் பொருள்களின் மீது இவர்களுக்கு நாட்டம் எப்போதும் இருந்துவரும். எவ்வளவு செலவு செய்தும் அத்தகைய பொருள்களை வாங்கி வீட்டில் வைத்து அழகு பார்ப்பார்கள். குடும்பத்தினருக்கும் நேரம் ஒதுக்கி, அவர்களின் பிரச்சினைகளையும் தீர்க்க வேண்டியது முக்கியம்.

உடம்பிற்கு ஒரு சிறிய வியாதி வந்தாலும் உடனே குழம்பிவிடுவர். மனபலம் சற்று குறைந்தவர்கள். இவர்களுக்குப் பெயரும் எண்ணும் பொருத்தமாக அமைந்தால் பெரும் பதவி வகிப்பவர்களாகவும் சிறந்த டாக்டர்களாகவும் என்ஜினீயர்களாகவும் வாழலாம்.

கையெழுத்தின் இறுதிப்பகுதி கீழ் நோக்கி செல்லக் கூடாது.... வாழ்க்கை சரிவுப் பாதையில் சென்று கொண்டிருக்கும்.

வரப்போகும் கெடுதல்களைச் சற்று முன் கூட்டியே அறிந்து கொள்ளும் ஆற்றல் கொண்டவர்கள். பிறர் துன்பத்தைக் கண்டு சகியாதவர்கள்; உயர்ந்த மனிதராக உருவாவார்கள்; கதை, கவிதை, கலை போன்றவற்றில் நாட்டம் உள்ளவர்களாக வாழ்வார்கள்.

பார்த்தவுடனேயே இவர்கள் நல்லவர்கள் என்று மற்றவர்கள் புரிந்து கொள்ளும்படி பழகுவர். சில நேரங்களில் ஊமைபோல் இருந்தாலும், சமயம் வாய்க்கும் பொழுது, மிகச்சிறப்பாக எடுத்துப் பேசுவர். கலை சம்பந்தமான விஷயங்கள் இவர்கள் மனத்திற்கு மிகுந்த உற்சாகத்தை அளிக்கும்.

1.	பெயர் அமைக்க வேண்டிய எண்கள்	14, 15, 20, 23, 24, 32, 33, 41, 42, 50
2.	அதிர்ஷ்டத் தேதிகள் / எண்கள்	1, 2, 5, 6
3.	அதிர்ஷ்டக் கற்கள்	வைடூரியம், மாணிக்கம்
4.	அதிர்ஷ்ட நிறங்கள்	நீலம், மஞ்சள், பொன்நிறம், பச்சை
5.	தவிர்க்கும் நிறங்கள்	கறுப்பு, பழுப்பு
6.	தவிர்க்கும் எண்கள்	4, 8

***

பிறவி எண். 7 : விதி எண். 2 (கேது மற்றும் சந்திரன் ஆதிக்கம் உள்ளவர்கள்)

இவர்கள் ஓரளவு உயரமானவர்களாகவும், கவர்ச்சியான தோற்றத்தைப் பெற்றவர்களாகவும் காணப்படுவார்கள். இளகிய மனத்தினர், மற்றவர்களுக்கு உதவும் தயாள குணம் உடையவர்கள். ஈவு, இரக்கம் மிகுந்த இவர்கள் பிறருடைய கஷ்டத்தைக் காணச் சகிக்கமாட்டார்கள். நல்ல அறிவாளியாகிய இவர்கள், ஒருவர் வந்து தம்மிடம் கேட்காமலேயே, அவரது துயர நிலையையறிந்து அவருக்குத் தாமே முன்வந்து உதவுவார்கள்.

இவர்களது மனநிலையும் சரி, உடல் நிலையும் சரி, எப்போதும் ஒரே நிலையில் இராது. பத்து நாட்கள் ஆரோக்கியமாக இருந்தால் பத்து நாட்கள் பலவீனம் அடைந்து பிறகு பத்துநாட்கள் ஆரோக்கியமாக இருப்பார்கள். இப்படியே தொடரும். காரணம், வளர்ந்து தேயும் சந்திரனின் ஆதிக்கத்தில் பிறந்ததுதான். அதேபோல சில நேரங்களில் மிகச் சந்தோஷத்துடன் கலகலப்பாகப் பேசிப் பழகும் இவர்கள் சில நேரங்களில் யாரிடமும் எதுவும் பேசாமல் சோர்ந்து "உம்" என்றிருப்பார்கள். அடிக்கடி அவநம்பிக்கையால் பாதிக்கப்படுவார்கள்.

கற்பனையாற்றல் மிகுந்த இவர்கள், தங்கள் வாழ்வை வளமாக அமைத்துக் கொள்ளச் சதா சர்வ காலமும் திட்டங்களைத் தீட்டிக் கொண்டே இருப்பார்கள். திட்டத்தைச் செயல்படுத்தத் தொடங்கிவிட்டால் அதில் வெற்றி பெறும்வரை ஓயமாட்டார்கள். பிடிவாதமாக, ஓய்வின்றிக் கடுமையாய் உழைத்து வெற்றி காண்பார்கள். பேசுவதை விட எழுதுவதில் திறமையைக் காட்டுவார்கள்.

பசுமைப் பகுதிகளையும், இயற்கை எழில் சூழ்ந்த பகுதிகளையும் கண்டு ரசிக்கும் மனப்பான்மை கொண்ட இவர்கள், அடிக்கடி சென்று அவற்றைக் கண்டு ரசித்து மகிழ்வார்கள். தாம் குடியிருக்கும் வீட்டையும் தாம் பயன்படுத்தும் வாகனங்களையும் அழகாக வைத்துக் கொள்வதில் மிகுந்த அக்கறை காட்டுவார்கள்.

கவர்ச்சியாக இருப்பர். ஆழ்ந்து சிந்திக்கும் முகபாவனை கொண்ட இவர்கள், சில நேரங்களில் கலகலவெனச் சிரிப்பதும் உண்டு. இளகிய மனம் படைத்தவர்கள். தெய்வபக்தியும் நல்ல குறிக்கோளும் கொண்ட இவர்கள், கண்டிப்பாக உயர்ந்த நிலையை அடைவார்கள்.

இவர்கள் சிற்றின்பத்தில் மிகுந்த ஈடுபாடு கொண்டிருந்தாலும், திடீரென்று இவர்கள் மனம் பேரின்பத்தை நாடுவதும் உண்டு. எவ்வளவு சிறந்த முன்னேற்றத்தில் இருந்தாலும், மன அமைதி இல்லையே என்ற ஏக்கம் சிலருக்கு இருக்கும்.

1.	பெயர் அமைக்க வேண்டிய எண்கள்	14, 15, 19, 23, 24, 32, 33, 41, 42, 46, 50
2.	அதிர்ஷ்டத் தேதிகள் / எண்கள்	1, 5, 6, 7
3.	அதிர்ஷ்டக் கற்கள்	வைடூரியம், முத்து
4.	அதிர்ஷ்ட நிறங்கள்	நீலம், பச்சை
5.	தவிர்க்கும் நிறங்கள்	சிவப்பு, கறுப்பு
6.	தவிர்க்கும் எண்கள்	4, 8, 9

✻✻✻

பிறவி எண். 7 : விதி எண். 3 (கேது மற்றும் குரு ஆதிக்கம் உள்ளவர்கள்)

இந்த எண்காரர்கள் பெரும்பாலும் உயரமானவர்களாகவும், கவர்ச்சியான முகத்தோற்றத்தைக் கொண்டவர்களாகவும் நியமங்களைக் கடைப்பிடிக்கக் கூடியவர்களாகவும் இருப்பார்கள்.

இவர்களுக்கு நண்பர்கள் மிகவும் குறைவாகவே இருப்பார்கள். இவர்கள் குறிப்பாக மிகச் சிலரையே தம் உற்ற நண்பர்களாகக் கொண்டிருப்பார்கள். காரணம் இவர்கள் சற்று முன்கோபிகளாக இருப்பார்கள் என்பதுதான். இவர்களுக்கு முன்கோபம், ஆணவம் வராமல் இருந்தால் வெற்றி பெறலாம்.

தமக்குத் தொடர்பில்லாத விஷயங்களில் ஈடுபட்டுச் சிரமப்படும் பழக்கம் இவர்களுக்கு இராது. எச்சரிக்கை உணர்வுடன் தம் தேவைகளை நிறைவேற்றிக் கொள்ளக்கூடிய பணிகளிலேயே கவனத்தைச் செலுத்துவார்கள்.

கையெழுத்து நேராக இருக்க வேண்டும். இறுதிப்பகுதி சற்று மேல் நோக்கி அமைந்திருக்க வேண்டும்.

கல்வி, கலை போன்றவற்றில் மிகுந்த ஆர்வமும், திறமையும் உடைய இவர்களுக்கு, பெயரும் எண்ணும் பொருத்தமாக, அதிர்ஷ்டமானதாக அமைந்துவிட்டால், ஆசிரியத் தொழிலில் சிறந்து விளங்கி பல சிறந்த மாணவமணிகளை உருவாக்கக் கூடியவர்களாக விளங்குவார்கள்.

மேலும் கணிதம், ஜோதிடம், மருத்துவம் போன்ற துறைகளிலும் இவர்கள் நாட்டம் செலுத்துவதுடன், அவற்றிலும் சிறந்த பயிற்சியைப் பெற்றிருப்பார்கள். சிலர் சிறந்த டாக்டர்களாகவும், கணிதப் பேராசிரியர்களாகவும் விளங்குவார்கள்.

நேர்மையான வழியில் வாழ்க்கை நடத்த விரும்பும் கண்ணியவான்களான இவர்கள் நேர்மை தவறி நடக்கச் சொல்லி எத்தகைய வலிமை மிக்கவர்கள் வற்புறுத்தினாலும் அதற்கெல்லாம் இணங்கமாட்டார்கள். அவர்களை வணங்கி அடிபணியாமல் துணிச்சலுடன் எதிர்த்து நிற்பார்கள்.

இவர்களுக்கு நண்பர்கள் குறைவாக இருப்பார்கள். உள்ளத்தில் ஒன்றும் உதட்டில் ஒன்றுமாகப் பேசும் குணம் இவர்களுக்கு இராது. எதையும் வெளிப்படையாகப் பேசக்கூடியவர்கள். எனவே, இவர்களிடம் யாரும் குறை காணமாட்டார்கள்.

சிந்தனையாளர்களான இவர்களில் சிலர் கவிதை, கதை போன்றவற்றை எழுதும் எழுத்துப் பணிகளில் சிறந்து விளங்குவார்கள். உத்தியோகத்தில் அமர்ந்திருக்கும் சிலரும்கூட தங்கள் பொறுப்புகளுக்கேற்ப எந்த நேரமும் சிந்தித்துக் கொண்டே இருப்பார்கள்.

சிலருக்குப் பெண்களிடம் பழகுவதால் சிக்கல் ஏற்படும். ஆடம்பரமாகக் காட்சியளிக்கும் இவர்கள் திடீரென்று எளிமையாகக் காட்சியளிப்பதுண்டு. வரப்போவதை முன் கூட்டியே உணரக்கூடியவர்கள்.

நாட்டுப்பற்றும் மதப்பற்றும் மிகுந்தவர்கள். எதிரி தன்னை விடப் பலசாலியாக இருந்தாலும், நேர்மைக்காக வரிந்து கட்டிக் கொண்டு போராடுபவர்கள். முன்கோபியான இவர்கள் யார் தவறு செய்தாலும் பொறுக்க மாட்டார்கள். சிந்தனையில் கவிதையும் கதையும் தோன்றும் இவர்களுக்குப் பிரச்சினைகள் ஏற்பட்டு விட்டால் அது முடியும் வரை தூக்கமே இராது. பலருக்கு வெளிநாடு, வெளியூர் வாய்ப்புகள் கிடைக்கும்.

1.	பெயர் அமைக்க வேண்டிய எண்கள்	14, 21, 23, 27, 32, 37, 41, 45, 46, 50
2.	அதிர்ஷ்டத் தேதிகள் / எண்கள்	1, 2, 3, 5, 9
3.	அதிர்ஷ்டக் கற்கள்	வைடூரியம், கனக புஷ்பராகம்
4.	அதிர்ஷ்ட நிறங்கள்	நீலம், வயலட், ரோஸ்
5.	தவிர்க்கும் நிறங்கள்	பச்சை, கறுப்பு
6.	தவிர்க்கும் எண்கள்	4, 6, 8

✽✽✽

பிறவி எண். 7 : விதி எண். 4 (கேது மற்றும் இராகு ஆதிக்கம் உள்ளவர்கள்)

இந்த எண்காரர்கள் ஓரளவு சுமாரான உயரமுள்ளவர்களாகவும், அழகிய தோற்றம் உடையவர்களாகவும் இருப்பார்கள். தூய்மையைப் பெரிதும் விரும்புவார்கள். தாம் அணியும் ஆடைகளும் எப்பொழுதும் தூய்மையாக இருக்க வேண்டும் என்று விரும்புவார்கள்.

வாழ்க்கையில் பலபேருடன் பழக நேர்ந்தாலும், அவர்களில் சிலரை மட்டுமே நண்பர்களாக ஏற்றுக் கொண்டு அவர்களிடம் மட்டுமே உண்மையான நட்பு கொண்டிருப்பார்கள். கள்ளங்கபடம் இல்லாமல் வெள்ளை உள்ளத்துடன் பழகுவார்கள். தம் மனதில் தோன்றிய கருத்துகளை வெளிப்படையாகச் சொல்லி விடுவார்கள். இவர்கள் யாரையும் ஏமாற்றமாட்டார்கள். வாழ்க்கையில் பல போராட்டங்களையும், ஏமாற்றங்களையும் சந்திப்பார்கள்.

இவர்கள் சந்திக்கும் நபர்கள், தங்களைப் பற்றி விவரங்களைச் சொல்வதற்கு முன்னாலேயே, அவர்களைப் பற்றி இவர்கள் நன்றாக எடைபோட்டு முடிவெடுத்து விடுவார்கள்.

தமக்குப் பிடிக்காத ஒரு செயலை யார் செய்தாலும் இவர்களுக்குப் பிடிக்காது. அவர்களை அறவே வெறுப்பார்கள். கண்டிக்கவும் செய்வார்கள். மேலும் இவர்கள் வாயால் சாபமிடுவது போல ஏதேனும் சொன்னால் அது அப்படியே பலித்துவிடும். எண்கணிதப்படி காலசர்ப்பதோஷம் உள்ளவர்கள். 33 வயதிற்குப் பின்புதான் வாழ்வில் முன்னேற்றங்கள் உண்டாகும்.

எப்பொழுதும் எந்தப் பிரச்சினையிலும் நீதி, நேர்மையைக் கடைப்பிடித்தே வாழ்பவர்கள். இவர்கள் சொன்ன சொல் தவறமாட்டார்கள். எதிலும் கடவுளின் அருளையே பெரிதாக எண்ணுவார்கள். தங்களுக்கு நோய் ஏதும் ஏற்பட்டாலும் கூட அதற்கு மருத்துவம் செய்வதை விட்டு விட்டு பிரார்த்தனையாலேயே குணமாக்கி விடலாம் என்று கூறிவிட்டு அமைதியாய் இருப்பார்கள்.

இவர்களில் சிலர் குடும்ப வாழ்வில் அவ்வளவாக அக்கறை எடுத்துக் கொள்ளமாட்டார்கள். பெயருக்கு ஏதோ குடும்பம் என்று இருக்குமே தவிர, குடும்பத்தில் யாரிடமும் ஆழ்ந்த ஈடுபாடு கொள்ளமாட்டார்கள்.

எப்பொழுதும் சுத்தமாக இருக்க வேண்டும் என்று எண்ணுபவர்கள். எல்லா வசதிகளும் அமைந்து வாழ வேண்டும் என்று விரும்பும் இவர்கள், திடீரென்று அனைத்தையும் புறக்கணித்து பேரின்ப வாழ்க்கையில் ஈடுபடுவார்கள்.

பெயரும் எண்ணும் பொருந்தி விட்டால் இவர்களைப்பிடிக்க எவராலும் முடியாது. எதிலும் சிறந்து விளங்குவர். கலை ஞானம் படைத்தவர்கள். எதையும் அறிந்துகொள்ள வேண்டும் என்ற துடிப்புடன் இருப்பார்கள்.

கையெழுத்தின் இறுதியில் புள்ளிகள் வைத்து முடிக்கக்கூடாது. தொழில் பிரச்சனைகளைக் கொடுக்கும்.

பலரிடம் பழக்கம் வைத்திருந்தாலும் சிலரைத்தான் நெருங்கிய நண்பர்களாக்கி கொள்வார்கள். இளகிய மனம் படைத்தவர்கள். ஒளிவு மறைவு இராது.

1.	பெயர் அமைக்க வேண்டிய எண்கள்	14, 15, 19, 23, 24, 32, 33, 37, 41, 42, 46, 50
2.	அதிர்ஷ்டத் தேதிகள் / எண்கள்	1, 5, 6, 9
3.	அதிர்ஷ்டக் கற்கள்	வைடூரியம், கோமேதகம்
4.	அதிர்ஷ்ட நிறங்கள்	பச்சை, நீலம், வெள்ளை
5.	தவிர்க்கும் நிறங்கள்	கறுப்பு, பழுப்பு நிறம்
6.	தவிர்க்கும் எண்கள்	4, 7, 8 (4, 7 ஒன்றுக்கொன்று பகையாகும்)

✸✸✸

பிறவி எண். 7 : விதி எண். 5 (கேது மற்றும் புதன் ஆதிக்கம் உள்ளவர்கள்)

இந்த எண்காரர்கள் சுமாரான உயரமுள்ளவர்களாகவும், ஓரளவு அழகுள்ளவர்களாகவும் காணப்படுவார்கள். உருவத் தோற்றம் எப்படியிருப்பினும் உள்ளத்தைப் பொறுத்தவரை மிகுந்த தன்னம்பிக்கை உடையவர்கள். கண்ணியவான்களாக விளங்குவார்கள்.

சுறுசுறுப்புமிக்கவர்கள். சிந்தனாசக்தி நிரம்பப் பெற்றவர்கள். தமது முன்னேற்றத்திற்காகத் திட்டங்களைத் தீட்டுவதில் திறமையுள்ளவர்கள். அத்துடன் நின்று விடாமல், தாம் தீட்டிய திட்டம் குறைவின்றி நிறைவேறவும் அயராமல் உழைப்பார்கள்.

எதையுமே வேகமாகவும் சுறுசுறுப்பாகவும் செய்ய வேண்டும் என்ற கொள்கை உடைய இவர்கள், மற்றவர்களும் அதேபோல் இருக்க வேண்டும் என நினைப்பார்கள். யாரேனும் சோம்பேறித்தனமாக எதையேனும் செய்வதை இவர்கள் பார்த்து விட்டால் அவர்களைக் கடுமையாகத் திட்டுவார்கள். இவர்களின் கோபத்தைக் கண்டு மற்றவர்கள் பயப்படுவார்கள்.

இவர்கள் மனத்தில் கலை, இலக்கியம், ஜோதிடம், இசை, மருத்துவம் போன்ற எல்லாவற்றிலுமே சிறந்து விளங்கவேண்டும் என்ற ஆர்வம் இருக்கும். தாம் வாழும் வீட்டை அழகாக வைத்துக் கொள்வதிலும், தாம் பயன்படுத்தும் வாகனங்களை அழகுபடுத்திப் பார்ப்பதிலும் அளவற்ற ஈடுபாடு கொண்டவர்கள். வாகனங்களுக்கு அடிக்கடி வகைவகையான வண்ணங்களை மாற்றி அடித்தும் அழகு பார்த்து மகிழ்வார்கள்.

பிறருக்குத் தம்மால் இயன்ற அளவில் உதவி செய்வார்களேயன்றி, இவர்கள் பிறருக்குச் சிறிதளவும் கெடுதல் செய்யமாட்டார்கள். தம்மைப் போல் பிறரும் வாழ்வில் முன்னேற்றம் காணவேண்டும் என்றெண்ணும் பரந்த மனப்பான்மையும் உடையவர்கள் இவர்கள்.

செல்லும் இடங்களிலெல்லாம் பல தொழிற்கூடங்களையும் பார்வையிடுவார்கள். ஏனெனில் இவர்கள் தொழிலில் மிகுந்த ஆர்வம் உடையவர்கள். இவர்களில் உத்தியோகத்தில் இருப்போர்கள்கூட, பகுதிநேரம் ஏதேனும் தொழில் செய்ய விரும்புவார்கள்.

சுறுசுறுப்பு உண்டு, சிந்தனை சக்தியும் உண்டு. கண்ணியம் மிக்கவராகக் காட்சியளிப்பார்கள். தங்களது வருமானத்தைப் பெருக்கிக் கொள்ளப் பல வகைகளிலும் உழைப்பார்கள். பெயரும் எண்ணும் நன்றாக அமைந்து விட்டால் வெற்றி மேல் வெற்றி பெற்று சிறந்து விளங்குவார்கள்.

ஆனால் வாழ்க்கையில் எவ்வளவுதான் முன்னேறினாலும் மனநிலை அமைதி கொள்ளாது. இதனால் சிலர் பக்திமான்களாக மாறி விடுவர். தான் செய்கின்ற தவற்றை எண்ணித் தனிமையில் இருந்து வருந்துவார்கள்.

எந்தப் புதுமையான பொருளைப் பார்த்தாலும் அதில் ஆராய்ச்சியில் இறங்கி விடுவர். குறுக்குக் கேள்வி கேட்பதிலும் வேதாந்தம் பேசுவதிலும் சிறந்து விளங்குவர். பிறருக்கு உதவும் மனப்பான்மை கொண்டவர்கள். இளமையில் பல சோதனைகளுக்கு உட்படுவார்கள்.

1.	பெயர் அமைக்க வேண்டிய எண்கள்	14, 15, 23, 24, 33, 41, 42, 50
2.	அதிர்ஷ்டத் தேதிகள் / எண்கள்	1, 2, 5, 6
3.	அதிர்ஷ்டக் கற்கள்	வைடூரியம், வைரம்
4.	அதிர்ஷ்ட நிறங்கள்	நீலம், பச்சை, வெளிர் நீலம்
5.	தவிர்க்கும் நிறங்கள்	கறுப்பு
6.	தவிர்க்கும் எண்கள்	4, 8

✼ ✼ ✼

பிறவி எண். 7 : விதி எண். 6 (கேது மற்றும் சுக்கிரன் ஆதிக்கம் உடையவர்கள்)

இந்த எண்காரர்கள் சுமாரான உயரமுடையவர்களாகவும், பார்வைக்குக் கவர்ச்சியான முகத் தோற்றத்தைக் கொண்டவர்களாகவும் காணப்படுவார்கள். சுகபோகம் நிறைந்த சொகுசு வாழ்க்கையில் விருப்பம் உள்ளவர்கள்.

அமைதியான தோற்றத்துடன் காணப்படும் இவர்களுக்குச் சற்றும் எதிர்பாராத வகையில் கோபம் தோன்றிவிடும். இதன் காரணம் யாருக்கும் தெரியாது. ஆனால் சற்று நேரத்தில் அந்தக் கோபம் போன இடமே தெரியாது. அப்படி உணர்ச்சி வசப்படுபவர்கள் இவர்கள்.

எந்த ஒரு செயலையும் ஒரு முறைக்குப் பலமுறை நன்கு ஆராய்ந்த பின்னரே, தொடங்குவார்கள். பிறகு அதில் வெற்றி பெறக் கடுமையாக

உங்களது கடை, தொழிலுக்கு நல்ல பெயர் வைத்தால், வியாபாரம் மூலம் இலாபம் அதிகரிக்கும்.

உழைப்பார்கள். அதில் வெற்றி பெற முடியாதென இவர்களுக்குத் தோன்றினால் உடனே கைவிட்டு விட்டு, அடுத்த பணியைத் தொடங்கி விடுவார்கள்.

ஜோதிடம், மருத்துவம், நாட்டியம், இசை போன்ற கலைகளிலும் இவர்களுக்கு ஆர்வம் இருக்கும். அவற்றை மிகவும் ரசிப்பார்கள். அவற்றில் ஓரளவு பயிற்சியும் பெறுவார்கள். இயற்கையழகு நிறைந்த பகுதிகள், மலைப் பிரதேசங்கள் ஆகியவற்றைச் சுற்றிப் பார்த்து மகிழ விருப்பம் கொள்வார்கள். பெரும்பாலும் இவர்கள், கூட்டத்தில் கலந்திருப்பதை விட தனிமையிலேயே இனிமை காணக்கூடியவர்களாவார்கள். தன்னம்பிக்கை மிக்கவர்கள்.

இவர்களுக்கு எழுதுவதிலும், பேசுவதிலும் விருப்பம் இருக்கும். இந்த எண்காரர்களில் சிலர் இந்தத் துறையில் முன்னணிக்கு வந்து விடுவதும் உண்டு.

இவர்களின் குடும்ப வாழ்க்கையும் சுமுகமாகவே காணப்படும். நல்ல வாழ்க்கைத்துணை, நல்ல குழந்தைகள் என யாவும் நல்லபடியாகவே அமைந்து விடும்.

இவர்களின் மனம் எதிலும் ஆடம்பரத்தையே விரும்பும். இவர்கள் தங்கள் வீட்டை மிக அழகாக அலங்கரித்துப் பராமரித்து வருவார்கள். இவர்கள் ஆண்களாயின் பெண்களிடமும் பெண்களாயின் ஆண்களிடமும் மிகவும் எச்சரிக்கையுடனும் வரம்பு மீறாமலும் பழகுதல் நலம். இல்லையேல் இன்னல்களுக்கு ஆளாக நேரும்.

எதிலும் நிலையான எண்ணம் இருக்காது. தனிமையில் இருக்கும்பொழுது இவர்கள் மனதில் புதுப்புதுக் கருத்துகள் தோன்றிய வண்ணம் இருக்கும்.

பெயரும் எண்ணும் பொருந்தி விட்டால் எதிலும் மேன்மையுறுவர். நல்ல மனைவி, பெருஞ்செல்வம், நல்ல ஆரோக்கியம், நல்ல குழந்தைகள் எல்லாம் அமையும். வெளியூர், வெளிநாட்டிலும் நல்ல முன்னேற்றம் கிடைக்கும்.

ஒவ்வொரு செயலையும் ஆராய்ந்து செயல்படுவர். சங்கீதம், நாட்டியம், மருத்துவம், ஜோதிடம் இவர்கள் மனதைக் கவரும். இவர்கள் சுகபோகமான வாழ்க்கையையே விரும்புவர். வாழ்க்கையின் இறுதிக் காலத்தில் சோம்பலான வாழ்க்கை அமையும்.

1.	பெயர் அமைக்க வேண்டிய எண்கள்	14, 15, 23, 24, 32, 33, 41, 42, 50
2.	அதிர்ஷ்டத் தேதிகள் / எண்கள்	1, 2, 5, 6, 9
3.	அதிர்ஷ்டக் கற்கள்	வைடூரியம், மரகதம், பச்சை
4.	அதிர்ஷ்ட நிறங்கள்	பச்சை, நீலம்
5.	தவிர்க்கும் நிறங்கள்	வயலட், கறுப்பு
6.	தவிர்க்கும் எண்கள்	3, 4, 8

✸✸✸

பிறவி எண். 7 : விதி எண். 7 (கேது மற்றும் கேது ஆதிக்கம் உள்ளவர்கள்)

இந்த எண்காரர்கள் ஓரளவுக்கு சுமாரான உயரமுள்ளவர்களாகவும் சோர்ந்த முகத்தோற்றம் உடையவர்களாகவும் காணப்படுவார்கள். வாழ்க்கையின் நெளிவு, சுளிவுகளை நன்கு அறிந்து ஞானமிக்கவர்களாக இருப்பார்கள். இவர்கள் அணியும் ஆடைகள் மட்டும் தூய்மையன்று. இவர்கள் உள்ளமும் தூய்மையானதுதான். எதையும் மறைத்துப் பேச இவர்களுக்குத் தெரியாது. இப்படி மிக நல்லவரான இவர்கள் யாருக்கேனும் சாபமிட்டால் அது அப்படியே பலித்து விடும். மேலும் இவர்கள் கனவில் அடிக்கடி விஷ ஜந்துக்கள் நடமாடுவதையும் காண நேரும்.

தங்களுக்கு வேதனைகளும் சோதனைகளும் ஏற்பட்டாலும் கூட, அவற்றைத் தாமே தாங்கிச் சகித்துக் கொள்ளும் தன்மை கொண்ட இவர்கள், அதையெல்லாம் மற்றவர்களுக்குக் கூறி அவர்களையும் துன்பத்தில் ஆழ்த்த விரும்பமாட்டார்கள். வாழ்க்கையின் பிற்பகுதியில் அதிர்ஷ்டங்கள் உண்டாகும். பிறந்த ஊரைவிட்டு வெளியூர் சென்றால் முன்னேற்றங்கள் அதிகமாகும்.

இவர்களுடைய பிறந்த தேதிக்கேற்ப பொருத்தமான அதிர்ஷ்ட எண்ணில் இவர்களது பெயர் அமைந்திருந்தால் இவர்கள் வாழ்வில் தடங்கல்கள் ஏதும் இல்லாமல் முன்னேற்றங்கள் ஏற்பட்டுக் கொண்டிருக்கும்.

இந்த எண்காரர்களில் சிலர், திருமணமே வேண்டாம் என்று கூறிக்கொண்டு வீண் வேதாந்தம் பேசிக் கொண்டு பிரம்மச்சாரியாகவே வாழ்ந்து வருவார்கள்.

பிடிவாத குணமும் இவர்களுக்கு அமைந்திருக்கும். யாருடைய ஆலோசனைகளையும் அறிவுரைகளையும் இவர்கள் ஏற்றுக் கொள்ளவும் மாட்டார்கள். யாரையும் அணுகி அறிவுரை கேட்கவும் மாட்டார்கள். சிலர் தங்களுக்கு எல்லாவிதமான வசதிகளும் அமைந்திருந்தாலும் கூட, இவர்கள் தங்களைத் தாங்களே தனிமைப்படுத்திக் கொண்டு, மனத்துக்குள்ளேயே வருந்திப் புழுங்கிக் கொண்டிருப்பார்கள்.

சிந்தனையாளர்கள் என்பதால் இவர்களுக்கு கதை, கவிதை போன்றவற்றை எழுதுவதற்கும் ஆற்றல் அமைந்திருக்கும்.

தங்களுடைய பிரச்சினைகள் எதையும் வெளியே காட்டிக் கொள்ளாமல் தன் மனதில் புதைத்துக் கொண்டு துன்பப்படுவர். கேள்வி ஞானம் கொண்ட இவர்களை தெய்வீக மனிதர்கள் என்றால் மிகையாகாது. பிறருக்குத் தீங்கு நினைக்கமாட்டார்கள். திருமண வாழ்க்கையில் பல பிரச்சினைகள் ஏற்படும்.

பிறந்த தேதி எண்களுக்கு நட்பான அல்லது சமமான பிறந்தவர்களை மணந்து கொண்டால், வாழ்க்கை இன்பமயம்தான்.

பெயரையும் எண்ணையும் பொருத்தமாக அமைத்துக் கொண்டு விட்டால் நல்ல ஆரோக்கியம், பெருஞ்செல்வம் அமைந்துவிடும். இவர்களில் சிலர் வாழ்நாள் முழுவதும் பிரம்மச்சாரியாகவே காலம் தள்ளி விடுகின்றனர். இவர்களில் வேறு சிலரோ காமுகராகி சிக்கலில் மாட்டிக்கொண்டு தற்கொலை செய்துகொள்ள முயற்சி செய்வர்.

எவ்வளவு துன்பம் வந்தாலும் வெளியில் காட்டிக் கொள்ளாமல் மனத்திற்குள்ளேயே வைத்துக் கொண்டு புழுங்குவர். துன்பத்தால் துவளத்தான் நாம் பிறந்திருக்கிறோம் என்று எண்ணிக் கொள்வர். சிந்தனை செய்து கொண்டே செல்லும் இவர்கள், தாம் செல்லவேண்டிய இடத்தையும் தாண்டி சென்று விடுவர்.

1.	பெயர் அமைக்க வேண்டிய எண்கள்	14, 15, 20, 23, 24, 32, 33, 41, 42, 50
2.	அதிர்ஷ்டத் தேதிகள் / எண்கள்	1, 2, 5, 6
3.	அதிர்ஷ்டக் கற்கள்	வைடூரியம்
4.	அதிர்ஷ்ட நிறங்கள்	நீலம், பச்சை
5.	தவிர்க்கும் நிறங்கள்	கறுப்பு, ஆழ்ந்த சிவப்பு
6.	தவிர்க்கும் எண்கள்	4, 8

***

பிறவி எண். 7 : விதி எண். 8 (கேது மற்றும் சனி ஆதிக்கம் உள்ளவர்கள்)

இந்த எண்காரர்கள் சராசரி உயரமானவர்களாகவும் ஓரளவு அழகிய தோற்றமுள்ளவர்களாகவும் காணப்படுவார்கள். நல்ல குணவான்களாக விளங்கும் இவர்களுக்குச் சில சமயங்களில் கோபம் தோன்றி, இவர்களை முரட்டு ஆசாமிகளாகக் காட்டி விடும். எனினும் அந்தக் கோபம் மிக விரைவில் தணிந்து விடும். பலர் ஆசை இல்லாத ஞானியாக விளங்குவார்கள்.

எவ்வளவு துன்பம் வந்தாலும் தாங்கிக் கொள்ளும் சக்தி இவர்களுக்கு உண்டு. எதிர் நீச்சல் போட்டு வாழக்கூடிய மன உறுதியைக் கொண்ட இவர்களுடைய மனப்பான்மைக்கேற்ற வகையில் நிகழ்வுகளும் அமைந்து விடும். அதன்மூலம் இவர்கள் பக்குவப்பட்டு விடுவார்கள்.

இவர்கள் தம்மையும் மீறி ஏதேனும் ஒரு தவற்றைச் செய்ய முனைந்தாலும் கூட, இவர்களுடைய இயல்பான நேர்மைக்குணம் அதைத் தடுத்துவிடும். நாம் ஏன் இப்படி நடந்து கொண்டோம் என்று தனியாக அமர்ந்து கடவுளிடம் கூறி வருந்துவார்கள்.

வாழ்க்கையில் அநேக சோதனைகள் நேரலாம். பெயரையும் எண்ணையும் பொருத்தமாக அமைத்துக் கொண்டுவிட்டால் சகல கேடுகளிலிருந்தும் விடுபடலாம். பணம் ஈட்டுவதில் மிகுந்த ஆர்வம் கொண்டு உழைப்பர்.

சற்று முன்கோபியான இவர்களுக்கு பலருடைய பகையும் ஏற்படும். கருத்துகளை மறைத்து வைக்காது பகிரங்கமாக வெளியிடுவர். சில நேரங்களில் ஊமை போன்று இருந்து விடுவதும் உண்டு. வாக்கு பலவிதம் உண்டு.

1.	பெயர் அமைக்க வேண்டிய எண்கள்	14, 15, 23, 24, 32, 33, 41, 42, 50
2.	அதிர்ஷ்டத் தேதிகள் / எண்கள்	1, 2, 5, 6
3.	அதிர்ஷ்டக் கற்கள்	வைடூரியம், நீலம்
4.	அதிர்ஷ்ட நிறங்கள்	நீலம், மஞ்சள்
5.	தவிர்க்கும் நிறங்கள்	கறுப்பு, கருநீலம்
6.	தவிர்க்கும் எண்கள்	4, 8

✸✸✸

பிறவி எண். 7 : விதி எண். 9 (கேது மற்றும் செவ்வாய் ஆதிக்கம் உள்ளவர்கள்)

இவர்கள் ஓரளவு உயரமானவர்களாகவும் சுமாரான அழகுள்ள முகத்தோற்றத்தைப் பெற்றவர்களாகவும் காணப்படுவார்கள். சிந்தனா சக்தி படைத்தவர்கள்.

தெளிவான மனநிலை படைத்திராதவர்களான இவர்கள், சரியான வாழ்க்கைத் துணையும் அமையப் பெறாமல் தனிமையில் காலங்கழிக்க நேரும், நண்பர்களின் துணையும் இராது.

தேவையற்ற பிரச்சினைகளில் வீணாகத் தலையிட்டுக் குழப்புவார்கள். தாமும் குழப்பமடைவதுடன் மற்றவர்களையும் குழப்பமடையச் செய்து விடுவார்கள். பிறகு குழப்பத்தைத் தீர்க்கப் போவதாகக் கூறி, பிரச்சினையை மேலும் சிக்கலாக்கி விடுவார்கள்.

இந்த எண்காரர்களுக்குத் திருமணமோ, குடும்ப வாழ்வோ திருப்திகரமாக அமையாது என்பதுடன், இந்த எண்காரர்களில் சிலருக்கு விவாகரத்தும் ஏற்பட்டு வேதனையை உண்டாக்கி விடும். இவர்கள் ஆண்களானால் பெண்களாலும், பெண்களானால் ஆண்களாலும் குழப்பங்களைச் சந்திக்க நேரும். விட்டுக் கொடுக்கும் குணம் இருந்தால், குடும்பம் நன்றாக இருக்கும்.

இன்னும் சிலர் காதல் வயப்பட்டு, அதில் தோல்வி காண்பதால் வாழ்க்கையை வெறுக்கும் அளவுக்கு மன விரக்தி அடைந்து விடுகின்றனர். தற்கொலை முடிவுக்கும் கூடச் சென்று விடுவார்கள்.

எதிரிடையான எண் உள்ள வாகனங்கள் உங்களுக்கு விபத்துகள் மற்றும் பழுதுச் செலவுகளை அதிகரிக்கும்.

இவர்கள் உத்தியோகத்துக்குச் செல்பவரானாலும் சரி, சொந்தமாகத் தொழில் செய்பவர்களானாலும் சரி, எதையும் அக்கறையின்றியே செய்வார்களாதலால், அதன் மூலமாக வளர்ச்சியோ, முன்னேற்றமோ காண்பது முடியாததாகிவிடும்.

சிந்தனை ஆற்றல் இவர்களுக்குச் சிறப்பாக இருக்கும் என்பதுடன், தெய்வத்தின் அருளும் அமைந்திருக்கும் என்றாலும் குழப்பமான மனநிலையைக் கொண்ட இவர்களால் அவற்றின் முழுப் பயனையும் அடைய இயலாது.

சற்று பிடிவாத குணம் உண்டு. சிலருக்கு எல்லாம் இருந்தும் மனைவியாலோ, குழந்தையாலோ பிரச்சனை ஏற்பட்டு விடுகிறது. சற்று குழப்பவாதியாக வாழும் இவர்கள் பெயர், எண்ணைப் பொருத்தமாய் அமைத்துக் கொள்ள வேண்டும்.

தேவையற்ற காரியங்களில் தலையிட்டு சிக்கலை உருவாக்கிக் கொள்வர். சிலர் காதல் வயப்பட்டு அதனால் சிக்கலை உருவாக்கி வாழ்க்கையை வெறுத்து தற்கொலை முயற்சியில் ஈடுபடுகின்றனர். சில நேரங்களில் இவர்கள் மிகவும் கோழையாகி விடுகின்றனர்.

சோகமும் மகிழ்ச்சியும் இவர்கள் வாழ்க்கையில் கலந்துவரும். இவர்கள் சில சமயம் தானாகவே பேசிக் கொள்வதும் உண்டு. சிலருக்குத் திருமணம் தாமதமாக நடைபெறும். 35 வயதுக்குமேல் நல்ல வாழ்க்கை அமையும்.

1.	பெயர் அமைக்க வேண்டிய எண்கள்	14, 15, 23, 24, 27, 32, 33, 41, 42, 50
2.	அதிர்ஷ்டத் தேதிகள் / எண்கள்	1, 5, 6, 9
3.	அதிர்ஷ்டக் கற்கள்	வைடூரியம், பவழம்
4.	அதிர்ஷ்ட நிறங்கள்	சிவப்பு, நீலம், பச்சை
5.	தவிர்க்கும் நிறங்கள்	வெள்ளை, கறுப்பு
6.	தவிர்க்கும் எண்கள்	4, 2, 8

***

பிறவி எண். 8 : விதி எண். 1 (சனி மற்றும் சூரிய ஆதிக்கம் உடையவர்கள்)

இவர்கள் நடுத்தர உயரமுள்ளவர்களாகவும் சுமாரான அழகிய முக அமைப்பைக் கொண்ட தோற்றத்தினராகவும் காணப்படுவார்கள். சிலருக்கு முன்பற்கள் இரண்டு சற்று பெரிதாகக் காணப்படும்.

பலருக்கும் உதவுவதில் மிகுந்த ஆர்வங்கொண்ட இந்த எண்காரர்களில் சிலர் இளமையில் கஷ்டப்பட்டாலும், அதன் மூலம் கிடைத்த அனுபவங்களைக் கொண்டு படிப்படியாக நல்ல வசதியான வாழ்வைப் பெற்று விடுவார்கள்.

இன்னும் சிலர் இளமையிலேயே சகல வசதிகளும் நிறைந்த வாழ்க்கையைப் பெற்றிருப்பார்கள். 35 வயதுக்கு மேல் யோகங்கள் உண்டாகும்.

தாம் கஷ்டப்படும் நேரத்தில்கூட முயற்சிகளுக்கும், கடுமையான உழைப்புக்கும் முக்கியத்துவம் கொடுப்பார்கள்.

சிந்தனை சக்தி மிகுந்தவர்கள். சுமாரான உயரம், சுமாராகப் படித்தவராக இருந்தாலும் புத்திக்கூர்மை மிக்கவர்கள். இவர்களில் பலர் காதல் திருமணம் செய்து கொள்கின்றனர்.

இவர்களைப் பிறர் சரியாகப் புரிந்து கொள்ள முடியாது. இளகிய மனம் படைத்த இவர்களுக்கு குடும்பத்தில் சில பிரச்சனைகள் வரும். நன்றிக் கடன் செலுத்தத் தவறமாட்டார்கள். இளமையில் பல தடைகள் உண்டாகும்.

இயற்கைக் காட்சிகளில் மனத்தைப் பறி கொடுப்பர். இவர்கள் வாழ்க்கையில் என்னதான் உயர்ந்தாலும், தனது பழைய வாழ்க்கையை மறப்பதில்லை. இவர்கள் பெண்கள் விஷயத்தில் கவனமாக நடந்துகொள்ள வேண்டியது அவசியம். பெயரும் எண்ணும் பொருத்தமாக இருந்தால், இவர்களுக்குச் செல்வம் சேரும்.

1.	பெயர் அமைக்க வேண்டிய எண்கள்	14, 15, 23, 24, 32, 33, 41, 42, 50
2.	அதிர்ஷ்டத் தேதிகள் / எண்கள்	1, 5, 6, 9
3.	அதிர்ஷ்டக் கற்கள்	நீலம், மாணிக்கம்
4.	அதிர்ஷ்ட நிறங்கள்	மஞ்சள், பொன்நிறம், நீலம்
5.	தவிர்க்கும் நிறங்கள்	கறுப்பு
6.	தவிர்க்கும் எண்கள்	8

***

பிறவி எண். 8 : விதி எண். 2 (சனி மற்றும் சந்திரன் ஆதிக்கம் உள்ளவர்கள்)

இந்த எண்காரர்கள் சுமாரான உயரமுள்ளவர்களாகவும் கவர்ச்சியான முகத்தோற்றத்தை உடையவர்களாகவும் இருப்பார்கள். எல்லோரிடமும் அன்பாகப் பழகும் இயல்பினை உடையவர்கள். கல்வியறிவு மிக்கவர்கள். இவர்களில் சிலர் குள்ள உருவத்தினராக இருப்பார்கள். கல்வியில் பல தடைகள் ஏற்படும்.

இவர்கள் தாராளமாகச் செலவு செய்யும் மனப்பான்மை கொண்டவர்கள். கையில் பணம் இருக்கும் வரை செலவு செய்வார்கள். பணம் இருப்பு குறைந்துவிட்டால் மனக் கலக்கம் கொள்வார்கள்.

இவர்கள் பிறரைச் சற்றும் நம்பாதவர்கள். எந்த வேலையையும் பிறரிடம் ஒப்படைக்க மனமில்லாமல் தாங்களே நேரடியாய்ச் செய்தால்தான் சிறப்பாய் அமையும் என்ற எண்ணம் கொண்டவர்கள்.

சரியான பெயரானது உடல் நோய்களையும் தீர்க்கும் வல்லமை உடையது.

உடல் வலிமையாய் அமைந்திருக்கும் அளவுக்கு இவர்களின் உள்ளம் வலிமையாய் இராமல் குழப்பமானதாகவே இருக்கும். அலைபாயும் சலன மனம் படைத்தவர்களாகவே இருப்பார்கள்.

பட்டம் பெறும் அளவுக்குக் கல்வியில் சிறந்து விளங்கக் கூடிய இவர்களுக்கு முக்கியமான சில வேளைகளில் நினைவாற்றல் குறைந்து போவதால் பிறரின் ஏளனத்துக்கு ஆளாக நேரும்.

மற்றவர்களை மதிப்பதாலும், அன்புடன் ஆதரித்து உபசரிப்பதாலும், பலரிடமும் இவர்கள் நற்பெயர் பெறுவார்கள். ஆயினும் சில வேளைகளில் தம்மையறியாமல் இவர்களுக்கு ஏற்படும் முரட்டுக் குணத்தின் விளைவாக சில இன்னல்களைத் தேடிக் கொள்வார்கள்.

இவர்கள் உத்தியோகத்தில் இருந்தாலும், தொழில் செய்து வந்தாலும், எப்பொழுதும் எதிர்காலத்திற்கான திட்டங்களைச் சிந்தித்து கொண்டே இருப்பார்கள். நாம் ஏதேனும் இவர்களிடம் பேசிக் கொண்டிருக்கும் போதுகூட, அவர்களின் பார்வை நம்மை நோக்கியிருக்குமே தவிர, இவர்களின் சிந்தனையெல்லாம் எங்கோ ஓடிக் கொண்டிருக்கும். 35 வயதிற்கு மேல்தான் வாழ்க்கையில் முன்னேற்றங்கள் உண்டாகும்.

கலை நுணுக்கம் இவர்களின் மனத்தைக் கவர்ந்த அம்சமாகும். கலை, கலாசாரம், பண்பாடு போன்றவற்றில் ஆர்வம் கொண்ட இவர்கள் செய்யும் வேலையில் யாராவது குறுக்கிட்டாலோ அல்லது சரியாகச் செய்யாவிட்டாலோ இவர்கள் கோபம் கொள்வார்கள்.

இந்த எண்காரர்களில் பலர் வாதாடும் திறமை மிக்கவர்களாக இருப்பார்கள் என்பதால், சட்டம் போன்ற துறைகளில் நாட்டம் கொண்டவர்கள். இந்த எண்ணினர் வழக்குரைஞர்களாக விளங்கிப் புகழ் பெறக்கூடும். சிலர் பொறியாளர்களாகவும் வெற்றி பெறுவார்கள்.

பெயரும் எண்ணும் பொருத்தமாக இருந்துவிட்டால் அனைத்திலும் மேன்மையுறுவர். ஒருவரிடம் பேசிக் கொண்டிருக்கும் போதே, இவர்களுடைய எண்ணம் எல்லாம் எங்கேயோ இருக்கும். சில நேரங்களில் இவர்களுக்கு முரட்டுக் குணம் தோன்றுவதும் உண்டு.

1.	பெயர் அமைக்க வேண்டிய எண்கள்	14, 15, 19, 23, 24, 32, 33, 41, 42, 46, 50
2.	அதிர்ஷ்டத் தேதிகள் / எண்கள்	1, 5, 6
3.	அதிர்ஷ்டக் கற்கள்	நீலம், முத்து
4.	அதிர்ஷ்ட நிறங்கள்	மஞ்சள், நீலம், பச்சை
5.	தவிர்க்கும் நிறங்கள்	சிவப்பு, கறுப்பு
6.	தவிர்க்கும் எண்கள்	8, 9

✹✹✹

பிறவி எண். 8 : விதி எண். 3 (சனி மற்றும் குரு ஆதிக்கம் உள்ளவர்கள்)

இந்த எண்காரர்கள் ஓரளவு உயரமானவர்களாகவும், நல்ல கவர்ச்சியான முகத்தோற்றம் அமையப் பெற்றவர்களாகவும் காணப்படுவார்கள். இவர்களில் சிலர் குள்ளமானவர்களாகவும் சிலர் முன்பற்கள் இரண்டும் சற்றுப் பெரிதாகத் தோன்றும் முக அமைப்பைக் கொண்டவர்களாகவும் இருப்பார்கள்.

இவர்கள் நீதி, நேர்மை ஆகியவற்றைப் பெரிதாக எண்ணி மதிப்பவர்கள். நேர்மை தவறி எதையும் இவர்கள் செய்யமாட்டார்கள். மற்றவர்கள் தவறுகள் செய்வதைக் காண நேர்ந்தாலும், அதன் காரணமாகச் சிலரின் பகையை ஏற்றுக் கொள்ள நேர்ந்தாலும் அதற்காக அஞ்சமாட்டார்கள். இப்படி இளமையிலிருந்தே பலவற்றைச் சந்திக்க நேர்ந்து அனுபவம் பெற்ற இவர்களைச் சிறந்த அனுபவசாலிகள் என்றே சொல்லலாம்.

இளமையில் தாம் அனுபவித்த பல்வேறு கஷ்டங்களைப் பற்றிப் பலரிடமும் கூச்சமின்றிச் சொல்லி விடுவார்கள். இவர்கள் ஆண்களானால் பெண்களாலும், பெண்களானால் ஆண்களாலும் சில சங்கடங்களுக்கு ஆளாக நேரும். இவர்களுக்குக் குடும்ப வாழ்க்கையிலும் சில பிரச்சினைகள் தோன்றக் கூடும். எனினும் பிறந்த தேதிக்கேற்ற அதிர்ஷ்டமான பெயர் பொருத்தமாக அமைந்துவிட்டால் இந்தக் குறைபாடுகளெல்லாம் அகன்று எல்லா வகையிலும் நிம்மதியான நல்வாழ்வைப் பெறலாம்.

பசுமை நிறைந்த இயற்கைக் காட்சிகளையும், மலைப்பிரதேசங்களையும், பார்த்து மகிழ்வதற்கென உல்லாசப் பயணங்களுக்கும் சென்று தெய்வ தரிசனம் கண்டு வருவார்கள்.

இவர்களது மனம் சமயம், பண்பாடு, கலை, கலாசாரம் மருத்துவம், ஜோதிடம் எனப் பல்வேறு துறைகளிலும் நாட்டங்கொள்ளும். அனைத்திலும் ஆர்வம் கொள்வார்கள். இளமையில் பல சோதனைகளை சந்திப்பார்கள்.

தன்னைச் சார்ந்த சமுதாயத்திற்கு மட்டுமல்லாமல், தம் நாட்டுக்கே பெரிய அளவில் ஏதாவது நன்மைகள் செய்ய வேண்டும் என்பது இவர்களின் பெருத்த ஆவலாக இருக்கும். ஒரு முயற்சியில் ஈடுபட்டால் அதில் முழுவெற்றி பெற வேண்டும் என்பதற்காகக் கடுமையாய் உழைக்கத் தயங்கமாட்டார்கள். சற்று கர்வம் உள்ளவர்கள்.

இவர்களுக்கு பல வழிகளில் செல்வம் சேரும். பெயரும் எண்ணும் பொருத்தமாக அமைந்துவிட்டால், சகல விதத்திலும் மேன்மையுறுவர். பிரச்சனைகள் அதிகமாகி விட்டால் ஆண்டவனிடம் சென்று அழுதே விடுவர்.

எதிர்மறைப் பெயர் எண்ணில் பெயர் அமைந்துவிட்டால் உடல் பிணிகள், மன நோய்கள் உண்டாகும்.

இளமையில் கஷ்டப்பட்டாலும் படிப்படியாக உயர்ந்து விடுவர். நல்ல மனைவி, நல்ல குழந்தை, நல்ல ஆரோக்கியம் எல்லாம் அமையும். நாணயத்தின் நாயகர்களாகிய இவர்கள் எவ்வழியிலும் தான் வாங்கியதைக் குறிப்பிட்ட நேரத்தில் கொடுக்க முயல்வர். சிக்கனக்காரர்கள்தான், என்றாலும் இவர்களுக்கு விரயச் செலவுகள் காத்துக் கொண்டிருக்கும்.

1.	பெயர் அமைக்க வேண்டிய எண்கள்	14, 19, 21, 23, 27, 32, 41, 46, 50
2.	அதிர்ஷடத் தேதிகள் / எண்கள்	1, 5, 9
3.	அதிர்ஷடக் கற்கள்	நீலம், கனக புஷ்பராகம்
4.	அதிர்ஷ்ட நிறங்கள்	மஞ்சள், வயலட், ரோஸ், நீலம்
5.	தவிர்க்கும் நிறங்கள்	பச்சை, கறுப்பு
6.	தவிர்க்கும் எண்கள்	6, 8

***

பிறவி எண். 8 : விதி எண். 4 (சனி மற்றும் இராகு ஆதிக்கம் உள்ளவர்கள்)

இந்த எண்காரர்கள் நல்ல உயரமானவர்களாகவும், கம்பீரமான தோற்றமுடையவர்களாகவும் இருப்பார்கள். சிலர் குள்ளமானவர்களாகவும் ஒழுங்கற்ற பல்வரிசை உடையவர்களாகவும் இருப்பார்கள். இவர்களுக்குத் தலைமுடி விரைவில் உதிர்ந்து வழுக்கை விழுந்து விடும்.

குழந்தைகளிடமும், மிருகங்களிடமும் கூட மிக அன்பாகப் பழகும் தன்மை கொண்ட இவர்கள், சில நேரங்களில் முன்கோபிகளாக மாறி, எல்லோரிடமும் எரிந்து விழுவார்கள். பிறகு சிறிது நேரத்தில் கோபம் மாறி சகஜமான நிலைக்குத் திரும்பி விடுவார்கள். எந்த விஷயத்திலும் விதியை எதிர்க்க வேண்டியதிருக்கும்.

பிறருக்கு உதவவேண்டும் என்ற எண்ணமுடைய இவர்கள், யார் கண் கலங்கி நின்றாலும் உடனே அவர்களுக்கு உதவுவார்கள். தமக்கு வேண்டியவர், வேண்டாதவர், தெரிந்தவர், தெரியாதவர் என்ற பாகுபாடெல்லாம் பாராமலே உதவுவார்கள்.

அதேபோல பெற்றோரின் மீது அளவற்ற பாசத்தைப் பொழிவார்கள். அவர்களின் இறுதிக் காலம் வரை ஆதரவாய் இருப்பார்கள். மற்றவர்கள் எல்லாரும் விரும்பிப் பாராட்டும் வகையில் நடந்து கொள்ளும் இவர்கள், அவ்வப்பொழுது தங்களிடம் தலைகாட்டும் பிடிவாத குணத்தை அகற்ற வேண்டியது முக்கியமாகும். அப்படிச் செய்தால் அனைவரின் ஒருமித்த பாராட்டுகளையும் பெறுதல் சாத்தியமாகும்.

இந்த எண்காரர்களில் பலர் உத்தியோகத்திலேயே அமர்ந்திருப்பார்கள். சிலரே தொழில் நிறுவனங்களை அமைத்து நிர்வகித்து வருவார்கள்.

உத்தியோகத்தில் இருப்பவர்களிலும் சிலர் உபரி வருமானம் பெற வேண்டும் என்ற நோக்கத்துடன் தொழிலகங்களை நிறுவி நடத்தி வருவார்கள். பலருக்கு வெளியூரில், வெளிநாட்டில் தொழில் அமையும்.

இவர்களுக்கு பிறந்த தேதிக்கேற்ற அதிர்ஷ்ட எண்ணில் பொருத்தமான பெயர் அமையாவிட்டால் குடும்ப வாழ்வில் நிம்மதியற்ற போக்கு, தொழிலில் தொய்வு, உத்தியோகத்தில் உபத்திரவங்கள் போன்றவை தோன்றித் தொல்லை தரக்கூடும்.

கண்ணியமான முறையில் வாழ்வை மேற்கொள்ளும் இவர்கள் எப்பொழுதும் தங்கள் கடமையிலிருந்து சிறிதும் பிறழமாட்டார்கள். ஜோதிடம், சமயம், சாஸ்திரம் போன்றவற்றில் நாட்டமுள்ள இவர்கள், அவற்றைப் பற்றிய விவரங்களையெல்லாம் திரட்டி, தங்கள் ஞானத்தை வளர்த்துக் கொள்வார்கள்.

விவாதங்கள் புரியும்போது தம் கருத்தைவிட்டுக் கொடுக்காமல் பேசுவர். குழந்தைகள் மீதும் மிருகங்களின் மீதும் அன்பு செலுத்துவர். சிலர் இளமையிலேயே காதல் வயப்பட்டு விடுவதால் கஷ்டத்திற்குள்ளாகின்றனர்.

பெயரும் எண்ணும் பொருத்தமாக இருந்துவிட்டால் வெகுசீக்கிரத்தில் உயர்ந்த வாழ்க்கையைப் பெறுவர். சட்டம், மருத்துவம், ஜோதிடம் போன்றவற்றில் நல்ல ஆராய்ச்சியிருக்கும். தேவையற்ற காரியங்களில் ஈடுபட்டு மாட்டிக் கொண்டு பின் வருந்துவர். கடமை உணர்வு கொண்டவர்கள்.

1.	பெயர் அமைக்க வேண்டிய எண்கள்	14, 15, 19, 23, 24, 32, 33, 41, 42, 46, 50
2.	அதிர்ஷ்டத் தேதிகள் / எண்கள்	1, 5, 6, 9
3.	அதிர்ஷ்டக் கற்கள்	நீலம், கோமேதகம்
4.	அதிர்ஷ்ட நிறங்கள்	மஞ்சள், நீலம், பச்சை
5.	தவிர்க்கும் நிறங்கள்	கறுப்பு, பழுப்பு
6.	தவிர்க்கும் எண்கள்	7, 8

***

பிறவி எண். 8 : விதி எண். 5 (சனி மற்றும் புதன் ஆதிக்கம் நிறைந்தவர்கள்)

இந்த எண்காரர்கள் சுமாரான உயரமுள்ளவர்களாகவும் ஓரளவு அழகிய முகத்தோற்றத்தை உடையவர்களாகவும் காணப்படுவார்கள், சுறுசுறுப்பு மிக்கவர்கள்.

> பிறவி எண்கள் 5 & 5 உள்ளவர்கள் மீண்டும் 5-ஆம் எண்ணில் பெயர் வைத்துக் கொள்ளக்கூடாது.

இவர்களில் சிலர் இளமையில் இன்னல்கள் பலவற்றுக்கு ஆளாகி, பின்னர் நாளடைவில் முன்னேறி, ஒரு நல்ல நிலைக்கு வந்தவர்களாக இருப்பார்கள். சிலர் இளமையிலிருந்தே இயல்பாகவே சகல வசதிகளும் அமைந்த வாழ்க்கையைப் பெற்றவர்களாக இருப்பார்கள்.

மன உறுதி மிகுந்த இவர்கள் பெரும்பாலும் எப்போதும் சுறுசுறுப்பாக இயங்குவார்கள் என்றாலும், தம்மையும் அறியாமல் சில வேளைகளில் மிகவும் சோர்ந்து காணப்படுவார்கள். ஆயினும் அவர்கள் சிறிது நேரத்திலேயே தங்கள் குழப்பத்தை நீக்கிவிட்டு, தெளிவாகவும் தெம்பாகவும் காணப்படுவார்கள்.

இவர்கள் பல தொழிற்சாலைகள், புதுமையான மின்னணுச் சாதனங்கள் தயாரிப்புக் கூடங்கள் ஆகியவற்றைப் பார்த்துத் தங்கள் தொழிலறிவைப் பெருக்கிக் கொள்வார்கள். இயற்கையழகு மிக்க பசுமையான இடங்களையும், மலைப்பாங்கான பிரதேசங்களையும் கண்டு மகிழ்ச்சியடைவார்கள். வெறும் மகிழ்ச்சியுடன் நின்றுவிடாமல், தாம் கண்டறிந்த தொழிலைக் கொண்டு, ஏதேனும் தொழிலைத் தொடங்கலாமா என்ற சிந்தனையை ஓடவிட்டு, தம் வாழ்க்கையின் முன்னேற்றத்திற்கு எப்படிப் பயன்படுத்தலாம் என்றும் ஆராய்வார்கள்!

பலருக்கும் தாராளமாக உதவும் மனங்கொண்ட இவர்களால் பலரும் பயனடைவார்கள். உதவி பெற்ற அவர்களால் இவர்கள் பெரிதும் பாராட்டப்படுவார்கள். வாழ்க்கையில் மேலும் மேலும் முன்னேறி, பலருக்கும் உதவி புரிந்து நற்பெயர் பெற விரும்புவார்கள்.

எந்த நேரமும், எதிர்கால முன்னேற்றத்திற்கான திட்டங்களைப் பற்றிச் சிந்தித்துக் கொண்டே இருப்பார்கள். ஜோதிடம், சமயம் பற்றியும் நுண்கலைகளைப் பற்றியும் நிறையத் தெரிந்து கொள்ள விருப்பம் கொண்டு, அவை தொடர்பான நூல்களை நிறையப் படிப்பார்கள்.

எல்லாவிதப் பழக்கங்களையும் பழகி, எதற்கும் அடிமையாகாமல் விட்டு விடுவார்கள். கடவுள் நம்பிக்கை கொண்ட இவர்களுக்கு எப்பொழுதும் ஆண்டவன் அருள் உண்டு. தம்மால் முடிந்தவரை பிறருக்கு உதவி செய்வர்.

பெயரும் எண்ணும் பொருந்தி விட்டால், இவர்களது வாழ்க்கை எல்லாவிதத்திலும் வெற்றிகரமாக அமையும். எந்தப் பொருளைப் பார்த்தாலும் அதை முற்றிலும் ஆராய்ந்து ரசிப்பர்.

1.	பெயர் அமைக்க வேண்டிய எண்கள்	14, 15, 23, 24, 27, 32, 33, 37, 41, 42, 46, 50
2.	அதிர்ஷ்டத் தேதிகள் / எண்கள்	1, 5, 6, 9
3.	அதிர்ஷ்டக் கற்கள்	நீலம், வைரம்
4.	அதிர்ஷ்ட நிறங்கள்	மஞ்சள், நீலம், பச்சை
5.	தவிர்க்கும் நிறங்கள்	கறுப்பு
6.	தவிர்க்கும் எண்கள்	8

✷✷✷

பிறவி எண். 8 : விதி எண். 6 (சனி மற்றும் சுக்கிரன் ஆதிக்கம் உள்ளவர்கள்)

இந்த எண்காரர்களில் பலர் தொழிலில் ஈடுபட்டவர்களாகவே இருப்பதைக் காணலாம். சிலர் மட்டுமே ஏதேனும் உத்தியோகத்தில் அமர்ந்திருப்பார்கள். எப்படியிருப்பினும் உத்தியோகமாயினும் சரி, தொழிலாயினும் சரி எதிலும் ஓர் ஈடுபாட்டுடன் பாடுபட்டு ஓர் உயர்ந்தநிலையை அடைந்து விடுவார்கள். சோர்வில்லாமல் கடுமையாக உழைத்தால் வாழ்க்கையில் வெற்றி பெற்றுவிட முடியும் என்பது இவர்களின் அசைக்க முடியாத நம்பிக்கையாகும். ஆனால் பிறந்த தேதிக்கேற்ப பொருத்தமான அதிர்ஷ்டப் பெயரும் அமைந்திருக்க வேண்டும்.

பெயர் பொருத்தம் அமைந்த இந்த எண்காரர்கள் நாளுக்குநாள் எல்லா வகையான முன்னேற்றங்களையும் படிப்படியாகப் பெற்று விளங்குவார்கள். தம்மால் முடிந்தவரை பிறருக்கு உதவ வேண்டும் என்ற எண்ணம் இவர்களுக்கு மேலோங்கியிருக்கும். அதற்கேற்ற அளவில் இவர்களுக்குப் பலவழிகளில் பணம் வந்து கொண்டே இருக்கும்.

இயற்கை அழகு நிறைந்த இடங்களையும், பசுமை படர்ந்த பகுதிகளையும் கண்டு மகிழும் ஆர்வம் கொண்டவர்கள். இவர்கள் உல்லாசப் பயணங்களை மேற்கொண்டு மன மகிழ்ச்சி அடைவார்கள். இந்தப் பயணங்களை வாழ்வின் எதிர்காலத் திட்டங்களுக்கும் பயன்படுத்திக் கொள்வார்கள்.

கணிதம், மருத்துவம், ஜோதிடம் ஆகியவற்றில் ஆர்வம் மிக்கவர்கள். இவர்கள், இவற்றையெல்லாம் ஆராய்ச்சி மனப்பான்மையுடன் அணுகி நிறையத் தகவல்களைச் சேகரிப்பார்கள்.

இந்த எண்காரர்களில் பலர் என்ஜினீயர்கள், டாக்டர்கள், வழக்கறிஞர்கள் என்ற அந்தஸ்தைப் பெற்று, தொழிலில் மிக ஈடுபட்டு உழைத்து, கை நிறையப் பணம் சம்பாதிப்பார்கள். இன்னும் சிலர் கமிஷன் ஏஜென்ஸி, ஆடம்பரப் பொருள்களின் வியாபாரம் போன்றவற்றாலும், பணம் சம்பாதிப்பார்கள்.

இவர்கள் வாகனம் ஓட்டுவதிலும் தமது வாகனங்களை மிகவும் அலங்காரமாக வைத்துக் கொள்வதிலும் ஆர்வம் உள்ளவர்கள்.

எப்படியும் வாழ்க்கையில் பொருளாதார நிலையில் உயர்ந்த இடத்தை அடைய வேண்டும் என்பதே இவர்களது லட்சியம். பலருக்கும் யோசனை கூறும் அறிவாளிகளாக இருப்பர். சில சமயம் பிறருக்குத் தைரியம் சொல்லும் இவர்கள் தனக்கென்று பிரச்சினை வரும்பொழுது குழம்பி விடுவர். உலக விஷயங்கள் அனைத்தையும் தெரிந்து வைத்திருப்பர்.

பிறவி எண்கள் 7 & 8, 8 & 7, 7 & 7 இருந்தால் குடும்ப வாழ்க்கையில் பற்றற்று இருப்பார்கள்.

1.	பெயர் அமைக்க வேண்டிய எண்கள்	14, 15, 23, 24, 27, 32, 33, 41, 42, 50
2.	அதிர்ஷ்டத் தேதிகள் / எண்கள்	1, 5, 6, 9
3.	அதிர்ஷ்டக் கற்கள்	நீலம், பச்சை (மரகதம்)
4.	அதிர்ஷ்ட நிறங்கள்	பச்சை, நீலம், மஞ்சள்
5.	தவிர்க்கும் நிறங்கள்	வயலட், கறுப்பு
6.	தவிர்க்கும் எண்கள்	3, 8

✸✸✸

பிறவி எண். 8 : விதி எண். 7 (சனி மற்றும் கேது ஆதிக்கம் நிறைந்தவர்கள்)

இந்த எண்காரர்கள் சுமாரான உயரமுள்ளவர்களாகவும், சிந்தனை தேங்கிய முக அமைப்பைப் பெற்றவர்களாகவும் இருப்பார்கள். நல்ல மனத்தினர். சிலர் பல் வரிசை ஒழுங்காக அமையப் பெறாதவர்கள். இவர்களில் மிகச் சிலர் குள்ளமாக இருப்பதும் உண்டு.

சில நேரங்களில் இவர்களுக்கு முன் கோபம் ஏற்படுவதுண்டு. இதன் காரணமாக மற்றவர்கள் இவர்களைப் பற்றி முடிவான அபிப்பிராயம் கொள்ளத் தயங்குவார்கள். இவர்கள் மனம் அடிக்கடி சோர்வடையும். பிறகு தானாகவே தெளிவடைந்து விடும். அத்தகைய நேரங்களில் தம் வேதனையைப் பிறரிடம் வெளிப்படுத்த மனமின்றி, தாங்களே தனிமையில் வருந்தி, இறைவனிடமும் முறையிடுவார்கள். கல்வியிலும், குடும்பத்திலும் பல பிரச்சினைகள் உண்டாகும். காலம் கடந்தே திருமணம் நடக்கும்.

நல்ல மனமுடையவர்களாய் இருப்பினும், இவர்களுக்கு எதிர்பாராத வகையில் சில சங்கடங்கள் அவ்வப்பொழுது தோன்றக் கூடும். இதனால் மனம் குழம்பி வேதனைப்படுவார்கள். எவ்வாறேனும் இவர்கள் முன் கோபத்தைக் குறைத்துக்கொள்ள வேண்டும்.

இவர்களுக்கு பிறந்த தேதிக்கேற்ற அதிர்ஷ்டமான பெயர் பொருத்தமாக அமைந்துவிட்டால், முன் சொன்ன தீயபலன்களெல்லாம் குறைந்து, நற்பலன்களாக நடைபெறத் தொடங்கி படிப்படியாக எல்லா வகையிலும் முன்னேற்றம் காண முடியும்.

இவர்கள் கலை, கலாசாரம் முதலியவற்றில் ஆழ்ந்த பற்றுடையவர்கள். தங்கள் பேச்சாலும், எழுத்தாலும் அவற்றை மக்களிடையே பரப்பப் பெரிதும் ஆர்வம் கொண்டிருப்பார்கள். சிலர் இத்துறைகளில் பெரும் புகழும் அடைவார்கள்.

இயற்கைக் காட்சிகளையும், மலைப் பிரதேசங்களையும் கண்டு மகிழும் ஆர்வமுடைய இவர்கள், உல்லாசப் பயணங்களை மேற்கொண்டு மகிழ்ச்சி அடைவார்கள். பெயர் மாற்றம் அதிர்ஷ்டமானதாக அமைந்துவிட்டால் இவர்கள் எடுக்கும் முயற்சிகள் அனைத்துமே வெற்றியடையும்.

பெயரும் எண்ணும் பொருத்தமாக இருந்துவிட்டால், நல்ல ஆரோக்கியம், நல்ல மனைவி, நல்ல குழந்தைகள், பெருஞ்செல்வம் ஆகியவற்றைப் பெற்று சிறப்பாக வாழ்வர். இவர்கள் சில இரவுகளில் விழித்துக் கொண்டு எதையாவது ஒன்றை சிந்தித்துக் கொண்டிருப்பர்.

உள்ளொன்று வைத்துப் புறமொன்று பேசத் தெரியாது. இவர்களது மனம் அழகான இயற்கைக் காட்சிகளையும் மலைப்பிரதேசங்களையும் பல்வேறு நீர்த்தேக்கங்களையும் கண்டு மகிழ்ச்சி கொள்ளும். யாரிடமும் தன் கவலையைக் கூறாது மனத்தில் வைத்துக்கொண்டே புழுங்குவர். ஓரளவு உயரமானவர்கள்தான் என்றாலும் சிலர் குள்ளமாக இருப்பதும் உண்டு.

1.	பெயர் அமைக்க வேண்டிய எண்கள்	14, 15, 23, 24, 32, 33, 41, 42, 50
2.	அதிர்ஷ்டத் தேதிகள் / எண்கள்	1, 5, 6, 9
3.	அதிர்ஷ்டக் கற்கள்	நீலம், வைடூரியம்
4.	அதிர்ஷ்ட நிறங்கள்	மஞ்சள், நீலம், பச்சை
5.	தவிர்க்கும் நிறங்கள்	கறுப்பு
6.	தவிர்க்கும் எண்கள்	4, 8

✼✼✼

பிறவி எண். 8 : விதி எண். 8 (சனி மற்றும் சனி (இரட்டிப்பு) ஆதிக்கம் உடையவர்கள்)

இந்த எண்காரர்களில் பலர் பெருமளவு சராசரி உயரத்திற்குக் குறைந்தவர்களாகவும், சுமாரான அழகுள்ள முக அமைப்பைக் கொண்டவர்களாகவும் காணப்படுவார்கள். இவர்களில் சிலர் குள்ள உருவம் கொண்டவர்களாகவும், மெலிந்த உடல் அமைப்பைக் கொண்டவர்களாகவும் இருப்பார்கள். கால்களில் சற்று வலிமை குன்றியவர்கள்.

இவர்கள் மன உறுதி மிக்கவர்கள், உடலளவிலும் நன்கு பலசாலிகளாக விளங்குவார்கள். எடுத்த செயலை முடிக்காமல் ஓயமாட்டார்கள். அதில் எத்தனை தடைகள், தடங்கல்கள் ஏற்பட்டாலும் அத்தனையையும் முறியடித்து இறுதியில் வெற்றியே காண்பார்கள். யாரையும் எளிதில் நம்பமாட்டார்கள்.

இவ்வாறு எதிலும் வெற்றி காண்பதையே லட்சியமாய்க் கொண்டிருக்கும் இவர்கள், தம்மைச் சார்ந்திருப்பவர்களுக்கும் தம்மாலியன்ற உதவியைச் செய்ய முன் வருவார்கள். அது மட்டுமின்றி உறவினர், நண்பர், வேண்டியவர், வேண்டாதவர் என யார் வந்து இவர்களிடம் உதவி கோரினாலும் அவர்களுக்கும் இவர்கள் ஓரளவு உதவி புரிவார்கள்.

பிறந்த நாளின் எண்கள் 7 4, 4 7 எண்கள் வந்தால் காலசர்ப்ப தோஷத்தில் பாதிப்பு உண்டு. 33-ஆவது வயது வரை முன்னேற்றத் தடை உண்டாகும்.

இவர்களில் சிலர் இளமையில் வறுமையின் பிடியில் சிக்கி இன்னல்களை அனுபவித்திருந்தாலும், பின்னர் அந்த அனுபவங்களைப் பாடமாகக் கொண்டு, நன்கு திட்டமிட்டு வாழ்வில் பெரும் முன்னேற்றங்களைப் பெற்று விடுவார்கள். வாழ்விலும், தொழிலிலும் பல தடைகள் ஏற்படும்.

அதிர்ஷ்டமான பெயர் அமைந்து விட்டால், இவர்களின் வாழ்வில் வளம் கொழிக்கும். எல்லா நன்மைகளும் உண்டாகும். தாமும் வாழ்வில் உயர்ந்தநிலையை அடைந்து, மற்றவர்களுக்கும் உதவிகளைச் செய்து மகிழ்விப்பார்கள்.

அழகிய தோற்றம் அமையப் பெற்ற இவர்கள், தம்முடைய பழக்க வழக்கங்களாலும், அணுகுமுறைகளாலும் மற்றவர்களை எளிதில் தம் வசம் ஈர்த்துக் கொள்வார்கள். இதன் காரணமாக இவர்களைச் சுற்றி எப்போதும் நண்பர்கள் என்ற பெயரில் பலர் சூழ்ந்து கொண்டிருப்பார்கள். இவர்கள் மற்றவர்களுக்கு உதவுவதைப் போல, இவர்கள் சிரமப்படும் சில வேளைகளில் மற்றவர்களும் இவர்களுக்கு உதவுவார்கள். பலர் வெளியூர், வெளிநாடுகளில் தொழிலை ஏற்படுத்திக் கொள்வார்கள்.

மற்றவர்களை எதிர்த்து நின்று போராடி வெற்றி பெறக்கூடிய அளவுக்கு மனவலிமையும்கூட, உண்டு. மற்றவர்களுக்குச் சிறுகெடுதலும் கூடச் செய்வதற்கு இவர்கள் மனம் துணியமாட்டார்கள். 35 வயதிற்கு மேல் படிப்படியான முன்னேற்றங்கள் உண்டாகும்.

தெய்வ நம்பிக்கையும், சமயப்பற்றும் உண்டு. நன்கு பேசி காரியம் சாதிப்பதில் வல்லவர்களாக இருப்பர். வசீகரமான தோற்றம் கொண்ட இவர்கள் மற்றவர்களைக் கவர்வதில் கை தேர்ந்தவர்கள். பிறருக்குக் கெடுதல் செய்யும் எண்ணம் இருக்காது.

நல்ல பெயரும் எண்ணும் அமைந்து விட்டால், பிறருக்கு உதவி செய்து தன்னையும் உயர்த்திக் கொண்டு நன்கு வாழ்வர். எப்பொழுதும் ஊர் சுற்றிய வண்ணமே இருப்பர். நல்ல இயற்கைக் காட்சிகளைக் கண்டு இவர்களது மனம் அமைதியுறும்.

1.	பெயர் அமைக்க வேண்டிய எண்கள்	14, 15, 23, 24, 32, 33, 41, 42, 50
2.	அதிர்ஷ்டத் தேதிகள் / எண்கள்	1, 5, 6, 9
3.	அதிர்ஷ்டக் கற்கள்	நீலம்
4.	அதிர்ஷ்ட நிறங்கள்	மஞ்சள், நீலம், பச்சை
5.	தவிர்க்கும் நிறங்கள்	கறுப்பு, பழுப்பு
6.	தவிர்க்கும் எண்கள்	8

✹✹✹

பிறவி எண். 8 : விதி எண். 9 (சனி மற்றும் செவ்வாய் ஆதிக்கம் நிறைந்தவர்கள்)

இந்த எண்காரர்கள் சுமாரான உயரமுள்ளவர்களாகவும், பார்வைக்குக் கம்பீரமான தோற்றத்தைப் பெற்றவர்களாகவும் காணப்படுவார்கள். இவர்கள் எப்போதும் புத்துணர்வுடன் மலர்ச்சியான முகத்தினராக விளங்குவார்கள். வெளிப்படையாகவே எதையும் பேசும் இயல்பினராக இருப்பார்கள்.

தம்மாலியன்ற அளவு பிறருக்கு உதவும் மனப்பான்மை கொண்ட இவர்கள், மற்றவர்களால் பாராட்டப்படுவார்கள். ஆயினும் போலித்தனமான பாராட்டுகளைக் கண்டறிந்து விடுவார்கள். அத்தகையவர்களை விட்டு விலகியும் இருப்பார்கள்.

தம் மனதில் தோன்றிய கருத்துகளை எவ்விதமான அச்சமும் கொள்ளாமல் துணிச்சலாக வெளியிடுவார்கள். மற்றவர்கள் அந்தக் கருத்தை ஏற்பார்களா, ஏற்கமாட்டார்களா என்பதைப் பற்றியெல்லாம் இவர்கள் கவலை கொள்ள மாட்டார்கள்.

இவர்கள் இளமையில் பல்வேறு கஷ்டங்களை அனுபவித்திருப்பார்கள் என்றாலும், அதன் விளைவாகப் பெற்ற அனுபவங்களைப் பாடமாகக் கொண்டு, எதிர்காலத்தில் சாமர்த்தியமாக நடந்து, படிப்படியாக முன்னேறி வாழ்வில் உயர்ந்தநிலையை அடைவார்கள்.

தங்கள் எதிர்கால வாழ்வில் என்னென்ன திட்டங்களின் மூலம் முன்னேற்றம் அடையலாம், தமக்குப் பொருந்திவரும் தொழில்கள் எவையெவை என்பதையெல்லாம் நன்கு ஆராய்ந்து முடிவெடுத்த பின்னரே, அதில் ஈடுபடுவார்கள். ஆனால் ஒரு முயற்சியைத் தொடங்கிவிட்டால் கடுமையாக உழைத்து வெற்றி பெறத் தவறமாட்டார்கள். இரவில்கூட வேலை செய்ய விரும்புவார்கள்.

மனத் துணிவு மிகுந்த இவர்கள், எதிரிகளைத் துணிச்சலுடன் எதிர்த்து வெற்றி கொள்ளும் அதே நேரத்தில், நண்பர்களை அன்புடனும் ஆதரவுடனும் அரவணைத்துக் கொள்வதிலும் சிறந்து விளங்குவார்கள். எப்போதும் நண்பர்களின் கூட்டத்துடன் சேர்ந்தே காணப்படுவார்கள். வேகமும், கோபமும் உள்ளவர்கள்.

பிறருக்கு உதவும் இவர்கள் தன்னை உயர்த்திக் கொள்ளப் புதிய திட்டம் தீட்டிக் கொண்டே இருப்பர். பொறுமையுடைய இவர்களுக்கு சில சமயம் முரட்டுக் குணமும் வெளியாகும். சிற்றின்பத்தில் அதிக நாட்டம் கொண்டவர்கள் என்றாலும், பேரின்பத்திலும் அதிக ஈடுபாடு கொண்டவர்கள்.

நீங்கள் முன்னேற்றம் அடையவில்லையென்றால், உங்களது பெயர் உங்களுக்கு பொருந்தவில்லை என்று அறிந்து கொள்ளுங்கள்.

பெயரும் எண்ணும் நன்றாக அமைந்து விட்டால், நல்ல ஆரோக்கியம், நல்ல மனைவி, நல்ல குழந்தைகள், செல்வம் எல்லாம் அமையும். தனக்குப் பிரச்சினை வரும்பொழுது, ஆண்டவன் மீது பாரத்தைப் போட்டுத் துணிந்து செயல்படுவர்.

தன் மனதில் உள்ளதை மறைக்காது தைரியமாக வெளியிடுவர். இவர்கள் நல்லவர்தாம். ஆனால் இவர்களுக்கு வெளியில் சண்டைக்காரர் என்ற பெயரே இருக்கும். கம்பீரமாக இருப்பர். முன் பல் சற்று பெரிதாக இருக்கும் முப்பது வயதிற்குமேல் உடல் சற்று பருத்து விடும்.

1.	பெயர் அமைக்க வேண்டிய எண்கள்	14, 15, 23, 24, 32, 33, 41, 42, 50
2.	அதிர்ஷ்டத் தேதிகள் / எண்கள்	1, 5, 6, 9
3.	அதிர்ஷ்டக் கற்கள்	நீலம், பவளம்
4.	அதிர்ஷ்ட நிறங்கள்	மஞ்சள், நீலம், சிவப்பு
5.	தவிர்க்கும் நிறங்கள்	கறுப்பு
6.	தவிர்க்கும் எண்கள்	8, 2

❋ ❋ ❋

பிறவி எண். 9 விதி எண். 1 (செவ்வாய் மற்றும் சூரியன் ஆதிக்கம் நிறைந்தவர்கள்)

இவர்கள் நடுத்தர உயரத்தினராகவும், பொலிவுமிக்க முகத்தோற்றம் அமைந்தவராகவும் காணப்படுவார்கள். துணிச்சல் மிக்கவர்கள், சுறுசுறுப்பாக இயங்கக் கூடியவர்கள். சுதந்திரப் பிரியர்கள்.

இவர்களை எப்பொழுதும் தூய்மையான ஆடையுடன்தான் காண முடியும். அந்த அளவுக்குத் தூய்மையை நேசிப்பவர்கள். இந்த எண் உள்ளவர்களான ஆண்கள் பெண்களாலும், பெண்கள் ஆண்களாலும் தம் பொருளாதார நிலையில் மிகப் பெரிய முன்னேற்றத்தை அடைந்து விடுவார்கள். நல்ல நிர்வாகிகள்.

இவர்கள் இளமையில் சில சங்கடமான சூழ்நிலைகளால் சிரமப்பட நேர்ந்தாலும், பின்னாளில் நாளுக்கு நாள் படிப்படியாக முன்னேறி ஓர் உயர்ந்தநிலையை அடைந்து சகல வசதிகளும் நிறைந்த சொகுசு வாழ்வைப் பெறுவார்கள்.

அனுபவக் குறைவின் காரணமாகவும், அவசரத்தின் காரணமாகவும் இவர்கள் இளம் பருவத்தில் துணிச்சலை மட்டுமே துணையாய்க் கொண்டு, சில செயல்களைச் செய்துவிட்டு, பின்னர் அதன் விளைவுகளின் பாதிப்பால் இன்னல்களுக்கு ஆளாகும் பொழுது தம் அறியாமையை எண்ணி வருந்துவார்கள். இளமையில் வீரவிளையாட்டுகளில் ஆர்வம் உள்ளவர்கள்.

இவர்களில் பலருக்கு அரசியல், இலக்கியம் ஆகியவற்றில் ஆழ்ந்த ஈடுபாடு இருக்கும், தம் கருத்துகளைப் பேசியும், எழுதியும் மக்களிடையே பரப்ப வேண்டும் என்ற ஆவல் கொண்டவர்கள்.

சமயம், மருத்துவம், ஜோதிடம் போன்ற துறைகளிலும் இவர்களுக்கு ஆர்வம் இருக்கும் என்பதால் அவற்றின் தொடர்பான பல்வேறு செய்திகளையும் அறிந்து வைத்துக் கொள்வார்கள். தம் கருத்துகளைப் பிறரிடம் துணிந்து எடுத்துக் கூறுவதில் தயக்கமே காட்டமாட்டார்கள்.

இவர்களில் சிலருக்கு அரசியலில் பெரும்புகழ் ஏற்பட்டு இவர்களைப் பிரபலமடையச் செய்துவிடக்கூடும். ஆனால் இதற்கெல்லாம் பெயர்ப் பொருத்தம் அமைந்திருத்தல் மிக அவசியம். இதனால் அரசியலில் மட்டுமின்றி குடும்பம், தொழில், வியாபாரம் ஆகிய எல்லாவற்றிலுமே நாளுக்கு நாள் படிப்படியாக முன்னேறி வாழ்வில் உயர்ந்தநிலையை அடைந்துவிட முடியும்.

நண்பர்களுக்குத் தேவைப்படும் உதவிகளையெல்லாம் குறைவின்றிச் செய்து அவர்களைத் திருப்திப்படுத்தும் இவர்கள், தங்கள் தேவைகளுக்குப் பணம் இல்லாதபொழுது யாரிடமும் கேட்கமாட்டார்கள். தமக்குத் தாமே மனம் நொந்து கொள்வார்கள்.

இந்த எண்காரார்களில் சிலர், பிறந்த ஊரை விட்டு சற்றுத் தூரத்திலிருக்கும் ஏதேனும் ஓர் ஊரை அடைந்து அங்கு குடியேறிய பின் வாழ்க்கையில் உயர்வடைவதும் உண்டு.

இவர்களுக்கு நண்பர்கள் அதிகம் உண்டு. அதனால் செலவு அதிகம் செய்வார்கள். நல்ல மனைவி, நல்ல ஆரோக்கியம், நல்ல குழந்தைகள், பெருஞ்செல்வம் ஆகியவற்றைப் பெற்று வாழ்வர்.

தைரியமாகச் செயல்படும் இவர்களுக்கு முதலில் வாழ்க்கை போராட்டமாக இருக்கும். இருந்தாலும் பின் வாழ்க்கையில் நல்ல முன்னேற்றத்தைக் காண்பர். கல்வியில் தடை ஏற்பட்டபோதிலும் வாழ்க்கையை வெற்றிகரமாக அமைத்துக் கொள்வர்.

1.	பெயர் அமைக்க வேண்டிய எண்கள்	14, 15, 23, 24, 27, 32, 33, 41, 42, 45, 50
2.	அதிர்ஷ்டத் தேதிகள் / எண்கள்	1, 5, 6, 9
3.	அதிர்ஷ்டக் கற்கள்	பவளம், மாணிக்கம்
4.	அதிர்ஷ்ட நிறங்கள்	சிவப்பு, மஞ்சள், பொன்நிறம்
5.	தவிர்க்கும் நிறங்கள்	வெள்ளை, கறுப்பு
6.	தவிர்க்கும் எண்கள்	2, 8

***

வாழ்க்கையில் வளம்பெற உங்கள் பெயரில் நல்ல வசீகரம் மற்றும் அதிர்ஷ்ட ஒலிகள் இருக்க வேண்டும்.

பிறவி எண். 9 : விதி எண். 2 (செவ்வாய் மற்றும் சந்திரன் ஆதிக்கம் உள்ளவர்கள்)

இந்த எண்காரர்கள் நடுத்தர உயரத்தினராகவும், சுமாரான முகத்தோற்றத்தைக் கொண்ட அமைப்பினராகவும் காணப்படுவார்கள். பிடிவாத குணத்தினராக இருப்பர்.

இவர்கள் வாழ்க்கையில் பல்வேறு விஷயங்களையும் தெரிந்து வைத்திருப்பார்கள். இவர்களில் சிலருக்கு எழுத்துத்திறமையும், பேச்சுத் திறமையும் அமைந்திருக்கும். ஜோதிடம், கணிதம், தத்துவம் போன்ற துறைகளிலும் ஈடுபாடு கொண்டு அவை பற்றிய செய்திகளைத் தெரிந்து வைத்திருப்பார்கள்.

இவர்கள் எழுத்தாலும் பேச்சாலும் மற்றவர்களின் பாராட்டுகளைப் பெற்றிருப்பார்கள். இவர்கள், தங்களைச் சார்ந்தவர்களுக்கு அவ்வப்பொழுது ஏற்படக்கூடிய பிரச்சனைகளைக் கண்டுவிட்டு நமக்கென்ன என எண்ணி ஒதுங்கிவிடாமல், தமக்கே ஏற்பட்ட பிரச்சனையாக அதைக் கருதி, அவற்றுக்கு வெற்றிகரமான தீர்வைக் காண்பார்கள். இருப்பினும் இந்த எண்காரர்களில் உத்தியோகத்தில் அமர்ந்துள்ள சிலருக்கு சக உத்தியோகஸ்தர்களால் எப்போதும் ஏதேனும் ஒரு வகையில் இடையூறுகள் ஏற்பட்டுக் கொண்டே இருக்கும். வாழ்க்கையில் திருமணம், தொழில் ஆகியவற்றில் பல தடைகள் ஏற்படும்.

தெய்வ நம்பிக்கை மிகுந்த இவர்களுக்கு சாஸ்திரங்களிலும், ஆசார நெறிகளிலும் அதிகமான பற்று காணப்படும். மேலும் பசுமை மிகுந்த இயற்கையழகு நிரம்பிய இடங்களைக் கண்டு மகிழும் ஆர்வமும் இவர்களுக்கு மிகுதியாய் இருக்கும்.

இவர்களிடம் காணப்படும் பிடிவாத குணத்தை விடுவித்து அனைவரையும் அனுசரித்துப்போகும் குணத்தை இவர்கள் வளர்த்துக் கொண்டால் இவர்கள் வாழ்க்கையில் நல்லபடியாக முன்னேற்றம் காண அது வாய்ப்பாக அமையும்.

தாம் நினைக்கின்ற கருத்துகள் எதுவாக இருந்தாலும் துடுக்காக வெளியிடுவர். மனபலம் கொண்டவர் போல் எதையும் தைரியமாகச் செய்து விட்டு பாதியில் குழம்பி நிற்பர். குறுக்குக் கேள்விகள் கேட்பதிலும், வாதங்கள் செய்வதிலும் இவர்கள் சிறந்தவர்கள். வாழ்க்கையில் பல தடைகள் உண்டாகும்.

பெயரும் எண்ணும் பொருத்தமாக அமைந்துவிட்டால், திருமண வாழ்க்கை சிறப்பாக அமையும்; மற்றும் வாழ்க்கையில் உயர்வும் எளிதில் கிட்டும். பேச்சாலும், எழுத்தாலும், செயலாலும் பலரைத் தன்வசமாக்கி விடுவார்கள்.

சில நேரங்களில் தனிமையில் இருந்து கொண்டு மனம் வருந்துவதுண்டு. இயற்கைக் காட்சிகளை நன்கு ரசிக்கக் கூடியவர்கள். நன்கு உதவி செய்யும் குணம் படைத்த இவர்கள் திடீரென்று முரட்டுக் குணத்தால் தன் பெயரைக் கெடுத்துக்கொள்வர்.

1.	பெயர் அமைக்க வேண்டிய எண்கள்	14, 15, 23, 24, 32, 33, 41, 42, 50
2.	அதிர்ஷ்டத் தேதிகள் / எண்கள்	1, 5, 6
3.	அதிர்ஷ்டக் கற்கள்	பவளம், முத்து
4.	அதிர்ஷ்ட நிறங்கள்	சிவப்பு, நீலம், பச்சை
5.	தவிர்க்கும் நிறங்கள்	வெள்ளை, கறுப்பு
6.	தவிர்க்கும் எண்கள்	2, 8

✸✸✸

பிறவி எண். 9 : விதி எண். 3 (செவ்வாய், குரு ஆதிக்கம் நிறைந்தவர்கள்)

இவர்கள் நடுத்தரமான உயரமுள்ளவர்களாகவும் கம்பீரமான தோற்றம் அமையப் பெற்றவர்களாகவும் காணப்படுவார்கள். அழகிய பல்வரிசை அமையப் பெற்றவர்கள். பேச்சுத் திறமை மிக்கவர்கள்.

இவர்கள் நீதி, நேர்மையின்பால் அதிகப் பற்றுக் கொண்டு விளங்குவார்கள். தனக்கெனத் தனியான கொள்கையை வகுத்துக்கொண்டு அதில் உறுதியாக நிற்பவர்கள். பலருக்கும் வேலை வாய்ப்பளிக்கக்கூடிய காண்ட்ராக்ட், கட்டட வேலைகள் போன்றவற்றை மேற்கொண்டு தொழில் செய்வதன் மூலம் தாமும் வாழ்வில் உயர்வடைந்து, மற்றவர்களையும் நன்கு உயர்வடையச் செய்வார்கள்.

உடல் எண்ணாகிய செவ்வாயின் ஆதிக்கத்தால் இவர்கள் சில வேளைகளில் முன்கோபம் அடைவார்களாயினும், உயிர் எண்ணாகிய குருவின் ஆதிக்கத்தால் உடனே கோபத்தைக் குறைத்துக்கொண்டு சாந்தமடைந்து விடுவார்கள்.

கடுமையாக உழைக்கக்கூடிய இவர்கள் அதற்கேற்ற விதத்தில் உடல் வலிமையையும், மனவலிமையையும் பெற்றிருப்பார்கள். இவர்களில் பெரும்பாலோர் போலீஸ், இராணுவம் போன்ற துறைகளில் பணியாற்றுபவர்களாக இருப்பதைக் காணலாம்.

இவர்கள் நாட்டுப்பற்று, மதப்பற்று ஆகியவற்றில் சிறந்து விளங்குவார்கள் என்பதுடன், தம்மைவிட வயதில் மூத்தவர்களுக்கும், அறிவில் சிறந்த பெரியவர்களுக்கும் உரிய மரியாதையைக் கொடுக்கத்

நல்ல பெயர் எண்ணில் பெயரை அமைத்துக் கொண்டால் நாடுபோற்றும் புகழும், வசியமும் உண்டாகும்.

தவறமாட்டார்கள். தம்மைச் சார்ந்தவர்களின் முன்னேற்றத்திற்கும் தம்மாலியன்ற அளவு உதவி புரிவார்கள். தமக்கு மரியாதை கொடுக்காதவர்களிடம் இவர்கள் எவ்விதத் தொடர்பும் வைத்துக் கொள்ள மாட்டார்கள்.

தமக்கு ஏதேனும் எதிர்ப்புகள் ஏற்படுமானால், அதன் அடிப்படையைக் கண்டறிந்து, உரிய காலத்தில் அதை வேரொடு பெயர்த்தெறிந்து விடுவார்கள். இந்த எண்காரர்களில் பலர் வக்கீல், டாக்டர் போன்ற தொழில்களில் ஈடுபட்டவர்களாக இருப்பார்கள்.

இளமையில் இவர்கள் சோதனையான காலக்கட்டங்களைக் கடந்து வந்தவர்களாக இருப்பினும், பிற்காலத்தில் நன்கு வளமான வாழ்க்கையை அமைத்துக் கொள்வார்கள். உயர் பதவிகளிலும் அமர்ந்து சாதனைகள் புரிவார்கள். இதற்கெல்லாம் இவர்கள் பிறந்த தேதிக்குரிய அதிர்ஷ்டமான பெயரை அமைத்திருக்க வேண்டும்.

இவர்களுக்கு பெயரும் எண்ணும் பொருத்தமாக அமைந்துவிட்டால் நல்ல ஆரோக்கியம், நல்ல மனைவி, நல்ல குழந்தைகள், செல்வ வசதி ஆகியவற்றையும் பெற்று, கடைசிவரை பிறரை அதிகாரம் செய்து கொண்டே இருப்பர். சுயகௌரவம் பார்ப்பார்கள்.

இவர்களுடைய சிந்தனை மிகத் தெளிவானது. தனக்குத் தக்க மரியாதை கொடுக்கவில்லை என்றால், யாராக இருந்தாலும் தூக்கி எறிந்து பேசுவர்.

1.	பெயர் அமைக்க வேண்டிய எண்கள்	14, 21, 23, 32, 41, 45, 50
2.	அதிர்ஷ்டத் தேதிகள் / எண்கள்	1, 3, 5, 9
3.	அதிர்ஷ்டக் கற்கள்	பவளம், முத்து
4.	அதிர்ஷ்ட நிறங்கள்	சிவப்பு, நீலம், பச்சை
5.	தவிர்க்கும் நிறங்கள்	வெள்ளை, கறுப்பு
6.	தவிர்க்கும் எண்கள்	2, 8

✸✸✸

பிறவி எண். 9 : விதி எண். 4 (செவ்வாய் மற்றும் இராகு ஆதிக்கம் உள்ளவர்கள்)

இந்த எண்காரர்கள் நடுத்தர உயரமானவர்களாகவும், அழகிய முகத்தோற்றம் அமையப் பெற்றவர்களாகவும் காணப்படுவார்கள். சமயோசித புத்தி அமைந்தவர்கள்.

இவர்கள் சமயத்திற்கேற்றபடி, ஆளுக்கேற்றபடியெல்லாம் பேசி, தங்கள் பிரச்சினைகளைத் தீர்த்துக் கொள்வார்கள். பலருக்கும் தங்களால் இயன்ற அளவு உதவிகளைச் செய்து அவர்களை நன்கு ஆதரித்து, அவர்களது பாராட்டுக்குரியவர்கள் ஆவார்கள். உடல் எண் 9 ஆக அமைந்தவர்களிலேயே உயிர் எண் 4 ஆக அமைந்தவர்களுக்குத்தான் பிறருக்குதவும் இரக்க குணம்

மிகுதியாயிருக்கும். இவர்களைப் பார்க்க யாராவது வந்திருக்கிறார்கள் என்றால், உடனே என்ன காரணத்திற்காக அவர்கள் வந்திருக்கிறார்கள் என்பதை ஊகித்தறிந்து கொள்ளும் ஆற்றல் இவர்களுக்குண்டு.

இளமையிலேயே இவர்களது பிறந்த தேதிக்கேற்ற அதிர்ஷ்டப் பெயர் பொருத்தமாக அமைந்துவிட்டால் தொடக்கத்திலிருந்தே படிப்படியாய் முன்னேறி, நடுத்தரமான வயதிலேயே வாழ்வில் உன்னத நிலையை எட்டிப்பிடித்து விடுவார்கள்.

தெய்வீக ஆற்றலும், சமயச் சிந்தனைகளும் மிகுதியாய்க் கொண்ட இவர்கள், ஆன்மிக நடவடிக்கைகளில் அடிக்கடி பங்கு கொள்வார்கள். தூய்மையான சிந்தனைகளும் ஒழுக்க வாழ்வும் கொண்ட இவர்கள், எல்லாவிதமான தீய பழக்கங்களையும் தெரிந்து வைத்திருப்பார்கள். மது, மங்கை, சூது போன்ற பழக்கங்களைத் தெரிந்திருந்தாலும் இவர்களாகவே இது தீய பழக்கம் என்று உணர்ந்து அதிலிருந்து விடுபட்டு விடுவார்களே தவிர, அதற்கு ஒருபோதும் அடிமையாகி விடமாட்டார்கள்.

இவர்களது உடல்பலத்திற்கு இணையாக, மனோபலமும் அமைந்திருக்கும். ஆயினும், அதிக உணர்ச்சிவசப்படக்கூடிய இவர்களுக்கு, வயது ஆக ஆக நரம்புத் தளர்ச்சி ஏற்படக்கூடும் என்பதால், இவர்கள் எதிலும் பதற்றத்தைத் தவிர்த்துவிடுதல் நலம். பொதுவான உலகியல் அறிவு நிறைந்த இவர்கள் யாரிடமும் எளிதில் ஏமாறக்கூடியவர்களல்லர்.

அதேபோல மற்றவர்கள் யாரையும் ஏமாற்றவேண்டும் என்ற எண்ணமும் இவர்களிடம் இராது.

பந்தயம், வாகனம் ஓட்டுதல், மது, மங்கை போன்ற எல்லா விஷயங்களையும் ஓரளவுக்குத் தெரிந்து வைத்திருப்பர். வாகனங்களை வேகமாக ஓட்டுவார்கள்.

இவர்களுக்கு பெயரும் எண்ணும் சரியாக அமைந்து விட்டால் வாழ்க்கையில் சகல விதத்திலும் மேன்மையுறுவர். தடித்த குரலில் பேசும் இவர்களுக்கு மனம் மிக இளகியதே. இயற்கைக் காட்சிகளில் இன்பம் காண்பவர்.

பிறரை ஏமாற்ற எண்ணம் கொள்ளாத இவர்கள், பிறரிடம் ஏமாறவும் மாட்டார்கள். உலக விஷயங்கள் அனைத்தையும் தெரிந்து வைத்திருப்பதால், இவர்கள் பொது அறிவு மிகுந்தவர்கள். ஒருவனைப் பார்த்தவுடனேயே அவன் எப்பேர்ப்பட்டவன் என்று சரியாக எடை போடும் ஆற்றல் இவர்களுக்கு உண்டு.

பிறந்த தேதி எண்கள் 6–6 வருபவர்கள், தங்களது பெயரை மீண்டும் 6–ஆம் எண்ணில் வைத்துக் கொள்ளக்கூடாது.

1.	பெயர் அமைக்க வேண்டிய எண்கள்	14, 15, 23, 24, 27, 32, 33, 41, 42, 45, 50
2.	அதிர்ஷ்டத் தேதிகள் / எண்கள்	1, 5, 6, 9
3.	அதிர்ஷ்டக் கற்கள்	பவளம், கோமேதகம்
4.	அதிர்ஷ்ட நிறங்கள்	சிவப்பு, நீலம், பச்சை
5.	தவிர்க்கும் நிறங்கள்	வெள்ளை, கறுப்பு
6.	தவிர்க்கும் எண்கள்	2, 7, 8

❋❋❋

பிறவி எண். 9 : விதி எண். 5 (செவ்வாய் மற்றும் புதன் ஆதிக்கம் உள்ளவர்கள்)

இந்த எண்ணினர் நடுத்தர உயரமுள்ளவர்களாகவும், கவர்ச்சியான முக அமைப்பைப் பெற்றவர்களாகவும் காணப்படுவார்கள். சுறுசுறுப்பு மிக்கவர்கள்.

இவர்கள் சிறுவயதிலிருந்தே பல இன்னல்களையும் ஆபத்துகளையும் கடந்து வந்ததன் விளைவாக இவர்களது மனம் எதற்கும் துணியக்கூடிய வலிமை கொண்டதாக மாறியிருக்கும். அதே அளவுக்கு உடல் பலமும் இவர்களுக்கு திடமானதாக அமைந்திருக்கும்.

இவர்களைச் சுற்றி எப்போதும் பலர் கூடியிருப்பார்கள். அவர்களில் நல்லவர்களும் இருப்பார்கள். படிக்காத பாமர மக்களும் இருப்பார்கள். இவர்களுக்கிடையே எப்படியோ சில ஏமாற்றுப் பேர்வழிகளும் புகுந்து சேர்ந்து கொள்வார்கள். அவர்களை அடையாளம் கண்டு கொண்டு அவர்களால் விரிக்கப்படும் ஏமாற்று வலையிலிருந்து தப்பி விடுவார்கள்.

இசை, மருத்துவம், ரசாயனம் போன்றவற்றில் மிகுந்த ஈடுபாடு கொள்ளும் இவர்கள், அவற்றைப் பற்றிய தகவல்களை நிறையப் படித்துத் தெரிந்துவைத்துக் கொள்வார்கள்.

மிகுந்த சுறுசுறுப்புடன் எப்போதும் இயங்கும் இவர்கள், எந்த ஒரு வேலையை எடுத்தாலும் அதை விரைவாக முடிக்கப் பேரார்வம் காட்டுவார்கள். அந்த வேலையை முடித்துவிட்டுத்தான் மறுவேலையைத் தொடங்குவார்கள். அதேபோல எல்லாருமே சுறுசுறுப்பாய் இருக்க வேண்டும் என்று இவர்கள் எதிர்பார்ப்பார்கள். இதற்கு மாறாக யாரேனும் சோம்பேறித்தனமாக இருப்பதைக் கண்டால் இவர்களுக்கு அறவே பிடிக்காது.

இவர்கள் நல்லவர்களுக்கு நல்லவர்களாகவும், கெட்டவர்களுக்குக் கெட்டவர்களாகவும் விளங்குவார்கள். தமக்கு ஆதரவாக இருப்பவர்களை இவர்கள், அவர்களைவிட பலமடங்கு அதிகமான அன்பு காட்டி ஆதரிப்பார்கள். அதே போல், தம்மை எதிர்ப்பவர்களையும் பலமடங்கு வேகமாக எதிர்ப்பார்கள். எனினும் எதிர்ப்பவர்களால் இவர்களை ஒன்றும் செய்துவிட முடியாது.

எதிர்ப்புகள் எதுவாயினும் அவற்றையெல்லாம் முறியடித்து வெற்றி பெறும் வல்லமை இவர்களுக்குண்டு. அதி புத்திசாலிகள் என்று நினைப்பு உள்ளவர்கள்.

சோம்பேறிகளைக் கண்டாலே இவர்களுக்குப் பிடிக்காது. எக்காரியத்தில் ஈடுபட்டாலும் தனக்குச் சரியான வருவாயைத் தேடிக் கொள்வர்.

பெயரும் எண்ணும் மிகவும் பொருத்தமாக அமைந்து விட்டால், வாழ்க்கையில் உயர்ந்த நிலையை அடைவர். கவர்ச்சியாகவும் மனதிடமும், உடல் பலமும் கொண்டு இருப்பர். முன்னேற்றத்தைப் பெற ஓடோடி உழைப்பர்.

1.	பெயர் அமைக்க வேண்டிய எண்கள்	14, 15, 23, 24, 27, 32, 33, 41, 42, 45, 50
2.	அதிர்ஷ்டத் தேதிகள் / எண்கள்	1, 5, 6, 9
3.	அதிர்ஷ்டக் கற்கள்	பவளம், வைரம்
4.	அதிர்ஷ்ட நிறங்கள்	சிவப்பு, நீலம், பச்சை
5.	தவிர்க்கும் நிறங்கள்	வெள்ளை, கறுப்பு
6.	தவிர்க்கும் எண்கள்	2, 8

***

பிறவி எண். 9 : விதி எண். 6 (செவ்வாய் மற்றும் சுக்கிரன் ஆதிக்கம் உள்ளவர்கள்)

இவர்கள் நடுத்தரமான உயரமுள்ளவர்களாகவும், பார்வைக்குக் கம்பீரமான தோற்றம் அமையப் பெற்றவர்களாகவும் காணப்படுவார்கள். ஆடம்பர மோகம் உள்ளவர்கள். அழகை ஆராதிப்பவர்கள்.

உழைப்பில் அபரிமிதமான ஆர்வமும் நம்பிக்கையும் கொண்ட இவர்கள். சொந்த முயற்சிகளாலும், கடுமையான உழைப்பாலும் எதையும் சாதித்துக் காட்ட முடியும் என்பதில் அசைக்க முடியாத நம்பிக்கை உடையவர்கள். வண்டி, வாகனங்களை வேகமாக செலுத்துவார்கள். பெரிய தொழிலதிபர்களாகவும் பலர் இருப்பார்கள்.

இவர்களது நடை, உடை, பாவனைகள் யாவும் ஆடம்பரமானதாகவும், கவர்ச்சி நிறைந்ததாகவும் இருக்கும். எதையும் சிந்தித்தே செயல்படுவர். தனது முயற்சியால் உழைத்து உயர்ந்த இடத்தை அடைய வேண்டும் என்ற நோக்கத்தோடு வாழ்வர். கலைகளில் மிகுந்த நாட்டமுடையவர்கள்.

பொது நலத் தொண்டு செய்து புகழ் அடைவார்கள். பெயரும் எண்ணும் பொருத்தமாக அமைந்து விட்டால் வாழ்க்கையில் சகல விதத்திலும்

தினமும் காலையில் புதுப்பெயரை எழுதிவர அதிர்ஷ்ட வாய்ப்புகள் பெருகிவரும்.

முன்னேற்றமே காண்பர். கோயிலுக்குப் போவதை விட வீட்டில் தியானிப்பதையே அதிகம் விரும்புவர். எல்லா வசதிகளையும் ஏற்படுத்திக் கொள்வதில் தீவிரமாக இருப்பார்கள்.

இவர்கள் மனத்தில் திடீரென்று புதிய கருத்துகள் தோன்றும். அது மக்களுக்கு மிகவும் பயன்படும்.

1.	பெயர் அமைக்க வேண்டிய எண்கள்	14, 15, 23, 24, 27, 32, 33, 41, 42, 45, 50
2.	அதிர்ஷ்டத் தேதிகள் / எண்கள்	1, 5, 6, 9
3.	அதிர்ஷ்டக் கற்கள்	பவளம், மரகதம்
4.	அதிர்ஷ்ட நிறங்கள்	சிவப்பு, பச்சை
5.	தவிர்க்கும் நிறங்கள்	வயலட் கறுப்பு, வெள்ளை
6.	தவிர்க்கும் எண்கள்	2, 3, 8

✸✸✸

பிறவி எண். 9 : விதி எண். 7 (செவ்வாய் மற்றும் கேது ஆதிக்கம் உள்ளவர்கள்)

இவர்கள் நடுத்தரமான உயரமுள்ளவர்களாகவும், அழகிய முகத்தோற்றம் அமையப் பெற்றவர்களாகவும் காணப்படுவார்கள். இவர்கள் பிடிவாத குணத்தினர். நிலையற்ற சலனமனத்தினர்.

எப்போதும் எளிமையான ஆடைகளையே அணிவார்கள் என்றாலும் அந்த ஆடைகள் பளிச்சென்று தூய்மையானவையாகக் காணப்படும். இவர்கள் வாழ்க்கையை ரசனையுடன் அனுபவித்து மகிழ விரும்புபவர்கள். இவர்கள் பெண்களாயின் ஆண்களாலும் மற்றும் ஆண்களாயின் பெண்களாலும் குழப்பத்திற்காளாவார்கள். வெளித்தோற்றத்திற்குத் தைரியசாலிகளைப் போலக் காணப்படுவார்களாயினும் உண்மையில் ஓரளவுக்கு பயந்த சுபாவமுடையவர்களாகவும் ஒரு நிலையில் நில்லாமல் அலைபாயும் மனத்தினராகவும் இருப்பார்கள். இந்தக் குணங்களால் வாழ்க்கையில் முன்னேறக்கூடிய வாய்ப்புகளை இழந்து பின் தங்கிய நிலையிலேயே இருந்து வருவார்கள்.

இவர்களுக்கு எத்தனை துன்பங்கள் ஏற்பட்டாலும் அதைப் பற்றிப் பிறரிடம் சொல்லி மனவருத்தத்தைத் தணித்துக் கொள்ளாமல் மனத்திற்குள்ளேயே வைத்துக் கொண்டு தனிமையில் துயரப்படுவார்கள்.

இவர்கள் தங்களிடம் குடியிருந்துவரும் பிடிவாத குணத்தை அறவே விட்டுவிட வேண்டும். மேலும் சிற்றின்பக் கேளிக்கைகளில் மிகுந்த விருப்பமுடைய இவர்கள் அந்த மனப்போக்கையும் மாற்றிக்கொண்டு பக்குவமான முறையில் நடந்துகொள்ள முன்வரவேண்டும்.

பிறருடைய சோம்பேறித்தனத்தைக் கண்டு மனம் புழுங்குவார்கள். இவர்களைப் பொறுத்தவரை மிகுந்த சுறுசுறுப்புடனே எப்போதும் இயங்குவார்கள். அலங்காரப் பொருள்கள், ஆடம்பரப் பொருள்கள் போன்றவற்றை வாங்கிவைத்து வீட்டை அலங்காரம் செய்து பார்ப்பதிலும் ஆர்வம் காட்டுவார்கள். தெய்வ நம்பிக்கை உள்ளவர்களாயினும் அளவாகக் கடவுளைக் கும்பிடுவார்களேயன்றி, பெரிதாக அலட்டிக் கொள்ளமாட்டார்கள். சில நேரங்களில் உலக இன்பங்கள் அனைத்துமே மாயம் என்று விரக்தியாய்க் கூறி வேதனையடைவார்கள்.

இவர்களுக்கு மனக்குழப்பம் உண்டு. தைரியம் நிறைந்தவர் போல் காட்டிக் கொள்வார்கள். உண்மையில் அப்படி இல்லை. பிரச்சினைகள் நிறைய வரும்போது மனவேதனையுடன் வாழ்வர். இருப்பினும் மனோபலத்தால், மாற்றிக்கொள்ள முயற்சிப்பார்கள்.

பெயரும் எண்ணும் பொருத்தமாக இருப்பவர்கள் நல்ல ஆரோக்கியம், நல்ல மனைவி, நல்ல குழந்தைகள், செல்வ வசதி ஆகியவற்றைப் பெற்று வாழ்வார்கள். எளிமையான ஆடையை அணிந்தாலும் தூய்மையாகக் காட்சியளிப்பர்.

சிற்றின்ப விஷயத்தில் அதிக நாட்டம் உண்டு. இவர்களுக்குப் பெண் குழந்தைகள் அதிகம் இருக்கும். குடும்பத்தில் செலவுக்கு மேல் செலவு வரும். இருந்தும் சமாளித்து விடுவார்கள். இரவில் வேலை செய்ய விரும்புவார்கள்.

1.	பெயர் அமைக்க வேண்டிய எண்கள்	14, 15, 23, 24, 27, 32, 33, 41, 42, 45, 50
2.	அதிர்ஷ்டத் தேதிகள் / எண்கள்	1, 5, 6, 9
3.	அதிர்ஷ்டக் கற்கள்	பவளம், வைடூரியம்
4.	அதிர்ஷ்ட நிறங்கள்	சிவப்பு, நீலம்
5.	தவிர்க்கும் நிறங்கள்	வெள்ளை, கறுப்பு
6.	தவிர்க்கும் எண்கள்	2, 4, 8

✸✸✸

படித்தவனை விட பணம் உள்ளவனையே இந்த உலகம் பாராட்டும். மதிப்பளிக்கும்...

பிறவி எண். 9 : விதி எண். 8 (செவ்வாய் மற்றும் சனி ஆதிக்கம் உள்ளவர்கள்)

இவர்கள் நடுத்தர உயரமுள்ளவர்களாகவும், கம்பீரமான தோற்றத்தை உடையவர்களாகவும் காணப்படுவார்கள். கடுமையான உழைப்பாளிகள்.

இவர்கள் விரைவாக எதையும் சிந்தித்து முடிவெடுக்கக்கூடியவர்கள். எந்த ஒரு வேலையைச் செய்தாலும் அதைச் சிறப்பாகச் செய்ய வேண்டும் என்ற நோக்கம் உடையவர்கள். சிறிய வேலை என்றாலும் கலையழகு மிளிரக்கூடிய வகையில் செம்மையாகச் செய்து பாராட்டுகளைப் பெறக் கூடியவர்கள்.

தெய்வ வழிபாட்டில் ஆழ்ந்த நம்பிக்கையும், சமயக் கொள்கைகளில் தீவிரப்பற்றும் கொண்ட இவர்கள் நாள்தோறும் புதிது புதிதாக எதையேனும் சிந்தித்துத் திட்டங்களை உருவாக்கி, அதன்படியே செயல்பட்டு வாழ்க்கையில் வெற்றிபெறக்கூடியவர்கள். வாழ்க்கையில் எந்தப் பிரச்சினை ஏற்பட்டாலும் எதிர்நீச்சல் போட்டு அதில் வெற்றி காண்பதிலும், தங்கள் குடும்பத்தின் முன்னேற்றத்திற்கு அடிப்படையான பொருளாதார நிலையை அபிவிருத்தி செய்து கொள்ள சலிக்காமல் உழைப்பதிலும் இவர்களை யாரும் மிஞ்சிவிட முடியாது. 35 வயதுக்கு மேல் தொழிலில் மாற்றங்கள் உண்டாகும்.

தங்கள் முன்னேற்றத்தில் கண்ணும் கருத்துமாக இருக்கும் இவர்கள், தம்மைச் சார்ந்துள்ள மற்றவர்களின் துன்பங்களைத் துடைப்பதிலும் மிகக் கவனமாக இருந்து அவர்களைக் காப்பாற்றுவார்கள். நடுவயதில் பல சோதனைகளைச் சந்திப்பார்கள்.

இந்த எண்காரர்களில் சிலர் சிறந்த பேச்சாளர்களாகவும், சிறந்த எழுத்தாளர்களாகவும் விளங்குவதைக் காணலாம். உலகில் நடைபெறும் எல்லா விஷயங்களையும் படித்துத் தெரிந்து, செய்திகளைச் சேகரித்து வைத்துக் கொள்வதுடன் தெளிந்த சிந்தனையாளர்களாகவும் திகழ்வார்கள்.

இவர்களில் பலருக்கு அறிவியலில் மிகுந்த ஆர்வம் காணப்படும். இதனால் அறிவியல் அரங்கங்கள், அறிவியல் சாதனங்கள் தயார் செய்யப்படும் தொழிற்சாலைகள் ஆகியவற்றைக் கண்டு களிப்பதுடன், தங்கள் அறிவியல் ஞானத்தையும் பெருக்கிக் கொள்வார்கள். பலர், கட்டட நிபுணர்களாகவும் (Architects) பொறியாளர்களாகவும் (Engineers) வெற்றிபெறுவர்.

தெளிவான சிந்தனை உண்டு. மின்னல் வேகத்தில் சிந்திக்கும் மனம் கொண்டவர்கள். புதிய புதிய திட்டங்களை வகுத்து நிறைவேற்றி, தனது பொருளாதாரத்தை உயர்த்த ஓடோடி உழைப்பர்.

தன் மனதில் தோன்றும் கருத்துகளை மறைக்காது வெளியிடுவார்கள். பயணம் செய்வதில் மிகவும் ஆர்வம் கொண்டவர்கள். பெயரும் எண்ணும் பொருத்தமாக அமைந்து விட்டால் பெரும் செல்வம் பெற்று சிறப்புடன் வாழ்வர். பலருக்கு வெளிநாட்டுப் பயணங்கள் அமையும்.

சில நேரங்களில் இவர்களின் முரட்டுக்குணமும் முன் கோபமும் வெளியாவதுண்டு. இவர்கள் செய்கின்ற தொழிலில் சிறப்பான இடத்தைப் பெறுவர்.

வாழ்க்கையில் ஏற்படும் பிரச்சினைகளைப் போராடியே வெற்றி பெற வேண்டும் என்ற கொள்கையுடையவர்கள். எதையும் சிறப்பாகச் செய்ய வேண்டும் என்று எண்ணுவர்.

இவர்கள் எழுதுகின்ற எழுத்தும், பேசுகின்ற பேச்சும் பிறரைக் கவரும்படியாகவே இருக்கும். இவர்கள் புதிய கட்டடங்களையும் புதிய வாகனங்களையும் கண்டு மனதைப் பறிகொடுப்பர்.

1.	பெயர் அமைக்க வேண்டிய எண்கள்	14, 15, 23, 24, 27, 32, 38, 41, 42, 45, 50
2.	அதிர்ஷ்டத் தேதிகள் / எண்கள்	1, 5, 6, 9
3.	அதிர்ஷ்டக் கற்கள்	பவளம், நீலம்
4.	அதிர்ஷ்ட நிறங்கள்	சிவப்பு, மஞ்சள், பச்சை
5.	தவிர்க்கும் நிறங்கள்	வெள்ளை, கறுப்பு
6.	தவிர்க்கும் எண்கள்	2, 8

✷✷✷

பிறவி எண். 9 : விதி எண். 9 (செவ்வாய் இரட்டிப்பு ஆதிக்கம் உள்ளவர்கள்)

இந்த எண்காரர்கள் நடுத்தர உயரமுள்ளவர்களாகவும், கம்பீரமான தோற்றத்தைக் கொண்டவர்களாகவும் காணப்படுவார்கள். இவர்களில் பெரும்பாலானோர் முதிய வயதை அடைந்தும் கூட இளமையாய்த் தோற்றமளிப்பார்கள்.

இந்த எண்ணில் பிறந்தவர்களில் பலர் கடினமான உழைப்பாளிகளாக இருப்பதைக் காணலாம். சிலர் ஏதேனும் உத்தியோகத்தில் அமர்ந்திருந்தாலும் கூட அவர்களும் உபரி வருமானத்திற்காக ஏதேனும் ஒரு தொழிலைச் செய்து பணம் சம்பாதிப்பவர்களாக இருப்பார்கள். இந்த எண்ணினரில் சிலர் டாக்டர்களாகவும், சிலர் என்ஜினீயர்களாகவும் விளங்குவார்கள். சிலர் எழுத்தாளர்களாகவும் புகழடைவார்கள்.

திருமண நாளின் கூட்டு எண்கள் 4,5,7,8 வருவதைத் தவிர்க்க வேண்டும். இதனால் கணவன் – மனைவி கருத்து வேறுபாடுகள், முன்னேற்றக் குறைபாடுகள் உண்டாகும்.

இவர்கள் தங்களது வாழ்வில் ஏதேனும் இடையூறுகள் எதிர்ப்பட்டாலும் கூட, அவற்றையெல்லாம் தமது தெளிவான சிந்தனையாலும், உறுதியான உள்ளத்தாலும் அமைதியான முறையில் முறியடித்து வெற்றி காண்பார்கள். எதிலும் அவசரப்படுவார்கள், படப்படப்பும் உள்ளவர்கள்.

இளமையில் பெற்ற அனுபவங்களைப் பாடமாக வைத்துக் கொண்டு இவர்கள் வாழ்வில் படிப்படியாக உயர்வார்கள். அதே நேரத்தில் தங்கள் முன்னேற்றம் மட்டுமே பெரிதென்றெண்ணாமல் தம்மைச் சார்ந்தவர்கள் வாழ்வில் முன்னேற்றமடையவும் உறுதுணையாயிருந்து உதவுவார்கள். எப்போதும் களைப்பின்றி சுறுசுறுப்பாக உழைப்பதில் மகிழ்ச்சியடைபவர்கள். இவர்கள் மற்றவர்களுக்காகப் போராடுவார்கள்.

இவர்களைச் சுற்றி நண்பர்களின் கூட்டம் எப்போதும் வட்டமிட்டுக் கொண்டே இருக்கும். அவர்களுடன் இவர்கள் தங்களுடைய புதிய திட்டங்களைத் தெரிவித்து ஆலோசனை கேட்பார்கள். கலையம்சம் நிரம்பிய விஷயங்களைக் குறித்து விவாதிப்பார்கள். எக்காரணத்தை முன்னிட்டும் மற்றவர்கள் யாருக்கும் சிறிதளவும் தீங்கு செய்ய எண்ணமாட்டார்கள்.

தங்கள் எழுத்தாலும், பேச்சாலும் மற்றவர்களைக் கவரக்கூடிய தன்மையுள்ள இவர்கள், பிறருக்குத் தங்களாலியன்ற உதவியும் செய்வதால் பலராலும் இவர்கள் பாராட்டப்படுவார்கள். இவர்கள் யாருக்கும் அஞ்சாமல் தங்கள் மனதில் தோன்றும் கருத்துகளை வெளிப்படையாய்த் தெரிவித்து விடுவார்கள்.

இவர்கள் அடிக்கடி உல்லாசப் பயணங்களை மேற்கொள்ளும் போது கூட, புதிய தொழில் எதையேனும் தொடங்குவதைப் பற்றியும், புதிய நண்பர்களைத் தம்முடன் சேர்த்துக் கொள்வது பற்றியுமே சிந்திப்பார்கள்.

பெயரும் எண்ணும் பொருத்தமாக அமைந்துவிட்டால் எடுத்த காரியத்தில் எல்லாம் வெற்றி பெற்று, வெகுசீக்கிரத்தில் வாழ்க்கையில் உயர்ந்து விடுவர். திடமான மனநிலையும், தெளிவான சிந்தனையும் இருப்பதால் தனக்கு வருகின்ற இடர்ப்பாடுகளை நிதானமாகத் தகர்த்தெறிவர்.

தனது வாழ்க்கையில் முன்னர் நடந்த நல்லது கெட்டதுகளை தனிமையில் நினைவுக்குக் கொண்டு வந்து ரசிப்பர். எவ்வளவு இடர்ப்பாடுகள் வந்தாலும் சளைக்கமாட்டார்கள். அதை எப்படி முறியடிப்பது என்று திட்டம் தீட்டி வெற்றி கொள்வர். வாகனங்களை வேகமாக ஓட்டுவார்கள்.

பேச்சாலும் எழுத்தாலும் நல்ல புகழ் அடைவர். இவர்களுக்குப் பின்னும், மக்களிடையே இவர்களுடைய நினைவு நிலைத்திருக்கும் வகையில் காரியங்களைச் செய்து விட்டுச் சென்றிருப்பர். அதனால் இவர்களுடைய புகழ் ஓங்கும்.

1.	பெயர் அமைக்க வேண்டிய எண்கள்	14, 15, 23, 24, 32, 33, 41, 42, 50
2.	அதிர்ஷ்டத் தேதிகள் / எண்கள்	1, 5, 6, 9
3.	அதிர்ஷ்டக் கற்கள்	பவளம்
4.	அதிர்ஷ்ட நிறங்கள்	சிவப்பு, நீலம், பச்சை
5.	தவிர்க்கும் நிறங்கள்	வெள்ளை, கறுப்பு
6.	தவிர்க்கும் எண்கள்	2, 8

அதிர்ஷ்ட எண்களான 23, 41, 50 ஒத்துவரும் பட்சத்தில் மிகப் பெரிய வெற்றிகளையும், இலாபங்களையும் கொடுக்கும். அதிர்ஷ்ட ஒலியிலும் பெயர் அமைந்திருக்க வேண்டும்.

13. Pronology எனப்படும் பெயர் ஒலி ஜோதிடத்தின் முக்கியத்துவம் (பெயர்களின் இரகசியங்கள்)

Pronology எனப்படும் பெயர் ஒலி ஜோதிடம்

பெயர்களை ஆராயும் கலைகளில் (Numerology, Namology, Pronology போன்றவை) Pronology கலைதான் மிக்க ஆற்றல் படைத்தது. மற்ற சாஸ்திரங்கள் எல்லாம் பெயர்களின் எண் அமைப்பு, பெயர்கள் குறிக்கும் பொருள்கள் போன்றவற்றைப் பற்றி ஆராய்கிறது. ஒவ்வோர் எழுத்தின் எண் மதிப்பு பற்றியும், அவை கொடுக்கும் பலன்களைப் பற்றியும் அவை விரிவாக விளக்குகின்றன.

ஆனால் எழுத்துகளின் ஒலியைப் பற்றியும், அவற்றின் தன்மைகளைப் பற்றியும் எண்கணிதம், நேமாலஜி போன்றவை ஆராயவில்லை. Pronology என்பது மட்டுமே எழுத்துகளின் இணைப்புப் பற்றி ஆராய்கிறது. எழுத்துகளின் ஒலிகள், எப்படி செயல்படுகின்றன என்று ஆராய்கிறது. Pronology-யில் உங்களுடைய பிறந்த தேதியை பற்றியோ அல்லது அதன் எண்களைப் பற்றியோ கவலையில்லை. இது பெயரிலுள்ள எழுத்துகளின் அலைகளையும், அதன் காந்த அதிர்வு அலைகளையும் (Magnetic Vibrations) விரிவாக ஆராய்கிறது.

ஒரு மனிதனின் விதியை பெயர் எண்ணும், விதி மற்றும் பிறவி எண்களும் தீர்மானிக்கின்றன என்று எண்கணிதம் கூறுகிறது. அவற்றின் சக்திகளை ஏற்றுக் கொண்டாலும், அந்தப் பெயரின் ஒலி இணைப்புகள்தான் அந்தப் பெயரின் முழுமையான அதிர்ஷ்டத்தைத் தீர்மானிக்கவும், அவனை வழிநடத்திச் செல்லவும் வல்லமையுடன் இருக்கிறது.

Pronology சாஸ்திரமானது ஒரு பெயரில் உள்ள எழுத்துகளிடையே உள்ள தொடர்பையும், அதில் உள்ள நன்மை, தீமைகளையும் ஆராய்கிறது.

Pronology என்பது Numerology கலைக்கு எதிரானதல்ல. அதை நம்பியும் இல்லை. Pronology தன் வழியில் பெயர்களைப் பற்றி ஆராய்கிறது. அவற்றில் உள்ள ஒலிகளைப் பற்றி ஆராய்கிறது.

எழுத்துகளுக்கான மதிப்பினை அப்படியே Pronology ஏற்றுக் கொள்கிறது. ஆனால் பெயர்களில் புதைந்துள்ள ஒலிகளின் அமைப்பினை ஆராய்ந்து நல்ல பெயர்களை அமைத்துக் கொள்ள Pronology உதவுகிறது.

Numerology படி பெயர்களை அமைத்துக் கொண்டாலும், Pronology படி சரியான ஒலிகளை அமைத்துக் கொள்ளும் போதுதான் முழுமையான அதிர்ஷ்டப் பலன்களை நீங்கள் அடைய முடியும்.

Numerology என்பது உடல் என்றால், Pronology தான் அதனுடைய உயிராக இருக்கிறது. Pronology மற்றும் Numerology இரண்டும் இரண்டு தண்டவாளங்களைப் போன்றவை. மனிதனுடைய வாழ்க்கைப் பயணம் இனிமையாகவும், குலுங்காமலும் செல்வதற்கு இரண்டு தண்டவாளங்களும் நன்கு அமைந்திருக்க வேண்டும். Pronology-யின்படி மட்டுமே பெயர் அமைத்தாலே, மனிதன் முழு வெற்றியையும் பெறலாம். இருந்தாலும் எண்கணிதத்தின் வலிமையையும், சிறப்பையும் நன்கு பயன்படுத்திக் கொள்ளும் போது Pronology-யின் பலம் மேலும் அதிகமாகிறது. இதன் மூலம் நல்ல ஒலிகளையும், நல்ல எழுத்துகளையும் நம் பெயரில் அமைத்து, நல்ல அதிர்ஷ்ட பலன்களை ஒவ்வொருவரும் அடையலாம். ஒவ்வொருவரும் வெற்றிகளைக் குவிக்கலாம்.

Pronology என்னும் இந்தப் புதிய பெயர் ஒலி ஜோதிடம் பெயரின் எண்ணைச் சார்ந்திருக்கவில்லை. இது பெயரின் ஒலி அமைப்பை அடிப்படையாகக் கொண்டுள்ளது. Pronology is based on Vibrations or Spell of names.

பெயர் ஒலியின் மகத்துவம்

பல எழுத்துகளைப் பற்றியும், பெயர்களைப் பற்றியும் ஆராய்ச்சி செய்து வந்த நிலையில் கீழ்க்காணும் இரண்டு எழுத்துகளின் இணைப்பு ஒலிகளே என் மனதை ஈர்த்தன.

O, N என்னும் இரண்டு எழுத்துகள், எண்கணிதப்படி இணைவதைப் பார்ப்போம்.

'O' வின் மதிப்பு 7. 'N' மதிப்பு 5. இந்த இரண்டு எழுத்துகள் இணையும் போது அதன் பலன்களைப் பற்றிப் பார்ப்போம்.

O   N
7 + 5 = 12
N   O
5 + 7 = 12

எண்கணிதப்படி 'O, N' ஆகிய இரண்டு எழுத்துகள் இணைந்தால் அதன் மொத்த மதிப்பு 12 வரும். 'ON' என்று இணைந்தாலும், 'NO' என்று இணைந்தாலும், அதன் மதிப்பு 12 தான் வரும். ஆனால் அவற்றின் ஒலிகளின் (உச்சரிப்பு) அலைகள் ஒன்றுக்கொன்று முரண்பட்டு விளங்குகின்றன.

பிறந்த தேதி எண்கள் 9 & 9 வரும் அன்பர்கள் மீண்டும் 9-இல் பெயர் வைக்கக்கூடாது. முன் கோபக்காரர்களாகவும், அவசரக்காரர்களாகவும் இருப்பார்கள்.

இதில் 'ON' என்பது 'ஆன்' என்று, அதாவது தொடர்ந்து செயல்படு என்று நேர்மைப் பலன்களைக் கொடுக்கிறது. ஆனால் 'NO' என்பது இல்லை, வேண்டாம், விட்டு விடு என்ற எதிர்மறைப் பலன்களைக் கொடுக்கிறது.

இதுதான் Pronology தத்துவத்திற்கு அடித்தளமாகவும், விளக்கமாகவும் அமைந்துள்ளது. இந்த விளக்கத்தை ஆதாரமாக வைத்து பல வருடங்கள் மேலும் தொடர்ந்து செய்த ஆராய்ச்சியின் முடிவில்தான் Pronology என்ற கலையை உருவாக்கி இருக்கிறேன்.

என் Pronology ஆராய்ச்சிகளைப் பற்றி பல புத்தகங்களிலும், பத்திரிகைகளிலும் கட்டுரைகளும் பேட்டிகளும் வந்துள்ளன. அவை மக்களால் பெரிதும் பாராட்டப் பெற்றன. எனவே 1997–இல் Pronology என்னும் பெயர் ஒலி ஜோதிடம் பற்றிய புத்தகம் வெளியிடப்பட்டு, அது இன்று பல பதிப்புகளாக வெளிவந்து, மேலும் வெற்றி நடைபோட்டு வருகிறது.

கடல் கடந்து சென்றும் இந்தக் கலை வேகமாகப் பரவி வருகிறது. இதன் தொடர்பாகவே **மலேசியா, சிங்கப்பூர், ஹாங்காங்** நாடுகளுக்கு வெளிநாட்டுப் பயணம் மேற்கொண்டேன். அங்குள்ள மக்களிடையே இதற்கு மிகவும் பாராட்டுதல்கள் கிடைத்தன.

இன்று Pronology பற்றிய விழிப்புணர்வு மக்களிடையே ஏற்பட்டு விட்டது. பல எண்கணித நிபுணர்களும் இந்தக் கலையைப் பயன்படுத்தி பலன்களைச் சொல்லி வருகின்றனர். மக்களுக்கு நல்ல வழியும் காட்டி வருகின்றனர். இருப்பினும் Pronology எப்படி வந்தது? அழகர் விஜய் என்னும் தமிழரால்தான் கண்டுபிடிக்கப்பட்டது என்பதை ஏன் மறைக்கிறார்கள் என்பதுதான் எனக்கு வருத்தமாக உள்ளது.

அதுமட்டுமின்றி தங்களுக்குத் தோன்றிய விளக்கங்களையெல்லாம் ஒரு பெயரிலுள்ள இணைப்புகளுக்குக் கொடுத்து பலன்களைச் சொல்லி வருகின்றனர். Pronology என்பது தங்கக்கத்தி. அதைச் சரியாகப் பயன்படுத்தவில்லை என்றால் பயனாளியின் கையை வெட்டிவிடும். எதிர்பார்த்த அதிர்ஷ்டங்களை மக்களால் அடைய முடியாது.

Pronology என்பது ஆங்கில Vibration–களை மட்டும் அடிப்படையாகக் கொண்டது. பெயர்களில் உள்ள எழுத்துகளுக்கு தமிழில் அர்த்தம் கண்டுபிடித்து சிலர் இந்தக் கலையையே தவறாகப் பயன்படுத்துகிறார்கள் என்பதுதான் இதில் வேதனையான விஷயமாகவுள்ளது.

உம் Arthi, Preethi

போன்ற பெயர்களில் வரும் 'தி' என்பதை 'தீ' வருகிறது (தமிழில்) என்று மக்களை பயமுறுத்தி வருகின்றனர். 'THI' என்பது 'தி' என்றுதான் உச்சரிக்கப்படுகிறது. ஆனால் இந்தப் பெயர்கள் 'தீ' யில் முடிவதால் பெண்களுக்குத் தீய பலன்கள் கிடைக்கும் என்று மக்களை திசை திருப்பி விடுகிறார்கள்.

இது உண்மையல்ல. THI என்று வருவது 'தீ' அதாவது Fire என்பதை குறிக்காது. எனவே THI என்று முடியும் பெயர்களைக் கொண்ட பெண்களும் கவலைப்பட வேண்டியதில்லை. மற்றபடி நல்ல Vibrations–இல் உள்ளதா என்று மட்டும் பார்த்துக் கொள்ள வேண்டியது அவசியம்.

ஆனால் DHI என்பது மட்டும் வரக்கூடாது. இது DIE என்று ஒலிக்கப்படுவதால் அது பல துயரங்களையும், திடீர் விபத்துகளையும் ஏன், திடீர் மரணத்தையும் கூட, கொடுக்கவல்லது. தமிழ் அர்த்தத்தை ஆங்கில எழுத்துகளின் ஒலிகளுக்கு அர்த்தம் கொடுத்துப் பார்க்காதீர்கள். இதனால் வீண் குழப்பங்களும், சந்தேகங்களும் மிஞ்சும்.

பெயர் ஒலியின் பலன்கள்

உங்களது மகிழ்ச்சியையும், அதிர்ஷ்டத்தையும் உங்களது பெயர்கள்தான் தீர்மானிக்கின்றன. உங்களது பெயர்கள் நல்ல ஒலிகளில் அமையும்போது உங்களைச் சுற்றிலும் நல்ல ஈர்ப்பு சக்தி (Positive attraction) விளைகின்றது. உங்களுக்கு நல்ல எண்ணங்களும், நல்ல முயற்சிகளும் உண்டாகும். அதனால் நல்ல பலன்களும் தாமே அமைகின்றன.

ஆனால் அவைகளே தீய ஒலிகளாக இருக்கும்பட்சத்தில், உங்களைச் சுற்றிலும் தீய அதிர்வுகளின் தாக்கம் (Negative attraction) ஏற்படுகின்றன. இதனால் எதைத் தொட்டாலும் தோல்விகளும், பிரச்சினைகளுமே மிஞ்சுகின்றன.

உங்களுடைய பெயர்களில் நல்ல ஒலி அதிர்வுகள் இருக்கிறதா? தீய ஒலி அதிர்வுகள் இருக்கிறதா என்பது பற்றி அறிந்து கொள்வதற்கு கீழ்க்கண்ட இணைப்பு விபரங்கள் மிகவும் உறுதுணையாக இருக்கும்.

A) எதிர்மறை (Negative Vibration) சக்தியுள்ள எழுத்துகளின் இணைப்புகள் கீழே கொடுக்கப்பட்டுள்ளன. இந்த மாதிரி எழுத்துகள் இணைந்து வந்தால் பெயரின் அமைப்பை மாற்றிக் கொள்ள வேண்டும்.

VK	ML	SU	NA
WAR	MAR	END	NE
VL	KL	VAR	NAN
VD	SR	NL	
VO	SS	NI	
NO	AH	DU	
DI	LV	MR	
DHI	LO	VR	
AS	SC	VC	
SH	SK	DY	

> பிறந்த தேதி எண்கள் 3 & 3 வரும் அன்பர்கள், மீண்டும் 3-ஆம் எண்ணிலேயே பெயர் வைக்கக் கூடாது. பல வகைகளிலும் ஏமாற்றம் தொடர்ந்து வரும்.

B) **ஆக்க சக்தி (Positive Vibration)** உள்ள எழுத்துகள் கீழே கொடுக்கப்பட்டுள்ளன. இந்த மாதிரி அமைப்புகள் பெயரில் வந்தால் வெற்றியையும், அமைதியையும், பொருளாதார மேன்மையையும் கொடுக்கும்.

VS	AR	AV	CO	RS
VN	RA	JA	CP	DA
VG	ARR		PC	AD
NV	AN		NM	CV
MG	RP			
MK	JN			
KS				
MY				
PM				
SV				
GA				

C) **தீய அதிர்வுகள் உள்ள (Negative Vibrations)** பெயர்கள்

கீழ்க்காணும் பெயர்களை உடையவர்கள் தங்களின் பெயர்களை நல்ல ஒலிகளில் அமையும்படி மாற்றிக் கொள்வது அவசியம். நீங்கள் Numerology படி பெயரை மாற்றிக் கொள்ள வேண்டியது அவசியம்.

ஆண்கள்	பெண்கள்
Vinod, Navin	Sunitha
Selvaraj, Vikram	Eswari
Vardan, Dinakar	Manohari
Eswaran, Loganathan	Manonmani
Vinothkumar	Parameshwari
Rajendran	Sumathi
Mahendaran	Sujatha
Varun	Vanitha
Suresh	Vani
Surendran	Krishnakumari
Vignesh	Logeswari
Ramesh	Sundari
Chelliah	Mohana
Ramaiah	Sonia
Navinkumar	Omana
Boopathy	Oor Vasi

வாழ்க்கையின் நடப்புகள் எல்லாம் பிரம்மா எழுதிய தலை எழுத்தின்படியே நடக்கும் என்பார்கள்.

ஒருவனின் தலை எழுத்து என்பது வேறொன்றுமில்லை. அவனது பெயரேயாகும் Name is the essence of your Destiny.

ஒரு விளக்கம்

ஒருவர் பூர்வ ஜென்மங்களில் (Last Births) அதிக புண்ணியங்களைச் செய்திருந்தார் எனில், அவருக்கு அவரது பெற்றோர் மிகப் பொருத்தமான அதிர்ஷ்டமான பெயரைச் சூட்டியிருப்பார்கள். அந்தப் பெயரின் எண்ணும் ஒலிகளும் அவருக்கு (இயற்கையாக அமைந்து) மிகச்சிறந்த பலன்களைக் கொடுத்து விடும், அவரை அதிர்ஷ்டம் செய்தவன் என்பார்கள்.

ஆனால் பூர்வ ஜென்மங்களில் அதிக பாவங்களைச் செய்திருந்தார் எனில், அவர் தனது பாவத்தை அனுபவிக்க இயற்கையானது. அவரது தாய் தந்தையர் மூலம் அவருக்கு தவறான பெயரை சூட்ட வைத்து விடுகிறது. அப்பெயரே அவருக்குப் பலவித தீமைகளுக்கும் தோல்விகளுக்கும் காரணமாக அமைந்து விடும்.

வெகு சிலருக்கு அவர்களது வாழ்நாளை பாதிக்கும் பொருந்தாத பெயர் (Bad Name) அமைந்துவிடும். அவரது பாவத்திற்கான பலன்களை அனுபவித்தவுடன், இயற்கையானது அவரது பெயரை மாற்ற வேண்டும் என்ற உணர்ச்சியைக் (Instinct) கொடுத்து விடும். அவரையும் நல்ல பெயரை அமைத்துக் கொள்ள வைத்து விடும் பெயரை மாற்றிய நாள் முதல் அவர்கள் வெற்றி பெற ஆரம்பித்து விடுவார்கள்.

(உ.ம்) சிவாஜிராவ் (என்கிற) Super Star ரஜினிகாந்த்

நீ எவ்வளவு காலம் வாழ்கிறாய் என்பது முக்கியமல்ல, எவ்வளவு நன்றாக வாழ்கிறாய் என்பதே முக்கியம்.

14. ஆண்களின் பெயர்களுக்கும் அவர்களது தொழில் முன்னேற்றத்திற்கும் உள்ள தொடர்புகள்...

(A) MANOHAR, MANOJ KUMAR

இந்தப் பெயர்கள் மிகவும் அழகான பெயர்களாகும். ஆனால் இவை (Pronology) படி அதிர்ஷ்டங்கள் குறைந்த பெயர்களாக விளங்குகின்றன.

MANO என்பது MAN + NO என்பதைக் குறிக்கிறது. MAN என்பது ஆண்மையையும், செயல் திறமையையும் குறிக்கும். எதையும் செயல்படுத்தும் ஆற்றலையும் கொடுக்கும். எளிதில் எதையும் புரிந்து கொள்ளும் ஆற்றலையும் கொடுக்கும்.

ஆனால் அந்தத் திறமைகள் எல்லாம் இறுதியாக வீணாகி விடுகின்றன. MANO என்றால் திறமைகள் இருந்தும் செயல்படுத்த முடியாமல் போய்விடும் என்பது பொருளாகும்.

(B) PRAVIN, ASWIN, JAIWIN

மேற்கண்ட பெயர்கள் மிகவும் நல்ல பெயர்கள். பெயரிலேயே 'VIN' (WIN) வந்துள்ளது. WIN என்றால் வெற்றி என்பது பொருள். இந்தப் பெயர்களை தங்களது பெயராகக் கொண்டவர்கள் வாழ்க்கையில் எளிதாக முன்னேறுகின்றனர். அதீத தன்னம்பிக்கையும், திறமையும், அதிர்ஷ்டங்களும் இயல்பாகவே இவர்களுக்கு அமைந்து விடுகின்றன.

வெற்றி என்னும் அதிர்ஷ்ட தேவதை இவர்களைத் தேடிவரும். இந்தப் பெயர்கள் வரும் அன்பர்கள் நல்ல பலன்களை அடையலாம்.

(C) VINOD

இந்தப் பெயர் 23-ஆம் எண்ணில் அமைக்கப்பட்டுள்ளது. 23-ஆம் எண் மிகவும் அதிர்ஷ்டகரமானது. செல்வத்தையும், வெற்றியையும் அளிக்கவல்லது. ஆனால் இவர்தான் வாழ்க்கையில் மிகவும் துன்பப்படுகிறார். துன்பங்கள் தொடர்கின்றன. ஏன்?

பெயர் ஒலி ஜோதிடம் இதற்குப் பதில் சொல்கிறது. பெயரில் உள்ள ஒலிகளைக் கவனியுங்கள். 'VINO' என்பது 'VIN + NO' என்று ஒலிக்கிறது. ஜெயிப்பு அதாவது தனக்கு வெற்றி இல்லை என்று தன்னை கூறிக் கொண்டு, ஒருவர் எப்படி வெற்றி பெற முடியும்? எந்த நல்ல எண்ணில் பெயர் அமைந்தாலும், பெயரின் ஒலி தவறு என்றால் அது கெட்ட பலன்களைத்தான் தரும். இதே போன்று Manoj, Manoharan போன்ற பெயர்களும் வாழ்க்கையில் தோல்விகளை ஏற்படுத்தவல்லன. அவர்களது முயற்சிகளில் தோல்வி, திறமைகளில் குறைபாடுகள் உண்டாகும். காரணம் 'MAN' என்பது திறமையான

மனிதனைக் குறிக்கும். 'NO' இதன்படி திறமை, சக்தி இல்லாதவன் (MANO) என்று வருவதால்தான் இந்த பிரச்சினை. கெட்ட ஒலித்தொகுப்பு அமைவதால் வாழ்க்கையில் தோல்வி நிச்சயம்.

(D) ESWARAN, RAJESWARAN, PARAMESWARAN

மேற்காணும் பெயர்கள் உள்ள ஆண்கள், தங்களது வாழ்வில் கடும் போராட்டங்களையும், போட்டிகளையும் சந்திக்க நேரிடும். முன்கோபத்தைக் கொடுக்கும். எதிலும் உணர்ச்சிவசப்படுவார்கள். இவர்கள் தங்களது வாழ்க்கையில் எதையும் போராடித்தான் பெற வேண்டும். காரணம், அவர்களுடைய பெயரின் ஒலி அமைப்பேயாகும். 'WARAN' என்ற எழுத்துகளின் கூட்டானது 'WAR + RAN' என்று பிரிந்து ஒலிக்கும். 'WAR' என்றால் சண்டை, போராட்டம்; 'RAN' என்றால் ஓட்டம். அவர்களது வாழ்க்கையின் போக்கு போராட்டமாகச் சென்று கொண்டிருக்கும். எவ்வளவு அதிர்ஷ்ட எண்ணில் இந்தப் பெயரை அமைத்த போதும் வாழ்வில் எளிதாக வெற்றி பெற முடியாது.

(E) VIJAYA KUMAR, ARAVIND, JAYAN, BHARATH

மேற்காணும் பெயர்களையுடைய ஆண்கள் எதிலும் வெற்றியும் மகிழ்ச்சியான குடும்பமும், செல்வச் செழிப்பும் பெற்று வளமாக வாழ்வார்கள். பெயரும் எண்ணும் அதிர்ஷ்டகரமாக இருந்தால் வாழ்க்கையில் தூக்கி விட்டுவிடும். இல்லாவிட்டாலும் பெரிதாக ஒன்றும் பாதிக்காது. நடைமுறையில் நீங்கள் பல பேரைக் காணலாம்.

(F) S, U என்ற எழுத்துகளின் இணைப்பு:

மேற்கண்ட இரண்டு எழுத்துகளின் இணைப்பு எப்பொழுதும் கெடு பலன்களைக் கொடுக்கவல்லது. காரணம் 'SU' என்பது 'SUE' என ஒலிக்கப்படுகிறது. 'SUE' என்றால் கோர்ட்டில் முறையிடுதல் என்பதாகும். 'SU' என்ற பெயரில் தொடங்கும் ஆண்கள், தங்கள் வாழ்வில் பல பிரச்சனைகளையும், போராட்டங்களையும் அனுபவிப்பார்கள். அதற்கான காரணங்களைத் தெரியாமலிருப்பார்கள். திருமண வாழ்க்கையில் பல பிரச்சினைகளைக் கொடுக்கும்.

(உ.ம்) SUMAN, SUDHAKAR

(G) RAJENDRAN, MAHENDRAN, SURENDRAN

என்ற பெயர்களை உடைய ஆண்கள், தங்கள் வாழ்வில் பல தோல்விகளைச் சந்திப்பார்கள். தாங்கள் தொடங்கி வைத்ததை முடிக்கத் தெரியாமல் திணறுவார்கள். இந்தப் பெயர்கள் பல பிரச்சினைகளையும் கொடுக்கும். காரணம் பெயரில் உள்ள 'END' தான். தங்களது பெயரில் 'திடீர் முடிவு' என்று பெயரைத் தீர்மானமாக வைத்துக் கொண்டு வாழ்க்கையை எப்படி நடத்த முடியும்?

உடலாகிய இயந்திரத்திற்கு பெயரே இயக்கும் ஸ்விட்சாக (Switch) விளங்குகிறது.

(H) RAMESH, SURESH, VIGNESH, RAJESH, GANESH

போன்ற பெயர்கள் உடையவர்கள், தங்களது பெயர்களில் 'SH' என்னும் இணைப்பை பெயரின் இறுதியில் பெற்றிருப்பதால் 'SICK' என்று அது ஒலிக்கப்படும். அதனால் அவர்கள் வாழ்க்கையில் பல முயற்சிகளில் தோல்வியையும், பண விஷயத்தில் பல குறைபாட்டையும் சந்திப்பார்கள். பலருக்கு உடல்நிலை திருப்திகரமாக இருக்காது. 'SH' வருபவர்கள் அதை 'SE' என்றோ அல்லது வெறும் 'S' ஆகவோ வைத்துக் கொள்ளலாம். குடும்பத்தில் உள்ளவர்களுக்கும் ஏதாவது ஒரு நோய் வந்து கொண்டே இருக்கும்.

(I) BOOPATHY, POOBALAN, BOOMIRAJAN, BOOMINATHAN

போன்ற பெயர்களை உடைய அன்பர்களின் வாழ்வு மிகவும் கஷ்டமானது. பெயரில் ஒரு 'O' வந்தாலே அது கஷ்டத்தையும் வேதனையையும் தரவல்லது. ஆனால் இரண்டு 'O'க்கள் வந்தால் மிகவும் கொடுமையானது. பெரும்பாலும் பூர்வீக சொத்துக்களை இழக்க வேண்டி நேரிடுகிறது. செல்வம் இருப்பது போல் காட்டி மறைந்து விடும். வாழ்க்கையில் ஒரு கட்டத்திலாவது எல்லாவற்றையும் இழந்து, அதன் பின்புதான் அவர்கள் பல சிரமங்கள் பட்டுத்தான் மேலே வரவேண்டியது வரும்.

(J) PALANIAPPAN, SAMIAPPAN, RAJAPPAN, CHELLAPPAN, APPUSAMY

போன்ற பெயர்களை உடையவர்கள் வாழ்க்கையில் நிச்சயம் உயர்ந்தநிலைக்கு வந்து விடுவார்கள். அவர்கள் எப்பாடு பட்டாவது மேலே வந்துவிட வேண்டும் என்ற துடிப்புடன் செயல்களைச் செய்து முன்னுக்கு வந்து விடுவார்கள். 'APPAN' என்பது 'UPPAN' என்று ஒலிக்கப்படுகிறது. 'UPPAN' என்பது 'UP + PAN' என ஒலிக்கிறது. எனவே வாழ்க்கையில் முன்னேற்றமடைவதோடு, செல்வ வளர்ச்சியையும், குடும்ப வளர்ச்சியையும் இந்தப் பெயர்கள் அமைப்பானது கொடுத்துவிடும்.

(K) CHELLIAH, VEERAIAH, SUBBAIAH, RAMIAH, THANGIAH

போன்ற பெயர்கள் தொடக்கத்திலும், நடு வயதிலும் நல்ல வாழ்க்கையை அமையப் பெற்றாலும், அவர்களின் இறுதிக் காலத்தில் பல சிரமங்களையும், வேதனைகளையும், உடல் நோய்களையும் கொடுக்கும். காரணம் பெயர்கள் 'AH' என்று முடிவதால் 'ACHE' என்று ஒலிக்கப்படுகிறது. அதாவது உடல் ரீதியில் அல்லது மன ரீதியில் அவர்கள் வலியை அனுபவிக்க நேரிடுகிறது. இது மட்டுமல்ல அவர்களுக்கு வாழ்க்கையில் பல்வேறு சோதனைகளையும், தோல்விகளையும் ஏற்படுத்தி விடுகிறது.

(L) KS, KP, HS, HP இணைப்பு வரும் பெயர்கள்

இவை போன்ற எழுத்துகள் இனிஷியலாகவும் பெயரின் முதலெழுத்தாகவும் வந்தால் குடும்பத்தில் பற்றுதல்களையும், மனைவி மேல்

மிகுந்த அன்பையும், இன்பத்தின் மீது ஆர்வமும் கொண்டிருப்பார்கள். மனைவி சொல்லே மந்திரம் என்பார்கள். காரணம் KS, KP போன்றவை இணையும் போது 'KISS' மற்றும் 'HIP' என ஒலிக்கும். இது புலன் இன்பத்தில் மிகுந்த ஈடுபாட்டைக் குறிக்கும்.

(M) SK, VK, VC, SC இணைப்பு வரும் பெயர்கள்

இவை போன்ற எழுத்துகள் பெயரின் இனிஷியலாகவும், பெயரின் முதல் எழுத்தாகவும் வரும்போது, வாழ்க்கையில் பலவித சோதனைகளையும், தோல்விகளையும், பிரச்சினைகளையும் கொடுக்கும் வல்லமை நிறைந்தது. எனவே இந்த மாதிரி அமைப்புடைய அன்பர்கள் பெயரில் சிறு மாற்றம் செய்து இந்த அமைப்பினை மாற்ற வேண்டும். காரணம் VK, SC போன்றவை WEAK என்றும், SICK என்றும் ஒலிக்கப்படும். SICK என்றால் நோய்வாய்ப்படுதல் என்று பொருள்படும். WEAK என்றாலும் அதே பொருள்தான். எனவேதான் இந்த அமைப்பு உடையவர்கள் பல பிரச்சனைகளுக்கு ஆளாகிறார்கள்.

(N) SELVARAJ, VARADARAJ, VARUN

போன்ற பெயர்கள் வாழ்க்கையில் பல போராட்டங்களையும் முயற்சித் தடைகளையும் கொடுக்கும். அடிக்கடி முன் கோபத்தைக் கொடுக்கும். காரணம் பெயரில் உள்ள VAR என்பது WAR என்று ஒலிக்கப்படும். WAR என்றால் சண்டை, போராட்டம் என்பது பொருள்.

(O) RAJKUMAR, PRAVINKUMAR, SELVAKUMAR, VIJAYA KUMAR

போன்ற KUMAR என்று முடியும் பெயருடையவர்களுக்கு வாழ்வில் போராடுவதற்கு தெம்பையும், ஊக்கத்தையும் கொடுக்கும். பொதுவாக இளமைத் தோற்றத்தையும், நகைச்சுவை உணர்வையும் கொடுக்கும். வாழ்க்கையில் சளைக்காமல் போராடும் குணத்தையும் கொடுக்கும் ஒரு நல்ல அமைப்பு இது. ஆனால் பொருள் விரயத்தைக் கொடுக்கும்.

(P) ALAGARAJA, VIJAYARAJA, THANGARAJA, JEYARAJA

போன்ற பெயர்கள் RAJA என்று முடியும் பெயர்கள் ஆகும். பொதுவாக இவை நற்பலன்களைக் கொடுக்கும். வாழ்க்கையில் படிப்படியாக நற்பலன்களைக் கொடுக்கும். காரணம் RAJA என்பது 'RAY', 'JOY' என ஒலிக்கப்படும்.

ஆனால் 'RAJ' என்று முடியும் பெயர்கள் 'RAGE' என்று ஒலிக்கப்படுவதால் வாழ்க்கையில் நல்ல பலன்களைக் கொடுத்தாலும், கோபத்தைக் கொடுக்கும். அதைக் குறைத்துக் கொண்டால் நற்பலன்களை அடையலாம்.

> கைரேகை, ஜோதிடம் எல்லாம் விதியை அறியவே உதவுகிறது.

எனவே அன்பர்களே! பெயரில்தான் நமது வாழ்க்கை அமைந்துள்ளது. பெயரின் ஒலிகள் நம் வாழ்க்கையின் போக்கையே மாற்றிவிடும். நாம் பிறந்து விட்டோம்! வாழ்க்கையை நன்முறையில் வாழ்ந்துதான் தீர வேண்டும்! அதற்கு நம் பெயரை நம் பிறந்த தேதிக்கேற்ப நல்ல எண்ணாகத் தேர்வு செய்து, Pronology-படி மாற்றிக் கொண்டால், நல்லபெயரானது பிரச்சினைகளைக் குறைத்து வாழ்வில் வெற்றியையும், மகிழ்ச்சியையும் கூட்டுவிக்கும். வாழ்வில் வெற்றி மேல் வெற்றி பெறலாம்.

மாறாக, 'நம் பெயரில் என்ன இருக்கிறது? என் பெயர் நன்றாகத்தான் இருக்கும்' என அலட்சியமாக இருந்தால், பெயர் அமைக்கும் விதியில் சிக்கி நீங்கள் வாழ்நாள் முழுவதும் அறிந்தோ, அறியாமலோ பல போராட்டங்களைச் சந்தித்துக் கொண்டிருக்க வேண்டும்.

மேற்சொன்ன பலன்கள் எல்லாம் பொதுவானவை. பெயரின் இனிஷியல் போன்ற எழுத்துகள் சேரும்போது அவை பெயர்களின் பலன்களை சிறிது மாற்றிவிடும். ஆனால் நீங்கள் வெற்றி பெறவும், தோல்வியடையவும் உங்களது பெயரே காரணமாக உள்ளது.

15. பெண்களின் பெயர்களும் அவர்களது குடும்ப வாழ்க்கையும்

பெண்களின் பெயரானது நல்ல முறையில் அமைந்து விட்டால் அவர்களுக்கு அந்தப் பெயரானது நல்ல கணவரையும், தாம்பத்ய சுகத்தையும், குழந்தை பாக்கியத்தையும் வாரி வழங்குகிறது. குடும்பம் ஒரு பல்கலைக் கழகமாகிறது. ஆனால் பெயர் சரியாக அமையவில்லை என்றால், அவளது குடும்பமும், தாம்பத்யமும் கெடுகிறது. அவளும் காரணம் புரியாமல் தவிக்கிறாள். ஜாதகப் பொருத்தம், மற்ற பொருத்தங்கள் பார்த்தும் அவள் தனது குடும்பத்தில் நிம்மதியிழந்து வாழ்கிறாள்.

எனவே, ஒவ்வொரு பெண்ணும் தன்னுடைய பெயரை ஆராய்ந்து சீரமைத்துக் கொண்டால் அவர்களது குடும்பம் மகிழ்ச்சியாக இருக்கும். குறிப்பாக குடும்பத்தில் தீராத பிரச்சினைகள் உள்ளவர்கள், கணவன் மனைவியிடையே மனவேற்றுமையிருப்பவர்கள் கட்டாயம் தங்களது பெயரை Pronology என்னும் புதிய பெயர் சாஸ்திரம் மூலம் சரியாக ஆராய்ந்து, பெயர் சீரமைப்பு செய்து கொண்டால் இனிமேலாவது வளமான வாழ்க்கையைப் பெறலாம்.

இனி சில பெண்களின் பெயர்களைப் பற்றி ஆராய்வோம்.

(A) VANITHA, VINITHA, VANAJA

இந்தப் பெயர்கள் மிகவும் நன்றாக இருந்த போதும், வாழ்க்கையில் இந்தப் பெயர்கள் உள்ள பெண்களால் வெற்றி பெற முடியவில்லை. காரணம் இந்தப் பெயர்களில் வரும் Negative Vibrations ஆகும். 'NIT' என்பது 'NIGHT' என்று ஒலிக்கிறது. எனவே இவர்கள் இளவயதில் பல திறமைசாலிகளாக இருந்தாலும், திருமணத்திற்குப் பிறகு அவர்களின் வாழ்க்கை மிகவும் பாதிக்கப்படுகிறது.

கணவன் – மனைவி ஒற்றுமை குறைந்து விடுகிறது. ஒற்றுமையின்றி பிரிந்து வாழும் பல தம்பதியினரை நான் அறிவேன். VANAJA என்ற பெயரும் அதே பலன்களைக் கொடுக்கும்! இந்த மாதிரி பெயர்கள் வரும் பெண்கள் வேறு நல்ல பெயர்களாக வைத்துக் கொண்டால், இவர்களது வாழ்க்கையை வெற்றிகரமாக மாற்றிக் கொள்ளலாம்.

(B) ESWARI, RAAJESWARI, MAHESWARI, JAGADEESWARI

இந்தப் பெயர்களைக் கொண்ட பெண்கள் இயல்பாகவே சற்று படபடப்பு, வேகம், கோபம் கொண்டவர்கள். மற்றவர்களை அனுசரித்துச் செல்லும் குணம் குறைவு, தான் என்ற அகம்பாவம், பிடிவாதம் போன்ற குணங்களும்

எண்கணிதம், Pronology இரண்டும் விதியை எதிர்கொண்டு, அதை வெல்ல உறுதுணையாக இருக்கிறது.

இருக்கும். தன்னுடைய கணவர் தன் சொல்லுக்கு அடங்கி இருக்க வேண்டும் என நினைப்பார்கள். எல்லாம் தங்கள் இஷ்டப்படியே செல்ல வேண்டும் என்றும் எதிர்பார்ப்பார்கள். அவர்களை மறுத்துப் பேசினால் அங்கு ஒரு போராட்டமே ஏற்படும். குடும்ப வாழ்க்கையில் பல பிரச்சினைகளைக் கொடுக்கும். இதன் காரணம் என்ன?

அவர்களது பெயரிலேயே 'WAR' என்ற எழுத்துகள் உள்ளன. 'WAR' என்ற ஒலியானது போர், சண்டை என்பதைக் குறிக்கும். 'WAR' என்ற எழுத்துகளின் சேர்க்கை தங்களது சக்தியான போராட்டம், சண்டைகளை அவர்களது வாழ்வில் புகுத்தி விடுகிறது. பெண்களும் நிம்மதியின்றித் தவிக்கின்றார்கள்.

(C) JAYA, SANGAVI, PREETHI, ANUJAYA, ANUPAMA, JEYASHRI, RAGAVI

போன்ற பெயர்களைக் கொண்ட பெண்கள் தங்களது பெயரில் நல்ல சேர்க்கை ஒலிகளைப் பெற்றுள்ளதால், அவர்களுக்கு பொதுவாக நல்ல வாழ்க்கை, நல்ல கணவன் அமையப் பெற்று, நல்ல குடும்பம் அமைந்து விடுகிறது.

(D) MANORAMA, MANONMANI, MANORANJITHAM, MANOHARI

இது போன்ற பெயர்களைக் கொண்ட பெண்கள் பலர் தங்களது குடும்ப வாழ்வில் பல இன்னல்களைச் சந்திக்கின்றனர். பெரும்பாலும் தாம்பத்ய சுகம் கெடுகிறது. தங்களது கணவனைப் பிரிய நேரிடுகிறது. கணவன் ஒரு கைப்பொம்மையாகவோ அல்லது சில சமயங்களில் கணவனை இழக்கவோ நேரிடுகிறது. சில சமயம் இவர்களுடைய ஆண் குழந்தைகளின் முன்னேற்றத்தையும் பாதிக்கிறது. இதற்குக் காரணம் என்ன?

அவர்களது பெயரில் 'MANO' என்ற எழுத்துகள் இணைகின்றன. 'MANO' என்பது 'MAN, NO' என்ற இரண்டு ஒலிகளாகப் பிரிகிறது. MAN என்பது பெண்களுக்கு ஆண், அதாவது கணவனைக் குறிக்கிறது. 'MAN, NO' என்றால் கணவன் இல்லை. ஆண் துணை இல்லை என்பதைக் குறிக்கிறது. இப்பெயர்கள் பலம் பெறுவதன் மூலம் கணவனின் மூலம் கிடைக்கும் சுகங்கள் கெடுகின்றன.

ஆதலால் இந்த மாதிரி பெயர் கொண்ட பெண்கள் தங்கள் கணவனை மிகவும் அனுசரித்துச் செல்ல வேண்டும். கோபதாபங்களைக் கட்டுப்படுத்திக் கொள்ள வேண்டும். ஆனாலும் பெயரின் சக்தியால் தன் முனைப்பு, முன்கோபம், பிடிவாதம் போன்ற குணங்கள் மேலோங்கியே இருக்கும்.

(E) KAMALA, VIMALA, NIRMALA, MALATHI

இப்பெயர்களைக் கொண்ட பெண்கள் ஆண்களுக்குச் சமமாக அனைத்துத் துறைகளிலும் விளங்குவார்கள். ஆண்களை விட அதிகத் திறமையும், அதிகச் சம்பளமும் பெறுகிறார்கள். குடும்பப் பெண்ணாக இருந்தால் குடும்பத்தின் நிர்வாகம் இவர்களது கையில் இருக்கும். இவர்களிடம் பெண்மையின் நளினம் குறைந்து, ஆண்மை குணங்களின் சிறப்புகள் காணப்படும். இவர்களுக்குத் தாம்பத்ய சுகத்தை விட, ஆண்களைப் போன்று சாதனைகள் படைப்பதிலும் குடும்பம் அல்லது நிறுவனங்களை நடத்துவதிலும் ஈடுபாடு அதிகமாக இருக்கும். இதனால் கணவனைத் தங்களது கட்டுப்பாட்டிற்குள் கொண்டுவர முயற்சி செய்வார்கள். கணவன் சற்று 'ஆண்மகனாக' இருந்தாலும், சுய கௌரவம் பார்ப்பவராக இருந்தாலும் இந்தப் பெயர்கள் கொண்ட பெண்களின் வாழ்வு பாதிக்கப்படுகிறது. இதற்குக் காரணம் என்ன?

மேலே கண்ட அனைத்துப் பெயர்களிலும் 'MALA' என்ற எழுத்துகளின் சேர்க்கை உள்ளது. 'MAL' என்றால், 'MALE' என்று சேர்க்கை ஒலி உண்டாகிறது. அது ஆண்மையைக் குறிப்பதாகும். எனவே, பெண்களுக்கு ஆண்தன்மை அதிகமாகிறது.

அதுவும், 'VIMAL, RAMAN போன்ற ஆண் தன்மை கொண்ட பெயர்களை உடைய கணவராக இருந்தால், அவர்களது குடும்பத்திலும் பல பிரச்சினைகள் உண்டாகும். பல சமயங்களில் கணவன் – மனைவி பிரிவு வரை சென்று விடுகிறது.

(F) SUDHA, SUSHILA, SUJATHA, SUGUNA, SUNDARI etc.

மேற்கண்ட பெயர்களின் தொடக்கத்தில் S, U என்ற எழுத்துகள் இணையும் போது 'SUE' அதாவது வழக்கு தொடுத்தல் என்ற ஒலியாக மாறுகிறது. எனவே 'SU' என்ற பெயரில் தொடங்கும் பெண்கள் தங்கள் குடும்பங்களில் பல பிரச்சினைகளையும், துயரங்களையும் சந்திக்கின்றனர். இந்தப் பெயர்களை தினசரிகளில் அடிக்கடி பார்க்கலாம். திருமண வாழ்வு பாதிக்கப்படும்.

(G) RAJAMANI, RAMANI, MANGALAM, MANIMEKALAI

மேற்கண்ட பெயர்களை உடைய பெண்கள் முன்பு சொன்னபடி 'MAN' போன்று ஆண் தன்மை நிறைந்தவராக இருப்பார்கள். குடும்பத்தில் தங்கள் ஆதிக்கத்தைச் செலுத்த முயற்சி செய்வார்கள். நிர்வாகத் திறமையும்

பெயர் எண்ணை விட பெயரின் ஒலிகள் வலிமை மிக்கவை.

இவர்களுக்கு உண்டு. தனித்து செயல் புரிந்து குடும்பத்தைக் காக்கும் மனோபாவம் உண்டு. தொழில் திறமை கிட்டும். காரணம் அவர்களின் பெயர்களிலேயே ஆண்மையைக் குறிக்கும் 'MAN' என்ற மூன்று எழுத்துகளின் சேர்க்கை உள்ளது. கணவன் இவர்களது பேச்சை மறுத்துப் பேசினாலும், அனுசரித்து நடக்கவில்லையென்றாலும் அவர்களது குடும்ப வாழ்க்கையில் பல பிரச்சினைகள் உருவாகின்றன.

(H) SAROJA, SADHANA, VINODHINI

போன்ற பெயர்களைக் கொண்ட பெண்களும், குடும்பத்தில் பல பிரச்சினைகளைச் சந்திக்கின்றனர். பல துக்கங்களையும் அவர்கள் சந்திக்கின்றனர். காரணம் அவர்களது பெயரில் SORROW, SAD மற்றும் VIN, NO என்ற அழிவு சக்திகள் (NEGATIVE FORCES) அதிகம் நிறைந்து அவர்களது வாழ்க்கையை துன்பத்தில் ஆழ்த்தி விடுகிறது.

(I) K.S, K.P, H.P போன்ற இணைப்புகள்

மேலும் ஆண்கள் பெயரிலும் K.S, K.P, H.P என்னும் எழுத்துகள் இணையும் போது KISS, HIP என்ற ஒலி சேர்கின்றன. (பெயரின் இனிஷியலாகவும், பெயரின் முதலெழுத்தாகவும் வர வேண்டும்). அது காதல் தாகத்தையும், காம உணர்ச்சியையும் தூண்டி விடும்.

மேற்கண்ட அமைப்பைப் பெற்றிருக்கும் ஆண்களும் பெண்களும் அவர்களது பெயர்களை ஆராய்ந்து பெயரைச் சீரமைத்துக் கொண்டால் குடும்ப வாழ்க்கை மகிழ்ச்சியாக இருக்கும். இல்லையெனில் தாம்பத்ய வாழ்வில் குறைபாடுகள் தோன்றும். இதுவே பல குடும்பப் பிரச்சினைகளுக்குக் காரணமாகிறது என்பதைப் பல அன்பர்கள் அறிந்திருப்பீர்கள்.

(J) D, M, R போன்ற எழுத்துகள்

மேற்கண்ட மூன்று எழுத்துகள் ஆண்களின் பெயர்களில் இரண்டு முறைக்கு மேல் வந்தால், அவர்கள் இல்லற இன்பத்தில் தீவிரமாக இருப்பார்கள் அல்லது இல்லற இன்பத்தையே வெறுப்பார்கள். பெண்கள் என்றால் தாம்பத்திய இன்பத்தில் ஈடுபாடு குறைந்து அதில் ஆர்வம் இல்லாமல் இருப்பார்கள்.

எனவே, இந்த மாதிரி கடுமையான எழுத்துகள் தங்களது கணவனுக்கோ அல்லது மனைவிக்கோ வந்தால் அவர்களிடம் உள்ள அடிப்படை உணர்ச்சிகளைப் புரிந்து அனுசரித்துச் செல்ல வேண்டும். இல்லையெனில் பல பிரச்சினைகளைத் தோற்றுவிக்கும்.

எனவே பெயரில் என்ன இருக்கிறது என அலட்சியம் காட்டாமல் பெண்கள் தங்களது பெயரை ஆராய்ந்து, நல்ல பெயர்களாக வைத்துக் கொள்ள வேண்டும். குடும்பமே உங்கள் புகழைப் பாடிட வேண்டும்.

மேலும் ஒரு பெண்ணிற்கு எவ்வளவு துன்பங்கள் வந்தாலும் சோதனைகள் ஏற்பட்டாலும், அவளுக்கு நல்ல பெயர் மட்டும் அமைந்துவிட்டால், அவள் வாழ்க்கை முழுவதும் குறைகள் வராது தன்னம்பிக்கை கொண்டு செயலாற்றுவார்.

எனவே பெண்களின் வாழ்க்கை, அவர்களது பெயரில்தான் அமைந்துள்ளது. உங்களது பெயரை நல்ல ஒலிகளில் அமைத்து வாழ்வில் வெற்றியும் மகிழ்ச்சியும் அடையுங்கள்.

நல்ல அதிர்ஷ்ட பெயரை அமைக்க ஆசிரியரை எப்போதும் தொடர்பு கொள்ளலாம்.

༄ ༄ ༄

உங்களின் அதிர்ஷ்டநாளில் செய்யப்படும் காரியங்கள் எல்லாம் நிச்சயம் வெற்றியடையும்.

16. ஆத்மா எண்–அறிமுகம் மற்றும் முக்கியத்துவம்

ஆத்மா எண் (LIFE NUMBER) முக்கியத்துவம் (ஆத்மா எண்- SOUL NUMBER)

மனிதனின் வாழ்க்கை எண்களைச் சார்ந்தே அமைந்துள்ளது என்று எண்கணித சாஸ்திரம் கூறுகிறது. ஒவ்வொரு மனிதனுக்கும் தனித்தனியே வீட்டு எண், டெலிபோன் எண், செல்போன் எண் போன்றவை உண்டு. இவற்றுள் ஏதாவது ஓர் எண்ணைத் தவறாகப் பயன்படுத்தினாலும், அந்த மனிதனை தொடர்பு கொள்ள முடியாது. நீங்கள் உங்கள் பணிகளைச் செய்ய முடியாது. எனவே எண்களின் தொடர்பு இல்லாமல் இன்றைய காலக் கட்டத்தில் மனிதனால் வாழ முடியாது என்பதே உண்மை.

அதேபோன்று ஒரு மனிதனின் பிறப்பு முதல் வாழ்நாள் முழுவதிலும் அவனது வாழ்க்கையை எண்களின் வலிமையே தீர்மானிக்கின்றன. ஒவ்வொரு மனிதனும் ஏதாவது ஒரு தேதியில் பிறக்கிறான். பிறந்த நாள் முதலே எண்கள் அவன் மீது பலமாக ஆதிக்கம் செலுத்த ஆரம்பித்து விடுகிறது. மனிதனின் வாழ்க்கைக்கும், எண்களுக்கும் உள்ள தொடர்பை எண்கணித சாஸ்திரம் (NUMEROLOGY) விரிவாக ஆராய்கிறது.

வாழ்க்கையில் வெற்றிபெற எண்கணிதத்தின் அறிவு (KNOWLEDGE) மற்றும் பிரயோகம் (USAGE) மிகவும் தேவை. எண்கணிதத்தை ஓரளவு அறிந்து கொண்டு, அதனை அன்றாட வாழ்க்கையில் பயன்படுத்திக் கொண்டால், வாழ்க்கையில் அனைவரும் சுலபமாக வெற்றிகளை குவிக்கலாம்.

மனிதனின் வாழ்க்கையை பிரபஞ்ச சக்திகளே (Cosmic Energy) தீர்மானிக்கின்றன. இந்த பிரபஞ்ச சக்திகளுக்கும், எண்களுக்கும் மிகுந்த தொடர்பு உண்டு. ஆகையால் எண்களைப் பற்றியும், அதன் குணங்களையும், பிரயோகங்களையும் அறிந்து கொண்டால், இந்த உலகத்தையே உங்கள் வசப்படுத்திக் கொள்ளலாம்.

எண் என்றால் (Number) எண்ணத்தின் தொடக்கநிலையாகும். எண்ணத் தொடங்கிய (Thoughts) அறிவின் மலர்ச்சிதான், இத்தனை விஞ்ஞான வளர்ச்சியாக, உலகெங்கும் பரவி நிற்கிறது. எண்ணத்தின் அடிப்படையாக எண்ணே விளங்குகிறது.

மனிதனுடைய வெற்றியின் இரகசியமானது எண்களைச் சரிவரப் பயன்படுத்துவதில்தான் அடங்கியுள்ளது. எண்களைச் சரியாக கையாள்வதன் மூலம் பல விஷயங்களையும் எளிதில் நாம் சாதித்துக் கொள்ளலாம்.

ஒருவருடைய பிறந்த தேதியின் எண்களையும், அவருடைய பெயரில் உள்ள ஆங்கில எழுத்துகளையும் எண்ணாக மாற்றிக் கொண்டு, அவற்றின் அடிப்படையில், மக்களின் குணங்களையும் அவர்களது வருங்காலத்தையும் கணிக்க (Predict) உதவிடும் ஓர் அற்புதமான சாஸ்திரமே எண்கணித சாஸ்திரம் ஆகும்.

அது மட்டுமல்ல, உங்களுடைய குடும்பத்தில் உள்ளவர்களைப் பற்றிய உண்மைகளையும் எண்கணிதம் மூலம் அறிந்து கொள்ளலாம். மேலும் மூன்றாவது நபர் உங்களுடன் நெருங்கிப் பழகவேண்டிய சூழ்நிலை வரும்போது, அவரது பிறந்த தேதியினை அறிந்து கொள்வதன் மூலம் அவரது குணநலன்கள் மற்றும் அவர் உங்களுக்கு ஒத்துப்போவாரா என்பதையும் தீர்மானிக்கலாம். இதனால் பிற்காலத்தில் அவரால் வரும் பிரச்சினைகளிலிருந்து தப்பித்துக் கொள்ளலாம்.

எண்கணிதமும் பிறந்த தேதி எண்களும் (Numerology and Birth Day Numbers)

உலகத்தில் உள்ள ஒவ்வொருவரும் ஏதாவது ஒரு தேதியில் பிறக்கிறார்கள். எனவே அவர்களுக்கு பிறவி எண், விதி எண், பெயர் எண் போன்றவை தாமாகவே ஏற்பட்டு விடுகின்றன.

ஒருவருடைய பிறந்த தேதி 29.4.1959. அவரது பெயர் M. RAMANATHAN. இவரது பிறந்த தேதியின் எண்களைப் பார்ப்போம்.

எண்கணிதத்தில் பொதுவாக மூன்று எண்களே முக்கியமாகச் சொல்லப்பட்டுள்ளன.

1. பிறவி எண் (Birth Number)
2. விதி எண் அல்லது கூட்டு எண் (Fate or Destiny Number)
3. பெயர் எண் (Name Number)

இவற்றைப் பற்றி விரிவாகப் பார்ப்போம்.

1. *பிறவி எண்* (Birth Number)

இது ஒருவருடைய பிறந்த தேதியின் எண்ணாகும். இரட்டை எண்களில் பிறந்த தேதிகள் வரும்போது, அந்த எண்களைக் கூட்டி மீண்டும் ஒற்றை எண்ணாக மாற்றிக் கொள்ள வேண்டும். அந்த எண்ணே அவருடைய பிறவி எண்ணாகும். இந்தத் தேதியின் மூலம் அவரது தோற்றம் மற்றும் அவரது குண இயல்புகளை அறியலாம். எப்போதும் ஆங்கில மாதத்தின் தேதிகளையே எடுத்துக் கொள்ள வேண்டும்.

எகிப்து பிரமிடுகளில் 78 எண் வரையில் உள்ள எண்களின் பலன்கள் படங்களாக வரையப்பட்டுள்ளன.

2. விதி எண் அல்லது கூட்டு எண் (Fate Number or Total Number)

ஒருவருடைய பிறந்த (ஆங்கில) தேதியில் உள்ள அனைத்து எண்களின் மொத்தத் தொகையே கூட்டு எண் எனப்படும். இதையே விதி எண் என்றும் அழைப்பார்கள். ஒருவருடைய வாழ்க்கையை, நடைமுறை நிகழ்ச்சிகளை, அவர் அடையக்கூடிய வெற்றிகளை விதி எண்ணே தீர்மானிக்கிறது.

3. பெயர் எண் (Name Number)

முதலில் சொல்லப்பட்ட பிறவி எண்ணும், விதி எண்ணும் நிரந்தரமானவை. இந்த எண்களை மாற்றமுடியாது. இந்த எண்களே நம்மீது இறைவனால் கொடுக்கப்பட்ட எண்கள் என்று கூறலாம். ஆனால் பெயர் எண்ணானது நம்மால் தீர்மானிக்கப்படுவது. பெயர் எண் மூலம்தான் நமது பிறந்த தேதியின் எண்களைக் கட்டுப்படுத்த வேண்டும். பிறந்த தேதியின் எண்கள் நல்ல எண்களாக இருந்தால் அதிர்ஷ்டங்களை மேலும் (நல்ல பெயர் எண் மூலம்) அதிகமாக்கிக் கொள்ளலாம். அவை தீய எண்களாக இருக்கும்பட்சத்தில், அவற்றைக் கட்டுப்படுத்தி, நன்மைகளைச் செய்ய வைக்கவும் நல்ல அதிர்ஷ்ட பெயர் எண்ணால்தான் முடியும். எண்கணித சாஸ்திரமே இந்தப் பெயர் எண்ணைப் பற்றிதான் விரிவாக ஆராய்கிறது. அதிர்ஷ்டப் பெயர் எண்களின் மூலம் அதிர்ஷ்ட வாழ்க்கையை ஒவ்வொருவரும் அடைய எண்கணிதம் வழிகாட்டுகிறது. பெயரில் சில எழுத்துகளைச் சேர்ப்பதன் மூலமும் எழுத்துகளைக் குறைப்பது மூலமும் உங்களது பெயர் எண்ணை மாற்றிக் கொள்ள முடியும்.

இப்போது மேலே குறிப்பிட்ட அன்பரின் எண்களைப் பற்றிப் பார்ப்போம்.

அவர் பிறந்த தேதி : 29.4.1959

A. பிறவி எண் (Birth Number)

இவர் பிறந்த தேதி : 29

இதை ஒற்றைப் படை எண்ணாக மாற்றிக் கொள்ள வேண்டும்.

அதாவது 29 = 2 + 9 = 11 = 1 + 1 = 2

எனவே இந்த அன்பரின் பிறவி எண் 2 ஆகும். இந்த எண்ணிற்கு அதிபதி சந்திரன் (MOON) ஆவார். இவரது உடல் அமைப்பு, குணாதிசயங்கள் எல்லாம் சந்திரனைச் சார்ந்தே அமையும்.

B. கூட்டு எண் (Total Number) or விதி எண் (Fate Number)

இவருடைய பிறந்த தேதியில் உள்ள அனைத்து எண்களையும் கூட்டிக் கொள்ளுங்கள்.

= 2 + 9 + 0 + 4 + 1 + 9 + 5 + 9 = 39

இதையும் ஒற்றை எண்ணாக மாற்றிக் கொள்ளுங்கள்.

= 39 = 3 + 9 = 12 = 1 + 2 = 3

எனவே இவரது கூட்டு எண் அல்லது விதி எண் 3–க்கு உரியவர் குருபகவான் (Jupiter) ஆவார். இந்த 3–ஆம் எண்ணையே விதி எண் என்பார்கள். இவரது கல்வி, தொழில், பொருளாதார நிலைமை, வாழ்க்கைப்பாதை ஆகிய எல்லாவற்றையும் விதி எண்ணே தீர்மானிக்கிறது. அதாவது இவரது விதியின் பாதையை குருபகவான் தீர்மானிக்கிறார்.

அதாவது சந்திர பகவான் (2) இவரது குணங்கள், உணர்வுகள், ஆரம்பக் கல்வி ஆகியவற்றையும், குருபகவான் (3) அவரது வாழ்க்கை நடப்பு, மேல்படிப்பு, முயற்சிகளில் வெற்றி, வாழ்க்கையின் முடிவு ஆகியவற்றையும் தீர்மானிக்கின்றனர்.

இவரது பெயர் M. RAMANATHAN

எண்கணிதப்படி, ஆங்கில எழுத்துகளின் மதிப்பைப் போட்டு கணக்கிடவும்.

M. RAMANATHAN

4 2141514515 = 33

எனவே, M. Ramanathan அவர்களின் பெயர் எண்ணை 33 என்று கணக்கிட வேண்டும். அதாவது (3 + 3) = 6–ஆம் எண்ணின் ஆளுமையில் இவரது பெயர் அமைந்துள்ளது. 6–ஆம் எண், சுக்கிரனின் (Venus) ஆளுமைக்கு உட்பட்டது.

இங்கு பிறவி எண், விதி எண், பெயர் எண் ஆகிய எண்களைப் பற்றியே ஆராய்வதால், இவற்றிற்கிடையே உள்ள உறவுகளைப் பற்றியும் அவைகள் ஏற்படுத்தும் பலன்களைப் பற்றியும் இங்கு குறிப்பிடவில்லை.

மேலே கண்ட 3 எண்களைப் பற்றியே பல எண்கணித நூல்கள் குறிப்பிடுகின்றன. அவற்றின் பலன்களையும் ஆராய்கின்றன!

4. ஆத்மா எண் (Ultimate Number)

இங்கு எனது புதிய ஆராய்ச்சியின்படி கண்டுபிடித்த ஆத்மா எண் (SOUL NUMBER OR ULTIMATE NUMBER) பற்றி தங்களிடம் பகிர்ந்து கொள்ள விரும்புகிறேன்.

ஒவ்வொரு மனிதனும் தனது வாழ்க்கையை, தனது விருப்பப்படியே அமைத்துக் கொள்ள விரும்புகிறான். ஆனால் அவனுடைய சூழ்நிலையானது, அவனது விருப்பத்திற்கு மாறாக செயல்பட வைத்துவிடுகிறது.

இளமையில் தாய் தந்தையரின் விருப்பத்திற்கு ஏற்ற கல்வியையே மகன் படிக்க வேண்டியதாக உள்ளது. மகன் Engineer ஆக விரும்புகிறார் என்று

இந்தியாவில்தான் ஒன்று முதல் 108 வரையிலும் பலன்கள் முதலில் சொல்லப்பட்டுள்ளது.

வைத்துக்கொள்வோம். ஆனால் பெற்றோரின் விருப்பப்படி அவர் மருத்துவம் (Medical) படிக்க வேண்டியதாக வருகிறது.

இவருக்கு மருத்துவம் படிக்க விருப்பம் இல்லாவிட்டாலும் சூழ்நிலைக் கைதியாக மருத்துவம் படிக்கிறார். முழு மனதுடன் படிக்க இயலாமல் தவிக்கிறார். ஆனால் சில மாணவர்கள் தங்களின் விருப்பத்தினை மாற்றிக்கொண்டு மருத்துவத்தை ஈடுபாட்டுடன் படிக்கின்றனர். பல மாணவர்கள் தட்டுத் தடுமாறி படிப்பை எப்படியோ முடிக்கின்றனர்.

இப்படி பெரும்பாலான மாணவர்களுக்கு கல்வியில் அனுபவங்கள் உண்டாகின்றன. பின்பு படித்து முடித்தவுடன் இவர்களுக்கு விருப்பப்பட்ட வேலைகள் கிடைப்பதில்லை. சிலருக்கு மனத்திற்கிசைந்த வேலை கிடைக்கிறது. பெரும்பாலோர் கிடைத்த வேலையை கடமைக்காகவும், பணத்திற்காகவும், குடும்பத்தாருக்காகவும் செய்ய வேண்டிய கட்டாயம் ஏற்படுகிறது. எனவே தங்களது வேலையில் முழுமையாக ஈடுபட முடியாமலும், முன்னேற்றமில்லாமலும் தவிக்கின்றனர்.

பெற்றோர்கள் இஷ்டப்படியே படிப்பு, குடும்பத்திற்காக கிடைத்த வேலையில் அமர்தல், பிறகு கல்யாணம், குடும்பம், பிள்ளைகள் என்று **விதியின் கரங்களில்** சிக்கி தங்களது மனநிம்மதியை இழக்கின்றனர். பொருளாதார சூழ்நிலைகளுக்காக பலர் இஷ்டப்படாத வேலைகளைச் செய்கின்றனர்.

இதனால் சிலருக்கு மனத்தில் பல ஏக்கங்களும், ஆசைகளும் ஏற்படுகின்றன. தங்களுக்கு நிம்மதியும், ஆத்ம திருப்தியும் கிடைக்கின்ற துறைகளில் அதாவது, இசை, பாட்டு, ஓவியம் போன்றவைகளில் ஓய்வு நேரத்தில் ஈடுபடுகின்றனர். பலர் அதை பகுதி நேரமாக கற்று பின்பு அதில் முழுமையாக ஈடுபட்டு வெற்றியும் பெறுகிறார்கள். பலர் எதிலும் ஆர்வம் இல்லாமலும் தொழிலிலும் ஈடுபாடு இல்லாமல், ஏனோதானோவென்று செயலாற்றுகிறார்கள். எனவே உலகத்தில் பெரும்பாலோர் (70 சதவீதம்) தாங்கள் படித்த படிப்புக்கு சம்பந்தமில்லாத தொழில்களில் அல்லது துறைகளில் ஈடுபட்டு தங்களது வாழ்க்கையை நடத்திக் கொண்டிருக்கின்றனர் என்பதுதான் கசப்பான உண்மை. அவர்கள் விதியை நொந்து கொண்டிருக்கின்றனர்.

ஒருவனது மனம் விரும்பும் வேலை அல்லது தொழிலை செய்தால்தான் அவரால் வெற்றிபெற முடியும். பலர் துணிச்சலும் நம்பிக்கையும் இல்லாத காரணத்தால் தங்களது கனவுகளையும், ஆசைகளையும் மனதில் போட்டு புதைத்து விடுகின்றனர்... ஏனோதானோவென்று தங்களது வேலையைச் செய்வதால், அவர்கள் தமது வாழ்க்கையில் வெற்றி பெறுவதில்லை, தங்களது தொழில்களிலும் வெற்றி பெறுவதில்லை. இதை பலரின் அனுபவ வாயிலாக நீங்கள் அறியலாம்.

மற்றும் சிலரோ தங்களது கனவுகளுக்கும், ஆசைகளுக்கும் முக்கியத்துவம் கொடுத்து, தங்களுக்குப் பிடித்த துறையில், துணிந்து இறங்கி

விடுகின்றனர். அவர்களுக்கு எவ்வளவு தடைகள் வந்தாலும் பெரிதாகத் தெரிவதில்லை. காரணம் தங்களுக்கு விருப்பமான செயல்களில் ஈடுபடும்போது அவர்களுக்கு ஆத்ம திருப்தியும், மகிழ்ச்சியும் இயற்கையாக உண்டாகிவிடுகிறது. இதனால் அவர்களுக்கு (இயற்கையாகவே) உற்சாகமும் ஜெயித்துக் காட்ட வேண்டும் என்ற வேகமும் வந்துவிடுகிறது.

உண்மை அனுபவம்

எனது நண்பர் ஒருவர் பொறியாளராக வேண்டும் என்ற எண்ணத்தில் படிக்கும் போது, தீவிரமாக இருந்தார். அவரது பெற்றோர்கள் மருத்துவப் படிப்பிற்காக II group (Biology, Physics, Chemistry)–இல் சேர்த்துவிட்ட போதிலும், அவர்களுக்குத் தெரியாமல் Engineer–க்கான Group–இல் (I Group - PUC) சேர்ந்துவிட்டார். அதேபோல் அதில் நன்கு படித்து பொறியாளராகவும் ஆனார். ஆனால் அவருக்கு திடீரென ஜோதிடத்தில் ஆர்வம் ஏற்பட்டது. அதை ஓய்வு நேரத்தில் படித்தார்.

அவர் பொறியாளராக பட்டம் பெற்றவுடன் அரசுத்துறையில் பொறியாளராகவும் சேர்ந்தார். பின்பு அந்த வேலை பிடிக்காமல் வங்கித்துறைக்கு மாறினார். அதில் சுமார் 20 ஆண்டுகள் பணியாற்றினார். ஜோதிடம், எண்கணிதம் போன்றவற்றில் ஈடுபாடு அதிகமாகியது. பின்பு தனது வங்கி வேலையை விட்டு விட்டு, திடீரென எண்கணிதம், ஜோதிடம், போன்றவற்றில் துணிந்து இறங்கிவிட்டார். அவைகளே அவருக்கு மனத்திற்குப் பிடித்ததாகவும் இருந்தது. எனவே இன்று அத்துறையில் அவர் பல சாதனைகள் புரிந்து வருகிறார்.

அவருக்கு புரியாத புதிர் என்னவென்றால் பொறியாளரான அவருக்கு ஜோதிடத்துறையில் எப்படி ஆர்வம் வந்தது? இன்று அத்துறையில் குறிப்பிட்ட அளவு முன்னேறி இருக்கிறார் என்றால் அதற்கு காரணம் என்ன? விதி அவரைத் தள்ளியதா? விதியின் தாக்கம் பற்றி எப்படி அறிந்து கொள்வது? என்று பல விஷயங்களை ஆராய்ந்து வருகிறார். இதற்கான காரணம் என்ன? இங்கு பார்ப்போம்.

இதேபோன்று பலரின் வாழ்க்கையிலும், வாழ்க்கை ஆரம்பித்த போது (இளமையில்) ஒரு தொழில், பின்பு படிப்படியாக தொழிலை மாற்றி மாற்றிப் பார்த்து, கடைசியில் சம்பந்தமில்லாத தொழிலை மேற்கொள்ள வேண்டியதிருக்கிறது. சிலர் அதில் ஜெயித்தாலும், பலர் தோல்வி அடைந்து விடுகின்றனர். இதனால் தனக்கு என்ன விதியென்று எப்படி அறிந்து கொள்வது? தனது விதியின் தொழிலை எப்படி அறிந்து கொள்வது என்று பல அன்பர்களுக்கும் குழப்பம் வருகிறது அல்லவா?

இராசிகளிலும், 108 எண்கள் வியாபித்துள்ளது. இராசிகளுக்கும், எண்களின் (கிரகத்தின்) இயல்புகளுக்கும் ஏற்றபடி, எண்களுக்கு பலன்கள் கொடுக்கும் ஆற்றல் உண்டாகிறது.

இது உண்மையிலேயே Million Dollar Question தான். அதற்கு விடை காண்பது என்பது மிகவும் சிரமமான காரியம். நானும் கடந்த பல வருடங்களாக இதைப் பற்றி பல ஆராய்ச்சிகள் செய்து வந்தேன். இறைவனின் கருணையால் நவீன கம்ப்யூட்டர் யுகத்தில் Numerology மற்றும் Pronology தான் மனிதனின் வாழ்க்கையை தீர்மானிக்கிறது என்பதை அறிந்தேன். அதன் ஒரு வெளிப்பாடுதான் இந்த புதிய ஆத்மா எண்கணிதம். இதற்கும் பிரமிடு எண்ணிற்கும், Format முறை எண்கணிதத்திற்கும் சம்பந்தமில்லை. இது ஒரு புதிய ஆய்வு. நீங்களும் சோதித்துப் பாருங்கள். மற்றவருக்கும் சோதித்துப் பாருங்கள். பல விஷயங்கள் உங்களுக்குத் தெளிவாகும்.

மேலே சொன்ன அன்பரின் பிறந்த தேதி 21.04.1954
இவரது பிறவி எண். 21 = 2 + 1 = 3
இவரது விதி எண். 2 + 1 + 0 + 4 + 1 + 9 + 5 + 4
= 26 = 2 + 6 = 8
பெயர் எண். J. A s h w i n
1 1 3 5 6 1 5 = 22 = 2 + 2

பிறவி எண். 21 கல்வியிலும், அறிவிலும் நாட்டத்தை ஏற்படுத்தும் எண். படிப்பில் தீராத ஆர்வத்தையும், வேலைக்கு செல்வதில் நாட்டத்தையும் கொடுக்கும். அதே போன்று அரசு உத்தியோகத்தில் இவர் சேர்ந்தார். விதி எண். 8 (சனி) ஆக வருவதால் வாழ்க்கை பல கடுமையான போராட்டங்களையும், பிரச்சினைகளையும் உடையதாக இருக்கும். செய்யும் வேலையில் பல வேதனைகளையும், முன்னேற்றக் குறைவையும், ஏமாற்றங்களையும் கடுமையான உழைப்பையும் கொடுக்கும்.

பெயர் எண். 22 வருகிறது. இது நல்ல பேச்சுத் திறமையையும், மக்களிடையே செல்வாக்கையும் குறிக்கும். பல நண்பர்களின் ஆதரவைக் கொடுக்கும். பல தொழில்களில் பணம் சம்பாதிக்கும் யோகத்தையும் கொடுக்கும். இருப்பினும் பணம் விஷயத்திலும், மக்கள், நண்பர்கள் விஷயத்திலும் பல தடுமாற்றங்களைக் கொடுத்துவிடும்.

இவரது பெயரை A. J. Ashwin என்று மாற்றிப் பார்த்தேன். சில முன்னேற்றங்களை அடைந்தார். இருப்பினும் எந்தத் தொழிலிலும் இவரால் வெற்றிபெற முடியவில்லை. அவ்வப்போது பிரச்சினைகள் வந்ததால் முன்னேற்றம் போன்றவை மிகவும் தடைப்பட்டன. பலவித தொழில்கள் செய்தும் முன்னேற்றமில்லாத நிலையில் இருந்தார். திடீரென ஜோதிடத் துறையில் ஈடுபட்டவுடன், பல எதிர்பாராத முன்னேற்றங்களையும், மக்கள் ஆதரவையும் பெற்றார். அன்று முதல் இன்று வரையிலும் தொடர்ந்து முன்னேறிக் கொண்டிருக்கிறார். மேலும் பல புத்தகங்களையும் இவர் எழுதியுள்ளார்.

பொறியாளராக வாழ்க்கையை ஆரம்பித்த இவர், இன்று ஒரு பெரிய ஜோதிட வல்லுநராக திகழ்கிறார். இவரின் வாழ்க்கை பல பரிமாணங்களைச்

சந்தித்தது. இப்போது இறுதியில் இத்துறையில் குறிப்பிடத்தக்க முன்னேற்றம் அடைந்துள்ளார்.

இவருடைய விதியின் பயன்பாட்டை அறிந்து கொள்ள முயன்றேன். அதில் ஒரு மைல்கல்தான் இந்த ஆத்ம எண்......

ஆத்ம எண் (Soul Number)

J. ASHWIN அவர்களின் பிறந்த தேதி

21–04–1954

(A) முதலில் பிறந்த தேதி எண்ணையும், மாதத்தின் எண்ணையும் கூட்டிக் கொள்ளுங்கள்.

2 + 1 + 0 + 4 = 7

(B) பின்பு மாதத்தின் எண்ணையும், பிறந்த வருடத்தின் எண்ணையும் கூட்டுங்கள்.

0 + 4 + 1 + 9 + 5 + 4 = 23

= 2 + 3 = 5

எனவே இவரது ஆத்ம எண்,

21–04–1954

7 5 = 75

இவரது ஆத்ம எண். = 75. அதாவது 3–இன் வரிசையில் வரும் குருவின் ஆதிக்கத்தின் கீழ் வரும் எண் இது.

எண் 75–இன் பலன்களை, பெயரொலி சாஸ்திரம் (M/s. கவிதா பப்ளிகேஷன்ஸ்) புத்தகத்தில் பார்க்கவும்.

எண் 75

எந்த ஒரு விஷயத்தையும் சீக்கிரத்தில் முடிவு செய்யும் குணம் இருக்கும். செய்தொழிலில் நல்ல முன்னேற்றம் கிடைக்கும். நண்பர்கள் அதிகம் கிடைப்பார்கள். அவர்கள் மூலம் பலவிதமான உதவிகளும் கிடைக்கும். எழுத்தாளர்களாகவும், நடிகர்களாகவும், கவிஞர்களாகவும் சிறப்படைவார்கள். திடீரென பிரமுகராகும் யோகம் இவர்களுக்கு உண்டு. இவர்களுக்கு அதிர்ஷ்டத்தினாலும், திட்டமிட்ட சிறந்த தொழில் முயற்சிகளாலும் உயர்வுகள் தொடர்ந்து கிடைக்கும். அன்பர்கள் இந்த எண்ணை பயன்படுத்தி (3 எண்காரர்கள் மட்டும்) வெற்றி அடையலாம்.

இந்த எண்ணின் முக்கிய பலனாக, பல நூல்களை எழுதும் ஆற்றல்வரும். நடிப்பு, இசை, எழுத்து ஆகியவற்றில் சிறந்து விளங்குவார்கள். தத்துவம்,

பெயர் எண். 16, 17, 26, 35 வருபவர்கள் வேறு நல்ல பெயர் எண்ணுக்கு பெயரை மாற்றிக் கொள்ள வேண்டும்.

வேதாந்தம், ஜோதிடம் ஆகியவற்றில் நாட்டம் கொள்வர். புத்தக ஆசிரியராகவும் பலர் இருப்பார்கள்.

இவரது ஆத்மா எண். 75 ஆக வந்துவிட்டதால் பொறியாளராக இருந்தபோதும் ஜோதிடத்தில் படிப்படியாக ஆர்வம் ஏற்பட்டது. பின்பு வாழ்க்கையில் கிடைத்த அனுபவங்களை வைத்து புத்தகம் எழுத வேண்டிய கட்டாயமும் ஏற்பட்டது. பல நூல்களை (20-க்கும் மேற்பட்டவை) இதுவரையில் எழுதியுள்ளார் இவர் ....

எனவே இவரது வாழ்க்கையின் இறுதிக் காலங்களில் ஜோதிடம், புத்தகம் எழுதுதல் போன்றவற்றில்தான் அமையும் என்பதே இந்த நண்பரின் வாழ்க்கைப் பாதையாகும் என்று ஆத்ம எண் 75 குறிக்கிறது. அப்படியே இன்று இவரது வாழ்க்கையும் நடைபெற்று வருகிறது. வாழ்க்கையின் பல்வேறு கட்டங்களில் விதி ஏற்படுத்திய திருப்பங்கள் ஜோதிடத்துறையை நோக்கியே சென்றது குறிப்பிடத்தக்கது. இத்துறையில் பல குருமார்களும் இவருக்கு வழிகாட்டியாக அமைந்தனர்.

2. BILL GATES - உலகத்தின் மிகப் பெரிய கோடீஸ்வரர்

இவரது பிறந்த தேதி   28.10.1955

இவரது பிறந்த தேதி எண்கள்.   1 & 4

பெயர் எண். B I L L   G A T E S

2 1 3 3   3 1 4 5 3   = 25 = 7

இவரது பிறந்த தேதி 28, இந்த எண் அவ்வளவு சிறப்பாக எண்கணிதத்தில் சொல்லப்படவில்லை. அறிவாற்றலையும், தன்னம்பிக்கையையும் கொடுக்கும். மனத் தடுமாற்றங்களையும் பொருளாதார விஷயத்தில் பல ஏமாற்றங்களையும் கொடுக்கக்கூடியது.

விதி எண். 4 வருவதால் பல விஷயங்களில் ஆர்வமும், வியாபாரத்தில் நாட்டமும் இருக்கும். பல விஷயங்களில் பணம் சம்பாதிக்கும் ஆற்றலை கொடுத்தாலும் அதே அளவு செலவினங்களையும் கொடுக்கக்கூடியது. பல சோதனைகளையும் போராட்டங்களையும் கொடுக்கக்கூடியது.

பெயர் எண். 7-ஆம் எண்ணும் வாழ்க்கையில் பல சோதனைகளை கொடுக்கக்கூடியது. தொலைதொடர்பு துறை போன்றவற்றில் அவருக்கு ஈடுபாட்டைக் கொடுக்கும். மேலும் விதி எண்ணிற்கு (4), பெயர் எண் பகையாகும்.

எப்படிப் பார்த்தாலும், இவரது வாழ்க்கையின் இறுதிக்காலங்களில் பெரிய அளவில் பணத்தைக் குவிப்பதற்கும், அதைப் பாதுகாத்து, மென்மேலும் பணத்தைக் குவித்து உலகத்தின் பெரிய பணக்காரராவதற்கும் உரிய பலம் இவைகளுக்கு இல்லை. பின்பு எப்படி அவரால் உலகத்தின் நெ. 1 பணக்காரராக முடிந்தது? அதற்கு காரணம்?

இப்போது இவரது ஆத்ம எண்ணைப் பார்ப்போம்.

3

28 – 10 – 1955

2

இவரது ஆத்ம எண். 23 வருகிறது.

23-ஆம் எண்ணின் பலன்களைப் பார்ப்போம்.

மற்ற எல்லா எண்களை விட இந்த எண் மிகவும் சக்தி வாய்ந்தது. அதிர்ஷ்டத்தை அள்ளித் தருவது இந்த எண்தான். எப்பேர்ப்பட்ட மனிதரையும் வெற்றிப் பாதைக்கு அழைத்துச் செல்லும் வல்லமை படைத்தது. சந்திரனின் 2–ஆம் எண்ணும் குருவின் 3–ஆம் எண்ணும் இணைந்து உருவாகும் புனித (5) எண்ணாகும்.

குருச் சந்திரயோகத்தை முழுமையாக அள்ளித் தரும் எண் இது. மற்ற அனைவரையும் (1 முதல் 9 எண் வரை) அனுசரித்துச் செல்லும் குணம் உடையவர்கள். பலதரப்பட்ட விஷயங்களையும் அறிந்திருப்பார்கள். முன்னேற்றங்களுக்கு தேவையான வாய்ப்புகள் மற்றும் வசதிகள் ஏற்படும். மற்றவர்களின் ஆதரவு தாமாகவே இவர்களைத் தேடி வரும் யோகமும் உண்டு. குடும்ப வாழ்க்கை சகல வளமுடன் இருக்கும். அதிக அளவு இராஜவசியமும், ஜனவசியமும் இந்த எண்ணுக்கு உண்டு. கற்பனை வளமும் எழுத்தாற்றலும் நிறைந்த எண்ணாகும் இது. அவர்களைச் சுற்றி எப்போதும் நண்பர்களும், ஆதரவாளர்களும் இருப்பார்கள். வியாபாரம், தொழில், கமிஷன் போன்ற பல வழிகளில் செல்வங்கள் வந்து சேரும். (வியாபாரிகள் கவனிக்கவும்) கடைகளுக்கும் ஸ்தாபனங்களுக்கும் இந்த எண்ணை பெயராக அமைக்கும் போது லாபமும் முன்னேற்றமும் எளிதில் கிடைக்கும். பிறந்த தேதியின் எண்கள் 8 எண் வரும் அன்பர்கள் இந்த எண்ணைப் பெயரில் வைத்துக் கொண்டால் அவர்களது தீயவிதியைக் கூட மாற்றி, நல்ல வளமான வாழ்க்கையை நிச்சயமாக அடையலாம்.

வெற்றிகளைச் சுலபமாக இந்த எண்காரர்கள் அடைவார்கள். எனவே தங்களை அறியாமலேயே சோம்பேறித்தனத்திற்கு ஆளாகிவிடுகிறார்கள். இதனால் இவர்களது வெற்றியும், அதிர்ஷ்டங்களும் குறைந்து விடக்கூடும். இவர்களுக்கு நுண்ணிய கலைகளில் (சங்கீதம், பாட்டு) ஆர்வமும், தேர்ச்சியும் உண்டாகும். தங்களை விட உயர்ந்த நிலையில் இருப்போரின் ஆதரவு எப்போதும் இந்த எண்ணிற்கு உண்டு.

மக்களால் மிகவும் விரும்பப்படுவது இந்த எண்தான்.

நவரத்தினங்கள் எப்போதும் நவக்கிரகங்களின் ஆற்றலை உள்வாங்கி, மனிதனுக்கு அதிர்ஷ்டங்களை ஏற்படுத்துகின்றன.

இதில் கவனிக்கப்பட வேண்டிய முக்கிய பலன்கள்

மற்ற எல்லா எண்களையும் விட இந்த எண் மிகவும் சக்தி வாய்ந்தது. அதிர்ஷ்டத்தை அள்ளித் தருவது இந்த எண்தான். அதிக அளவு இராஜவசியமும், ஜனவசியமும் கொடுக்கும். வியாபாரம், தொழில், கமிஷன் போன்ற பல விஷயங்களில் செல்வங்கள் வந்து சேரும். தங்கள் வாழ்க்கையை தங்களின் இலட்சியத்திற்காக அர்ப்பணிப்பார்கள். அசாத்திய சாதனைகளைச் செய்பவர்கள்.

திரு. BILL GATES அவர்களின் வாழ்க்கை எண்ணாகிய 23 என்ற எண்ணே இவரை தனது (விதி) பாதையில் படிப்படியாக முன்னேற்றிக் கொண்டே சென்று, இன்று இவரை உலகத்தின் உச்சியில் வைத்துள்ளது.

3. திரு. V. PRABHAKARAN அவர்களின் தமிழீழ போராட்டம்

திரு. V. PRABHAKARAN அவர்கள் இலங்கைத் தமிழர்களுக்காக தமிழீழம் கேட்டு, தனது வாழ்நாள் முழுவதும் போராடியவர். உலகத்தின் சிறந்த சுதந்திரப் போராட்ட வீரர்களில் இவரும் ஒருவர். இவரது பிறந்த தேதி 26.11.1954.

இவரது பிறந்த தேதி எண்கள்   8 – 2
பெயர் எண்   V. P R A B H A K A R A N
                   0 8 2 1 2 5 1 2 1 2 1 5 – 36

26–ஆம் தேதி பிறந்துள்ளதால் இவரது வாழ்க்கையில் பல கடுமையான போராட்டங்களையும் பிரச்சினைகளையும் சந்திக்க வேண்டியதிருக்கும். மக்களுக்கு உண்மையாக தொண்டு செய்யும் குணத்தையும், மக்களுக்காக போராடும் குணத்தையும் கொடுக்கும். இலங்கை நாட்டின் ஒரு பகுதியை (தமிழீழம்) தனி அரசாங்கமாக திறம்பட பல ஆண்டுகள் நடத்திவந்தார்.

விதி எண். 2 ஆக வருவதால் அவரின் ஸ்திரநிலை அடிக்கடி பாதிக்கப்பட்டது. இந்த எண் நல்ல பேச்சுத் திறமையையும், திட்டமிடும் குணத்தையும் கொடுத்தது. சில சுயமான முடிவுகளையும் தானே எடுத்துச் செயல்பட்டார். இவரது பேச்சுக்கு உலகெங்கும் மிகுந்த செல்வாக்கு இருந்தது.

பெயர் எண். 36 செவ்வாய்க்குரிய எண்ணாகையால், தனது சமூகத்தின் உரிமைக்காகப் போராடும் குணத்தையும், கொண்ட கொள்கையில் தீவிரத்தையும், பல திட்டங்களைத் தீட்டி அதன்படி செய்யும் ஆற்றலையும் கொடுத்தது. ஒரு இராணுவ தளபதி போல் தனது விடுதலைப்புலிகளின் படையை (LTTE) நடத்திச் சென்றார்.

ஆனால் பல காரணங்களால், அவர் நினைத்த சுதந்திரத்தை அடைய முடியவில்லை. அவரது மரணத்தைப் பற்றிய பல சந்தேகங்கள் இன்னும் தீரவில்லை.

இவரின் ஆத்ம எண்ணைக் கணிப்போம்...

இவர் பிறந்த தேதி 26 – 11 – 1954
21 – (3)

இவரது ஆத்ம எண்...13 ஆகும்.

எண். 13 என்பது வாழ்க்கையில் பல வேதனைகளையும் தோல்விகளையும் கொடுக்கும். அனைவரும் பார்த்து பயப்படும் எண் இது. இதன் பலன்கள் பற்றி பார்ப்போம்.

13-ஆம் எண் பலன்கள்.

13–ஆம் எண் என்றாலே உலகத்தில் பயப்படுகின்றனர். வாழ்க்கையில் பல போராட்டங்களையும் வேதனைகளையும் ஏற்படுத்துவது இந்த எண்ணாகும். எவ்வளவு பெரிய குடும்பத்தில் பிறந்தாலும் இந்த எண்காரர்கள் சோதனைகளையும் முட்டுக்கட்டைகளையும் சந்தித்தே ஆக வேண்டும். இந்த எண் வாழ்க்கையில் எதையும் (நன்மை, தீமை இரண்டையுமே) எதிர்பார்க்காமல் கொடுக்கும் தன்மையுடையது. வெளிநாட்டில் 13–ஆம் எண் அறைகளே இருக்காது என்பதே இதனுடைய தீய சக்தியின் வலிமையைக் குறிக்கிறது. இந்த தேதிகளில்தான் உலகத்தில் பல எரிமலைகள் வெடித்துள்ளது. பல பூகம்பங்கள் ஏற்பட்டுள்ளன. போர்கள் நடந்திருக்கின்றன. அழிவின் எண்ணாகவே இதைக் கருதுகிறார்கள். இந்த எண்ணைப் பெயரில் கொண்டவர்கள் தங்களது வாழ்க்கையில் கண்டங்களும், விபத்துகளும், பிணிகளும் ஏற்படுவதை தவிர்க்க முடியாது. பல திறமைகளை இவர்கள் பெற்றிருந்தாலும் கூட மிகவும் போராட்டத்துடன்தான் இவர்கள் சாதனை படைக்க வேண்டும்.

இந்தத் தேதியில்தான் உலகத்தில் பல பூகம்பங்கள் ஏற்பட்டுள்ளன. பல போர்கள் நடந்திருக்கின்றன. இந்த எண் அழிவின் எண்ணாக கருதப்படுகிறது. பல திறமைகளை இவர்கள் பெற்றிருந்தாலும் கூட மிகவும் போராட்டத்துடன்தான் சாதனைகள் செய்ய வேண்டும். சில தவறான முடிவுகளில் ஆபத்துகளும் அவமானங்களும் ஏற்படுவதை தவிர்க்க முடியாது.

இவரது போராட்டம் பல காரணங்களால் தடைப்பட்டுப் போய்விட்டது. 13 தனது அழிவு நிலையை இறுதியில் காட்டிவிட்டது. தமிழர்களின் கனவும் கலைந்த நிலையில் உள்ளது. ஆனால் இவரது கனவுகள் ஒரு நாள் வென்றே தீரும். இந்த மாதிரி பல உதாரணங்களைச் சொல்லிக் கொண்டே போகலாம்.

இந்த ஆத்ம எண்ணின் தாக்கம் பொதுவாக 35 வயதிற்கு மேல் ஆரம்பிக்கிறது. சிலருக்கு 40 வயதுக்கு மேல் ஆரம்பிக்கும். இதனால்தான் பலர் தங்களது தொழில்களையும், வாழ்க்கைப் பாதையையும் இந்த வயதில் மாற்றுகிறார்கள்.

ஆங்கில மொழி பற்றியும், January, February பற்றியும், Victoria ராணி பற்றியும் பவிஷ்ய புராணத்தில், முன்கூட்டியே சொல்லப்பட்டுள்ளது.

எனவே இந்த ஆத்ம எண்ணைப் பற்றி நன்கு அறிந்து கொள்ளுங்கள். உங்களது ஆத்ம எண்ணைத் தெரிந்து கொண்டால் உங்களுடைய விதியின் பாதையை நீங்களே கணக்கிட முடியும். அதற்கேற்றபடி உங்களது செயல்களையும், மனோபாவங்களையும் மாற்றிக் கொள்ள முடியும். விதியின் போக்கின்படியே செல்லாமல், நமது மதியினை நன்கு பயன்படுத்தி திட்டமிட்டு செயலாற்றினால் அனைவருக்கும் வெற்றி நிச்சயம்.

உங்கள் வாழ்க்கைப் பாதையை எப்படி தேர்ந்தெடுப்பது?

உங்களுடைய பிறந்த தேதியின் எண்களின்படி நல்ல பெயர் எண்ணில் உங்களது பெயரை அமைக்க வேண்டியது அவசியம். மேலும் அந்தப் பெயர் Pronology படியும் சரியான ஒலியில் இருக்க வேண்டும். அதாவது NUMEROLOGY PLUS PRONOLOGY நன்கு அமைய வேண்டும். அது மட்டுமே உங்களுக்கு வெற்றியைத் தந்து விடாது. வாழ்க்கையின் பின்பகுதி முழுவதும் ஆத்ம எண்ணின் தாக்கமே அதிகரிக்கும். அது, படிப்படியாக தனது பலன்களை உங்களுக்கு ஏற்படுத்தி தரும்.

எனவே உங்களது பெயர் எண், ஆத்ம எண்ணிற்கும் நட்பாக இருக்க வேண்டியது மிகவும் முக்கியம். இது ஆத்ம எண்ணின் நற்பலன்களை அதிகரிக்கும். ஆத்ம எண்ணிற்கு நட்பு எண்ணாகவோ, சமமான எண்ணாகவோ இருந்தாலும் நற்பலன்களை அடையலாம். ஆனால் ஆத்ம எண்ணிற்கு எதிரிடையான எண்ணில் இருந்தால், அது எத்தனை அதிர்ஷ்டமாக இருந்தாலும் வைத்துக் கொள்ளக் கூடாது. எதிரிடையான பலன்களே ஏற்படும்.

தற்போது நீங்கள் செய்துவரும் தொழிலில் முன்னேற்றமில்லாத நிலையில் இருந்தால், ஆத்ம எண் குறிக்கும் தொழில்களில் ஈடுபடலாம். படிப்படியாக முன்னேற்றம் நிச்சயம் வந்து சேரும். இல்லையெனில் நீங்கள் ஆத்ம எண் குறிக்கும் தொழிலிலோ, அதைச்சார்ந்த தொழிலிலோதான் வெற்றி பெறமுடியும். தனது ஆத்ம எண்ணிற்கான தொழிலைச் தேர்ந்து எடுக்கும் வரை மற்ற எந்த தொழிலைச் செய்தாலும் தோல்வி மேல் தோல்வி வந்து கொண்டேதான் இருக்கும். திடீரென அந்தக் குறிப்பிட்ட தொழிலை செய்ய வேண்டிய சந்தர்ப்ப சூழ்நிலையோ, கட்டாயமோ ஏற்பட்டு விடும். எப்போது, அந்தத் தொழிலைச் செய்ய ஆரம்பித்தீர்களோ அன்று முதல் வெற்றிமேல் வெற்றியும், அதன் மூலம் செல்வங்களும் வந்து சேரும். இதுதான் உங்களுக்கென இறைவன் விதித்த தொழில் என்று அறிந்து கொள்ளுங்கள்.

ஏனெனில் இந்த எண் குறிக்காத தொழில்கள், மற்ற எண்ணில் பிறந்தவர்களுக்காக படைக்கப்பட்டவை. அவற்றில் நுழைந்து, நீங்கள் அவர்களுடன் போட்டிப்போட்டு வெற்றிபெற முடியாது.

அன்பர்கள் மிகக் கவனமாக தங்களது ஆத்ம எண் குறிக்கக் கூடிய தொழில்களை இனங்கண்டு, அதில் துணிந்து இறங்குவார்கள் எனில், வெற்றி நிச்சயம்.

அன்பர்கள் ஆத்ம எண்ணைப் பற்றி நன்கு அறிந்து, தங்களுக்கு அதிர்ஷ்டமான தொழிலை மேற்கொண்டு, வாழ்க்கையில் அதிர்ஷ்டங்களையும், வெற்றிகளையும் அடைய வேண்டுகிறேன்.

அதிர்ஷ்டங்களைக் கொடுப்பதில் அனைத்து எண்களும் சமமானவைதான், ஆனால் அவற்றின் இயல்புப் படியே கொடுக்கும்.

17. ஆத்மா எண்ணும் உங்களுடைய தொழில் அதிர்ஷ்டமும்

(ATMA NUMBER AND YOUR CAREER LUCK)

உங்களது ஆத்ம எண்ணை அறிந்து கொண்டீர்கள். இந்த எண்ணின் சக்தியானது உங்களுடைய வாழ்க்கையை, தனது நோக்கத்திற்கு (Atma destiny) கொண்டு செல்லும். தற்போது நீங்கள் எந்த கல்வி நிலையில் இருந்தாலும், எந்தத் தொழிலில் இருந்தாலும், ஆத்ம எண்ணின் தாக்கங்கள் உங்களுடைய விதியின் மீது இருந்துதான் தீரும். வாழ்க்கையின் இறுதி ஆண்டுகளில், ஆத்ம எண் காட்டும் பலன்களே நடைபெறுகிறது என்பதை பலரின் வாழ்க்கை மூலம் அறியலாம்.

உங்களது வாழ்க்கையின் தொழில், வியாபாரம் ஆகியவற்றை எப்படி அறிந்து கொள்வது? பிற்காலத்தில் எந்தத் தொழில், வேலை அல்லது வியாபாரம் செய்யப்போகிறோம் என்பது பற்றி தெரிந்து கொண்டால், அந்தத் தொழிலில் இப்போதிருந்தே ஓர் ஆர்வத்தை வளர்த்துக் கொள்ளலாம். மனோரீதியில் அந்த வேலையில் ஆர்வத்தை வளர்த்துக் கொள்ளலாம். ஜோதிட ரீதியில் இலக்னமும், 10–ஆம் இடமும் நீங்கள் செய்யப்போகும் தொழிலையும், அதன் அதிர்ஷ்டங்களையும் கொடுக்கும் எனச் சொல்லப்பட்டுள்ளது. அதனுடைய தாக்கம் உங்களது வாழ்க்கையில் ஓரளவே இருக்கும். ஆனால் எண்கணித ரீதியில் கணிக்கப்படும் பலன்களே பெரும்பாலும் ஒத்துவருகின்றன. மேலும் உங்களது விதியை நீங்கள் அறிந்து, விதியை மாற்றிக்கொள்ள எண்கணிதமே உதவுகிறது.

எண்கணித சக்கரம் (Numerology Cycle)

ஜோதிடமும், எண்கணிதமும் ஒன்றுக்கொன்று மிகவும் தொடர்புள்ளது என்று பார்த்தோம். ஜோதிடத்தில் மொத்தம் 27 நட்சத்திரங்கள், 12 இராசிகள் உள்ளன. ஒவ்வொரு நட்சத்திரமும் 4 பாதங்களைக் கொண்டது. (12 RASIS AND 27 NAKSHATRAS).

எனவே 27 x 4 = 108 பாதங்களும், 12 இராசியில் (கட்டத்தில்) அதன் வரிசைக்கிரகமாக வியாபித்துள்ளது. மொத்தம் 9 கிரகங்களே உள்ளது. இவை இந்த 108 பாதங்களில் 108 எண்களாக வியாபித்துள்ளன. ஒவ்வொரு பாதமும் சிறப்பான பலன்களைக் கொண்டவை.

ஒரே கிரகத்தின் 4 பாதங்கள் ஒரே இராசியிலும் இருக்கலாம் அல்லது இரண்டு இராசியிலும் இருக்கலாம். (உ.ம்) மிருகசீரிடம் 1, 2–ஆம் பாதங்கள் ரிஷப இராசியிலும், மிருகசீரிடம் 3, 4–ஆம் பாதங்கள் மிதுன இராசியிலும் அமைந்திருக்கும். இந்த வரிசையின்படியே எண்களும் எண்களுடைய சக்கரத்தில் அமைந்திருக்கும். கீழே உள்ள அட்டவணையைப் பாருங்கள்.

பெயர் எண்களின் சுழற்சி சக்கரம்

102, 80, 89, 98, 107, 77, 86, 95, 104 மீனம்	7, 16, 25, 34, 6, 15, 24, 33, 1 மேஷம்	10, 19, 28, 2, 11, 20, 29, 9, 18 ரிஷபம்	27, 36, 4, 13, 22, 31, 3, 12, 21 மிதுனம்
99, 108, 76, 85, 94, 103, 75, 84, 93 கும்பம்	12 இராசிகளில் 108 எண்களின் அமைப்பு		30, 8, 17, 26, 35, 5, 14, 23, 32 கடகம்
82, 91, 100, 74, 83, 92, 101, 81, 90 மகரம்			43, 52, 61, 70, 42, 51, 60, 69, 37 சிம்மம்
79, 88, 97 106, 78, 87 96, 105, 73 தனுசு	66, 44, 53 62, 71, 41 50, 59, 68 விருச்சிகம்	63, 72, 40, 49, 58, 67, 39, 48, 57 துலாம்	46, 55, 64, 38, 47, 56, 65, 45, 54 கன்னி

1. உங்களது பிறந்த இலக்னத்திற்கும் ஆத்மா எண் இராசிக்கும் 6, 8, 12–இல் உள்ள எண்களில் பெயரை வைத்துக் கொள்ளக்கூடாது.

(உம்) மகர இலக்னத்திற்கு 8–ஆமிடம் சிம்மம் ஆகும். அதில் உள்ள சூரியனின் ஆதிக்க எண் 37. சுக்கிரன் ஆதிக்கத்தில் உள்ள 42,51,60,69 எண்களில் பெயர் வைத்துக் கொள்ளக் கூடாது.

2. மற்ற 1, 2, 3, 4, 5, 7, 9, 10, 11 ஆகிய இடங்களில் உள்ள எண்களில் பெயர்களை வைத்தால் நன்கு வாழ்க்கை அமையும்.

3. நீங்கள் தேர்ந்தெடுத்த அதிர்ஷ்ட எண், ஆத்ம எண் உள்ள இராசிக்கும் 1, 2, 3, 4, 5, 7, 9, 10, 11 இடங்களில் இருக்க வேண்டும். ஆனால் 6,8,12–இல் உள்ள எண்களில் வைக்கக்கூடாது.

(உ–ம்) S. NAGARAJAN

4. பிறந்த தேதி 21.5.1954 இவரது எண்கள்.... 3 & 9

இவரின் ஆத்ம எண். 86

பல எண்கள் நல்ல வழிகளில்தான் அதிர்ஷ்டத்தை ஏற்படுத்தும். சில எண்கள் மட்டும் சூதாட்டம், கள்ளக் கடத்தல், ரேஸ் போன்றவற்றில் அதிர்ஷ்டத்தை ஏற்படுத்தும்.

86-ஆம் எண் உள்ள இராசி (அட்டவணையைப் பார்க்கவும்) மீன இராசியாகும். இதற்கு 6 (சிம்மம்), 8 (துலாம்), 12 (கும்பம்) ஆகிய இடங்களில் உள்ள எண்களில் பெயர்களை வைக்கக்கூடாது. மற்ற அதிர்ஷ்ட இராசிகளில் உள்ள எண்களில் பெயர் வைக்கலாம். இது பிற்கால வாழ்க்கையில் வெற்றிபெற மிகவும் பயன்படும்.

ஆத்ம எண்ணும், உங்களின் தொழில் அதிர்ஷ்டமும்

பலரின் கனவுகளுக்கும், அவர்களது படிப்புக்கும் பல சமயங்களில் சம்பந்தமிருப்பதில்லை. அதே போல அவர்கள் படித்த படிப்புக்கும் செய்யும் தொழிலுக்கும் சம்பந்தம் இருப்பதில்லை. சந்தர்ப்ப சூழ்நிலைகளும், குடும்பத்தின் கட்டாயமும், பொருளாதாரத் தேவைகளும் மனிதர்களின் சுய விருப்பப்படி அவர்களை செயல்பட விடுவதில்லை.

நீங்கள் விதியின்போக்கில் சென்றுதான் அதனை வெற்றிகொள்ள முடியும். உங்களது பிறவி எண், விதி எண் ஆகியவை வாழ்க்கையில் பல நிகழ்வுகளையும், திருப்பங்களையும் ஏற்படுத்தினாலும் வாழ்க்கையின் இறுதிக் காலங்களில் அவற்றின் வலிமை குறைந்து விடுகின்றன.

அதுவும் 45 வயதுக்கு மேல்தான், மிகச் சிலருக்கு 50 வயதுக்கு மேல் தான் ஆத்ம எண்ணின் ஆதிக்கம் வலுப்பெற ஆரம்பிக்கின்றன. எனவேதான் 50 அல்லது 60க்கு மேல் தொழிலிலும் வியாபாரத்திலும் பல மாற்றங்கள் மனிதர்களுக்கு ஏற்படுகின்றன.

உங்களது Ultimate தொழிலை எப்படி அறிந்து கொள்வது?

ஆத்ம எண் குறிக்கும் தொழில்கள், ஆத்மா எண் இடம்பெற்ற இராசியின் தொழில்கள் அல்லது அதன் பத்தாவது இராசியின் தொழில்களே ஆதிக்கம் செலுத்தும். அவை குறிக்கும் தொழிலில்தான் ஒருவன் முன்னேற முடியும். அவனது ஆத்மா (உயிர்மனம்) விரும்பும் தொழிலாக இருப்பதால், அவரால் சீக்கிரமாக முன்னேற முடியும்.

(உ.ம்) ரஜினிகாந்த் $\frac{12.12.1950}{6 \quad 9}$ பிறந்த தேதி எண்கள் 3 & 3

ஆத்ம எண். 69

இவரது பிறந்த தேதி எண்கள் 3 & 3. இவரது பிறந்த தேதி எண்களுக்கும், கலைத்துறைக்கும் பெரிதும் தொடர்பில்லை. ஆனால் இவரது ஆத்ம எண். 69 சுக்கிரனின் எண்ணாக இருப்பதால், இவரது வாழ்க்கைப்பாதை கலைத்துறையை நோக்கித் திரும்பியது. 69 வேகமான அதிர்ஷ்டகரமான எண்ணாக இருப்பதால் கலைத்துறையில் வேகமாக முன்னேறினார்.

ஆத்ம எண் உள்ள இராசி சிம்மம், அதன் வலிமையில் அந்தத் துறையில் தலைமையிடத்தில் இருக்கிறார். மேலும் 10-ஆமிடம் சுக்கிரனின் இடமாக வருகிறது (ரிஷபம்). எனவே கலைத்துறையில் அவர் மேலும் மேலும் முன்னேறி வருகிறார். பெயரும் புகழும், மக்கள் செல்வாக்கும் அதிகம் பெற்றவராக திகழ்கின்றார். கலைத்துறை சுக்கிரனின் ஆதிக்கம் கொண்டது.

எனவே அன்பர்கள் தங்களது ஆத்மா எண் என்ன? அது குறிக்கும் தொழில்கள் யாவை? என்பதை கவனமாகத் தெரிந்து கொள்ள வேண்டும். 45 வயதுக்குள்ளே இருப்பவர்கள் இவைகளைப் பற்றி அறிந்து கொண்டு, அதன்படி வருங்காலத் திட்டங்களை வகுத்துக் கொள்ளலாம். உடனே ஈடுபட வேண்டிய அவசியமில்லை. சூழ்நிலைகள் மாறும் வரை காத்திருக்க வேண்டியது அவசியம்.

45 வயதிற்கு மேல் உள்ளவர்கள் ஆத்ம எண்ணைப் பற்றியும், அவை குறிக்கும் தொழில் பற்றியும் தீவிரமாக அறிந்து கொண்டு, மனத்திற்கு பிடித்த ஏதாவது ஒரு தொழிலில் (ஆத்ம எண் தொழில்தான்) ஈடுபட வேண்டும். அவர்களுக்கு வெற்றியும் செல்வமும், மகிழ்ச்சியும் நிச்சயம் தேடிவரும் என்பது நிச்சயம்.

எண்களின் பலன்கள், உபயோகங்கள் வேதங்களிலேயே சொல்லப்பட்டுள்ளன.

முக்கியக் குறிப்பு....

ஆத்ம எண் குறிக்கும் விஷயங்கள் 40/45 வயதுக்கு மேல்தான் செயல்பட தொடங்கும். அதுவரையிலும் பிறவி எண், விதி எண் தாக்கங்கள் அதிகம் இருக்கும்! எனவே இந்த ஆத்ம எண் பற்றியும், அது குறிக்கும் தொழில்கள் பற்றியும் தெரிந்து கொள்ளுங்கள். நீங்கள் ஏற்கெனவே அந்தத் தொழிலில் ஈடுபட்டுக் கொண்டிருந்தால், அதில் தொடர்ந்து ஈடுபடலாம். முன்னேற்றம் கிடைக்கும்.

எனவே இந்தத் தொழில்கள் (ஆத்ம எண்) 40 வயதிற்குள் நடக்க வேண்டிய கட்டாயமில்லை என்பதை நினைவில் வையுங்கள். மேலும், ஒவ்வோர் எண்ணிற்கும் சில நல்ல குணங்களும், சில தீய பலன்களும் உண்டு! உங்களையே நன்றாக உள்நோக்கி ஆய்ந்து பார்த்தால்தான் இந்த உண்மை விளக்கங்கள் புரியும்.

நல்ல குணங்களையும், நல்ல செயல்களையும் மேலும் வளர்த்துக் கொள்ளுங்கள். அது உங்களின் வாழ்விற்கு மிகவும் உதவியாக இருக்கும். தீய குணங்கள் அல்லது பலன்கள் சொல்லப்பட்டிருக்கும் பட்சத்தில் அதைப் பற்றி பயப்படத் தேவையில்லை! அந்தக் குணங்கள் உங்களை அணுகாமல் பார்த்துக் கொள்ளுங்கள் அல்லது அந்த மாதிரி குணங்கள் உங்களிடம் இருந்தால் அவற்றை மாற்றிக் கொள்ளுங்கள்.

விதியை மாற்றுவதுதான் மதி அல்லது அறிவு! தீய குணங்களை அணுகவிடாமல் அல்லது அந்தக் குணங்களை படிப்படியாக நீக்கிக் கொள்வதுதான் உங்கள் வாழ்க்கையின் வெற்றிக்கு ஆதாரம்...

உதாரணம்...

ஆத்ம எண் 34–இன் பலன்கள்

சில அன்பர்கள் சிற்றின்பத்தில் அதிக நாட்டம் கொண்டு அதில் பணத்தை வீணாக்குவார்கள். எனவே, செக்ஸில் கவனத்துடன் இருக்க வேண்டும். தீய பழக்கங்களுக்கு இடம் கொடுக்கக்கூடாது. பின்பு அவற்றை விடமுடியாமல் சிரமப்படுவார்கள். மற்றவர்கள் இவர்களை முன்னால் விட்டுப் பின்னால் குற்றம் சொல்வார்கள்.

இவர்களுக்கு எதையும் போராடிப் பெறுவதில் ஆர்வம் இருக்கும். காதல் சம்பந்தமான விஷயங்கள் வெற்றி தராது. பிறந்த தேதி எண்கள் 2 எண்வரும் நண்பர்களுக்கு மட்டும் இந்த எண் நன்மையைக் கொடுக்கும். இவர்கள் சிறந்த அறிவாளிகளாகவும் திறமையானவர்களாகவும் இருப்பார்கள். எந்த ஓர் ஆராய்ச்சியிலும் ஈடுபாட்டுடன் உழைப்பார்கள். பலருக்கும் உபகாரியாக இருப்பார்கள். ஆனால், குடும்ப வாழ்க்கையில் வசதிகள் திருப்தியில்லாமல் இருப்பார்கள். ஆன்மிகம், சாஸ்திரங்கள், கணிதம், விஞ்ஞானத்தில் ஆராய்ச்சி,

நாட்டம் ஆகியவை உண்டாகும். தொழில் மற்றும் வேலை விஷயங்களில் போராட வேண்டியதிருக்கும்.

இதைத் தெரிந்து கொள்வதன் மூலம், நாம் செய்ய வேண்டியது என்ன?
1. சிற்றின்பத்தில் மிதமான போக்கையே கடைப்பிடிக்க வேண்டும்.
2. காதல் விஷயங்களில் கவனமாக இருக்க வேண்டும்.
3. குடும்ப வாழ்க்கையில் குடும்பத்தாருடன் இணக்கமான போக்கைக் கடைப்பிடிக்க வேண்டும்.
4. தொழில், வேலை விஷயங்களில் கவனமாக செயல்பட வேண்டும். தங்களது திறமைகளை வளர்த்துக் கொள்வதன் மூலம் மற்றவர்களை ஜெயிக்க முடியும்.

இதுபோன்று உங்களது செயல்களை முறைப்படுத்திக் கொள்ளும் போது, சிரமங்கள் குறைகின்றன! நீங்கள் உங்களது தொழில்களில் நிச்சயம் ஜெயிக்கலாம்.

எனவே ஆத்ம எண் பற்றிய விபரங்களை முறையாகவும், முழுமையாகவும் ஆராய்ந்து, உங்களது வாழ்க்கையில் வெற்றிகளையும், செல்வங்களையும் குவிக்கலாம்.

மேலும் விபரங்களுக்கு ஆசிரியரிடம் விபரமான ஆலோசனைகள் பெறலாம்.

சில புகழ்பெற்ற தலைவர்கள் /அதிபர்களின் ஆத்ம எண்ணிற்கும், அவர்களது வாழ்க்கைக்கும் உள்ள தொடர்பை தெரிந்து கொள்ளுங்கள்.

ஆத்ம எண் குறிக்கும் பலன்களே அவர்களின் வாழ்க்கையில் நடைபெற்றிருப்பதை / நடப்பதை அறியலாம்.

வ. எண்	தலைவர்கள் பெயர்	பிறந்த தேதி	பிறந்த தேதி எண்கள்	ஆத்ம எண்கள்
1	நடிகர் திலகம் சிவாஜி கணேசன் நடிப்புத் தொழிலில் இறுதி வரையிலும் கொடிகட்டிப் பிறந்தவர். பல நாடுகளிலும் அவருடைய புகழ் இன்றும் நிலைத்துள்ளது. 23-ன் பலன்களே இவரை வலுவாக பிரபலமாக்கியது.	01-10-1928	1 & 4	23

ஒருவரது முன்வினைப் பயன்படியே அவரது ஜாதகம், பெயர் அமையும்.

2	திரு. N. T. இராமாராவ் ஆந்திராவின் மிகவும் புகழ்பெற்ற நடிகர், முதல் அமைச்சர். ஆனால் இறுதியில் அரசியல் சதியால் பாதிக்கப்பட்டு சாதாரண முறையில் மரணமடைந்தார். 62–இன் துரதிர்ஷ்டம் இவரது வாழ்க்கையை இறுதியில் பாதித்தது.	28-05-1923	1 & 3	62
3	மைக்கேல் ஜாக்ஸன் உலகப் புகழ் பெற்ற நடன மேதை. நடனத்தில் உலக சாதனை படைத்தவர். ஆனால் ஆத்ம எண் 16–ன் பாதிப்பால், திடீரென வீழ்ச்சியடைந்து மரணம் அடைந்தார்.	01-9-1959	1 & 7	16
4	இளவரசி டயானா இங்கிலாந்து நாட்டின் இளவரசி! மக்களிடையே மிகவும் புகழ்பெற்றவர். ஆனால் குடும்பப் பிரச்சினைகளால் பாதிக்கப்பட்டு, பெயரின் கடுமையான (DI) தீயஒலியாலும், 86–இன் பாதிப்பாலும் விபத்தில் மரணமடைந்தார்.	01-07-1961	1 & 7	86
5	திரு. ராஜீவ் காந்தி இந்திய நாட்டின் புகழ்பெற்ற பிரதம மந்திரியாவார். பிறவி எண்ணிற்கும் (2), ஆத்ம எண்ணிற்கும் (18) உள்ள பகையாலும், 18 – நெருப்பு, ஆயுதங்களைக் குறிப்பதாலும் வெடி விபத்தில் அகால மரணமடைந்தார்.	20-08-1944	2 & 1	18
6	திரு. கலைஞர் கருணாநிதி தமிழ்நாட்டின் மிகவும் புகழ்பெற்ற முன்னாள் முதல் அமைச்சர்.	03-06-1924	3 & 7	94

	ஆத்மா எண். 94–இன் முழுப்பலன்களையும் அனுபவித்து வருகிறார். 'அட்சய பாத்திரயோகம்' உடைய எண்.			
7	திரு. Dr. அம்பேத்கர் இந்தியாவின் சிறந்த சட்டத்துறை நிபுணர். நமது அரசியல் சாசனத்தை உருவாக்கியவர். 95–இன் வலிமையால் இன்றளவும் மக்களால் போற்றப்படுகிறார்.	14-04-1891	5 & 1	95
8	சிரிப்பு நடிகர் சார்லி சாப்ளின் உலகத்தில் மிகச் சிறந்த சிரிப்பு நடிகர். தனது சைகைகளினாலேயே மக்களின் உள்ளங்களைக் கவர்ந்தவர். ஆத்ம எண் 23–இன் வலிமையால் இன்றளவும் மக்களால் மிகவும் போற்றப்படுகிறார்.	16-04-1889	7 & 1	23
9	கவியரசு கண்ணதாசன் தமிழ்நாட்டின் மிகப் பெரிய கவிஞர். ஆத்ம எண் 37–இன் வலிமையால் கலைகளிலும், கவிதையிலும், பேச்சிலும் மிகவும் புகழ்பெற்று விளங்கினார். பலவித சுகங்களையும் நன்கு அனுபவித்தார். மக்களுக்கு கவிதைகள் மூலம் இன்றும் வழிகாட்டி வருகிறார்.	24-06-1948	6 & 4	37
10	Dr. J. ஜெயலலிதா. தமிழ்நாட்டின் சிறந்த பெண் முதலமைச்சர். இவர் 3–ஆவது முறையாக ஆட்சியில் உள்ளார். ஆத்மா எண் 86 நடுத்தரமான பலன்களையும், தன்னிச்சையாக செயல்படுவதையும் குறிக்கும். ஆனால் எப்படியும் நினைத்ததைச் சாதித்து விடும் ஆற்றல் உள்ள எண் இது.	24-02-1948	6 & 3	86

விதியின் பிடியிலிருந்து தப்ப இறைவன் கொடுத்த வரப்பிரசாதமே நியூமராலஜி கலையாகும்.

11	திரு. Y.S. இராஜசேகர ரெட்டி ஆந்திராவின் மிகவும் புகழ்பெற்ற முதல் அமைச்சர். ஆத்ம எண். 63, மனத்துணிவையும், மக்களுக்காக செயல்படும் ஆற்றலையும் கொடுத்தது. ஆனால் பெயரிலுள்ள (DY)–இன் தீய ஆதிக்கத்தாலும், 63–நெருப்பின் (செவ்வாய்) எண்ணாகவும் இருப்பதாலும் ஹெலிகாப்டர் விபத்தில் அகால மரணமடைய நேரிட்டது.	08-07-1949	8 & 2	63
12	திரு. BILL GATES உலகத்தில் No.1 கோடீஸ்வரராக இருப்பவர். ஆத்மா எண் 23 இவருக்கு முழுமையான பலன்களையும் கொடுக்க, பல தொழில்களிலும் இன்று செல்வத்தைக் குவித்து வருகிறார்.	28-10-1955	1 & 4	23
13	திரு. V. பிரபாகரன் தமிழீழத்திற்காக போராடிய மிகப் பெரிய தமிழ் வீரன். பல வருடங்கள் தமிழீழத்தை அமைத்து அரசாண்டார். ஆனால் ஆத்ம எண் 13–இன் வலிமையால், இறுதியில் வெற்றி பெறும் வாய்ப்பை நழுவவிட்டவர். ஆனால் இனிவரும் மக்களுக்கு உந்து சக்தியாக இருந்து, தமிழீழம் ஒருநாள் மலர்ந்தே தீரும் என்பதற்கு ஆக்க சக்தியாக இருப்பவர்.	26-11-1954	8 & 2	13
14	திரு. ரஜினிகாந்த் தமிழ்நாட்டின் சூப்பர் ஸ்டாராக இருப்பவர். பிறந்த தேதி எண்கள் கலைத்துறையைக் காட்டவில்லை! ஆனால் ஆத்ம எண் 69–இன் வலிமையால் கலைத் துறையில் ஈர்க்கப்பட்டு, பல சாதனைகளைப் புரிந்து, இன்றும் சூப்பர் ஸ்டாராக பவனி வருகிறார்.	12-12-1950	3 & 3	69

18. உங்களது பிறந்த தேதியின் எண்களும் b j hÊš f S « (Numbers and Careers)

எண்கள் தொழிலைத் தீர்மானிக்கின்றன

ஒவ்வொருவரும் எந்தெந்தத் தொழிலில் ஈடுபட வேண்டும்? அது அவர்களுக்கு அதிர்ஷ்டத்தைக் கொடுக்குமா? என்பவற்றை எண்கள்தான் தீர்மானிக்கின்றன. நம் உடலும், மனமும் எண்களின் கட்டளைப்படியே இயங்குவதால், எண்கள் குறிக்கும் தொழில்களில்தான் ஒருவர் வெற்றியடைய முடியும். தங்கள் எண்ணிற்கு சம்பந்தமில்லாத தொழிலில் ஒருவர் நிச்சயம் வெற்றிபெறவே முடியாது. ஏனெனில் அந்தத் தொழில் அடுத்தவருக்காக படைக்கப்பட்டுள்ளது. நமது மனம் புறக்காரணங்களால் வேறு தொழில்களில் ஈடுபட விரும்பினாலும், அதில் நீங்கள் வெற்றி பெற முடியாது. எனவே உங்களது எண்களுக்குத் தகுந்த தொழிலைத் தேர்ந்தெடுத்து, அதில் முழுமனதுடன் ஈடுபட்டு வந்தால் வெற்றித் திருமகள் உங்களைத் தேடி வருவாள்.

உங்கள் மனத்திற்குப் பிடித்தாலும், பிடிக்காவிட்டாலும் நீங்கள் செய்து வரும் தொழிலில் நம்பிக்கையுடன் மனதைச் செலுத்தி ஈடுபடும் போது அங்கு வெற்றியே உண்டாகும். இது இயற்கையின் ரகசியம். காலம் வரும்போது உங்களது நியாயமான ஆசைகளும், ஏக்கங்களும் (தொழில் வகையில்) இறைவனால் நிச்சயம் நிறைவேற்றி வைக்கப்படும். ஆனால் அந்தத் தொழில் உங்களுக்கு உரியதாக இருக்க வேண்டும்.

எனவே, ஒருவன் தனக்கென்று ஒரு தொழில், வியாபாரம், உத்தியோகத்தை அமைத்துக் கொண்டால்தான் அவனுக்குப் பல சிறப்புகளும், பெரும் பணமும் வந்து சேரும். உலகில் பிறக்கும் ஒவ்வொருவருக்கும் தனித்தனியான பிறந்த எண்கள் உள்ளன (பிறவி எண் மற்றும் விதி எண்) அவை அவர்களது பிறந்த தேதியின்படி அமைகின்றன. இந்த எண்களுக்கும், ஒவ்வொருவர் செய்ய வேண்டிய தொழிலுக்கும், நெருங்கிய தொடர்புண்டு. காரணம் ஒவ்வோர் எண்ணும், ஒவ்வொரு கிரகத்துடன் சம்பந்தமுள்ளவை. ஒவ்வொரு கிரகமும் குறிப்பிட்ட தொழில்களுக்குக் காரகத்துவமாக விளங்குகிறது. தங்களின் எண்கள் (பிறவி எண், விதி எண்) குறிக்கும் தொழிலில் ஈடுபட்டால்தான் ஒவ்வொருவரும் நிச்சயம் வெற்றி அடையலாம்.

மக்கள் அனைவரும், அவரவர்களுக்குப் பிடித்தமான தொழிலில் ஈடுபட்டு, அதில் வெற்றி பெற வேண்டும் என்று நினைக்கிறார்கள். அவர்கள் தங்கள் ஆசை, அனுபவம் பற்றி நினைக்கிறார்களே தவிர தங்களின் பிறந்த

> **உண்மையில் மனிதராகப் பிறந்திருக்கிற அனைவருக்கும் பெயரிட்டவர் கடவுளேயாவர்.**

தேதி எண்களுக்கு தாம் நினைக்கும் தொழில், வியாபாரம் ஒத்துவருகிறதா? தமக்கு அந்தத் தொழில் செய்யும் உரிமை இருக்கிறதா? என்று ஆராய்வதேயில்லை. இதனாலேயே பல நல்ல திறமையான அன்பர்களும், தங்களுக்குச் சம்பந்தமே இல்லாத துறைகளில் ஈடுபட்டுத் தோல்விகளையும், விரக்தியையும் அடைகின்றனர். தோற்ற பின்பு புலம்புவதால் என்ன பயன்? ஒருவர் தமது பிறந்த தேதி குறிக்கும் செயல்களிலும், கூட்டு எண் குறிக்கும் செயல்களிலும், முனைப்புடன் ஈடுபட்டால், நிச்சயமாக அவருக்குச் செல்வங்களும், வெற்றிகளும் தேடிவரும்.

படிப்பிற்கும் தொழிலுக்கும் உள்ள சம்பந்தம்...

வாழ்க்கையில் நீங்கள் பல அன்பர்களைப் பார்க்கலாம். அவர்கள் படித்த படிப்பிற்கும், செய்யும் வேலைகளுக்கும் சம்பந்தமிருக்காது. என்ஜினீயரிங் படிப்பை முடித்துவிட்டு (DCE, B.E., போன்றவை) தங்களுக்குச் சம்பந்தமான துறைகளில் முதலில் வேலையைத் தேடுவார்கள். காலச்சக்கரத்தில், சூழ்நிலைகளுக்கேற்ப தங்களுக்குச் சம்பந்தமில்லாத வேறு தொழிலை (வியாபாரம், நிருபர், ஏஜெண்ட்கள் போன்றவை) அவர்கள் மேற்கொள்ள வேண்டியதாயிருக்கிறது. இருந்தபோதிலும், அவர்கள் அந்தப் புதிய தொழிலில் வெற்றியும், மகிழ்ச்சியும் அடைந்துள்ளார்கள். இதற்குக் காரணம் என்ன? எல்லாம் எண்களின் சக்திதான். முன்பே சொன்னபடி, பிறந்த தேதி எண்கள் குறிக்கும் தொழில்களில்தான் ஈடுபட வேண்டும். அதில் நமது கவனத்தைச் செலுத்தப் பழகிக் கொள்ள வேண்டும். ஆர்வத்துடன், செய்யும் தொழில்களில்தான் ஒருவன் வெற்றியும், புகழும் அடைய முடியும்.

எனவே தங்கள் எண்கள் குறிக்கும் தொழில்களில் ஈடுபட்டு, முழுமனதுடனும், ஊக்கத்துடனும் செயலாற்றினால் அனைவரும் தங்களது தொழிலில் முத்திரை பதிக்கலாம். ஏனோதானோவென்று ஒரு தொழிலில் ஆர்வமில்லாமல் ஈடுபட்டால், "என் புருஷனுக்கும் கச்சேரியில் வேலை" என்ற கதையாகிவிடும். இதன் மூலம் தொழிலில் தோல்வியும், பண நஷ்டங்களும் தவிர்க்க முடியாததாக ஆகிவிடும்.

ஒவ்வோர் எண்ணும் பல தொழில்களுக்குச் காரகத்துவம் வகிக்கிறது. அதை மிகுந்த கவனத்துடன் ஆராய்ந்து, தங்கள் மனத்திற்குப் பிடித்த ஏற்றதொரு தொழிலைத் தேர்ந்தெடுத்துக் கொள்ளுங்கள். பின்பு அதில் தொடர்ந்து ஈடுபடுங்கள். மற்ற எண்காரர்கள், எவ்வளவு திறமையுடனும், முதலீடுகளுடனும், உங்களது தொழிலில் (உங்கள் எண் குறிப்பது) போட்டியிட்டாலும், உங்களை ஜெயிக்க முடியாது என்பதே உண்மை, இங்கு ஒவ்வொரு தொழிலுக்கும், தகுதியுடைய அன்பர்கள் யாவர் என்பதை எண்கணித ஆராய்ச்சியுடன் புதிய முறையில் கொடுத்துள்ளேன். எனவே இந்த அட்டவணைப்படி ஒவ்வொருவரும் தாங்கள் செய்யும் தொழிலைத் தேர்ந்தெடுத்துக் கொள்ளுங்கள்.

பெயர் எண்ணானது நாம் செய்யும் தொழில்களில், அந்தப் பெயர் எண்ணுக்கு உண்டான அதிர்ஷ்டங்களையும் சேர்த்துக் கொடுத்து விடும். எனவே உங்கள் பெயரானது அதிர்ஷ்ட ஒலியிலும், பெயர் எண்ணிலும், அதிர்ஷ்டப் பெயரிலும் அமைந்து விட்டால் பின்பு வானத்தையே வில்லாக வளைத்து விடலாம்.

சூரியன் கொடுக்கும் தொழில்கள்... எண். 1.
1. அரசியல் மற்றும் அரசாங்க சார்புடைய தொழில்கள், அரசாங்க கான்ட்ராக்ட்கள் வெற்றி தரும்.
2. நாடகத் துறையிலும், சினிமாத்துறையிலும் நன்மை உண்டாகும். இதற்கு சுக்கிரனின் எண்ணான 6-ஆம் எண் ஏதாவது ஒரு வகையில் சம்பந்தப்பட்டிருக்க வேண்டும்.
3. சிறந்த எழுத்தாளர்களாகவும், பேச்சாளர்களாகவும், நீதிபதிகளாகவும் வழக்கறிஞர்களாகவும் பலர் விளங்குகின்றனர்.
4. அதிகாரப் பதவிகளை வகிப்பதற்கு மிக ஏற்றவர்கள். பலரையும் அதிகாரத்துடன் வேலை வாங்கும் பணிகளும் இவர்களுக்கு ஏற்றதாகும்.
5. மேலாண்மைத் தொழிலுக்கு மிகவும் ஏற்றவர்கள்.
6. தர்ம ஸ்தாபனங்கள், பொது நிறுவனங்கள், திருக்கோயில் ஆகியவற்றில் நிர்வாகத் தலைவர்களாக இருப்பார்கள்.
7. இரத்தின வியாபாரம், நகை வியாபாரம், பாத்திர வியாபாரம் போன்றவற்றில் வெற்றி பெறலாம். I.A.S., I.P.S. போன்ற மக்கள் தொடர்பான கல்வியில் பிரகாசிக்கலாம். இவர்களின் கூட்டு எண்ணைப் பொருத்தும், தொழிலைத் தேர்ந்தெடுத்துக் கொள்ளலாம். மருத்துவத் தொழிலிலும் புகழ் பெறுவார்கள்.

சந்திரன் கொடுக்கும் தொழில்கள்... எண். 2.
1. கற்பனை வளம் நிறைந்தவர்கள். கலை நுணுக்க, உணர்வு உடையவர்கள். எனவே கலைத்துறையில் எழுத்தாளர், கவிஞர், நடிகர், டைரக்டர் போன்ற துறைகளில் வெற்றி அடையலாம்.
2. எழுத்தாளர்கள், பத்திரிகை நடத்துதல், ஓவியம் வரைதல் போன்றவையும் நன்மை தரும்.
3. துணி வியாபாரம், நகை வியாபாரம், விவசாயம் ஆகியவை வெற்றி தரும்.
4. புகைப்படத் தொழில், காய்கறி வியாபாரம், வாசனைப் பொருள்கள் வியாபாரம் போன்றவையும் நன்மை தரும்.

சப்தங்களின் மூலம் தேவதைகளை அழைப்பது மந்திர சாஸ்திரம்.

5. அரசியலிலும், அரசுத் துறையிலும் நன்மைகள் உண்டாகும். வெளிநாட்டுத் தொடர்புகளிலும் வெற்றி பெறலாம்.
6. குளிர்பானங்கள், ஐஸ்க்ரீம், மதுபானங்கள், ஹோட்டல்கள் ஆகியவையும் நன்மை தரும்.
7. பெண்களின் அலங்காரப் பொருள்கள், அழகு நிலையம் போன்றவையும் நன்மை தரும்.
8. விளையாட்டு சாமான்கள் விற்பனை, ஸ்டேஷனரி வியாபாரம் ஆகியவையும் வெற்றி தரும்.
9. ரசாயனம், மருத்துவம், சட்டம், தாவரம், தத்துவம் போன்ற துறைகளில் மேற்கல்வி படித்து, வாழ்க்கையில் பிரகாசிக்கலாம்.
10. கப்பல் துறையிலும், நீர் சம்பந்தமான தொழில்களிலும் ஈடுபடலாம்.
11. வெளிநாட்டுத் தொடர்பு உள்ள தொழில்கள், பாஸ்போர்ட் அலுவலகம், பேச்சாளர்கள் போன்ற துறைகளிலும் வெற்றி அடைவார்கள்.

குரு கொடுக்கும் தொழில்கள்... எண். 3.

1. நம்பகத்தன்மையும், திறமையும், கட்டுப்பாடும் நிறைந்தவர்களாதலால் நல்ல நிர்வாகிகளாகவும், பொறுப்பான வேலைகளிலும் நன்கு பிரகாசிப்பவர்களாகவும் இருப்பார்கள்.
2. தனியாகச் செய்யும் வியாபாரத்தை விட மாதாந்தர சம்பளம், நிரந்தர மாத வருமானம் பெறவே விரும்புவார்கள்.
3. அரசுத் தொழில்களில், வங்கிகளில் பணிபுரிவார்கள். சேவை ஸ்தாபனங்களில் வேலை செய்பவர்களாக இருப்பார்கள்.
4. ஆலயங்களில் அறங்காவலர்களாகவும், கௌரவத் தலைவர்களாகவும் இருப்பார்கள்.
5. சிறந்த அறிவாளியாக இருப்பதாலும், பேச்சுத் திறமை நன்கு அமைவதாலும், நல்ல பிரசங்கிகளாகவும், ஆலோசனை நிபுணர்களாகவும் இருப்பார்கள்.
6. ஆசிரியர்கள், கல்லூரிப் பேராசிரியர்களாக சிறந்து விளங்குவார்கள்.
7. சிறந்த வழக்கறிஞர்களாகவும் புகழுடன் விளங்குவார்கள். பெரும் எழுத்தாளர்களாகவும் புகழ் பெறுவார்கள்.
8. கலைத் தொழிலிலும் மிகுந்த முனைப்புடன் ஆர்வத்துடன் ஈடுபட்டு வெற்றியடைவார்கள்.
9. சினிமா, நாடகம் போன்றவற்றில் புகழ் அடைவார்கள்.
10. பத்திரிகை நிருபர்கள், பத்திரிகை நடத்துபவர்களாகவும் வெற்றி பெறலாம்.
11. சாஸ்திர ஆராய்ச்சியிலும் மேலும், அது சம்பந்தமான எழுத்துகளிலும் பிரகாசிப்பார்கள். சமூக சேவையிலும் ஈடுபடலாம்.

குறிப்பு : இளமையில் பல குடும்பப் பொறுப்புகளையும், சோதனைகளையும் சமாளிக்க வேண்டிய நிர்ப்பந்தம் ஏற்படும்.

12. நல்ல துணிவும், நிர்வாகத் திறமையும் உடையவர்களாக இவர்கள் எந்த ஒரு ஸ்தாபனத்திற்கும் மிகவும் தகுதியான தலைவர்களாகவும் பங்குதாரர்களாகவும், டைரக்டர்களாகவும், கல்வித்துறையில் பள்ளி, கல்லூரி நிர்வாகிகளாகவும் பொறுப்புகளைத் தலைமையேற்று வெற்றி அடைவார்கள்.

13. தத்துவ ஞானிகளாகவும், விடுதலை வீரர்களாகவும், தளபதிகளாகவும், உயர் அதிகாரிகளாகவும் விளங்குவார்கள்.

14. எண் சாதகமாக இருப்பவர்கள் மிகப் பிரபல டாக்டர்களாகவும், என்ஜினீயர்களாகவும் புகழ்பெற்று விளங்குவார்கள்.

15. பள்ளிகள், கல்லூரிகள், புத்தக நிலையங்கள் ஆகியவற்றையும் நிறுவி வெற்றிகரமாக நடத்துவார்கள்.

ராகு குறிக்கும் தொழில்கள்... எண். 4.

1. சிலர் மாதச் சம்பளத்திற்குப் பணிபுரிய விரும்புவார்கள். இவர்கள் கஷ்டப்பட்டு வேலை செய்தாலும் நல்ல பெயர் வாங்குவது கடினம். சக நண்பர்களுக்குப் பரிந்து பேசும் குணத்தால் உயரதிகாரிகளிடம் நல்ல பெயர் கிடைக்காது. எனவே வேலையில் திருப்தியில்லாமல் இருப்பார்கள்.

2. பேச்சால் செய்யக் கூடிய தொழில்கள், பொதுமக்கள் தொடர்பு குறித்த தொழில்கள் ஆகியவை நன்கு அமையும்.

3. Furniture, Stationery தொழில்களும் வெற்றி தரும்.

4. டிரைவர்கள், மெக்கானிக்குகள், கூரியர் சர்வீஸ் நடத்துபவர்கள், போர்ட்டர்கள் போன்றவர்களில் பலர் இந்த எண்காரர்களாக இருப்பார்கள்.

5. இயந்திரங்கள் மூலம் பொருட்களை உற்பத்தி செய்தல், பலவகைத் தொழில் செய்வது ஆகியவற்றில் பிரகாசிப்பார்கள்.

6. கட்டடம் கட்டுதல், டிராவல்ஸ் நடத்துதல் போன்றவற்றிலும் வெற்றி பெறுவார்கள்.

7. என்ஜினீயரிங், பத்திரிகைத்துறை, வியாபார மேலாண்மை ஆகியவற்றிலும் தொழில் அமையும்.

8. மக்கள் கூடும் இடங்களான ரயில்வே, பஸ் நிலையம், விமான நிலையங்கள், பாங்க் போன்ற இடங்களில் ஏதாவதொரு நிலையில் பணிபுரிவார்கள்.

யந்திரங்களின் மூலம் தேவதைகளை அழைப்பது யந்திர சாஸ்திரம்.

9. அரசியல் பேச்சாளர்களாகவும், கவுன்சிலர்கள், எம்.எல்.ஏ.க்கள் எம்.பி.க்களாகவும் வெற்றி பெறலாம்.
10. சிறந்த வக்கீல்களாகவும், கம்பெனி நிர்வாகிகளாகவும், சாராய விற்பனையாளராகவும் இருப்பார்கள். வீட்டுப் புரோக்கர்கள், பைனான்ஸ் புரோக்கர்கள் போன்ற தொழில்களிலும் ஈடுபடலாம்.
11. வட்டிக்குப் பணம் கொடுத்து வாங்குவது, பொருள்களை கடனுக்கு கொடுத்து வசூல் செய்தல் போன்றவையும் இவர்களுக்கு ஒத்துவரும்.
12. எண்ணின் பலன் குறைந்தவர்கள் அடியாட்கள், ஏவலாட்கள், அடிதடி காரியங்கள் போன்றவற்றில் ஈடுபட்டு, அதன் காரணத்தால் தண்டிக்கப்படுவார்கள்.

புதன் குறிக்கும் தொழில்கள்... எண். 5.

1. அனைத்து வியாபாரங்கள் மற்றும் தொழில்களிலும் ஈடுபட்டு வெற்றியடைவார்கள்.
2. ஆசிரியர், கல்லூரிப் பேராசிரியர் போன்ற தொழில்களிலும் வெற்றி அடைவார்கள்.
3. அரசியல்வாதிகள், வழக்கறிஞர்கள், மேடைப் பேச்சாளர்கள் போன்ற துறைகளிலும் வெற்றியடைவார்கள்.
4. கணிதப் பேராசிரியர்கள், விஞ்ஞானிகள், பொறியாளர்கள், டாக்டர்கள் போன்ற அனைத்துத் துறைகளிலும் பிரகாசிப்பார்கள்.
5. ஜோதிடம், தணிக்கை இயல், கலைத்துறை போன்ற துறைகளில் சிலர் பிரகாசிப்பார்கள்.
6. நடிகர்கள், நடிகைகள், கலைஞர்கள் மற்றும் எழுத்தாளர்களாகவும் இந்த எண்காரர்கள் பிரகாசிப்பார்கள்.
7. போக்குவரத்துத் துறையிலும், அச்சுத்துறையிலும், பத்திரிகைத் துறையிலும் வெற்றி பெறுவார்கள்.
8. பெரும் நிர்வாகங்களை நடத்தும் நிர்வாகிகளாகவும், விற்பனைத் துறையிலும் நன்கு பிரகாசிப்பார்கள்.
9. அரசியல்வாதிகளாகப் புகழ் பெறுவார்கள். எம்.எல்.ஏ, எம்.பி.க்களாகத் தேர்ந்தெடுக்கப்பட்டு மக்களுக்குத் தொண்டாற்றுவார்கள்.
10. வெளிநாட்டுத் தூதுவர்களாகவும் இராஜதந்திரியாகவும் உலக அரங்கில் புகழ் பெறுவார்கள். பிரயாண ஏஜெண்டாகவும் வெற்றி பெறுவார்கள்.
11. ஒரே நேரத்தில் பல தொழில்கள் செய்யும் திறமையுடையவர்கள். நிரந்தர உத்தியோகத்தில் இருப்பவர்கள். பகுதிநேர உத்தியோகமாக LIC AGENT, UTI AGENT, சிறு வியாபாரங்கள் ஆகியவற்றைச் செய்து உபரியாகப் பணம் சம்பாதிப்பார்கள்.

12. எவ்விதப் பிரச்சினைகளையும் சமாளிக்கத் தெரிந்தவராதலால் ஆலோசனைகளை வழங்கும் துறையும் இவருக்கு ஏற்றதாகும்.

குறிப்பு : எல்லாத் தொழில்களும் இவர்களுக்கு ஒத்து வரும். ஒரு தொழிலில் ஈடுபட்டு, அது நன்கு நடைபெற்றுக் கொண்டிருக்கும் போது, வேறொரு தொழிலின் மீது நாட்டம் செல்லும், இதைவிட அந்தத் தொழில் நன்றாக இருக்கும் என்று, இருப்பதை விட்டுவிட்டு, பறப்பதைப் பிடிப்பார்கள். இதனால் பின்பு பிரச்சினைகளில் மாட்டிக் கொள்வார்கள். எனவே இவர்கள் அடிக்கடி தாம் செய்யும் தொழில்களை மாற்றக் கூடாது. வேண்டுமானால் வியாபார உத்திகளை மாற்றுவதன் மூலம் தங்களைப் புதுமைப்படுத்திக் கொள்ளலாம்.

சுக்கிரன் குறிக்கும் தொழில்கள்... எண். 6.

இவர்கள் எந்தத் தொழில் செய்தாலும் பணத்தைக் குவிப்பார்கள். பணம் சம்பாதிக்கும் திறமையும், அதை அனுபவிக்கும் தன்மையும் உண்டு.

1. இவர்கள் சினிமா, நாடகம், இசைக்கருவிகள் போன்ற ஏதேனும் ஒரு கலையில் ஈடுபட்டால் பெரும் இலாபங்களை அடையலாம்.
2. நடிகர்கள், எழுத்தாளர்கள், நடன ஆசிரியர்கள், நாடக ஆசிரியர்கள் போன்ற துறைகளிலும் பிரகாசிப்பார்கள்.
3. பெண்கள் விரும்பும் அலங்காரப் பொருள்கள், FANCY THINGS, மேக்கப் சாமான்கள் விற்பனை போன்ற தொழில்களும் சிறப்பு தரும்.
4. கட்டடம் கட்டி விற்றல், துணிக்கடைகள், நகைக் கடைகள் போன்ற துறைகளும் வெற்றி தரும்.
5. வைர வியாபாரம், மளிகைப் பொருள்கள் வியாபாரம், பால் வியாபாரம் போன்ற வியாபாரத் துறைகளும் வெற்றி தரும்.
6. வாசனைத் திரவியங்கள், பூ வியாபாரம் போன்றவையும் நன்மை தரும்.
7. நடிப்பு கற்றுக் கொடுத்தல், நாடகம் நடத்துதல், இசைப்பள்ளி, நடனப் பள்ளி, அழகு நிலையங்கள் ஆகிய தொழில்கள் இவர்களுக்கு இலாபத்தைத் தரும்.
8. திரைப்படங்கள் எடுத்தல், டைரக்டர், ஒப்பனை செய்தல் போன்றவையும் முன்னேற்றத்தைத் தரும்.
9. இவர்கள் நடத்தும் நிறுவனங்கள், தொழில்கள் போன்றவற்றில் அதிக அளவில் பெண்கள் இருப்பார்கள்.
10. அரசாங்க அதிகாரிகளாகவும், டாக்டர்களாகவும், ஜோதிடர்களாகவும் (மற்ற எண்களில் ஆதிக்கத்தைப் பொறுத்து) வெற்றி அடைவார்கள்.
11. அரசியல் துறையிலும் மற்றும் ஏஜெண்ட்கள் தொழிலிலும் வெற்றி பெறுவார்கள்.

மந்திரம், யந்திரம் இரண்டையும் உபயோகித்து தேவதைகளை அழைப்பது தந்திர சாஸ்திரம்.

கேது குறிக்கும் தொழில்கள்... எண். 7.

இவர்கள் ஆராய்ச்சி மனப்பான்மை உடையவர்கள். மிகவும் நுட்பமான அறிவுடையவர்கள்.

1. கம்ப்யூட்டர், எலக்ட்ரானிக் சம்பந்தப்பட்ட துறைகள் வெற்றி தரும்.
2. சினிமாவில் நடிகர், இசை அமைப்பாளர், டைரக்டர் போன்ற அனைத்திலும் வெற்றி பெறுவார்கள்.
3. மருத்துவர்கள், விஞ்ஞானிகள், என்ஜினீயர்கள் போன்ற அனைத்திலும் வெற்றி பெறுவார்கள்.
4. மருந்துக் கடை, ஹோட்டல், டீக்கடை போன்றவற்றை நடத்தலாம்.
5. மதகுருமார்களாகவும், ஆன்மிக மடத்தலைவர்களாகவும், தத்துவ ஞானிகளாகவும் வெற்றி பெறுவார்கள்.
6. ஜோதிடம், மாந்திரீகம் போன்ற துறைகளிலும் ஈடுபடலாம்.
7. நீதிபதிகளாகவும், புகழ்பெற்ற வழக்கறிஞர்களாகவும் வெற்றி பெறலாம்.
8. வெளிநாட்டில் வேலை, வெளிநாட்டுத் தொடர்பு வியாபாரம் போன்றவற்றிலும் இலாபங்கள் உண்டாகும்.
9. விற்பனைப் பிரதிநிதிகளாக வெற்றி பெறுவார்கள். மரங்கள் விற்பனை, மரச்சாமான்கள் விற்பனை போன்றவற்றிலும் வெற்றி பெறலாம்.
10. கிரானைட், மார்பிள், இரத்தினங்கள் போன்றவற்றை விற்பதன் மூலமும் நல்ல பலன்களை அடையலாம்.
11. ரேடியோ, டெலிவிஷன் தயாரித்தல், அதைப் பழுதுபார்க்கும் தொழில்கள் நன்மை தரும்.
12. கப்பல் துறையிலும், கடல் சம்பந்தப்பட்ட தொழில்களிலும் வெற்றி பெறுவார்கள்.
13. பலர் டாக்டர்களாகவும், மருத்துவத் துறையிலும் ஈடுபடுவார்கள்.

சனி குறிக்கும் தொழில்கள்... எண். 8.

உலகத்திலுள்ள தொழிலாளர்களில் பெரும்பாலோர் இந்த எண்காரர்களே. மற்ற எண்ணில் பிறந்த தொழிலாளர்களை விட, இவர்கள் உடல் உழைப்பில் திறமை பெற்றவர்கள். பொறுமையும், நிதானமும், உடல் பலமும் பெற்றவர்கள்.

1. சொந்தமாக தொழில் செய்ய வேண்டும் என்று விரும்புவார்கள். போக்குவரத்து சம்பந்தப்பட்ட தொழில்கள், நிலக்கரி, இரும்பு சம்பந்தப்பட்ட தொழில்களில் நன்கு சம்பாதிப்பார்கள்.
2. பஸ், லாரி, டாக்ஸி, ரயில் ஓட்டுனர்களாகவும், மெக்கானிக்குகளாகவும், சிறந்து விளங்குவார்கள். கட்டடம் கட்டுதல், விவசாயம் போன்ற தொழில்களும் வெற்றி தரும்.

3. புதைபொருள் ஆராய்ச்சி, தத்துவ ஆராய்ச்சி, இயந்திரங்கள் ஆராய்ச்சி போன்ற ஆராய்ச்சித் தொழில்களும் இவர்களுக்கு நன்மையைக் கொடுக்கும்.
4. பெரிய தொழிற்சாலைகள், நூற்பாலைகள், இயந்திரங்கள் தயாரித்தல் போன்ற தொழில்களில் தொழிலாளர்களாகவும், முதலாளிகளாகவும் வெற்றி பெறுவார்கள்.
5. பல துறைகளிலும் என்ஜினீயர்களாகப் பணியாற்றலாம்.
6. மிகச் சிறந்த ஓவியர்கள், கலைப் படைப்பாளிகள் இவர்களே.
7. பூமிக்குக் கீழ் விளையும் கிரானைட், மார்பிள் கற்களின் உற்பத்தி மற்றும் வியாபாரம் இவர்களுக்கு நல்ல இலாபத்தைக் கொடுக்கும்.
8. பிரிண்டிங் தொழில், பத்திரிகை நடத்துதல் மற்றும் இரும்புத் தொழில் நன்மை தரும்.
9. தோல் வியாபாரம், செருப்பு வியாபாரம் மற்றும் எண்ணெய் வியாபாரம் ஆகியன நன்மை தரும்.
10. இயந்திரங்கள் தயாரித்தல், உதிரி பாகங்களை தயாரித்தல், மோல்டிங் தொழில்கள் போன்றவை நன்கு அமையும்.
11. பொதுச் சேவகர்கள், நீதிபதிகள், வழக்கறிஞர்கள் போன்ற வகைகளில் புகழ் பெறுவார்கள்.
12. பாத்திர வியாபாரம், ஆட்டோமொபைல் பாகங்கள் கடைகள் போன்றவையும் வெற்றி தரும்.
13. பஸ், லாரி போக்குவரத்தால் மிக்க பொருள் சம்பாதிக்க முடியும். பெரிய வாகனங்கள் தொடர்பு அதிக நன்மைகள் கொடுக்கும்.
14. கால்நடைகள் ஆராய்ச்சி, கால்நடை மருத்துவம் போன்றவையும் நன்மைதரும்.
15. டாக்ஸி, ஆட்டோ ரிக்ஷா, ஓட்டுனர்களாகவும் வெற்றி பெறலாம்.
16. நிலம் சம்பந்தப்பட்ட தொழில்களிலும், நிலச் சுவான்தாரர்களாகவும், விவசாயிகளாகவும் தொழில் அமையும்.
17. இவர்களுக்கு வெளிநாட்டில் வேலை வாய்ப்பு, தொழில் தொடர்பு உண்டாகும். வெளியூர்ப் பயணங்களும், வெளிநாட்டில் செய்யும் தொழில்களும் வெற்றி தரும்.
18. மக்கள் தலைவர்களாகவும், நீதிமான்களாகவும், சிறைத்துறையில் வேலை செய்பவர்களாகவும் இருப்பார்கள். சட்டத்துறை நிபுணர்களாகவும் புகழ் பெறுவார்கள்.

உங்கள் அதிர்ஷ்டத்தை ஜாதகம் (Horoscope) மட்டுமே தீர்மானிப்பதில்லை. அதனால் தான் சுமாரான ஜாதகம் உள்ளவர்கள் கூட பெரும் பணக்காரர்களாக இருக்கிறார்கள்.

செவ்வாய் குறிக்கும் தொழில்கள்... எண். 9.

1. இவர்கள் வேகமும், தைரியமும் உடையவர்கள். இராணுவம், போலீஸ், தீயணைப்புத் துறை போன்றவற்றில் அதிகமாகப் பணிபுரிவார்கள்.
2. கார், ரயில், விமானம் முதலியன ஓட்டுபவர்களாக இருந்தாலும் வெற்றி பெறுவார்கள்.
3. தீயுடனும், வெப்பத்துடனும் செயலாற்றும் தொழில்கள் நன்மை புரியும். இரும்பை உருக்குதல், கருமான், எலக்ட்ரானிக்ஸ், எலக்ட்ரிசிட்டி போன்ற தொழில்களும் மிகவும் வெற்றி தரும்.
4. அச்சுத் தொழிலிலும் ஈடுபடுவார்கள். மருத்துவமனைகளில் டாக்டர்களாகவும், டெக்னீசியன்களாகவும் பணிபுரிவார்கள்.
5. அனைத்துத் துறைப் பொறியாளர்களாகவும் வெற்றி பெறுவார்கள்.
6. விவசாயத் தொழிலிலும், ரியல் எஸ்டேட் தொழிலிலும் வெற்றி பெறுவார்கள்.
7. பொறியியல் துறையில் பெரும் பொறுப்புகளை வகிக்கும் வாய்ப்பு இவர்களுக்கு வந்து சேரும். இதன் மூலம் புகழும், பணமும் வசதிகளும் வந்து சேரும்.
8. இயந்திரங்களைப் பழுது பார்த்தல், இயந்திரங்களை விற்பனை செய்தல் போன்றவற்றிலும் தொழில் அமையும்.
9. இரும்பு, உலோகங்கள் சம்பந்தப்பட்ட துறைகளில் 8-ஆம் எண்காரர்களைப் போன்றே இவர்களும் வெற்றி அடைவார்கள்.
10. செவ்வாய் உத்தியோககாரனாக இருப்பதால் இவர்களுக்கு விரைவில் வேலை அமைந்து விடும்.
11. கால்நடைத்துறை, BOTANY, ZOOLOGY போன்ற துறைகளில் மிகவும் ஆர்வமும், ஆராய்ச்சியும் உடையவர்களாக இருப்பார்கள். இந்தத் துறைகளிலும் தொழிலை அமைத்துக் கொள்ளலாம்.
12. வனத்துறை, மலைகளில் செய்யப்படும் திட்டங்கள் போன்றவற்றிலும் பணிபுரிவார்கள்.
13. சிறந்த விளையாட்டு வீரர்களாகவும், சிலம்பு, கராத்தே, யோகாசனம் போன்ற உடல் சம்பந்தப்பட்ட கலைகளில் ஈடுபாடும் கொண்டு, அதில் பெரும் வெற்றிகளும் அடைவார்கள்.
14. அரசாங்கத் துறையிலும், தனியார் துறையிலும் சிறந்த நிர்வாகிகளாக பெயர் எடுப்பார்கள். மிகவும் பொறுப்பாகவும், திறமையாகவும் தங்களது கடமைகளைச் செய்து முடிப்பார்கள்.
15. சர்க்கஸ் போன்றவற்றிலும், மிருகங்களைப் பாதுகாக்கும் ZOO போன்ற இடங்களிலும் பணிபுரிவார்கள்.

16. சிறந்த பேச்சாளர்களாகவும், பதிப்பாளர்களாகவும், பேராசிரியர்களாகவும் வெற்றி பெறுவார்கள்.
17. தீப்பெட்டித் தொழில், கட்டடங்கள் போன்றவற்றிலும் ஈடுபட்டு இலாபங்கள் அடையலாம்.
18. மக்களுக்கு இழைக்கப்படும் துன்பங்களை எதிர்த்துப் போராடுவார்கள். எனவே அரசியலிலும் ஈடுபடுவார்கள். பதவிகள் இவர்களைத் தேடிவரும்.
19. துப்பறியும் தொழிலிலும், கலைத் தொழிலிலும் இவர்கள் ஈடுபடலாம்.
20. வேட்டையாளர்களாகவும், இரவில் பணிபுரியும் அதிகாரிகளாகவும், இரவு வாட்ச்மேன் போன்றவர்களாகவும் புகழ் பெறுவார்கள்.
21. சிவில் என்ஜினீயரிங் துறையிலும், வான இயல் துறையிலும் சிறந்து விளங்குவார்கள்.
22. சிறந்த அமைச்சர்களாகவும், இராஜ தந்திரிகளாகவும், அரசாங்கத்தில் உயர் பதவி வகிப்பவர்களாகவும் இருப்பார்கள்.

வ. எண்.	தொழில் விவரம்	பிறந்த தேதி எண்கள் பிறவி எண் அல்லது கூட்டு எண்
1.	மளிகை வியாபாரம்	2, 5, 6, 7
2.	இனிப்புக் கடைகள்	2, 6, 5, 7
3.	எழுதுபொருள் கடைகள்	1, 3, 5, 6
4.	ஏஜென்சீஸ், கமிஷன்	2, 4, 5, 6
5.	இரும்புக் கடைகள்	5, 6, 8, 9
6.	இரும்பு ஒர்க்ஷாப்புகள்	1, 4, 8, 9
7.	லாரி, டூரிஸ்ட் வேன் வாடகைக்கு விடுதல்	2, 4, 5, 6, 8
8.	டி.வி., ரேடியோ கடைகள்	2, 5, 7, 9
9.	ஆட்டோ, மோட்டார் ஸ்பேர் பார்ட்ஸ்	2, 4, 5, 6, 8, 9
10.	எண்ணெய்க் கடைகள்	2, 5, 6, 8, 7
11.	மாட்டுத் தீவனங்கள்	2, 4, 5, 6, 8
12.	உரக்கடை	2, 5, 6, 8
13.	பெரும் தொழிற்சாலைகள்	1, 5, 7, 8, 9
14.	பேக்டரி	1, 5, 6, 8, 9

உங்களது அதிர்ஷ்டம் என்பது இரகசியமானது. ஆனால் ஜாதகம், எண்கணிதம் - வாஸ்து போன்ற அனைத்து சாஸ்திரங்களையும் முறையாகப் பயன்படுத்தும்போது, நீங்களே அதிர்ஷ்டத்தை உருவாக்கிக் கொள்ளலாம்.

15.	டெக்ஸ்டைல்ஸ்	3, 2, 7, 9, 5, 6
16.	கம்ப்யூட்டர் சம்பந்தமான தொழில்கள்	2, 7, 5, 6, 9
17.	நிதி நிறுவனங்கள்	6, 5, 2, 4, 3
18.	பள்ளிகள், கல்லூரிகள்	5, 3, 6, 1
19.	சினிமாத் தொழில்கள்	7, 6, 2, 5, 4
20.	சினிமா நடிகர், நடிகைகள்	2, 7, 9, 6, 5
21.	AUDIO/VIDEO தொழில்	7, 2, 6, 5, 4
22.	இசை, வாய்ப்பாட்டு	2, 7, 6, 8
23.	காமிராமேன்கள், டெக்னீஷியன்கள்	7, 2, 6, 5, 9
24.	கதை ஆசிரியர்	2, 7, 6, 5, 3
25.	பாடல் ஆசிரியர்	2, 7, 6, 3, 8
26.	சினிமா டைரக்டர்கள்	2, 7, 9, 6
27.	சண்டைப் பயிற்சியாளர்கள்	9, 4, 6, 1
28.	பாடகர்கள்	2, 7, 9, 6
29.	கவிதை படைப்பவர்கள்	2, 7, 6, 3, 8
30.	ஒலித் தொடர்பான தொழில்கள்	7, 2, 4, 9
31.	எஸ்.டி.டி. பூத் / இண்டர்நெட் கடைகள்	7, 2, 5, 9, 4
32.	பேக்கரி, டீக்கடை	2, 4, 6, 7, 9
33.	துணிக்கடைகள்	2, 5, 6, 7, 4
34.	பெட்டிக்கடை	4, 5, 6, 1
35.	கண்ணாடி பிரேம்கள்	1, 5, 6, 7, 8
36.	இரத்தின வியாபாரம்	1, 5, 6, 9, 3
37.	டிரைவர்கள்	4, 5, 6, 8, 9
38.	லாட்டரிச் சீட்டுக்கடை	4, 5, 6
39.	மருந்துக் கடை	1, 2, 3, 5, 6, 7
40.	நர்சிங் ஹோம்	1, 5, 6, 9, 7
41.	டாக்டர்கள்	1, 2, 5, 6, 9, 7
42.	என்ஜினீயர்கள்	3, 5, 6, 9, 8
43.	கம்ப்யூட்டர் என்ஜினீயர்கள்	2, 3, 7, 9
44.	கூலித் தொழிலாளர்கள்	3, 4, 8, 9, 7
45.	வக்கீல்கள்	3, 2, 4, 5, 8, 1

46.	நீதிபதிகள்	1, 3, 8, 9
47.	சைக்கிள் கடை	5, 9, 4, 6
48.	ஆடிட்டர்கள்	1, 3, 5, 6, 9
49.	வங்கித் தொழில் உத்தியோகங்கள்	1, 3, 5, 6, 7
50.	பெயிண்டர்கள்	2, 5, 6, 7, 9
51.	ஹோட்டல் தொழில்	1, 2, 5, 6, 7, 9
52.	ரியல் எஸ்டேட்	4, 5, 6, 9
53.	பேன்ஸி ஸ்டோர்ஸ், வளையல் கடை	2, 5, 6, 7
54.	வீடு கட்டி விற்றல்	2, 5, 6, 9
55.	பர்னிச்சர் வியாபாரம்	4, 5, 6, 8, 9
56.	அரசியல்வாதிகள்	1, 3, 4, 5, 6, 9
57.	எழுத்தாளர்கள்	2, 3, 5, 7
58.	போலீஸ், மிலிட்டரி உத்தியோகஸ்தர்கள்	1, 4, 6, 9
59.	வாட்டர்சர்வீஸ் ஸ்டேஷன், பெட்ரோல் பங்க்	2, 5, 7, 6
60.	அரசு உத்தியோகங்கள்	1, 3, 5, 6, 8, 9
61.	மிக்ஸி, ப்ரிட்ஃஜ், பேன், மைக்ரோவேவ், பாத்திரங்கள் கடை	4, 5, 6, 7
62.	போலீஸ், தீயணைப்புத் துறை	1, 4, 6, 9
63.	பைனான்ஸ், பேச்சாளர்கள்	1, 3, 4, 6, 9
64.	கதை, கவிதை எழுதுபவர்கள்	2, 3, 7, 5, 6
65.	புத்தக வெளியீட்டாளர்கள்	1, 2, 5, 3, 8
66.	ஜோதிடர்கள்	1, 3, 6, 7, 8, 5
67.	ஆப்செட் பிரிண்டிங்	1, 5, 6, 8, 9
68.	ஆசிரியர்கள், பேராசிரியர்கள்	1, 3, 5, 7, 9

❧ ❧ ❧

எண் கணிதம் குறிக்கும் தொழிலில் ஈடுபட்டால் நிச்சியமான வெற்றியைப் பெறலாம்.

19. எண்கணிதப்படி திருமணப் பொருத்தங்கள்

எண்கணிதப்படி ஆண் – பெண் இருவரின் பிறந்த தேதி எண்களே அவர்களிடையே திருமணப் பொருத்தத்தைத் தீர்மானிக்கின்றன. எண்கணிதத்தில் ஒருவர் பிறந்த நாளின் எண்களின்படியும் அவற்றின் நட்பு எண், எதிரி எண் இவற்றின் குண இயல்புகளின்படியுமே பொருத்தங்கள் நிர்ணயிக்கப்படுகின்றன. இதைப் பற்றி விரிவாகப் பார்ப்போம்.

1-ஆம் எண்ணில் பிறந்தவர்கள்

இவர்கள் 3, 6, 9 ஆகிய எண்களில் பிறந்து கொண்டவர்களை மணந்து கொண்டால் திருமண வாழ்க்கை மகிழ்ச்சியுடனும், வளங்களுடனும் இருக்கும்.

2, 4, 8 ஆகிய எண்களில் பிறந்தவர்களை மணந்து கொண்டால் இவர்களுக்குக் கட்டுப்பட்டு குடும்பத்தை நடத்துவார்கள். குடும்பத்திலும் நன்மைகள் உண்டாகும்.

5, 6 ஆகிய எண்காரர்களை மணந்து கொண்டால் இவர்களுக்கு தகுந்த ஆலோசனைகள் வழங்கி, இவர்களது வாழ்க்கையை வெற்றிகரமாக ஆக்குவார்கள். ஆனால் இவர்கள் 1-ஆம் எண்காரர்களிடமிருந்து பாராட்டையும், மதிப்பையும் எதிர்பார்ப்பார்கள். ஆனால் 1-ஆம் எண்காரர்கள் 7-ஆம் எண்காரர்களையும், 1-ஆம் எண்காரர்களையும் மணக்கக் கூடாது. இதனால் குடும்பத்தில் நிம்மதி குறையும்.

2-ஆம் எண்காரர்கள்

இவர்கள் 1, 3, 6 ஆகிய எண்காரர்களை மணந்து கொண்டால் வாழ்க்கையில் நம்பிக்கையும், மகிழ்ச்சியும், வளங்களும் ஏற்படும்.

4, 7 ஆகிய எண்காரர்களை மணந்து கொண்டால் அன்யோன்யம், மகிழ்ச்சி இருக்கும். ஆனால் அவர்களின் ஆலோசனையின் பேரில் குடும்பம் நடத்த வேண்டியிருக்கும்.

ஆனால் 9, 8 எண்ணில் பிறந்தவர்களைத் திருமணம் செய்து கொள்ளக் கூடாது. அவர்கள் மூலம் இவர்கள் நிம்மதியோ, சுகமோ அடைய முடியாது. திருமண வாழ்க்கையும் பல பிரச்சனைகளுக்குள்ளாகி விடும்.

3-ஆம் எண்காரர்கள்

3-ஆம் எண்காரர்கள் 2, 5 எண்காரர்களை மணந்து கொண்டால் நிம்மதியும், சந்தோஷமும் அடையலாம். செல்வ வளங்களும் கூடும்.

மேலும் 1, 3, 9 எண்களில் பிறந்தவர்களையும் மணந்து கொண்டால் வாழ்க்கையில் சாதனைகளும், முன்னேற்றங்களும் உண்டாகும். மனமொத்த தம்பதியாக வாழ்வார்கள்.

ஆனால் 6, 8 எண்களில் பிறந்தவர்களைத் திருமணம் செய்யக் கூடாது. இவர்களைக் குறைகூறியே, பிரச்சினைகளை வளர்த்து விடுவார்கள். 4-ஆம் எண்காரர்களையும் மணந்து கொள்ளலாம்.

4-ஆம் எண்காரர்கள்

4-ஆம் எண்காரர்கள் 1, 3, 8 எண்காரர்களை மணந்து கொண்டால் வாழ்க்கை அமைதியாகவும், மகிழ்ச்சியாகவும் சென்று கொண்டிருக்கும்.

5, 6 எண்காரர்களை மணந்து கொள்ளும்போது அவர்கள் நல்ல துணைவர்களாகவும், தக்க ஆலோசனை வழங்குபவர்களாகவும் இருந்து இவர்களது வாழ்க்கையை உயர்த்துவார்கள்.

இவர்கள் மற்ற 4-ஆம் எண்காரர்களையும் 7-ஆம், 9-ஆம் எண்காரர்களையும் திருமணம் செய்து கொள்ளக்கூடாது. இதனால் வாழ்க்கையில் பல பிரச்சினைகளைச் சந்திக்க வேண்டியிருக்கும்.

5-ஆம் எண்காரர்கள்

5-ஆம் எண்காரர்கள் 1, 3, 4, 6, 7, 8, 9 ஆகிய 7 எண்காரர்களையும் மணந்து கொள்ளலாம்.

4, 7, 8 ஆகிய எண்காரர்களது ஆலோசனைகளின்படியே நடந்து அனுசரித்துப் போவார்கள். குடும்பத்தில் அமைதியும், மகிழ்ச்சியும் இருக்கும்.

1, 9-ஆம் எண்காரர்கள் இவர்களைக் கட்டுப்படுத்திக் கொண்டு செல்வார்கள். ஆனால் திருமண வாழ்க்கை நன்கு அமையும்.

ஆனால் இன்னோர் 5-ஆம் எண்காரர்களை நச்சரித்துக் கொண்டே இருப்பார்கள். ஆனால் பொருளாதார மேன்மை உண்டாகும்.

6-ஆம் எண்காரர்கள்

6-ஆம் எண்காரர்கள் 4, 7, 8 எண்காரர்களை மணந்து கொண்டால் இவர்களை அனுசரித்து இவர்களின் இஷ்டப்படி நடந்து கொள்வார்கள். வாழ்க்கை வசதிகளும் நன்கு சென்று கொண்டிருக்கும். 5-ஆம் எண்காரர்களையும் மணந்து கொள்ளலாம்.

1, 6, 9, எண்காரர்களை மணந்து கொண்டாலும் தகுந்த ஆலோசனைகளுடன் அதிகாரத்துடன் அன்பு செலுத்துவார்கள். திருமண வாழ்க்கையில் செல்வமும், அமைதியும் இருக்கும். இவர்கள் 3-ஆம் தேதி பிறந்தவர்களை மட்டும் திருமணம் செய்யக் கூடாது. திருமண வாழ்க்கையில் நிச்சயம் பிரச்சினைகள் ஏற்படும்.

உங்களது ஜாதகத்திற்கும், உங்களது பிறந்த தேதிகளின் பலன்களுக்கும் நிச்சயம் தொடர்பு உண்டு.

7-ஆம் எண்காரர்கள்

7-ஆம் எண்காரர்கள் 2-ஆம் எண்காரர்களை மணந்து கொண்டு தங்கள் குடும்பத்தில் அமைதியையும், நிம்மதியையும் அடையலாம்.

மற்ற 5, 6, 9 ஆகிய எண்காரர்கள் இவர்களைத் தூண்டிக் கொண்டே இருப்பார்கள். ஆனால் குடும்ப வாழ்க்கை அமைதியாகச் செல்லும்.

ஆனால் 7-ஆம் எண்காரர்களையோ, 8-ஆம் எண்காரர்களையோ, 1-ஆம் எண்காரர்களையோ, 4-ஆம் எண்காரர்களையோ திருமணம் செய்வதைத் தவிர்க்க வேண்டும்.

8-ஆம் எண்காரர்கள்

1, 4-ஆம் எண்காரர்களை இவர்கள் மணந்து கொண்டால் திருமண வாழ்க்கையில் ஈடுபாடும், மகிழ்ச்சியும் உண்டாகும். 5, 6-ஆம் தேதிகளில் பிறந்தவர்களை மணந்து கொண்டால் இவர்களது வாழ்க்கையில் அதிர்ஷ்டங்கள் கூடும்.

2-ஆம் எண்காரர்களை மணந்து கொண்டால் இவர்களைக் குறைகூறிக் கொண்டே அனுசரித்துப் போவார்கள்.

ஆனால் 8-ஆம் எண்காரர்களையும், 9-ஆம் எண்காரர்களையும் தவிர்த்து விட வேண்டும். பின்பு வாழ்க்கையே பிரச்சினைகளாகிவிடும்.

9-ஆம் எண்காரர்கள்

9-ஆம் எண்காரர்கள் 3, 6 ஆகிய தேதிகளில் பிறந்தவர்களை மணந்து கொண்டால் வளமான குடும்ப வாழ்க்கையைப் பெறலாம். 1, 5, 9-ஆம் எண்காரர்கள் குடும்பத்திற்கு ஒத்துழைத்தாலும், இவர்களது பாராட்டுதலையும், மதிப்பையும் எதிர்பார்ப்பார்கள்.

ஆனால் 2-ஆம் எண்காரர்களை மட்டும் திருமணம் செய்யக் கூடாது. பின்பு வாழ்க்கையே பல பிரச்சினைகளுக்குள்ளாகிவிடும்.

மேலே கண்ட விவரங்களின்படி, ஒவ்வோர் எண்ணிற்கும் உரிய தகுதியான மணமகன் அல்லது மணமகளைத் தேர்ந்தெடுத்து திருமணம் செய்து கொண்டால் நிச்சயம் திருமண வாழ்க்கை இன்பமாகச் சென்று கொண்டிருக்கும்.

தங்களுக்கு எதிரியான எண்காரர்களை மணந்து கொண்டால், பின்பு திருமண வாழ்க்கை நரகமாகிவிடும். மண முறிவுகள் வரை கொண்டு செல்லும்.

மேலும் நல்ல நட்பான தேதிகளில் திருமணம் செய்யும்போது குழந்தை பாக்கியம், குடும்ப முன்னேற்றம், சமூகத்தில் மதிப்பு ஆகியவை நிச்சயம் உண்டாகும்.

திருமணத் தேதிகளை தேர்ந்தெடுப்பது எப்படி? (DATE OF MARRIAGE)

ஒவ்வொரு திருமணத்திற்கும் அதனுடைய தேதியின் எண்கள் மணமக்களின் பிறவி மற்றும் விதி எண்களுக்கு ஏற்றதாக இருக்க வேண்டும். இங்கே அதற்குரிய அட்டவணையைக் காணலாம்.

ஆண்	பெண்	திருமண நாளின் எண்கள்
1–3	4–9	1, 9, 3
2–5	3–7	1, 2, 3
3–7	2–1	1, 2, 3
4–6	8–7	1, 2, 6, 9
5–8	4–1	1, 2, 3, 6, 9
6–4	9–5	1, 5, 6, 9
7–2	1–6	1, 2, 6, 9
8–3	3–5	1, 2, 3, 9
9–6	7–4	1, 6, 9

அதே போன்று சாந்தி முகூர்த்தம் எனப்படும் முதல் இரவு வைக்கும் நாட்களும் அதிர்ஷ்டகரமாக இருக்க வேண்டும். அன்றைய தினத்தின் கூட்டு எண்கள் 1, 3, 6, 9 ஆக இருந்தால் நல்ல பலன்களை அடையலாம். மற்ற எண்கள் சுமாரான பலன்களைக் கொடுக்கும். குறிப்பாக 5, 7, 8 எண்களைத் தவிர்த்து விட வேண்டும். இதனால் பிற்கால வாழ்க்கையில் ஏற்படும் சோகங்களையும், பிரச்சினைகளையும் தவிர்த்து விடலாம்.

எதிரிடையான எண்ணுள்ள மணமக்கள் திருமணம் செய்து கொண்டால் அவர்களது வாழ்க்கை இப்போது அமைதியாகச் (?) சென்று கொண்டிருந்தாலும், அவர்களது குடும்ப வாழ்க்கையில் ஏதாவது ஒரு குறையை வைத்துவிடுகிறது. கணவன், மனைவி பிரிவு, குழந்தை பாக்கியம் இல்லாமை, வறுமையான வாழ்வு போன்ற ஏதாவது குறைகளைக் கொடுத்து விடுகிறது.

PRONOLOGY படி திருமணப் பொருத்தம்

தம்பதிகளின் பெயரில் நல்ல ஒலிகள் வரும் போதுதான் அவர்களின் திருமண வாழ்வு நன்கு அமைந்திருக்கும். யாராவது (தம்பதிக்குள்) ஒருவரின் பெயரில் தீய ஒலிகள் (NEGATIVE VIBRATION) வரும்போது அவரின் மூலம்

> உங்களது ஜாதகத்தின் சூட்சும பலன்களின் அமைப்பே உங்களது பெயரின் அமைப்பாக இருக்கும்.

அடுத்தவர்க்கும் பிரச்சினைகள் ஏற்படும். பின்பு என்ன? இருவருக்கும் இடையிலும் பிரச்சினைகள் வந்து வாட்டிக் கொண்டிருக்கும்.

(உம்) MALA, NIRMALA, VIMALA போன்ற பெயர்கள் ஆதிக்க மனோபாவம் உடையவை. கணவனைத் தன் கட்டுப்பாட்டிற்குள் வைத்துக் கொள்ள வேண்டும், தன்னிஷ்டப்படி மற்றவர்கள் நடக்க வேண்டும் என்ற எண்ணம் மிகுந்தவர்கள். எனவே இவர்களது கணவன்மார்கள் (!) இவர்களுக்குக் கட்டுப்பட்டு நடந்தால் பிரச்சினையில்லை. அவர்களும் தங்கள் (MALE) உரிமையை நிலைநாட்ட முயற்சி செய்யும்போது அங்கு EGO பிரச்சினைகள் வந்து விடும். பின்பு சம்சாரம் என்பது சங்கடமாகிவிடும்.

தம்பதிகளுக்குள் EGO பிரச்சினை உடையவர்கள் தங்களது பெயரை அடுத்தவருக்கு ஏற்றாற்போல் மாற்றிக் கொண்டால் இருவரும் அன்யோன்யத் தம்பதிகளாகி விடுவார்கள்.

20. Name Chart எனப்படும் பெயர் ஜாதகம் விதியை மாற்றக் கூடிய பெயர் ஜாதக கணிதம்

ஒவ்வொரு மனிதனுக்கும் ஜாதகம் என்பது பிறவியிலேயே அமைந்துவிடுகிறது. அவன் பிறந்த நேரத்தில் இருந்த கிரகங்களின் நிலையே (POSITION OF PLANETS AT BIRTH TIME) ஜாதகம் எனப்படுகிறது. ஜாதகத்தின் முக்கியத்துவத்தை இக்காலத்தில் மக்கள் நன்கு அறிந்துள்ளனர். இதில் ஜாதி, இன, மத பேதமில்லாமல் அனைத்து இன மக்களும் தங்களது ஜாதகத்தையும் தங்களது குடும்பத்தாரின் ஜாதகங்களையும் குறித்து வைத்துள்ளனர். இது மிகவும் பாராட்டப்பட வேண்டியதுதான்....

ஆனால் இந்த ஜாதகம் எத்துணை பேருக்கு சாதகமாக இருக்கும் என்று கூறமுடியும்? உலகத்தில் இதுவரை பிறந்துள்ள கோடிக்கணக்கான மக்களுக்கும் சரி, இனிமேல் பிறக்க இருக்கிறவர்களுக்கும் சரி, யாருக்குமே 9 கிரகங்களும் நன்மை செய்யாது! ஏன்? தெய்வங்களே மனிதர்களாகப் பிறந்தபோது (இராமன், கிருஷ்ணன் போன்றவர்கள்), இந்த கிரகங்களின் பாதிப்பால் எத்துணை துன்பங்களை இந்த உலகில் அனுபவித்தார்கள் என்பதை நீங்கள் அறிந்திருப்பீர்கள்.

ஆனால் உங்களுக்கென்று ஒரு பெயர் உள்ளது. அந்தப் பெயரை Numerology மற்றும் Pronology மூலம் சிறப்பாக அமைத்துக் கொள்ளும்போது, உங்கள் வாழ்க்கை நன்கு அமையும். உங்களது ஜாதகம் சிறப்பாக இல்லாவிட்டாலும், அந்தப் பெயரின் ஜாதகத்தை மட்டும் நன்கு அமைத்து விட்டால், பின்பு உங்கள் வாழ்க்கையில் வெற்றிமேல் வெற்றிதான்.

பெயர் ஜாதகம் (Name Chart) என்றால் என்ன?

ஜாதகம் என்பது நவகிரகங்களின் சலன அமைப்பைக் குறிக்கும் ஒரு (Movement of Planets) கண்ணாடியாகும். மனிதனின் ஜாதகம் என்பது அந்த மனிதன் இந்த உலகத்தில் பிறந்தபோது இருந்த நவகிரகங்களின் கோசார நிலையேயாகும். நவகிரகங்களின் இயக்கம் தொடர்ந்து கொண்டே இருக்கிறது. ஒரு கிரகத்தின் சலனம், அடுத்த கிரகத்தை விட மாறுபட்டே இருக்கும். கிரகங்களின் இயக்கங்களை மனிதனால் அறிய முடியுமே தவிர, அதை மனிதனின் இஷ்டத்திற்கு மாற்றிக் கொள்ளவோ, உருவாக்கவோ முடியாது.

ஒரு கடையின் (Shop) ஜாதகம் என்பது, அந்தக் கடை முதன் முதலில் தொடங்கப்பட்ட நேரத்தின் போது இருந்த நவகிரகங்களின் இயக்க நிலையைக் குறிப்பதாகும். ஒரு கடையின் ஜாதகம் என்பது நம்மால்

> பெயர்கள் அமைக்கும் (பெயர்) விதியிலிருந்து மனிதன் தப்ப இயலாது.

உருவாக்கப்பட்டதாகும். ஒரு நல்ல இலக்னத்தில், நல்ல கிரக அமைப்பில் ஒரு கடையோ, தொழிலோ, திருமணமோ எதுவானாலும் நம்மால் உருவாக்கிக் கொள்ள முடியும். அவ்வளவு ஏன்? ஒரு நாட்டின் ஜாதகத்தைக் கூட (சில மணிநேரம் தாமதிக்க முடிந்தால்) நல்ல ஜாதகமாக உருவாக்கிக் கொள்ள முடியும். ஆனால் மனிதனின் பிறந்த ஜாதகத்தை மட்டும் எப்போதும் யாரும் மாற்ற முடியாது.

ஆங்கிலத்தில் எழுத்துகளின் முக்கியத்துவம்

மனிதனின் ஜாதகத்தில் நவகிரகங்களானது, அவர்களது இயக்கத்தின் படியே குறிக்கப்பட்டிருக்கும். ஆனால் பெயர் ஜாதகத்தில் ஆங்கில எழுத்துகள் **26–உம்** ஒரு குறிப்பிட்ட கணித முறையில் **பெயர் ஜாதகத்தில்** குறிக்கப்படும். இந்த முறையில் எழுத்துகளைக் குறிப்பிடும் போது மேஷத்திலிருந்துதான் கணக்கிட வேண்டும். அடுத்து ரிஷபம் **2–ஆம்** வீடு, மிதுனம் **3–ஆம்** வீடு, கடகம் **4–ஆம்** வீடு என்று வரிசையாக அமைத்துக் கொள்ள வேண்டும். ஆங்கில எழுத்துகள் இருபத்தியாறும் மிகவும் ஆற்றல் மிக்கவை. ஒவ்வோர் ஆங்கில எழுத்தையும் ஒரு கிரகமாக Pronology முறையில் எடுத்துக் கொள்ள வேண்டும். ஒரு பெயரை பெயர் ஜாதக முறையில் அமைக்கும் போது ஒரு இராசியில் எத்துணை எழுத்துகள் உள்ளனவோ, அத்துணை கிரகங்கள் அங்கு இருப்பதாகக் கொள்ள வேண்டும். பெயர் ஜாதகப்படி நல்ல எழுத்துகள் அல்லது நல்ல இணைப்புகள் ஒரு இராசியில் இணையும் போது அந்த இடத்தைக் குறிக்கும் நல்ல பலன்களும், தீய எழுத்துகள் அல்லது இணைப்புகள் சேரும்போது அந்த இடத்திற்கான தீய பலன்களும் தவறாமல் நடந்து விடுகின்றன.

இராசி மண்டலம்

மீனம் (12)	மேஷம் (1)	ரிஷபம் (2)	மிதுனம் (3)
கும்பம் (11)	இராசி அமைப்பு		கடகம் (4)
மகரம் (10)			சிம்மம் (5)
தனுசு (9)	விருச்சிகம் (8)	துலாம் (7)	கன்னி (6)

நீங்கள் வெற்றி பெற வேண்டுமெனில், கோடிகளைக் குவிக்க வேண்டுமெனில் அதிர்ஷ்டப் பெயர் எண்ணிலும், அதிர்ஷ்டப் பெயர் ஒலிகளிலும் பெயரை அமைத்துக் கொள்ள வேண்டும்.

பெயர் ஜாதகம் எனப்படும் Name Chart முறைப்படியும் நமது பெயரை சிறப்பான முறையில் அமைத்துக் கொண்டால்தான், மேலும் நிச்சயமான வெற்றிகளைப் பெற முடியும்.

ஒவ்வொருவருக்கும் ஒரு ஜாதகம் அமைந்துள்ளது. ஜாதகம் சாதகமாக அமையாவிட்டால் வாழ்க்கை முழுவதும் பிரச்சினைகள் போராட்டமாக இருக்கும். பிறந்த ஜாதகத்தை நம்மால் மாற்ற முடியாது. அதனால்தான் நாம் நினைப்பது ஒன்று, நடப்பது வேறாக அமைந்து விடுகிறது.

இதை எப்படி மாற்றுவது? நமது விதியை, நாமே அமைத்துக் கொள்ளலாம்! எப்படி?

நம்பெயருக்கு என ஒரு ஜாதகம் உண்டு. அதை பெயரின் எழுத்துகள் மூலம் அமைக்கலாம். நம் பெயரில் உள்ள எழுத்துகள் அனைத்தையும் பெயரொலி சாஸ்திரம் மூலம் அந்தப் பெயரின் பெயர் ஜாதகத்தை அமைக்கலாம். இதன் மூலம் ஒரு பெயரின் பலன்களையும், அதன் மூலம் நமது வாழ்வு, தொழில், வருமானம், குடும்பம் பற்றியெல்லாம் அறியலாம்.

எனவே, பெயர்களைச் சீரமைக்கும் போது பெயர் ஜாதகம் அமைத்து, நல்ல இடங்களாகிய 1, 4, 7, 10, 5, 9, 11 ஆகிய இடங்களில் (மேஷத்திலிருந்து தான் எண்ண வேண்டும்) எழுத்துகள் இருக்குமாறு அமைத்துக் கொண்டால் நல்ல வளமான வாழ்வையும், ஆனந்தமான குடும்பத்தையும் பெறலாம். பிறந்த ஜாதகத்தைத்தான் மாற்ற முடியாது. பெயரின் ஜாதகத்தை உங்களது குறிக்கோளுக்கேற்ப, நல்ல பெயரொலியுடன் அமைத்துக் கொண்டால், வெற்றி மீது வெற்றி வந்து உங்களைச் சேரும்.

மேலும், ஒரே எண்ணில் இருவர் இருந்தாலும் அவர்களது வாழ்வில் பேதமும், வெற்றியில் மாறுதலும் ஏன்? என துல்லியமாக பெயரொலிப்படி ஆராயலாம். எண்கணிதத்தில் இதைப் பற்றி நாம் நினைப்பதேயில்லை. No Such Method Available in Numerology.

ஆனால் பெயரொலிப்படி பெயர்களின் யோக மாற்றங்களை அறியலாம்.

வாசகர்கள் அனைவரும் வெறும் எண்கணிதம் கொண்டு மட்டும் பெயரினை மாற்றாமல், பெயரொலிகளின் துணை கொண்டு நல்ல பெயரினை அமைத்து, பெயர் ஜாதகம் மூலமும் தொழில் வெற்றியும், செல்வ வளங்களும் பெற்று விளங்குவீராக.

பெயர் ஜாதகம் பற்றிய மேலும் விவரங்கள் அறிய பெயரொலி சாஸ்திரம் (M/s. கவிதா பப்ளிகேஷன்ஸ், சென்னை – 17) நூலை வாங்கிப் படியுங்கள். வாசகர்களின் கவனத்திற்காகவே இங்கு கொடுத்துள்ளேன்.

> சாஸ்திரங்களை அலட்சியம் செய்பவனை விட சாஸ்திரங்களை பின்பற்றுபவன் வாழ்க்கையில் வெற்றியும், நிம்மதியும் பெறுவான்.

நீங்கள் அமைத்துக் கொண்ட பெயர்களில் அதிர்ஷ்டப் பெயர் ஒலிகள் அமைந்திருக்க வேண்டும். அப்போதுதான் நல்ல பலன்களை நிச்சயம் அடைய முடியும். இறுதியாக பெயர் ஜாதகத்தின் மூலம் பெயர் ஜாதகத்தில் எழுத்துகளை நல்லபடியாக அமைத்துக் கொண்டால், பின்பு வாழ்க்கையில் வெற்றி மேல் வெற்றிதான்.

பெயர் ஜாதகம் என்பது நம் அறிவைக் (மதி) கொண்டு அமைத்துக் கொள்ளும் பலமான அஸ்திரம். இதன் மூலம் தீய விதியையும், வரப்போகும் கெட்ட பலன்களையும் கூட தவிர்த்துக் கொள்ளலாம். மேலும், எதிர்பார்க்கும் நல்ல பலன்களையும் உறுதியுடன் பெறலாம். எப்படி?

1. LAKSHMI MITTAL - 36

(உலகத்திலேயே No. 1 பணக்கார இந்தியர்)

	ML	**M**	**LA**
HTA	**RASI**		**KS**
IT			
I			

பெயர் ஜாதகத்தில் 1, 2, 3, 4, 9, 10, 11 ஆகிய நல்ல இடங்களில் எழுத்துகள் அமைந்து விட்டதால், தொழிலிலும், செல்வத்திலும் முதன்மை பெற்று விளங்குகிறார்.

2. திரு. M. KARUNANIDHI - 37

U	**M**	**KAH**	
	RASI		**NAI**
RI			
	N	**D**	

திரு. கலைஞர் கருணாநிதி அவர்களின் பெயர் ஜாதகமும் மிக நன்றாக அமைந்துள்ளது. 1, 2, 4, 7, 10 ஆகிய இடங்களில் எழுத்துகள் நன்கு அமைந்துள்ளது. 10–ஆம் இடத்தில் RI எழுத்துகள் வலிமையாக அமைந்துள்ளதால் 5–ஆவது முறையாக தமிழகத்தில் முதல் அமைச்சராக நன்கு செயலாற்ற முடிகிறது. ஆனாலும் 8, 12 ஆகிய எழுத்துகளில் N,U எழுத்துகள் அமைந்து விட்டதால் பல எதிர்ப்புகளும் ஏற்பட்டு விடுகிறது.

1. உங்களுக்கு தன்னம்பிக்கை, தைரியம், சாதுர்யம் ஆகியவை வேண்டுமா? உங்களது பெயர் ஜாதகத்தில் முதலாம் இடத்தில் நல்ல எழுத்துகள் அமையுமாறு பெயரை மாற்றிக் கொண்டால் நிச்சயம் இவை கிடைக்கும்.

2. குடும்பத்தில் நிம்மதி, பேச்சு சாமர்த்தியம் போன்றவை வேண்டுவோர், தங்களது பெயர் ஜாதகத்தில் 2-ஆம் இடத்தில் நல்ல எழுத்துகள் வருமாறு பெயர் அமைத்துக் கொள்ள வேண்டும்.

3. சகோதரர்களின் ஆதரவு, மனோதைரியம், முயற்சிகளில் வெற்றி, யோக பாக்கியங்கள் வேண்டுவோர் 3-ஆம் இடத்தில் நல்ல எழுத்துகளை அமைத்து வெற்றி பெற வேண்டும்.

4. நல்ல கல்வி பலம், வீடு வாகன வசதிகள் போன்றவை வேண்டுபவர்கள், கட்டாயம் நான்காம் இடத்தில் நல்ல எழுத்துகள் வருமாறு தங்கள் பெயரை அமைத்துக் கொள்ள வேண்டும்.

5. நல்ல குழந்தைகள், மனோபலம், அதிர்ஷ்டங்கள் வேண்டுவோர், 5-ஆம் இடத்தில் நல்ல ஒலிகளைத் (Vibration) தரும் எழுத்துகளை அமைக்க வேண்டும்.

6. நல்ல எழுத்துகள் 6-ஆம் இடத்தில் வராமல் பார்த்துக் கொள்ள வேண்டும். அப்போது அவை சக்தி இழந்து விடும். தீய எழுத்துகள் (NA, LO, DI போன்றவை) வந்தால் மட்டும் நன்மைகளை எதிர்பார்க்கலாம். எதிரிகளை வெல்லும் ஆற்றல் உண்டாகும்.

7. நல்ல மனைவி, கூட்டாளி வேண்டுவோர் Chart படி 7-ஆம் இடத்தில் நல்ல எழுத்துகள் வரும்படி பார்த்துக் கொள்ள வேண்டும்.

8. 8-ஆம் இடத்தில் எழுத்துகள் இல்லாமல் இருந்தால் நன்மைகள் உண்டாகும். நல்ல எழுத்துகள் வரும்போது, அவை குறிப்பிடும் தீய பலன்கள் உண்டாகும்.

9. பெயர் ஜாதகத்தில் 9-ஆம் இடம் முக்கியமான இடம். திடீர் அதிர்ஷ்டங்கள், இறைவனின் அருள், செய்யும் முயற்சிகளில் வெற்றி வேண்டுவோர், 9-ஆம் இடத்தில் அவசியம் எழுத்துகள் வரும்படி அமைத்துக் கொள்ள வேண்டும்.

10. 10-ஆம் இடம் மிகவும் முக்கியமான இடமாகும். இது மனிதனின் தொழில், ஜீவனம், புகழ் அனைத்தையும் கொடுக்கும் முக்கிய இடமாகும். 10-ஆம் இடத்தில் நல்ல எழுத்துகள் வருகிறபடி பெயரினை மாற்றிக் கொள்ள வேண்டும்.

புத்த மதத்தைத் தோற்றுவித்த புத்தரும் தனது இயற்பெயரான சித்தார்த்தன் பெயர் இருந்த வரையிலும் புகழ் பெற முடியவில்லை.

11. நீங்கள் செய்யும் தொழிலில் இலாபங்கள், முயற்சிகளில் வெற்றி, அந்நியர்களின் உதவி ஆகியவை கிடைக்க வேண்டுமானால் 11–ஆம் இடத்தில் எழுத்துகள் வரவேண்டும்.

12. பன்னிரண்டாம் இடத்தில் எழுத்துகள் வந்தால் விரயங்கள் அதிகமாகும். நல்ல எழுத்துகள் வந்தால் சுப விரயங்கள், வெளிநாட்டுத் தொடர்பு, நீண்ட பயணங்கள் உண்டாகும். தீய எழுத்துகள் வரும்போது விரயங்கள் குறையும். மற்றவர்களின் சொத்துக்கள் கிடைக்கும்.

எனவே உங்களின் பெயரை அதிர்ஷ்ட ஒலிகள் (Pronology), அதிர்ஷ்ட பெயர் எண் (Numerology) மற்றும் அதிர்ஷ்ட பெயர் ஜாதகத்தில் (Name Chart) அமைத்துக் கொள்ள வேண்டும். அதிர்ஷ்டப் பெயரை அமைக்க விரும்புபவர்கள் ஆசிரியரை தொடர்பு கொள்ளலாம்.

21. பெயரை அதிர்ஷ்டகரமாக அமைத்துக் கொள்வது எப்படி?

(HOW TO SELECT A LUCKY NAME)

ஒரு பெயரானது எழுத்துகளால் (Letters) மட்டும் அமைக்கப்பட்ட ஒரு வார்த்தைத் தொடர் (Sentence) அல்ல, அதனுள்ளே ஓர் உயிரோட்டம் (Life) உள்ளது. அதன் எண்வலிமையும் (Name number) எழுத்துகளின் ஒலி வலிமையும் (Vibrations) அந்தப் பெயரின் பலன்களையே தீர்மானிக்கின்றன.

எனவே அதிர்ஷ்ட எண்ணிலும், அதிர்ஷ்ட ஒலியிலும் பெயரை வைத்துக் கொள்வது என்பது மிக முக்கியமானது. ஒரு நல்ல பெயரை அமைப்பது எப்படி? என்பது பற்றி விபரமாக பார்ப்போம்....

1. நீங்கள் அமைக்கும் பெயரின் எண்ணானது, உங்களது பிறந்த தேதியின் எண்களான பிறவி எண்ணிற்கும் (Birth Number) / விதி எண்ணிற்கும் நட்பு உடையதாகவும், யோகத்தை அதிகப்படுத்துவதாகவும் இருக்க வேண்டும். – (Numerology)

2. அந்தப் பெயரில் நல்ல அதிர்வு ஒலிகளும் அமைந்திருப்பது (Positive vibrations) மிகவும் முக்கியம் (Pronology).

3. NO, LO, SU, WAR, END, NI, IL, DI, DH போன்ற தீய ஒலிகள் பெயரில் வராமல் அமைத்துக் கொள்ள வேண்டும். – (Pronology)

4. முடிந்தால் ஜாதக ரீதியாகவும் ஆராய்ந்து ஒருவருக்கு அதிர்ஷ்டத்தை ஏற்படுத்தக்கூடிய கிரகத்தையும் ஆராய வேண்டும். மேலும் எண்கணிதப்படியான கிரகங்களுக்கு நட்பாகவும் இருக்கக்கூடிய கிரகத்தின் எண்களில் ஒருவருக்குப் பெயரை அமைக்க வேண்டும். அப்போதுதான் முழுவெற்றியையும் எதிர்பார்க்க முடியும் – (Astrology if available)

5. Hebrew pyramid method எனப்படும் 'ஹீப்ரு' நெடுங்கணக்கு முறையிலும் புதிய பெயரை நல்ல ஹீப்ரு எண்ணில் அமைத்துக் கொள்ள வேண்டும்.

உதாரணம்

உலகத்தில் மிகப் பெரிய இந்தியா வம்சாவளி பணக்காரர் திரு. LAKSHMI MITTAL அவர்கள்.

LAKSHMI MITTAL
3 1 2 3 5 4 1 4 1 4 4 1 3 = 36

உலகத்தின் பெரிய வீரரான மங்கோலிய நாட்டின் செங்கிஸ்கான், தனது பழைய பெயரான செங்கிஸ் என்று இருந்த வரையிலும் மிகச் சாதாரண வீரராகவே இருந்தார். தாத்தா பெயரான கான் பெயரை உடன் சேர்த்தவுடன் உலகத்தின் பெரிய சக்கரவர்த்தியானார்.

```
        435895 555854
        78485111449
        6334622584
        96718474
        64893227
        1383549
        422894
        64184
        1593
        653
        28
```

இவரது (Pyramid) எண். $2 + 8 = 1$

ஹீப்ரு நெடுங்கணக்கு எண்ணும் பிறந்த தேதி எண்ணிற்கு நட்பாகவும், அதிர்ஷ்டத்தைக் கொடுக்கும் எண்ணாகவும் இருப்பது மிகவும் அவசியம்.

இதைப்பற்றி மேலும் விபரங்களை அறிய எனது பெயரொலி சாஸ்திரம் (M/s. கவிதா பப்ளிகேஷன்ஸ்) புத்தகத்தைப் படிக்கவும்.

நீங்கள் அமைக்கும் பெயரானது, பெயர் ஜாதகத்தின் படியும் நல்லபடியாக இருப்பது மிகவும் அதிர்ஷ்டத்தைத் தரும். நற்பலன்களை சீக்கிரம் ஏற்படுத்தும். மேலும் நமக்குத் தேவையான நற்பலன்களை, பெயர் ஜாதகத்தை சரியாக அமைத்துக் கொள்வதன் மூலம் அடையலாம்.

NAME CHART
LAKSHMI MITTAL

	ML	M	LA
HTA			KS
IT		RASI	
1			

இவரின் பெயர் ஜாதகம் மிக நன்றாக அமைந்து விட்டது. 1, 2, 3, 4, 9, 10, 11 இடங்களில் எழுத்துகள் அமைந்துவிட்டதால், தான் எடுத்த தொழில்களிலெல்லாம் வெற்றி பெற்று வருகிறார். பெயர் ஜாதகத்தில் 6, 8, 12 ஆகிய தீய இடங்களில் எழுத்துகள் இல்லாதது கவனிக்கத்தக்கது. இதனால் இவர் நாளுக்கு நாள் வெற்றிகளைக் குவித்து வருகிறார். இன்று இங்கிலாந்து நாட்டின் முதல் பணக்காரராக இருக்கிறார். ஆத்மா எண்

எனப்படும் வாழ்க்கையின் எண்ணிற்கும், நீங்கள் வைக்கும் பெயர் எண்ணானது மிகவும் நட்பாகவும், அதிர்ஷ்டமாகவும் இருக்க வேண்டும். திரு LAKSHMI MITTAL அவர்களின் பிறந்த தேதி 15.6.1950. இவரது பிறவி எண்கள் 6 & 9. இவரது ஆத்மா எண் 33. இது குபேரனின் எண்ணாக இருப்பதால், நாளுக்கு நாள் செல்வமும், புகழும், தொழிலும் முன்னேறிவரும் என்பது உறுதி. பெயர் எண் 36, ஆத்மா எண்ணிற்கு மிகவும் நட்பு உடையது என்பதைக் கவனிக்கவும். ஆத்மா எண் குறிக்கும் மேஷ இராசிக்கு 10–ஆம் இடம் மகரம். இதன் அதிபதி சனி. இவருடைய தொழில் இரும்பு, Steel, கனிமங்கள் போன்றவை. அதில்தான் இவர் கொடிகட்டிப் பறக்கிறார் என்பதே ஆத்மா எண்ணின் வலிமையைக் காட்டுகிறது.

பிறந்த தேதிக்கு ஒத்துவராத அதிர்ஷ்ட எண்ணினாலும், தீய அதிபத்தியம் (ஜாதகப்படி) கொண்ட கிரகத்தின் எந்த அதிர்ஷ்ட எண்ணாலும் உங்களது வாழ்க்கையில் அதிர்ஷ்டத்தை ஏற்படுத்த முடியாது என்பதை நினைவில் வையுங்கள்.

தேர்வில் 40 மதிப்பெண்கள் எடுத்து பாஸ் செய்ய வேண்டும் என்பது ஒரு மாணவரின் நோக்கமாக இருக்கக்கூடாது. 80 முதல் 100 மதிப்பெண்கள் வரையிலும் எடுப்பதுதான் அவரது நோக்கமாக இருக்க வேண்டும். இல்லையெனில் அவர் கல்வியில் தோற்று விடுவார் அல்லவா?

அதைப் போன்றே நீங்கள் உங்களது பெயரை அமைக்கும் போது 100 சதவீதம் பொறுமையாக ஆலோசனைகள் செய்ய வேண்டும். அதிர்ஷ்டப் பெயரின் அனைத்து அம்சங்களையும் சேர்த்து உங்களது பெயர்களை அமைத்துக் கொண்டால், நீங்கள் வெற்றி பெறுவது 100 சதவீதம் உறுதி தானே! எனவே சுருக்கமாக நல்ல பெயரானது எப்படி இருக்க வேண்டும் எனின்,

அதிர்ஷ்டப் பெயர் (Lucky Name Number)	**Numerology + pronology,** **Name Chart + Hebrew** **Pyramid Number + Athma Num**

எனவே இத்துணை அம்சங்களையும் தகுந்த எண்கணித நிபுணரிடம் கலந்து ஆலோசனைகள் பெற்ற பின்பு புதிய பெயரை அமைத்துக் கொள்ளலாம் அல்லது இருக்கிற பெயரை சீர்படுத்திக் கொள்ளலாம். அப்போதுதான் எதிர்பார்க்கும் அதிர்ஷ்டங்கள் கிடைக்கும். நீங்கள் அதிர்ஷ்டப் பெயரை அமைப்பதற்கு எப்போதும் ஆசிரியரை தொடர்பு கொள்ளலாம்.

பெற்றோர்களுக்கு

உங்கள் குழந்தைகளுக்கு நட்சத்திரப்படியான (பெயரின் ஆரம்ப எழுத்துகள்) பெயர் சூட்ட வேண்டும் என்று விரும்புகிறீர்கள் தவறில்லை.

எண்கணிதத்தின் மூன்று முக்கியப் பிரிவுகள் ... (1) பித்தகோரியன் முறை (2) சால்டியன் முறை (3) ஹீப்ரு கபால முறை.

ஆனால் தாங்கள் சூட்டும் பெயர் அதிர்ஷ்டகரமானதா என்பதை தெரிந்து கொள்ள வேண்டியது அவசியம்.

குழந்தையின் பெயரானது (1) எண்கணிதப்படி சரியான பெயர் எண்ணில் பெயர் இருப்பது மிகவும் அவசியம் (Numerology)

(2) தேர்ந்தெடுக்கப்படும் பெயரின் ஒலிகள் (Vibrations Pronology) அதிஷ்டகரமானதா? என்பதையும் சோதிக்க வேண்டும்.

(3) பெயரில் NO, LO, SU, WAR, END, NI, ILI, DI, DHI, OO போன்ற Negative Vibrations இல்லாமல் வைத்துக் கொள்ள வேண்டும்.

உங்களது குழந்தையின் ஆரோக்கியம், ஆயுள் பலம், கல்வி பலம், தொழில் பலம், எதிர்கால முன்னேற்றங்கள் எல்லாம் நீங்கள் வைக்கும் பெயரில்தான் இருக்கிறது! என்பதை நன்கு நினைவில் வையுங்கள்.

தொழில் அதிபர்களுக்கு / வியாபாரிகளுக்கு

1. உங்களது பெயரை முதலில் Numerology மற்றும் Pronology படி சரிபார்த்துக் கொள்ளுங்கள். தேவைப்பட்டால் சிறிய மாற்றங்கள் செய்து அதிர்ஷ்டமான பெயரை அமைத்துக் கொள்ள வேண்டும். எங்கு சென்றாலும் நமது நிழல் கூடவே வரும். அதைப்போல நமது பெயரின் தாக்கங்கள் ஒவ்வொரு நாளிலும், செயலிலும் நம்மைப்பாதித்துக் கொண்டே இருக்கும்.

2. உங்கள் நிறுவனத்தின் பெயர்களையும் உங்களது brand–இன் பெயர்களையும்–Numerology மற்றும்–Pronology படி–அமைத்துக் கொள்ளுங்கள். இந்த அதிர்ஷ்ட பெயரானது தொழிலில் உங்களை எளிதில் பிரகாசிக்கச் செய்யும்.

3. உங்களது ஆத்மா எண் பற்றியும், அவை குறிக்கும் தொழில்கள் பற்றியும் அறிந்து கொள்ளுங்கள். அதன் மீது ஓர் ஆர்வம் இருக்கட்டும். காலம் வரும்போது அதில் தீவிரமாக இறங்கலாம்.

4. உங்கள் குழந்தைகளை பள்ளியில் முதன் முதலில் சேர்ப்பது, முக்கியப் பணிகளுக்கு அனுப்புவது போன்ற விஷயங்களில் எண்கணிதப்படியான அதிர்ஷ்ட எண்களைப் பயன்படுத்துங்கள். குழந்தைகளுக்கும் வழிகாட்டுங்கள்.

கையெழுத்து பற்றி சில முக்கிய ஆலோசனைகள்:

1. உங்களது கையெழுத்து ஆரம்பமுதல் முடிவு வரை மேல்நோக்கி செல்லவேண்டும் (Ascending Style).

2. கையெழுத்தின் கீழ் கோடுகள் போடக்கூடாது.

3. கையெழுத்தின் இறுதியில் புள்ளிகள் வைக்கக்கூடாது.

4. கையெழுத்தைக் கீழ் நோக்கி வளைக்கக்கூடாது.

5. J, G, Y, N போன்ற எழுத்துகளை மேல்நோக்கி முடிக்க வேண்டும்.

6. இரண்டு அல்லது மூன்று பெயர்களை உடையவர்கள், முடிந்தவரை தொடர்ந்து வருமாறு கையெழுத்து இடவேண்டும். தனித்தனியே போடக்கூடாது.

7. கீழ் நோக்கிச் செல்லும்படியான கையெழுத்தினை அமைக்கக்கூடாது. இது பல வீழ்ச்சிகளைக் கொடுக்கும்.

8. ஒரே கையெழுத்தை மேல்நோக்கி ஏற்றியும், பின்பு கீழே சாய்த்தும் போடக்கூடாது. இது பல கஷ்டங்களைக் கொடுக்கும்.

9. உங்களது கையெழுத்தில் பெயரின் எழுத்துக்கள் அப்படியே தெரியக்கூடாது. வெறும் கோடுகளாகவும் போடக்கூடாது. நீங்கள் போடும் கையெழுத்து உங்களது பெயரைக் குறிப்பதாகவும் இருக்க வேண்டும், மற்றவர்கள் உங்களது பெயரைத் தெரிந்து கொள்ள முடியாததாகவும் இருக்க வேண்டும். அப்போதுதான்–சிறப்பான கையெழுத்தாக அமையும்.

10. உங்களது பெயரினை சுருக்கி போடும்போதும் இதே விதியை பின்பற்றவும். ஆனால் சுருக்கி எழுதும் பெயரின் எண்ணும் ஒலியும் நன்றாக இருக்க வேண்டும் என்பது முக்கியம்.

எண்கணிதத்தின் தந்தை என்று அழைக்கப்படும் திரு. சீரோ (Ceiro) அவர்கள் இந்தியா வந்துதான் கைரேகையையும், எண்கணிதத்தையும் கற்றுக் கொண்டார் என்பது வரலாறு.

22. அதிர்ஷ்டப் பெயரை வலுப்படுத்தி, வெற்றி பெறும் வழிமுறைகள்

உங்களது புதிய பெயரை, தகுந்த பெயரியல் நிபுணருடன் ஆலோசனை பெற்று அமைத்துக் கொள்வது அவசியம். ஒவ்வொரு நாளும் நாம் முன்னேற வேண்டும் என்பது முக்கியமானது. பெயரை மாற்றுவதன் மூலம் நான் வெற்றி பெறுவேன், கோடீஸ்வரராக மாறுவேன் என்று உறுதியாக (100 சதவீதம்) நீங்கள் நம்பவேண்டும். புதிய பெயரின் மேல் தணியாத ஆசை, வேகம் உங்களுக்கு இருக்க வேண்டும்.

இப்போது நீங்கள் கீழ்க்கண்டவாறு பெயரை இருவகைகளில் கடைப்பிடிக்க வேண்டியது மிகவும் முக்கியம்.

1. நமது பிறந்த நாளின் எண்களுக்கு பல வகையிலும் அதிர்ஷ்டமான பெயரை அமைத்துக் கொள்ள வேண்டும். NUMEROLOGY, PRONOLOGY, NAME CHART, PYRAMID மற்றும் ATHMA NO ஆகியவற்றிற்கு ஏற்ற பெயர் எண்ணைத் தேர்ந்தெடுப்பதில்தான் உங்களது வெற்றி அமைந்துள்ளது.

2. பெயரை அமைத்துக் கொண்டால் மட்டும் போதாது. உங்களுக்குரிய அதிர்ஷ்ட எண்களையும், அதிர்ஷ்ட தேதிகளையும் நடைமுறை வாழ்க்கையில் தவறாமல் பயன்படுத்தி, எல்லாக் காரியங்களிலும் வெற்றி பெற முயற்சிக்க வேண்டும்.

அனைவரும் அதிர்ஷ்டப் பெயரை வைத்துக் கொள்கிறார்களே தவிர, அதிர்ஷ்ட தேதியில் தங்களது முயற்சிகளை காரியத்தைத் துவக்க வேண்டும், புதிய முயற்சிகளைச் செய்ய வேண்டும் என்பதை அலட்சியப்படுத்தி விடுகிறார்கள். துரதிர்ஷ்ட நாட்களில் புது முயற்சிகளை தவிர்க்க வேண்டும். ஆனால் அன்றாட பணிகளை (Routine) மட்டும் செய்து வரலாம், அதில் தயக்கம் வேண்டாம்.

இறைவன் கொடுக்கும் ஒவ்வொரு நாளும் நாம் முன்னேற வேண்டும். இன்றைய தினத்தை முழுவதும் பயன்படுத்த வேண்டும். அதுவும் கோடீஸ்வரராக துடிக்கும் நீங்கள் Pronology மற்றும் Numerology ஆகியவற்றை எப்போதும் பயன்படுத்தி வரவேண்டும். உங்களது தீய ஒலிகளை உடைய நண்பர்களை, உறவினர்களை திருத்த முயற்சிக்கவும் அல்லது தொடர்பை தவிர்க்கவும். இதனால் பிற்காலத்தில் வரப்போகும் நஷ்டங்களைத் தவிர்த்துக் கொள்ளலாம்.

பெயரை எப்படி வலுப்படுத்த வேண்டும் என்று பார்ப்போம்.

1. ஒரு புதிய நோட்டுப் புத்தகத்தை வாங்கி, தினமும் குறிப்பிட்ட எண்ணிக்கையில் **(45,50,108)** Capital Letter–இல் பெயரை எழுதி வரவேண்டும்.

2. பெயரினை நம்பிக்கையுடன் மெதுவாக சொல்லிக் கொண்டே எழுத வேண்டும். இதனால் மூளைக்கு, காது வழியே சென்று பெயரின் ஒலி ஒரு பதிவாக அமையும்.

3. நாம் பிறந்ததிலிருந்து, இன்றைய தேதி வரை எத்தனை லட்சம் முறை நம் பெயரானது ஒலிக்கப்பட்டிருக்கும் என்று நினைத்துப் பாருங்கள். நம் தாத்தா, பாட்டி முதல் மனைவி, மக்கள் வரை, நமது பழைய பெயரின் ஒலி அலைகளே (Vibration) இதுவரை நம்மீது ஆதிக்கம் செலுத்தி வந்துள்ளன. அந்த ஒலி அலைகளை, நம் திடமான மனத்துடனும், மிகுந்த நம்பிக்கையுடனும், புதிய பெயரினை பலமுறை எழுதுவதன் மூலமும், மற்றவர்களை அழைக்கச் சொல்வதன் மூலமும், மெதுவாக ஆனால் குறைந்த காலத்திற்குள் மாற்றிவிட வேண்டும்.

4. உங்களுடைய புதிய பெயரானது அதிர்ஷ்ட எண்ணிலும், அதிர்ஷ்ட ஒலியிலும் அமைக்கப்பட்டுள்ளதால், நிச்சயமாக அதிர்ஷ்டப் பலன்கள் ஏற்பட்டே தீரும். ஆனால் அது எவ்வளவு சீக்கிரம் கிடைக்கும் என்பது, உங்களுடைய கையில்தான் உள்ளது. எவ்வளவு தூரம் உங்களது தினசரி வாழ்க்கையில், எந்த அளவான நம்பிக்கையுடன் புதிய பெயரை நடைமுறைக்குக் கொண்டு வருகிறீர்களோ அந்த அளவிற்குத்தான், உங்கள் வாழ்வில் மாறுதல்கள் கிடைக்கும். ஏதோ நானும் பெயரை மாற்றிக் கொண்டேன். எழுதியும் வருகிறேன். பலன்கள் தெரியமாட்டே என்கிறதே என்றால், அதற்குக் காரணம் இந்தக் கலையில் தவறல்ல, உங்கள் நடைமுறைக் கோளாறுதான் காரணம் என அறிய வேண்டும்.

5. இந்த அதிர்ஷ்ட முறையினால் பல அன்பர்கள் உடனடியாக முன்னேற்றத்தைப் பெற்றிருக்கிறார்கள். சில அன்பர்கள் முழு நன்மையை அடைய முடியவில்லை. ஆராய்ந்து பார்த்ததில் அந்த அன்பர்களின் அலட்சியமான போக்கும், சோம்பேறித்தனமும், அவநம்பிக்கையும்தான் இதற்குக் காரணமாக இருக்கின்றன.

6. சில அன்பர்களுக்கு சில நாள்களிலேயே புதிய வழிகளும், அதிர்ஷ்டங்களும் கிடைக்கும். சில அன்பர்களுக்கு சில மாதங்கள் கூட ஆகலாம். அதுவரை முழு நம்பிக்கையுடனும் ஆர்வத்துடனும் புதிய பெயரினை எழுதி வர வேண்டும். பலன்கள் கிடைக்கும் வரை விடக்கூடாது. தொடர்ந்து எழுதி வரவேண்டும். அவரவர்களின் கர்ம பலன்களும் ஒத்துழைக்கும் பட்சத்தில், பலன்கள் வேகமாகக் கிடைக்கும்.

7. அன்பர்கள் புதிய பெயரினை தினமும் 108 முறை Capital Letterகளில் எழுதி வரவேண்டும். இவ்வாறு தொடர்ந்து 108 நாள்கள் எழுதி முடித்து விட்டால்தான், புதிய பெயர் எண்ணின் சக்தி இவர்களைப் பற்றிக்

சோழ சாம்ராஜ்யத்தின் பெரும் சக்கரவர்த்தியாக இருந்தவர் இராஜராஜன். இவர் தனது இயற்பெயரான அருள்மொழிவர்மன் என்ற பெயரில் இருந்தவரையிலும் சாதாரண இளவரசராக, ஆன்மிக வாழ்க்கையில்தான் இருந்தார்.

கொள்ளத் தொடங்கும். இந்த நிலையில்தான் இவர்கள், தங்கள் அதிர்ஷ்டப் பெயரின் அருமையை உணர முடியும்.

கண்ணாடிப் பயிற்சி (MIRROR EXERCISE)

இது மிக முக்கியமான பயிற்சி. காலை எழுந்தவுடன் இப்பயிற்சியை முதலில் செய்ய வேண்டும். காலைக் கடன்களை முடித்துவிட்டு, ஒரு நாற்காலியில் அமர்ந்து கொண்டு, (கிழக்கு அல்லது வடக்கு நோக்கி) இப்பயிற்சியை செய்ய வேண்டும். குளிக்கக் கூடாது!

(1'x 1') அளவுள்ள கண்ணாடியில் முகத்தைப் பார்த்து, கண்ணாடியில் உள்ள உங்கள் பிம்பத்தை வலுப்படுத்தி வர வேண்டும்.

நீ அதிர்ஷ்டமானவன்! வெற்றியடைய பிறந்திருக்கிறாய்!! என்று அவரை நோக்கி வலிமைப்படுத்துமாறு பேச வேண்டும். இதன் மூலம் உங்களது கண், காது, வாய் ஆகிய மூன்று புலன்களின் வழியே வலிமையான எண்ணங்கள் உங்கள் மூளைக்குச் செல்கிறது.

இப்பயிற்சியைத் தொடர்ந்து செய்துவர, நீங்கள் எதிர்பார்க்கும் பலன்கள் நிச்சயம் நடக்கும். தினமும் காலை 10 முதல் 15 நிமிடங்கள் வரைச் செய்து வர வேண்டும்.

இதுவரையிலும் கூறியுள்ள அதிர்ஷ்டப் பெயர் அமைக்கும் முறைகளைப் பின்பற்றி, அதிர்ஷ்டப் பெயரை அமைத்துக் கொள்ள விரும்புபவர்கள் ஆசிரியரை தபாலிலும் தொலைபேசியிலும் தொடர்பு கொள்ளலாம்.

ஆசிரியர் விலாசம்

Pandtit Alahar Vijay, B.E., D.A., PGDTA.,
No.10, First Avenue,
AGS Colony, Phase-III
Mugalivakkam, Chennai-600 116.
Cell : 93810 23614 / 98400 18939
E-mail : alaharvijay@yahoo.com / alaharvijay@gmail.com

கோவை விலாசம்

Pandtit Alahar Vijay, B.E., D.A., PGDTA.,
C/o. M. Murugan,
136/40B, Rajammal Illam,
Raj Nagar, Thillai Nagar Main Road,
Kumarapalayam P.O.,
Coimbatore - 641 026.
Ph : 0422 - 2344 257 / Cell : (O) 9344693267

23. 1 முதல் 108 வரையில் உள்ள எண்களின் பலன்கள் (ஆத்மா எண் பலன்கள்)

இதுவரை உங்களது பெயர்களை எப்படி அமைக்க வேண்டும்? அந்தப் பெயர்களிலும் பெயர் ஒலிகள் (Vibrations) எப்படி அமைய வேண்டும் என்பதைப் பற்றியெல்லாம் பார்த்தோம். அதைப்போன்று நல்ல பெயர் எண்ணிலும் உங்கள் பெயரானது அமைய வேண்டும் என்பது முக்கியமானது. எனவே, ஒவ்வொரு பெயரும் நல்ல அதிர்ஷ்ட பெயர் எண்ணிலும் (Numerology) அதிர்ஷ்டப் பெயர் ஒலியிலும் (Pronology) அமைய வேண்டும் என்பது முக்கியமானது.

எண்கணிதத்தில் ஒவ்வோர் எண்ணுக்கும் தனிப்பட்ட சிறப்புப் பலன்கள் உண்டு. உதாரணமாக 23–ஆம் எண் மிகவும் அதிர்ஷ்டமானது. 32–ஆம் எண் அவ்வளவு அதிர்ஷ்டமானதல்ல. 32–ஆம் எண் பொருளாதாரத்தில் ஏற்ற இறக்கங்களையும், அடிக்கடி மனதில் அமைதிக் குறைவையும் ஏற்படுத்தும். எனவே, 5–ஆம் எண் அதிர்ஷ்டமானது என்று 32–ஆம் எண்ணில் வைப்பதைவிட 23–இல் அந்தப் பெயரை வைத்தால்தான் நிச்சயமான பலன்களுக்கு உத்தரவாதம் தரமுடியும். ஆனால், 23–ஆம் எண் வந்தால் சோம்பலை ஓரளவு கொடுக்கும். சோம்பலைத் தவிர்த்து விட வேண்டியது மிக அவசியமாகும். எனவே எல்லா எண்களுக்கும் நல்லதைச் செய்யும் ஆற்றலும், சில குறைகளும் உண்டு. எனவே, எண்களை முழுமையாக ஆராய்ந்து பெயர் வைக்க வேண்டும்.

எண்கணிதம் மற்றும் பெயரொலி சாஸ்திரங்கள் மூலம் ஒவ்வொருவரும் இந்த உலக வாழ்க்கையை நன்கு அனுபவிக்க வேண்டும் என்பதே என்னுடைய இலட்சியமாகும். இன்னும் அரிய விஷயங்கள் ஏராளமாக உள்ளன. அவற்றை நேரில் அறிந்து கொள்ளலாம். அதன்மூலம் மிகவும் எளிதாக வாழ்க்கையின் சிகரத்தை நீங்கள் அடையலாம்.

இப்போது ஒன்று முதல் நூற்றி எட்டு வரை உள்ள எண்களாலான பலன்களைப் பற்றி விவரமாகப் பார்ப்போம். ஆத்மா எண் குறிக்கும் பலன்களாகவும் இதையே எடுத்துக் கொள்ள வேண்டும். உங்களது ஆத்மா எண் 25 என்றால், இங்கு கூறியுள்ள (25) வாழ்க்கையின் எதிர்காலத்தில் நடைபெறும்.

எண் 1 – சூரியன் (SUN)

சூரியனின் முழுப்பலமுடைய எண்ணாகும் இது. எண் 1, பெயராக அமைவது அபூர்வம்தான். பெயரில் எண் 1 வருவது நற்பலன்களையும், உயர்வையும் கொடுக்கும்.

திருமண நாளின் தேதியைப் போன்றே சாந்தி முகூர்த்த நாளின் தேதியே தாம்பத்யத்தின் இனிமையைத் தீர்மானிக்கிறது.

இவர்களுக்கு படபடப்பும், செயல்வேகமும் உண்டு. ரகசியத்தை மனத்தில் வைக்காமல் போட்டு உடைத்து விடுவார்கள். அரசியல், அரசாங்க சம்பந்தப்பட்ட முயற்சிகளில் வெற்றியும், சாதனைகளும் உண்டு. குடும்பத்தில் நிம்மதி உண்டு. ஆனால், பிறந்ததேதி எண் 1 ஆக, வந்தால் சில குடும்பப் பிரச்சினை நிச்சயம் ஏற்பட்டு விடுகிறது.

இவர்கள் ஒன்றை நினைத்துவிட்டால் அதுவே சரியானது என்று தீர்மானித்து விடுவார்கள். எந்தக் காரணத்திற்காகவும், அதை மாற்றிக்கொள்ளமாட்டார்கள். 1–ஆம் எண், வண்டி வாகனங்களுக்கும் அலுவலகம் ஆகியவற்றிற்கும் நன்மை செய்யும்.

எண் 2–சந்திரன் (MOON)

இந்த எண் சந்திரனின் முழு வலிமையையும் கொண்டது. சந்திரன் சலனங்கள் நிறைய உடையவர். இதனால் தன்னுடைய குணத்தையும், எண்ணங்களையும் இவர்கள் அடிக்கடி மாற்றிக்கொள்வார்கள்.

எனவே பெயர் எண் இரண்டாக வந்தால் வாழ்க்கையில் பல பிரச்சினைகள் ஏற்படும். குடும்பத்தில் திருப்தியும், சந்தோஷமும் குறைவுபடும். வாழ்க்கையில் அமையும் பொன், பொருள் அமைப்புகள், குற்றம் குறைகள் உள்ளதாக அமைந்துவிடும். இவர்களது மனதில் எண்ணங்கள் அலைமோதிக் கொண்டே இருக்கும். வீண்விரயங்களின் மூலம் கடன்கள் ஏற்படுவதைத் தவிர்க்க முடியாமல் போய்விடும். வாழ்க்கையில் விரக்தி ஏற்பட்டுவிடும். எனவே, இதை அதிர்ஷ்டம் குறைந்த எண்ணாகவே எடுத்துகொள்ள வேண்டும்.

இவர்கள் தன்னம்பிக்கை குறைந்தவர்களாக இருப்பார்கள். இவர்கள் மனோபயத்தை விட்டு விட்டு, தன்னம்பிக்கையை வளர்த்துக்கொண்டால் இமாலய சாதனையைப் படைக்கலாம்.

(உ.ம்) – மகாத்மா காந்தி

எண் 3 – வியாழன் (குரு) (JUPITER)

குருவின் முழு ஆதிக்கமுடைய எண் இது. ஓர் அதிர்ஷ்டமான எண்ணாகும்.

பொது நல ஈடுபாடு, விசேஷ அறிவாற்றல், உயர்ந்த கல்விச் சிறப்பு ஆகியவை உண்டாகும். குருவின் அருளால் உயர்ந்த பதவிகளும், அதிக லாபங்களும் கிடைக்கும். இவர்களது குடும்பம் நன்கு அமையும். நண்பர்களும், வெளிவட்டாரப் பழக்கங்களும் நன்கு அமையும். நீதி, நேர்மை, தியாகம் போன்ற வார்த்தைகளை அதிகம் உபயோகிப்பார்கள். அவற்றைத் தங்கள் வாழ்க்கையிலும் கடைப்பிடிப்பார்கள். சுயமுயற்சியால் எதையும் அடைந்து விடுவார்கள். தங்கள் அறிவால் படிப்படியாக வாழ்க்கையில் உயர்ந்து விடுவார்கள்.

இவர்களுக்கு ஆன்மிகத்தில் அதிக நாட்டம் ஏற்படும். மிகவும் நம்பிக்கைக்குரியவர்களாக இருப்பார்கள். நாணயம் நிறைந்தவர்கள்.

எண் 4 - இராகு (RAHU)

இது இராகுவின் முழு ஆதிக்கம் நிறைந்த எண்ணாகக் கருதப்படுகிறது. ஒருவரது பெயரில் தனியாக இந்த எண் வருவது நற்பலன்களைத் தராது.

இவர்களுக்கு மனத்தில் எப்போதும் சஞ்சலங்களும், அவநம்பிக்கையும் இருந்துகொண்டே இருக்கும். வாழ்க்கையின் நிகழ்ச்சிகள் அடிக்கடி மாறிக்கொண்டே இருக்கும். உறவினர்களால் இடையூறுகள், அவமானங்கள் ஏற்படும். மனத்தில் பயம் இருக்கும். எனவே, எதையும் திட மனத்துடன் எதிர்கொள்ள இயலாது. சிலருக்கு பொருளாதாரத்தில் ஏற்றத்தைக் கொடுத்தாலும், அதை அனுபவிக்க முடியாமல் இருப்பார்கள். ஆனால், மனத்தில் இரக்கம் நிறைந்தவர்கள். எதிலும் முழுமை கிடைக்காமல் தட்டுப்பாடுடனும், சிரமங்களுடனும், இவர்கள் வாழ்க்கையை நடத்த வேண்டி வரும். அடிக்கடி உடலில் தொந்தரவு ஏற்படும். இது பொருளாதாரத்தில் அதிர்ஷ்டம் குறைந்த எண்ணாகவே காணப்படுகிறது.

இவர்கள் மற்றவர்களின் ஆலோசனைகளுக்கு கட்டுப்பட்டு நடப்பார்கள். தன்னம்பிக்கையை வளர்த்துக்கொண்டால் பல சாதனைகளைப் படைக்கலாம்.

எண் 5 - புதன் (MERCURY)

புதன் என்னும் அறிவுக்கிரகத்தின் முழு ஆதிக்கம் கொண்டது இந்த எண்தான். 50-ஆம் எண்ணிலும் புதனின் முழுத்தன்மை உண்டு.

பெயரில் இந்த எண் அமைவது சகல வளங்களையும், சிறப்புகளையும் தரும். இவர்கள் அதிர்ஷ்டசாலிகளாகவும், திறமைசாலிகளாகவும் இருப்பார்கள். எதையும் சீக்கிரமாகப் புரிந்து கொள்வார்கள். நுண்ணிய கலைகளான ஓவியம், சிற்பம், கவிதை ஆகியவற்றில் மிகுந்த ஈடுபாட்டுடன் இருப்பார்கள். அறிவின் ஆதிக்கத்தால் தொழிலிலும், வியாபாரத்திலும் சிறப்புடன் இருப்பார்கள். நரம்பு பலவீனம் மட்டும் ஏற்படாமல் தங்களைப் பாதுகாத்துக்கொண்டால், உலகில் அனைத்தையும் வெற்றி பெற்று விடலாம். இவர்களுக்கு பிரச்சினைகளைத் தீர்க்கும் சமயோசித அறிவு நிறைய இருக்கும். தங்களது பலத்திற்கு மேற்பட்ட திறமைசாலிகளையும், எதிரிகளையும் நைசாகப் பேசியே தங்கள் வழிக்குக் கொண்டுவந்து விடுவார்கள். பொருள் சேர்க்கும் அதிர்ஷ்டசாலிகள் என்பதில் சந்தேகமில்லை.

தமிழ் மொழிக்கும் எண்கணிதம் உண்டு. தமிழ் மொழியில் 247 எழுத்துகள் உள்ளதால், பயன்பாட்டில் பல சிரமங்கள் உள்ளன. எனவே தமிழ் எண்கணிதம் மக்களிடையே பிரபலமாகவில்லை.

இவர்கள் கலைகளின் மீது ஈடுபாடு கொள்வார்கள். தலைமைப் பொறுப்பை அளிக்கும் ஆற்றல் உடைய எண் இது. ஆடம்பர வாழ்க்கை வாழ விரும்புவார்கள்.

எண் 6 – சுக்கிரன் (VENUS)

சுக்கிரனின் முழு ஆதிக்கம் பெற்றது இந்த எண். வாழ்க்கையில் எல்லா சுகங்களையும் அனுபவிக்கும் பொருள் பலமும், உடல் பலமும் இவர்களுக்கு உண்டு. லட்சுமி தேவியின் அருள் பெற்றவர்கள் இவர்கள்தான். தங்களுடைய திட்டங்களை எப்படியும் நிறைவேற்றி விடுவார்கள். கலைகளில் விசேஷத் திறமையும், ஆற்றலும் பெற்றுத் திகழ்வார்கள். சகலவிதமான பொருள், வாகனம், வீடு ஆகியவற்றை மிகவும் எளிதாகச் சம்பாதித்து விடுவார்கள். எந்த விஷயத்திலும் பணம் சேர்ப்பதைப் பற்றிய சிந்தனையுடனே செயல்படுவார்கள். தன் உடலை அலங்கரித்துக் கொள்ளுதல், வாசனைத் திரவியங்கள் பூசிக்கொண்டு தன்னை அழகுப்படுத்திக் கொள்ளுதல் ஆகிய குணங்கள் உண்டு. சுயநலத்துடன் தங்களது செயல்களைச் செய்வார்கள். வாழ்க்கையில் திருப்தியையும், பல நண்பர்களையும் கொடுக்கும் அதிர்ஷ்ட எண் இது. வாழ்க்கையில் சவால்களை எடுக்கத் தயங்குவார்கள். குறைந்த உழைப்பு, நிறைந்த லாபம் என்பதே இவர்களின் எண்ணமாக இருக்கும்.

உறவினர்களின் ஆதரவு உண்டு. நண்பர்களின் மூலம் பல நன்மைகள் உண்டாகும்.

எண் 7 – கேது (KETHU)

கேதுவின் முழுமையான ஆதிக்கம் கொண்ட எண்ணாகும் இது. பெயரில் இந்த எண்ணை உடையவர்களுக்கு கேதுவுக்கு உரிய ஆன்மிகத் தொடர்பு, கடுமையான சோதனைகள் நிச்சயம் உண்டு. பலருக்கு அறிவுரை கூறும் ஆற்றலும், அனுபவமும் உண்டு. தெய்வீக சக்தியும் இவர்களுக்குக் கிடைக்கும். ஆனால், குடும்ப வாழ்க்கையில் பல தொந்தரவுகள் ஏற்படும்.

முன்னேற்றம் நிதானமாகவும், நிலையானதாகவும் இருக்கும். எதையும் திட்டமிட்டுச் செய்யும் குணம் உண்டு. இந்த எண் குடும்ப வாழ்க்கையில் (பலருக்கு) ஈடுபாட்டைக் குறைத்து விடுகிறது. இந்த எண்காரர்களுக்கு வெளிநாடு, வெளியூர் சென்று சம்பாதிக்கும் யோகம் உண்டு. தன்னுடைய நோக்கத்திற்காக அனைத்தையும் தியாகம் செய்து உழைப்பார்கள். இவர்கள் ஆடம்பரத்தை விரும்பமாட்டார்கள். எப்போதும் எளிமையாகக் காணப்படுவார்கள். ஜோதிடம் போன்ற கலைகளில் ஆர்வம் அதிகம் இருக்கும். பொதுமக்களின் ஆதரவு எப்போதும் உண்டு. இந்த எண் குடும்பத்தில் சுகம், அனுபவிப்பதில் குறைகளைக் கொடுத்து விடுவதால் சுமாரான எண்ணாகவே கருதவேண்டும்.

எண் 8 - சனி (SATURN)

இப்போது சனியின் முழு ஆதிக்கத்தில் உள்ள 8 என்ற எண்ணின் மகத்துவத்தைப் பார்ப்போம்.

பொதுவாகவே 8–ஆம் எண்ணைப் பார்த்து மக்கள் பயப்படுகிறார்கள். சனி பகவான் மிகவும் பலம் நிறைந்தவர். இவரால் வாழ்க்கையில் ஏற்படும் சகல சோதனைகளுக்கும், தோல்விகளுக்கும், சோகங்களுக்கும் பின்பு நிச்சயமான வெற்றி உண்டு. முதிர் நெல்லிக்காய் போன்று முதலில் துயரங்களையும், இறுதியில் வெற்றியையும், மகிழ்ச்சியையும் சனிபகவான் கொடுத்துவிடுவார்.

8–ஆம் எண் பெயரில் வந்தால் பல கடினமான சோதனைகள் ஏற்படும். பிற்போக்கான கொள்கைகளும், லட்சியங்களும் இருக்கும். பழமையை விரும்பும் குணத்தையும் கொடுக்கும். வாழ்க்கையில் பல பிரச்சினைகளும், அதனால் ஏமாற்றங்களும் இவர்களுக்கு ஏற்படும். சக மனிதர்களிடம் எதிர்ப்புகள், உடலில் தளர்ச்சிகள் ஆகியவை ஏற்படும். குடும்ப வாழ்வில் குறைபாடுகளும், ஏச்சுகளும் அதில் கிடைக்கும். ஆனால், இவர்களுடைய பிற்கால வாழ்க்கை அதிர்ஷ்டம் நிறைந்ததாக இருக்கும். எப்படியும் பெரிய மனிதர் என்று பெயர் பெற்றுவிடுவார்கள். எனவே, விரும்பத்தகாத எண்ணாகவே 8–ஆம் எண் இருக்கிறது. பிறப்பில் வரும் 8–ஆம் எண்ணைத்தான் தவிர்க்க முடியாது. எனவே, பெயரில் வரும் 8–ஆம் எண்ணையும், அதன் மற்ற வர்க்க எண்களையும் (17, 26, 35, 44 போன்றவை) தவிர்த்துவிட வேண்டும்.

எண் 9 - செவ்வாய் (MARS)

இது வீரமும் ஆற்றலும் கொண்ட செவ்வாயின் முழு ஆதிக்கம் பெற்ற எண்ணாகும்.

வாழ்க்கையில் பல சோதனைகளையும், எதிர்ப்புகளையும் தைரியமாக எதிர்த்து நின்று வெற்றியையும், புகழையும் கொடுக்கும் எண் இது. இவர்கள் தன் சுயமுயற்சியால் வெற்றி பெறுவார்கள். காரிய சாதனை உடையவர்கள். அதிர்ஷ்டமும், ஆற்றலும் மாறி மாறி இவர்களது வாழ்க்கையில் உயர்வுகளை அளிக்கும். அளவு கடந்த தன்னம்பிக்கை, நினைத்ததை சாதிக்கும் ஆற்றல், சமயோசிதமான அறிவு, முயற்சிகளில் அதிர்ஷ்டம் ஆகியவை இவர்களுக்கு உண்டு. ஒவ்வொரு நிலையிலும் எதிர்ப்பை எதிர்த்து வெற்றிகளை அடைவார்கள். அதன் பலனையும் அனுபவிப்பார்கள். ஏழ்மையில் உள்ளோரையும், வளமான வெற்றி வாழ்விற்கு அழைத்துச் செல்லும் எண் இதுதான். வெளிநாட்டு பயணங்களையும் இந்த எண் ஏற்படுத்தும். உலக

Pronology படியான விளக்கங்களை ஆங்கில மொழியில்தான் பார்க்க வேண்டும். மாநில மொழிகளில் அர்த்தத்தைப் பார்க்கக் கூடாது.

அனுபவங்கள் நிறைய ஏற்படும். எதையும் போட்டியிட்டு அடைந்தால்தான் இவர்களுக்குத் திருப்தி ஏற்படும். ஆனால் 2, 7–ஆம் எண்காரர்கள் மட்டும் இந்த எண்ணைப் பெயரில் வைக்கக்கூடாது.

எண் 10 - சூரியன் (SUN)

சூரியனின் ஆதிக்கம் பதின்மடங்கு நிறைந்தது. இதனால், இவர்கள் நன்கு சிந்தித்து, திட்டமிட்டு செயல்களில் ஈடுபடுவார்கள். உத்தியோக பலமும், அரசாங்க ஆதரவும் உடையவர்கள். புகழும், செல்வமும் வந்து சேரும். தங்களது பிரச்சினைகளைச் சமாளித்து வெற்றி பெறும் குணம் உண்டு. வெளிப்படையாகப் பேசுவதால் நண்பர்கள் குறைவாகவே இருப்பார்கள். தன் ஆதிக்கத்தை அடுத்தவர் மீது செலுத்த நினைப்பார்கள். இவர்களுக்கு வெற்றிகள் சீக்கிரம் கிடைத்துவிடுவதால், சோம்பேறித்தனத்திற்கு, ஆளாகாமல் பார்த்துக்கொள்ள வேண்டும். ஒன்றாம் எண் பூஜ்யத்துடன் முதன் முதலில் இணையும் எண்ணாக இருப்பதால் பொருளாதாரத்தில் ஏற்றமும், இறக்கமும் மாறி மாறி வந்துகொண்டே இருக்கும். எனவே, இவர்களின் அதிர்ஷ்ட நிலைமை அடிக்கடி மாறி மாறி வரும். இவர்கள் எந்தச் செயலைச் செய்தாலும் அவை மக்களிடையே பரபரப்பாகப் பேசப்படும். சகட யோகம் தரக்கூடிய எண் இதுவாகும்.

இரும்பு, வாகனம் சம்பந்தப்பட்ட தொழில்கள் அதிக நன்மை தரும். திரைப்படத்துறையும் இவர்களுக்கு வெற்றி தரும். இவர்கள் கல்வியில் சிறந்தவர்களாகவும், நல்ல குடும்பம் அமையப் பெற்றவர்களாகவும் இருப்பார்கள்.

எண் 11 - சந்திரன் (MOON)

இவர்கள் மிகுந்த ஆணவத்துடன் செயலாற்றி தோல்வியை அடைவார்கள். இல்லையெனில் மனதில் குழப்பம் மிகுந்து செயலில் ஈடுபடத் தயங்குவார்கள்.

இவர்களுடைய பொருளாதார நிலை எப்போதும் சிறப்பாக இருக்கும். பல வெற்றிகளை அடைவார்கள். இவர்களுக்கு நண்பர்களாக இருப்பவர்களே, திடீரென துரோகம் செய்யத் தயங்கமாட்டார்கள். தண்ணீரால் சில கண்டங்கள் வந்து நீங்கும். மனோதிடத்தை வளர்த்துக்கொள்ள வேண்டும். புத்திர பாக்கியம் தரும் எண் இது. 7, 16, 25–ஆம் தேதி பிறந்தவர்களுக்கு மட்டும் இந்த எண் ஓரளவு நல்ல பலன்களைக் கொடுக்கும். சில அன்பர்களுக்கு அதிக மன ஆற்றல் உண்டாகும். கல்வி கேள்விகளிலும், திருப்திக் குறைவு ஏற்படும். பிரச்சினைகளும், சஞ்சலங்களும் தொடர்ந்து வரும்.

எண் 12 - குரு (JUPITER)

இந்த எண் வாழ்க்கையின் தொடக்கத்திலேயே சில குறைகளையும், சோதனைகளையும், இவர்களுக்குக் கொடுத்து விடுகிறது. இந்த எண்ணில்

பிறக்கும் குழந்தைகளுக்குப் பெற்றோரின் ஆதரவு குறைகிறது. இல்லையெனில் பெற்றோரில் யாராவது ஒருவருக்கு கண்டத்தை ஏற்படுத்தி விடுகிறது.

இருப்பினும், வாழ்க்கையில் சலிக்காமல் போராடி வெற்றியை அடைந்துவிடுவார்கள். பெரும்பாலும் இந்த எண் அனாதை எண்ணாகச் சொல்லப்பட்டுள்ளது.

சமுதாயத்திற்காகப் போராடுவார்கள். இவர்களுக்கு அடிக்கடி ஆபத்துகள், பிரச்சினைகள் போன்றவை ஏற்பட்டுக் கொண்டே இருக்கும். அவற்றைத் துணிவுடன் சமாளித்து விடுவார்கள். ஆபத்தை முன்கூட்டியே உணரும் உள்ளுணர்வு உடையவர்கள். சிறந்த அறிவாற்றலும், நல்ல பேச்சாற்றலும் இவர்களுக்கு உண்டு. வாழ்க்கையில் இவர்களுக்கு ஏற்படும் பலவித அனுபவங்களால், பிற்காலம் ஓரளவு நன்றாக இருக்கும். பொது நலத்தைப் பற்றியே நிறைய சிந்திப்பார்கள். இது அமாவாசை யோகத்தைத் தரும் எண்ணாகும்.

எண் 13 - இராகு (RAHU)

13-ஆம் எண் என்றாலே மக்களில் பெரும்பாலோர் பயப்படுகின்றனர். வாழ்க்கையில் பல போராட்டங்களையும், வேதனைகளையும் ஏற்படுத்தும் எண் இது. எவ்வளவு பெரிய குடும்பத்தில் இவர்கள் பிறந்தாலும் இந்த எண்காரர்கள் சோதனைகளையும், முட்டுக்கட்டைகளையும் சந்தித்தே ஆக வேண்டும். இந்த எண் வாழ்க்கையில் எதையும் (நன்மை, தீமை இரண்டையுமே) எதிர்பார்க்காமல் கொடுக்கும் தன்மையுடையது. வெளிநாட்டில் 13-ஆம் எண் கொண்ட அறைகளே இருக்காது என்பதே இதனுடைய தீய சக்தியின் வலிமையைக் குறிக்கிறது. இந்தத் தேதிகளில்தான் உலகத்தில் பல எரிமலைகள் வெடித்துள்ளன. பல பூகம்பங்கள் ஏற்பட்டுள்ளன. போர்கள் நடந்திருக்கின்றன. அழிவின் எண்ணாகவே இதைக் கருதுகிறார்கள். இந்த எண்ணைப் பெயரில் கொண்டவர்கள் தங்களது வாழ்க்கையில் கண்டங்களும், விபத்துகளும், பிணிகளும் ஏற்படுவதைத் தவிர்க்க முடியாது.

பல திறமைகளை இவர்கள் பெற்றிருந்தாலும் கூட மிகவும் போராட்டத்துடன்தான் இவர்கள் சாதனை படைக்க வேண்டும்.

இவர்களில் அதிகாரப் பதவிகளில் இருப்பவர்கள், தங்களுக்கிருக்கும் அதிகாரத்தைத் தவறான வழிகளில் பயன்படுத்துவார்கள். இவர்கள் மிகுந்த எச்சரிக்கையுடன் இல்லையென்றால், அதன்மூலம் ஆபத்துகளும், அவமானங்களும் ஏற்படுவதைத் தவிர்க்க முடியாது.

நேர்மையுடன் செயலாற்றினால், பின்பு பல நன்மைகள் தாமே வந்து சேரும். இதுவே இயற்கையின் விதியாகும். நண்பர்களால் இவர்களுக்கு

'0' எண்ணை கண்டுபிடித்தவர்கள் இந்தியர்கள்தான்.

ஒருகாலத்தில் துன்பம் வந்து சேரும். இந்த எண் பலவித சோதனைகளைத் தரும். ஆனால், ஒரு கட்டத்திற்கு மேல் பெரும் யோகத்தையும், செல்வாக்கையும் கொடுக்கும். 13-இல் பெயர் வரும் நிறுவனங்கள் எல்லாம் மிகவும் கஷ்டப்பட்டு தொடங்கப்பட்டாலும், பின்பு புகழும், செல்வப் பெருக்கமும் அடைந்திருப்பதைக் காணலாம். (உ.ம்.) TVS, HMT, BPL போன்றவை. இருப்பினும், எப்போதும் இந்த நிறுவனங்கள் போட்டிகளில் ஈடுபட்டுக் கொண்டிருக்க வேண்டும்.

எண் 14 - புதன் (MERCURY)

வியாபார மக்களால் மிகவும் விரும்பப்படுவது இந்த எண்ணாகும். 14 எண்ணுடைய ஸ்தாபனங்களும், கடைகளும், பெயர்களும் மிக எளிதில் மக்களைச் சென்றடைகின்றன. இவர்களில் பலர் புகழ்மிக்க மிகப்பெரும் வியாபாரிகளாகவும், பிறர்வியக்க அடிக்கடி தங்கள் வியாபார உத்திகளை மாற்றுபவர்களாகவும் இருப்பார்கள். வேடிக்கையாகப் பேசியே தங்களை வளர்த்துக் கொள்வார்கள். மக்கள் அனைவரிடமும் செல்வாக்கு ஏற்படும். சில எதிர்பாராத சிக்கல்களும், நஷ்டங்களும் உண்டாகும். இருப்பினும், இறுதியில் சவால்களை வென்று வெற்றி பெறுவார்கள். சில அன்பர்களுக்கு ஆன்மிக ஈடுபாடு உண்டாகும். இவர்களுக்கு நிறைய நண்பர்கள் ஏற்படுவார்கள். அனுசரித்துப் போகும் இவர்களது குணத்தால் இவர்கள் மற்றவர்களைக் கவர்ந்து விடுவார்கள்.

இவர்கள் ஒரே சமயத்தில் இரண்டிற்கு மேற்பட்ட தொழில் அல்லது வியாபாரங்களைச் செய்வார்கள். இவர்களுக்கு மிக விரைவாக செல்வம் சேரும்.

குதிரைப் பந்தயம் அல்லது பரிசுச் சீட்டு போன்றவற்றில் அதிர்ஷ்டங்கள் கிடைக்கும். காதல் சம்பந்தப்பட்ட விஷயங்களில் எச்சரிக்கையாக இருக்க வேண்டும். இது சாணக்கிய கேது யோகத்தைத் தரக்கூடியது. சிறந்த பேச்சாற்றலும், நகைச்சுவைத் தன்மையும் உடையவர்கள். இவர்கள் மனத்தில் திடீர் திடீர் என தோன்றும் எண்ணங்களை கடைப்பிடித்தால் பல இழப்புகளைத் தவிர்த்து விடலாம்.

எண் 15 - சுக்கிரன் (VENUS)

இதுவும் ஓர் அதிர்ஷ்டகரமான எண்தான். ஒருவரின் பெயரில் இந்த எண் வருவது அவருக்கு சகலவித வளங்களையும், இன்ப வாழ்க்கையையும் கொடுக்கும்.

இவர்கள் எல்லா வழியிலும் சிறந்து விளங்குவார்கள். நல்ல செயல் திறமையும், சாதுர்யமும் இவர்களுக்கு உண்டாகும். இனிய குடும்ப வாழ்க்கையும் தொழிலில் வெற்றியும் உண்டு. இசை, ஓவியம் போன்ற கலைகளில் ஆர்வமும், அவற்றில் திறமையும் ஏற்படும். கஞ்சத்தனமும் ஓரளவு

இருக்கும். நாசூக்காகப் பேசுவதில் இவர்கள் வல்லவர்கள். வாழ்க்கையை அனுபவிக்க மிகவும் விரும்புவார்கள். இவர்கள் பல வகைகளில் ஏக காலத்தில் பணம் சம்பாதிக்கும் யோகம் உண்டு. தன்னுடைய வெற்றிக்கும், தன் லட்சியத்திற்குமே இவர்கள் உழைத்துக்கொண்டிருப்பார்கள்.

இந்த எண் நவரத்தின கிரீடத்திற்குரிய (CROWN) எண் என்று குறிப்பிடப்பட்டுள்ளது. காரியத்தில் கண்ணாக இருந்து வெற்றி பெறுவார்கள். நண்பர்களால் நன்மை உண்டாகும். இவர்களுக்கு ஜனவசியம் உண்டு.

சிலர் மாந்திரீகம் போன்ற கலைகளைக் கற்றுப் பொருள்களைக் குவிப்பார்கள். வாழ்க்கையில் சிரமம் வரக்கூடாது என்று கவனமாக நடந்துகொள்வார்கள். இகலோக இன்பத்தையும், வெற்றியையும் எளிதாக அடைந்து, உற்சாகத்துடன் வாழ்வதற்கு இந்த எண் மிகவும் உதவி புரியும். பிறந்த எண்ணோ, கூட்டு எண்ணோ 3 வருபவர்களுக்கு மட்டும் இந்த எண் தீமையையே கொடுக்கும்.

எண் 16 – கேது (KETHU)

வாழ்க்கையில் தொடக்கத்தில் வெற்றியையும், இறுதியில் தோல்வியையும் அடையச்செய்து விடும். இந்த எண் மட்டும் சரியாக பொருந்தவில்லை என்றால், தலைகீழாக மனிதனைக் கவிழ்த்துவிடும். கேதுவுக்கே உரிய ஆன்மிகத் துறையில் நாட்டத்தை ஏற்படுத்தும். எண்களுக்குள்ள பகையின் வேகத்தை (1, 6) மனிதர்களுக்கும் திணித்து அவர்களது வாழ்க்கையை சோதனைகளில் ஆழ்த்திவிடும். பொதுவாக, இவர்கள் திறமையும், செயலும் ஆற்றலும் மிக்கவர்கள். பிறர் விஷயங்களில் அனாவசியமாகத் தலையிட்டு சச்சரவுகளையும், குழப்பங்களையும் விளைவிப்பார்கள். பொருள் விஷயத்தில் நாட்டம் குறைவு. குடும்ப வாழ்க்கையும் சரிவர அமையாமல் சிரமப்படுவார்கள்.

வாழ்க்கையில் ஏமாற்றம், நெருப்பினால் பயம், முன்கோபம் ஆகியவற்றால் பல நஷ்டங்களை அனுபவிக்க நேரிடும். இந்த எண் பெயராக வரும் அன்பர்களுக்கு வார்த்தை ஜாலமும், வாக்குப் பலிதமும் இயல்பிலேயே உண்டு. பிறந்த தேதி எண்கள் 2–ஆக வருபவர்களுக்கு மட்டும் சிறப்பான நற்பலன்களைக் கொடுக்கும். அவர்கள் விரும்பிய நற்பலன்களை அடைவார்கள். சுகபோகங்களையும் அனுபவிப்பார்கள்.

மற்ற அன்பர்களுக்கு, நன்றாகச் சென்று கொண்டிருக்கும் அவர்களது வாழ்க்கையில் திடீர் இறக்கங்களையும், வாழ்க்கையில் பல பிரச்சனைகளையும் கொடுத்துவிடும். இந்த எண்ணை இடிந்த கோட்டை என்றே கூறுவார்கள். எனவே, தவிர்க்க வேண்டிய எண் இது.

ஒருவருக்கு பெயரும் எண்ணும் ஒத்துவரவில்லையென்றால், அது நோய்களாகவும், முன்னேற்றத்தடைகளாகவும் வெளிப்படும்.

எண் 17 – சனி (SATURN)

இந்த எண்ணில் பெயருடையவர்கள் தங்களுடைய தீவிரமான முயற்சி, வைராக்யம், முரட்டுத்தனமான கொள்கைப் பிடிப்பு ஆகியவற்றால் பல காரியங்களைச் சாதிப்பார்கள். இருப்பினும் இவர்களது வாழ்க்கைப் பாதையில் முள்ளும், வேதனையும் நிறைந்து இருக்கும். மனத்தில் இரத்தம் வடிவது போன்ற வேதனையான சூழ்நிலைகள் ஏற்படும். இருப்பினும், தங்களது கடினமான உழைப்பினால் எந்தவித சோதனைகளையும் சாதனையாக்கிக் காட்டுவார்கள். இந்த எண் பொருள் வசதி, புகழ், செல்வாக்கு ஆகிய ஏதேனும் ஒன்றில் பெரும் புகழ் பெறச்செய்து விடும். இவர்களுக்கு கல்வியில் மேதாவித்தனமும், அபாரமான அறிவும் உண்டு. வெற்றி பெறும் வரை போராடும் சலிக்காத மனத்தைக் கொடுக்கும். இவர்கள் உடல் வலிமையும், மன வலிமையும் மிக்கவர்களாக இருப்பார்கள். இவர்களில் சிலர் உயர் பதவிகளில் அமர்ந்து நிறையச் சம்பாதிப்பார்கள். மக்கள் செல்வாக்கும் பெற்று விடுவார்கள். வீண்பெருமை பேசிக்கொள்ளும் இயல்பும் இருக்கும். இந்த எண் சுக்கிரனில் பலம் மிக்க எண் என மந்திர நூல்கள் கூறுகின்றன. எனவே, மனைவியாலும், பெண்களாலும் முன்னேற்றம் உண்டாகும். இவர்கள் முயன்றால் அஷ்டமா சித்துகள் வசப்படும். திடீர் சரிவும் ஏற்படக்கூடும். எனவே, விழிப்புணர்வுடன் இருந்தால்தான் சாதனைகளைக் காப்பாற்றிக் கொள்ளலாம். இந்த உலகத்தில் தங்கள் முத்திரையை எப்படியாவது பதிய வைத்துவிடுவார்கள். இவர்கள் மன உறுதி மிக்கவர்கள். தங்களுக்கு உதவி செய்தவர்களை எப்போதும் மறக்க மாட்டார்கள். இந்த எண் ஒத்துக் கொள்ளவில்லையென்றால், மிகவும் கெட்ட பலன்களைக் கொடுத்துவிடும்.

எண் 18 – செவ்வாய் (MARS)

செவ்வாய் பகவான் மிகவும் துணிச்சலும், வீரமும் கொண்டவர். அதனால் எந்தப் போராட்டத்தையும் இவர் எதிர்த்து நின்று, அவற்றை அடக்கி வெற்றியைக் காண்பவர். இருப்பினும், அதிக கோபத்தில் ஆராயாமல் செய்யப்படும் செயல்கள் இவர்களுக்கு தோல்விகளையே தருகின்றன. எனவே, 9–ஆம் எண்களில் மிகவும் சுமாரான பலன் தரும் எண்களில் இதுவும் ஒன்று.

தன்னை மிகவும் நம்பி, ஆராயாமல் செயல்களைச் செய்து அதன் மூலம் இவர்கள் சிக்கலில் மாட்டிக்கொள்வார்கள். அடுத்தவரை எதிர்த்துப் பேசும் குணமும் இருக்கும். கடுமையான சொற்களால் பிறரை வம்புக்கிழுக்கும் தீய குணமும் இருக்கும். அதனால் இவர்களுக்குக் கிடைக்க வேண்டிய நற்பலன்கள் கிடைக்காமல் போய்விடும். சூதாட்டம், மங்கை, மது போன்றவற்றில் சிலர் ஈடுபடுவார்கள். வாழ்க்கையில் சண்டை, போராட்டம், நெருப்பு, நீர், புயல் இவற்றால் பாதிக்கப் படுவர். நேர்மைக்காகவும் நியாயத்திற்காகவும் சலிக்காமல் பாடுபடுவார்கள். சிற்றின்ப சுகங்களை மனம்

விரும்பி அனுபவிப்பார்கள். தங்களது தவற்றை ஒப்புக்கொள்ளமாட்டார்கள். பிறரை அதிகாரம் செய்வதில் மகிழ்ச்சியடைவார்கள்.

ஆனால், தேவைக்கேற்ற அளவு சம்பாதித்து விடுவார்கள். சில அன்பர்கள் ஏதாவது சிக்கல்களில் சிக்கிக்கொண்டு, பலவகையான தொல்லைகளையும், துன்பங்களையும் எதிர்பாராமல் அனுபவிக்க நேரிடும். தங்களது படிப்பு, வேலை ஆகியவற்றை அலட்சியம் செய்து அதனால் சிலர் அவமானப்பட வேண்டியது நேரலாம். மகாபாரத யுத்தம் 18 நாள்கள் நடந்தன. இராமனுக்கும், இராவணனுக்கும் 18 மாதங்கள் போர் நடந்தன என்று புராணங்கள் கூறுகின்றன. சண்டை என்றால் துணிந்து இறங்கி விடும் தன்மையும் உண்டு. ஆனால் பிற்காலத்தில் யோகங்களைக் கொடுத்துவிடும்.

எண் 19 - சூரியன் (SUN)

இந்த எண்ணிற்கு, மனிதர்களை வாழ்க்கை ஏணியில் வெகு விரைவாக ஏற்றிச்செல்லும் ஆற்றல் உண்டு. எண்களின் ஆரம்பம் 1 முடிவு எண் 9 ஆகும். எனவே, இந்த எண்ணின் இணைப்பு வளர்பிறையாக மாறி மனிதர்களை உயர்த்திவிடும். நாளுக்கு நாள் இந்த எண் ஆதிக்கமும், உயர்வும் தரும். இந்த எண்காரர்கள் பெரும்பாலோர் அரசாங்க உத்தியோகஸ்தர்களாக இருப்பார்கள். அது மட்டுமன்றி, அரசு தொடர்புள்ள எல்லா வேலைகளுக்கும் இந்த எண் மிகுந்த ஆதரவும் செயல்களில் வெற்றியும் கொடுக்கவல்லது.

இந்த எண் உதயசூரியனின் எண்ணாகக் கருதப்படுகிறது. நினைத்ததை சாதிக்கும் வல்லமை, சாதுர்யம், அரசாங்கம் மற்றும் பெரியவர்களின் ஆதரவு ஆகியவை இயற்கையிலேயே இவர்களுக்குக் கிடைக்கும். இவர்கள் பிரச்சினைகள் குறைந்த யோகசாலிகள். வெளிவட்டாரப் பழக்கங்கள் மற்றும் நண்பர்கள் மூலம் ஆதரவை அடைவார்கள். குடும்ப வாழ்க்கையிலும் சுகம், திருப்தி உண்டாகும். நிதானமான, ஆனால் படிப்படியான முன்னேற்றம் இந்த எண்காரர்களுக்கு நிச்சயம் உண்டாகும். இவர்களது முன்னேற்றம் எந்தத் தடையுமில்லாமல் ஏற்படும். ஆரோக்கியமான உடல்நிலை எப்போதும் உண்டு. உற்சாகமும் செல்வப்பெருக்கும் அதிகமாக ஏற்படும். எதிலும் அவசரப்படாமலும், நிதானமாகவும், நேர்மையாகவும் இருந்தால் மிக உன்னதமான பலன்கள் கிடைக்கும்.

மற்றவர்கள் இவர்களுடைய நட்பை நாடி வருவார்கள். தொழில், வியாபாரங்களில் மேன்மை அடைவார்கள். இவர்களுடைய எதிர்காலம் வளமாக இருக்கும். இவர்கள் உழைப்பால் உயரும் உத்தமர்கள். பிறரைத் துன்புறுத்தாமல் இருந்து வந்தால் வாழ்வில் அதிர்ஷ்டம் தேடி வரும். இலட்சுமியின் கடாட்சம் பெற்ற எண். மூவுலகப் பொருள்களும் இவர்கள்

குலதெய்வங்கள் வழிபாடு என்றும் உங்களுக்கு நன்மைகளை ஏற்படுத்தும்.

வசமாகும். மிகுந்த அதிர்ஷ்டகரமான எண் இது. ஆனால், 9-ஆம் எண்காரர்கள் மட்டும் இந்த எண்ணில் தங்கள் பெயரை வைத்துக்கொள்ளக் கூடாது. இந்த எண் அவர்களுக்குத் தேய்பிறையாக மாறி வாழ்க்கையையே போராட்டமாக்கிவிடும்.

எண் 20 - சந்திரன் (MOON)

சந்திரன் மனத்திற்கும், அன்பிற்கும், அதிபதியாவார். சந்திரனின் முழுச்சக்தியும் அடங்கியுள்ள எண் இது. இரண்டாம் எண் என்றாலே மனத்தில் குழப்பம், தெளிவில்லாத சிந்தனை ஆகியவைதான் இருக்கும் என்று மக்கள் பயப்படுகின்றனர். உண்மையில் 20 என்ற இந்த எண், பிறந்த தேதியின் எண்கள் 1-1, 1-7, 7-1, 7-7 வரும் அன்பர்களுக்கு பெருத்த நன்மையைச் செய்கிறது என்பதை பல அன்பர்களுக்கு பெயர் வைத்து நிரூபித்துள்ளேன். 1 என்பது சூரியனின் உஷ்ண ஆதிக்கம் நிறைந்தது. 7 என்பது கேதுவின் ஆதிக்கத்தில் உள்ளது. இரண்டும் இணையும்போது மனத்தில் போராட்டங்கள், விரக்தி ஆகியவையும், முயற்சிகளில் தோல்வியும் தோன்றுகின்றன. அவர்களுக்கு 20-இன் சந்திர கலையானது மனத்திற்குக் குளுமையையும், முயற்சிகளின் வெற்றியையும் கொடுத்து விடுகிறது. எனவே, 20ஐக் கண்டு எல்லோருமே பயப்பட வேண்டியதில்லை.

இந்த எண் மிகச் சக்தி வாய்ந்த எண். இந்த எண் அபரிமிதமான வெற்றியையும், பொருள்களையும், அமைதியையும் கொடுக்கும் சக்தி வாய்ந்தது. இவர்கள் பேச்சு சாமர்த்தியம் நிறைந்தவர்கள். தண்ணீர், ஏற்றுமதி இறக்குமதி சம்பந்தப்பட்ட வியாபாரங்கள் வெற்றி தரும். தெய்வசக்தியின் துணையுடன் செயல்பட்டால் இடையூறுகளையும் கஷ்டங்களையும் விரட்டியடித்து வெற்றி பெறலாம். விஷப் பிராணிகளால் இவர்களுக்குத் துன்பம் நேராது. இவர்கள் மனோ வலிமை நிறைந்தவர்கள். மற்றவர்களுக்கு வலியச்சென்று உதவும் குணமும் உண்டு. சுயநலத்துடன் செயலாற்றினால் இவர்களுக்குத் தீமைகள் தாமே வந்து சேரும். இவர்கள் மக்களிடையே அன்பையும், சமாதானத்தையும் பரப்புவார்கள். பொதுநலத்திற்காக ஈடுபடும்போது, மிகவும் செல்வாக்கும், புகழும் வந்து சேர்ந்து விடும்.

எண் 21 - குரு (JUPITER)

இது 3-ஆம் எண்களில் சிறந்த எண்ணாகும். தொடக்கத்தில் போராட்டத்தில் இருந்த வாழ்க்கை, வெற்றி என்னும் பாதையை நோக்கி இறுதியில் விரைந்து செல்லும். 3-ஆம் எண்காரர்கள் இந்த எண்ணில் பெயர் வைத்துக்கொண்டால், அதிர்ஷ்டமான வாழ்க்கையையும், பெரும் பதவியையும், புகழையும் உறுதியாக அடையலாம்.

இவர்களுக்கு திருப்தியான குடும்ப வாழ்க்கை அமையும். தொடக்க கால வாழ்க்கையில் சுணக்கமும், சஞ்சலமும் இருந்தாலும், பிற்காலத்தில்

அனுகூலமான பலன்கள் நிச்சயம் உண்டு. பொதுநலச் சேவை, வெளிநாட்டுத் தொழில் தொடர்பு, அதிகமான பிரயாணங்கள் ஆகியவை ஏற்படும். இவர்கள் பெரும் அறிவாளிகளாக இருப்பார்கள். பொருளும், கௌரவமும் நாளுக்கு நாள் பெருகிவிடும். இந்த எண்ணிற்கு ஸ்ரீ லட்சுமியின் அருள் கடாக்ஷம் இருக்கிறது. பந்துக்களின் ஆதரவு, தனம், தான்யம், மாடு, மனை போன்ற சகல யோகங்களையும் தங்கள் உழைப்பால் தேடிக்கொள்வார்கள். 6, 15, 24 தேதிகளில் பிறந்தவர்களுக்கும், கூட்டு எண் 6 வருபவர்களுக்கும் இந்த எண் பெரும் துரதிர்ஷ்டத்தையே தரும்.

இவர்களுடைய வாழ்க்கையில் முற்பகுதியை விட பிற்பகுதி அதிர்ஷ்டம் நிறைந்ததாக இருக்கும். அதன்பின் இறுதிக்காலம் வரை அமைதியும், மகிழ்ச்சியும் நீடித்து நிற்கும். இவர்கள் துன்பத்தைக் கண்டு அஞ்சாத குணமுடையவர்கள். எக்காரியத்திலும் இலாப நோக்குடன் ஈடுபடுவார்கள். அமாவாசை யோகம் நிறைந்த எண். மூன்று வரும் பெயர் எண்களில் மிக அதிர்ஷ்டகரமானது.

எண் 22 - இராகு (RAHU)

இந்த எண்காரர்களுக்கு சிறந்த பேச்சாற்றலும், ஜனக்கவர்ச்சியும் உண்டாகும். மனத்தில் மிகவும் வேகம் உடையவர்கள். இந்த எண் பரம ஏழையாக இருந்தவர்களையும், செல்வர்களாக்கும் வல்லமை படைத்தது. இந்த எண்காரர்கள் குறுக்கு வழிகளில் நிறைய பணம் சேர்ப்பார்கள். வாழ்க்கையை அனுபவிக்க வேண்டும் என்ற ஆசை அதிகமாக இருக்கும். இதனால் சில அன்பர்கள் தீய நண்பர்கள், தீயசெயல்கள் மூலம் பல துன்பங்களையும், செல்வ இழப்பினையும் அடைகிறார்கள். தொடக்கம் முதலே இவர்கள் கவனமாக இருந்தால், இந்த எண் ஒருவரைக் கோடீஸ்வரராக்கி விடும் வல்லமை படைத்தது. மக்களிடையே புகழும் செல்வாக்கும் அபரிமிதமாக ஏற்படும். அதை நேர்வழியில் சென்று பாதுகாத்துக் கொள்ள வேண்டும். தீயவழிகளில் இவர்களது மனம் செல்லும். இவர்கள் யாரையும் ஆராயாமல் நம்பக்கூடாது. அப்படி நம்பினால் அவர்களால் ஏமாற்றப்படுவார்கள். குறுக்கு வழிகளில் சேர்க்கும் பணத்தால் இவர்களுக்கு ஆபத்துகள் வந்து சேரும். ஆடம்பர வாழ்க்கையை வாழ விரும்புவார்கள். எதிர்காலத்தில் வரும் இலாபங்களை நினைத்து, இருப்பதை இழக்காமல் விழிப்புடன் செயலாற்ற வேண்டும். கலை, சினிமா சம்பந்தப்பட்ட தொழில்களில் வெகு சீக்கிரம் பணம் சம்பாதிக்கும் யோகம் உண்டு. குறுகிய மனத்திற்கு இடம் கொடுத்துச் செயலாற்றினால், பின்பு வீண் பிரச்சினைகள், கோர்ட் விவகாரங்கள் போன்றவற்றில் சிக்கிக்கொள்ள நேரிடும்.

6, 15, 24 ஆகிய தேதிகளில் பிறந்தவர்களுக்கு பெயர் எண் 3 வரும் பட்சத்தில் தீய வழிகளிலேயேதான் பணம் சேரும் ... செல்வமும் விரயமாகி விடும்.

எண் 23 - புதன் (MERCURY)

மற்ற எல்லா எண்களை விட இந்த எண் மிகவும் சக்தி வாய்ந்தது. அதிர்ஷ்டத்தை அதிகம் அள்ளித்தருவது இந்த எண்தான். எப்பேர்ப்பட்ட மனிதரையும், வெற்றிப்பாதைக்கு அழைத்துச்செல்லும் வல்லமை படைத்தது.

குரு சந்திர யோகத்தை முழுமையாக அள்ளித்தரும் எண் இது. இவர்கள் மற்ற அனைவரையும் (1 முதல் 9 எண் வரை) அனுசரித்துச் செல்லும் குணம் உடையவர்கள். பல விஷயங்களையும் பற்றி நிறைய அறிந்திருப்பார்கள். முன்னேற்றங்களுக்குத் தேவையான வாய்ப்புகள் மற்றும் வசதிகள் ஏற்படும். அதிக அளவு இராஜ வசியமும், ஜன வசியமும் இந்த எண்ணுக்கு உண்டு. கற்பனை வளமும், எழுத்தாற்றலும் நிறைந்த எண்ணாகும் இது. இவர்களைச் சுற்றி எப்போதும் நண்பர்களும், ஆதரவாளர்களும் இருப்பார்கள். வியாபாரம், தொழில், கமிஷன் போன்ற வழிகளில் செல்வங்கள் வந்து சேரும். (வியாபாரிகள் கவனிக்கவும்) கடைகளுக்கும், ஸ்தாபனங்களுக்கும் பெயராக இந்த எண்ணைப் பெயரில் வைத்துக்கொண்டால் அவர்களது தீய விதியைக் கூட மாற்றி, நல்ல வளமான வாழ்க்கையை நிச்சயமாக அடையலாம்.

இந்த எண்காரர்கள் வெற்றிகளைச் சுலபமாக அடைவார்கள். எனவே, தங்களை அறியாமலேயே சோம்பேறித்தனத்திற்கு ஆளாகிவிடுகிறார்கள். இதனால் இவர்களது வெற்றியும், அதிர்ஷ்டங்களும் குறைந்துவிடக்கூடும். இவர்களுக்கு நுண்ணிய கலைகளில் (சங்கீதம், பாட்டு) ஆர்வமும், தேர்ச்சியும் உண்டாகும். தங்களை விட உயர்ந்தநிலையில் இருப்போரின் ஆதரவு எப்போதும் இந்த எண்ணிற்கு உண்டு.

இவர்களுக்குப் பலவழிகளிலும் பொருள் வந்து சேரும். தங்கள் வாழ்க்கையை இலட்சியத்திற்காக அர்ப்பணிப்பார்கள். அசாத்திய சாதனை செய்யும் வீரர்கள். இவர்களால் எந்தத் துறையிலும் பிரகாசிக்க முடியும். இவர்களது குடும்பவாழ்க்கை மகிழ்ச்சியாகவே இருக்கும்.

மக்களால் மிகவும் விரும்பப்படுவது இந்த எண்தான்.

எண் 24 - சுக்கிரன் (VENUS)

இந்த எண்ணிற்கு மிகுந்த பொருள், அதிகாரம், யோகம் உண்டு. சிறந்த பேச்சாற்றலால் இவர்களுக்கு ஆதரவும் ஏற்பட்டுவிடும். சுகமான எண்ணங்களையும், கவர்ச்சியான தோற்றத்தையும், கலைகளில் ஆர்வத்தையும் கொடுக்கும் எண் இது. இவர்களுக்கு அரசாங்கத்தாரின் ஆதரவும், பேச்சின் மூலம் சம்பாதிக்கும் யோகமும் உண்டு. பிரயாணம் செய்வதில் மிகுந்த ஆர்வம் உடையவர்கள். தொழிலில் படிப்படியான முன்னேற்றம் ஏற்படும். பெண்களின் மூலம் யோகங்களும், மற்ற இகலோக சுகங்களும் இவர்களுக்கு உண்டு. இவர்களில் பெரும்பாலோர் கவலைகள் இல்லாமல் எப்போதும் மகிழ்ச்சியுடன் உல்லாச வாழ்க்கை வாழ்வார்கள். மற்றவர்களை எளிதில் வசப்படுத்தி

தங்களின் காரியங்களை முடித்துக்கொள்வார்கள். சினிமாக்காரர்களுக்கு மிகவும் ஏற்ற எண் இது. செய்யும் தொழிலில் மிகவும் பிரகாசிப்பார்கள். ஆனால், இந்த எண்ணை 3–ஆம் எண்காரர்கள் மட்டும் தவிர்த்து விட வேண்டும். அவர்களுக்கு இந்த எண் மிகத் தீமையையே செய்யும்.

தங்களின் அழுத்தமான பேச்சால் பணத்தைக் குவிப்பார்கள். இவர்களுக்கு காதல் விவகாரங்கள் வெற்றி தரும். இவர்களுக்கு வீடு, நிலம், ஆபரணங்கள், வாகனங்கள் எளிதாகச் சேரும். சிறிய பதவிகளில் சேர்ந்தாலும் விரைவில் மிகப் பெரிய பதவிகளை அடைந்துவிடுவார்கள். இவர்களுக்கென்று ஒரு கூட்டம் அமைந்துவிடும். காலத்தைப் பெரிதாக நினைத்துச் செயலாற்றுவார்கள். ஜோதிடம், மருத்துவம், கலைத்தொழில் போன்றவற்றின் மூலம் பொருள் அதிகம் சேர்ப்பார்கள்.

எண் 25 - கேது (KETHU)

இவர்கள் பெரும்பாலும் மற்றவர்களுக்காகக் கவலைப்பட்டு உதவிக் கொண்டிருப்பார்கள். இவர்களின் சொந்த வாழ்க்கையின் நலன்களைப் பற்றி அக்கறை குறைவாக இருக்கும். மற்றவர்களுக்கு நல்லவழி காட்டுவார்கள். ஆனால், இவர்களுக்கு கொள்கையில் பிடிப்பு, தன்னம்பிக்கை குறைவாகவே காணப்படும். உடல் ஆரோக்கியம் பற்றிய தொல்லைகள் இருக்கும். குடும்பத்தாருக்கு நேரம் ஒதுக்கி அவர்களுடன் பழகிவர வேண்டும். இல்லையெனில் குடும்பத்தில் பல பிரச்சனைகள் தோன்றும்.

இவர்களுக்கு தெய்வத்தின் அருள் உண்டு. சமூகத்தில் பிரமுகர்களாக விளங்குவார்கள். சரியான பாதையில் மனத்தைச் செலுத்தி உழைத்தால் உயர் பதவியும், அந்தஸ்தும் தேடி வரும். இந்த எண்காரர்களுக்கு பல சோதனைகளைத் தாண்டிய பின்புதான் வெற்றிகள் கிடைக்கின்றன. பெரும் எழுத்தாளர்களாகவும், பேச்சாளர்களாகவும் புகழ் பெறுவார்கள். ஆனால், சொந்த வாழ்க்கையில் திருப்தியும், நிம்மதியும் குறைவாகவே இருக்கும்.

இவர்களுக்கு வரும் முன் அறியும் ஆற்றல் இருக்கும். ஒழுக்கம், உண்மை, பக்தி ஆகியவற்றைக் கடைப்பிடித்து வெற்றி பெறுவார்கள். இவர்கள் பொது அறிவு மிக்கவர்கள். தனக்குத்தானே கட்டுப்பாடுகளை வகுத்துக் கொண்டு அதன்படி நடப்பவர்கள். எழுத்தாற்றலும், பேச்சு சாமர்த்தியமும் மிகுந்தவர்கள். 7–ஆம் எண் வரிசையில் இதையே சிறந்த எண்ணாக கருதவேண்டும். எப்படி இருந்தாலும் போராட்டத்திற்கு பிறகுதான் வெற்றிகள் கிடைக்கும். வாழ்க்கையின் பிற்பகுதியில் வளங்கள் பெற்று வாழ்வார்கள்.

2,11,20,29–ஆம் தேதிகளில் பிறந்தவர்களுக்கு இந்த எண் நல்ல பலன்களைக் கொடுக்கும்.

தீவிர பிரார்த்தனைகள் மூலம் நவக்கிரகங்களின் தீமைகளை குறைத்துக்கொள்ள முடியும். ஆடம்பர பூஜைகளினால் தோஷங்களை சரி செய்ய முடியாது. எண்கணிதமும் Pronology-யும் பெயரின் இரு தண்டவாளங்களாக அமைந்துள்ளன.

எண் 26 – சனி (SATURN)

குருவின் 12–ஆம் எண்ணைப் போன்றே, இந்த தேதியில் பிறப்பவர்களுக்கும் பெற்றோரின் ஆதரவு, உறவினர்களின் ஆதரவு இளமையில் கிடைப்பதில்லை. தாங்கள் தனிமையாக இருப்பதாக உணர்வார்கள். தோல்வியும், பொன், பொருள் இழப்புகளும் இடப்பெயர்ச்சியும் தவிர்க்க முடியாமல் உண்டாகிவிடும். குடும்பத்திலும் ஆதரவு கிடைக்காது. சகலத்தையும் இழக்கும் எண்ணாகவே இது கருதப்படுகிறது. சில அன்பர்கள் வெறும் ஆர்ப்பாட்டமும், ஆடம்பரமும் கொண்டு செயலாற்றி, தங்களைத் தாங்களே அழித்துக்கொள்வர். தங்கள் பிரச்சினைகளை அவசரப்படாமல் பொறுமையாகச் சமாளிக்க வேண்டும். தீய நண்பர்களை அடையாளம் கண்டு ஒதுக்க வேண்டும். வாழ்க்கையில் அகலக்கால் வைக்கக் கூடாது.

இந்த எண் பலதரப்பட்ட பிரச்சினைகளையும், போராட்டங்களையும் கொடுக்கும் தன்மை படைத்தது. கூட்டுத் தொழிலும், கூட்டு முயற்சிகளும் நஷ்டத்தையே தரக்கூடும். நிலையான நண்பர்களே கிடைக்கமாட்டார்கள். இவர்கள் கடன்களை அதிகமாக வாங்கக் கூடாது. பின்பு பல கஷ்டங்களுக்கு ஆளாக நேரிடும். மறைமுக எதிரிகளால் பாதிக்கப்படுவார்கள். இளமை வாழ்க்கையில் கிடைத்த நல்ல வாய்ப்புகளைப் பயன்படுத்தாமல், அதற்காகப் பிற்காலத்தில் வருந்துவார்கள். இவர்களது வாழ்க்கையில் சில அவமானங்களும், ஏமாற்றங்களும் நிச்சயம் உண்டு.

எண் 27 – செவ்வாய் (MARS)

இது ஒரு சிறந்த எண்ணாகும். செவ்வாய் ஆதிக்கமுள்ள எண்களில் 27 மிகவும் சிறப்புடையது. இது இந்த எண்காரர்களுக்கு தைரியம், தன்னம்பிக்கை, சிறந்த செயல் திறமை ஆகியவற்றைக் கொடுக்கிறது.

இவர்கள் எதையும் திட்டமிட்டு, பின்பு அதன்படியே உழைத்து வெற்றி பெறுவார்கள். வாழ்க்கையில் அனைத்து வசதிகளும் எளிதில் வந்து சேரும். வாழ்க்கையில் ஏற்படும் சவால்களை ஏற்றுக்கொண்டு வெற்றியை அடைவார்கள். இது முருகப்பெருமானின் அருள் நிறையப் பெற்ற எண்ணாகும். தன் நாட்டிற்காகவும், தன்னைச் சேர்ந்தவர்களுக்காகவும் மிகவும் பாடுபடுவார்கள். தங்கள் குடும்பம், தங்கள் மக்கள் என அன்பைப் பொழிவார்கள். ஆனால், அவர்களை அதிகாரமும் செய்வார்கள். இதனால் கண்டிப்பானவர் என்ற பெயரும் இவர்களுக்கு உண்டு. இது அதிகாரப் பதவிகளில் வெற்றியைக் கொடுக்கக் கூடிய எண். கணவன், மனைவிக்கிடையே மிகுந்த பாசப்பிணைப்பை ஏற்படுத்தும். தொழிலில் நிறைந்த இலாபங்களைப் பெறுவார்கள். உழைப்பில் நம்பிக்கை அடைவார்கள். 9–ஆம் எண் வரிசையில் மிகவும் சிறந்த எண்ணாகும். எவருக்கும் தலைவணங்காமல் கௌரவத்துடன் வாழ்வார்கள். வாழ்க்கையில் அனைத்து வசதிகளையும் எளிதில் சம்பாதிப்பார்கள். எல்லோரிடமும் இனிமையாகவும்,

உண்மை மனத்துடனும் பழகுவார்கள். அபரிமிதமான செல்வமும், கௌரவமும், பதவியும் நாளுக்குநாள் ஏற்பட்டுவிடும். 2-ஆம் எண்காரர்கள் மட்டும் இந்த எண்ணைத் தங்கள் பெயரில் பயன்படுத்தக்கூடாது. பெரும் தீமைகளைச் செய்துவிடும்.

எண் 28 - சூரியன் (SUN)

இது ஒரு சுமாரான எண் ஆகும். சந்திரனும் (2), சனியும் (8) இணைந்து, சூரியனின் ஆதிக்க எண்ணான 1-ஆம் எண் ஆகிறது. இந்த இரண்டு கிரகங்களுக்கிடையே கடும் பகை உள்ளதால், இந்த எண்ணுடைய அன்பர்கள் தோல்வியையும், பொருளாதாரத்தில் ஏமாற்றத்தையும் எதிர்பாராமல் அடைகிறார்கள். சந்திரனின் ஆதிக்கத்தில் முதலில் பெரும் பதவி, பணம், அந்தஸ்து ஆகியவை ஏற்படும். ஆனால், பின்பு வந்தது போலவே சென்றுவிடும். (8-இன் ஆதிக்கத்தினால்) தொடக்கத்தில் வெற்றியையும், இறுதியில் தோல்வியையும் தருவதால், நடுத்தரமான எண்ணாகவே இதை எடுத்துக்கொள்ள வேண்டும்.

நண்பர்களுக்கும், உறவினர்களுக்கும் உதவிகள் செய்து, பின்பு அவர்கள் மூலம் அலட்சியமும், அவமானமும் அடைவார்கள். வாழ்க்கையில் ஏமாற்றங்கள் தொடர்ந்து வரும். இதை 'மாலைச்சூரியன் எண்' என்பார்கள். எனவே, பிற்கால வாழ்க்கையில் குழப்பமும், சோதனையுமே உண்டாகும். இவர்களுடைய சொத்துக்கள் திடீர் பிரச்சினைகளுக்கு ஆளாகிவிடும். எங்கு சென்றாலும் பொல்லாப்பும், பொருளாதார இழப்புகளும் உண்டாகும். இவர்கள் பல திறமைகளையும் பெற்றிருப்பார்கள். ஆனால், அவற்றைச் சரியாகப் பயன்படுத்தத் தெரியாது. எவ்வளவு சம்பாதித்தாலும் செலவழித்து விடுவார்கள். ஆன்மிகத்திலும், தத்துவத்திலும் ஈடுபாடு உண்டாகும்.

இது ஆரம்பத்தில் வெற்றியைக் கொடுத்து, பின்பு இழப்பைக் கொடுக்கும். சென்ற இடமெல்லாம் போட்டியையும், பொறாமையையும் சந்திப்பார்கள். தீய பழக்கங்களுக்கு இவர்கள் அடிமையாகாமல் பார்த்துக்கொள்ள வேண்டும்.

எண் 29 - சந்திரன் (MOON)

இந்த எண் மிகுந்த அளவில் தீமையான பலன்களைக் கொடுக்கக் கூடியது. குடிப்பழக்கம், சூதாட்டம் போன்றவை மூலம் இவர்களது வாழ்க்கையில் பல சீரழிவுகள் உண்டாகும். இவர்களது குடும்ப வாழ்க்கையில் பிரச்சினைகளும், வேதனைகளும் தொடர்ந்து இருந்துகொண்டே இருக்கும். இவர்களது வாழ்க்கை போராட்டமாகவே இருக்கும். சிறந்த திட்டங்கள், அதிர்ஷ்டங்களின் துணையால் சில அன்பர்களுக்கு பெரும் சாதனை புரிய

வாய்ப்பு ஏற்படும்போது உடனடியாக நல்லது செய்துவிடுங்கள்.

இடமுண்டு (7–ஆம் எண்காரர்களுக்கு மட்டும்). இருப்பினும் தங்களது வெற்றியை மற்றவர்களுக்கு விட்டுக்கொடுத்து விடுவார்கள். குடும்ப வாழ்வில் நிம்மதி இருக்காது. வாழ்க்கையில் கோர்ட், வழக்கு, போலீஸ் நிலையம், பஞ்சாயத்து போன்ற பிரச்சனைகளைச் சந்திக்க வேண்டியிருக்கும். இவர்களது நண்பர்களும், உறவினர்களும் நன்றியில்லாதவர்களாக இருப்பார்கள். சிலர் மறைமுக எதிரிகளால் பாதிக்கப்படுவார்கள். மற்றவர்களுக்கு உதவிகள் செய்து வீணாக இவர்கள் சிக்கலில் மாட்டிக்கொள்வார்கள்.

இவர்கள் தங்களுடைய பேச்சு சாமர்த்தியத்தின் மூலம் அனைவரையும் கவர்ந்து விடுவார்கள். கவிதையிலும், சினிமா, இசை, நாடகம் போன்றவற்றிலும் நாட்டம் உண்டாகும். சந்திரமங்கள யோகம் நிறைந்த எண்ணாக இருந்தாலும் இந்த எண் தரும் செல்வங்கள் நீடித்து இருக்காது அல்லது மனதில் நிம்மதி இருக்காது. தீய பழக்கங்களுக்கு அடிமையாகாமல் பார்த்துக்கொள்ள வேண்டும். மனம் தவறான வழிகளில் செல்லாமல் பார்த்துக்கொண்டால்தான் நல்ல பலன்களை அடைய முடியும். ஏமாற்றத்தைத் தரும் இந்த எண்ணைத் தவிர்த்துவிட வேண்டும்.

எண் 30 - குரு (JUPITER)

குருவின் பூரண ஆதிக்கம் நிறைந்த எண் இது. எனவே, இவர்களுக்கு அறிவின் பிரகாசம் அதிகம் உண்டு. எதையும் கூர்ந்து நோக்கும் அறிவும், மறைந்து கிடக்கும் விஷயங்களைக் கண்டுபிடிக்கும் திறமையும் உண்டு. இவர்களிடத்தில் மற்றவர்கள் எதையும் மறைக்க முடியாது. அதை கண்டுபிடித்து விடுவார்கள். பொருளாதாரத்தில் முழுமையான வசதிகள் இருக்கும் என்று சொல்ல முடியாது. படிப்பில் கெட்டிக்காரத்தனம் உண்டு. பல நல்ல சந்தர்ப்பங்களைப் பயன்படுத்தாமல் விட்டு விடுவார்கள். 3–ஆம் எண்காரர்களுக்கு பொருள் வரவு, அரசாங்க மரியாதை, பெண்களால் உதவி ஆகியவை எளிதில் கிடைக்கும். இவர்கள் எடுக்கும் முடிவுகளும், தீர்மானங்களும் பெரும்பாலும் சரியாகவே இருக்கும். இவர்கள் சிறந்த எழுத்தாளர்களாகவும், ஓவியர்களாகவும் மற்றும் விஞ்ஞானிகளாகவும் புகழ்பெறுவார்கள். அடுத்தவர்களுக்கு ஆலோசனை சொல்வதில் வல்லவர்கள். ஆசிரியர்கள், மதப்பிரச்சாரகர்கள், இசை ஆசிரியர்கள் ஆகிய துறைகளில் பிரகாசிப்பார்கள். அடிக்கடி சிறிய அளவில் உடல் பாதிப்புகள் ஏற்படும். பணம், வசதிகளைச் சம்பாதிப்பதில் நாட்டம் குறைவாக இருக்கும். உறவினர்களாலும், நண்பர்களாலும், பொதுநலச்சேவையாலும் வீண் விரயங்கள் உண்டாகும். பல பிரமுகர்களின் நட்பும் ஏற்படும். இருப்பினும், அவசியமானபோது அவர்களிடம் உதவிகளைப் பெற இயலாது.

எண் 31 - ராகு (RAGHU)

இது ஒரு சுமாரான எண்தான். மிகவும் பயமுறுத்துகின்ற எண்ணான 13–இன் பிரதிபலிப்புதான் இது.

இந்த எண்காரர்களிடம் நல்ல குணம், நல்ல திட்டங்கள், சிறந்த இலட்சியங்கள் எல்லாம் இருக்கும். அரசியல், அரசாங்கம் மற்றும் மதம் சம்பந்தப்பட்ட பிரமுகர்களின் உதவிகள் இருக்கும். வருவாயும் அதிக அளவில் ஏற்பட்டு வரும். எனினும், தங்களின் இயல்பான படபடப்பு, வேகம், அவசரச்செயல்கள் இவற்றின் மூலம் தங்களின் பலன்களைத் தாமே கெடுத்துக்கொள்வார்கள்.

இவர்கள் ஆத்ம திருப்திக்காகவே வேலை செய்பவர்கள். சுதந்திரப் பறவைகளாக இருக்க விரும்புவார்கள். வெற்றி பெற்ற போதிலும், அதைப் பெரிதுபடுத்தமாட்டார்கள். சில துயரச்சம்பவங்களால் மனத்தளவில் பாதிக்கப்படுவார்கள். சினிமா, நாடகம், எழுத்து போன்றவற்றில் சிறந்து விளங்குவார்கள்.

தங்கள் பெயரில் இருக்கும் சொத்துக்களை மனைவி அல்லது குழந்தைகள் பெயரில் மாற்றி அமைத்துக்கொள்வது நல்லது. ஈகோ பிரச்சினையால் பல சந்தர்ப்பங்களைத் தவறவிட்டு விடாமல் இருக்க வேண்டும். தொடக்க கால வாழ்க்கையில் சில நல்ல நன்மைகளை அடைந்த போதிலும், திடீரென்று நோயாலோ அல்லது தொழில் முடக்கத்தாலோ (அவசரபுத்தியால்) தங்கள் பொருளையெல்லாம் இழக்க நேரிடலாம். குறுக்கு வழிகளில் பணம் சம்பாதிக்க இந்த எண் தொடக்கத்தில் உதவி செய்தாலும், பின்பு தண்டனையையும் தவறாமல் கொடுத்து விடும். எனவே, தவிர்க்க வேண்டிய பெயர் எண்ணாகும் இது.

எண் 32 - புதன் (JUPITER)

இப்போது ஒரு முக்கியமான அதிர்ஷ்ட எண்ணைப் பற்றிப் பார்ப்போம். சில எண்கணித நிபுணர்கள் இந்த எண்ணை நல்லது என்கிறார்கள். சில நிபுணர்கள் இந்த எண்ணை வெறுக்கிறார்கள். காரணம், இது பொருளாதாரத்தில் ஏற்ற இறக்கத்தைக் கொடுக்கும். வாழ்க்கையில் மேடுபள்ளம் உண்டு என்பார்கள். விக்கிரமாதித்தனின் எண் என்றும் சொல்கிறார்கள்.

குரு எண்ணான 3-ஆம் எண்ணும் சந்திரன் எண்ணான 2-ஆம் எண்ணும் இணைந்து இந்த எண்ணை உருவாக்குகிறது. எனவே, இந்த எண்ணிற்கு குருச்சந்திரயோகம் உண்டு. (23-ஆம் எண்ணிற்கு மட்டுமே முழுமையான யோகம்) இவர்களுக்கு மங்காத புகழும், குறையாத செல்வமும் எப்பொழுதும் உண்டு.

இவர்களது மனத்தில் (இயற்கையாகவே) எப்போதும் புதுப்புது உத்திகளும், யோசனைகளும் தோன்றிக்கொண்டே இருக்கும். அவற்றைத் தங்கள் வாழ்க்கையில் நல்ல விதமாக கடைப்பிடித்தால் முன்னேற்றம்

மனிதன் சூழ்நிலைகளின் பிராணி அல்ல. சூழ்நிலைகள்தான் மனிதனின் பிராணி.

கிடைக்கும். தன்னம்பிக்கை குறைந்து, மற்றவர்களின் ஆலோசனைப்படி நடக்க முற்பட்டால் பின்பு தோல்விகளும், அதனால் விரயங்களும் ஏற்படும் என்பதை மனத்தில் நிறுத்திக்கொள்ள வேண்டும். தொடர்ந்து முயற்சி செய்தால் மந்திர சக்திகள் சித்திக்கும். உடலிலும், முகத்திலும் வசீகர சக்தி உண்டாகும். அறிவாளி என்ற பெயர் கிடைக்கும். மற்றவர்கள் வலிய வந்து பழகுவார்கள். ஜன வசியம் நிறைந்துள்ளதால் சினிமா, இசை, அரசியல், வியாபாரம் போன்றவற்றில் வெற்றி பெறலாம். எந்தத் தொழிலிலும் தலைமையைக் கொடுக்கும். ஆனால், விழிப்பாக இல்லையென்றால், அதிர்ஷ்டம் மாறிவிடும், இளமை மாறாத தோற்றம் ஏற்படும். காதல் விவகாரங்களில் பிரச்சினைகள் வரும். எனவே, அவற்றைத் தவிர்க்க வேண்டும்.

எனவே, தன்னம்பிக்கையுடன் செயலாற்றுவோருக்கு மிகுந்த நன்மைகள் கொடுக்கும் எண்தான் இது. எனவே, இந்த எண்ணில் பெயர்களை தாராளமாக வைத்துக்கொள்ளலாம்.

எண் 33 – சுக்கிரன் (VENUS)

இப்போது அதிர்ஷ்டம் நிறைந்த 33–ஆம் எண்ணின் பலன்களைப் பற்றிப் பார்ப்போம்.

இவர்களுக்கு சுகபோகமான வாழ்க்கை அமையும். பொருள், வசதி அபரிமிதமாக வளரும். வீடு, வாகனம், தொழில் மூன்றிலும் நல்ல முன்னேற்றம் உண்டு. மற்றவர்களிடம் நயந்து பேசியே தங்கள் காரியங்களைக் கவனித்துக் கொள்வார்கள். வெளிநாட்டுப் பயணங்களும் ஏற்படும். உறவினர்கள், நண்பர்கள் மற்றும் மக்கள் மத்தியில் புகழுடன் மேம்பட்டு விளங்குவார்கள். கோயில் மற்றும் புண்ணிய ஸ்தலங்களைத் தரிசிப்பதில் நாட்டம் உண்டாகும். இதுவே குபேரனின் எண்ணாகச் சொல்லப்படுகிறது.

சில நோய்களால் அடிக்கடி பாதிப்பும் உண்டு. இதனால் செல்வத்தின் இன்பத்தை அனுபவிக்க, உடல்நலத்தைக் காப்பாற்றிக்கொள்ள வேண்டும். ஜாதகமும் ஒத்துழைக்கும் பட்சத்தில் இந்த எண் ஒருவரை பூலோகத்தில் குபேரராக்கி விடும். ஒவ்வொரு செயலிலுமே செல்வத்தைக் குவிப்பார்கள். குடும்பத்தில் நிம்மதியும், மனைவியால் சுகமும் உண்டு. வியாபாரிகளுக்கும் இந்த எண் மிகவும் உதவும். 3–ஆம் எண்காரர்களுக்கு மட்டும் தீமையே புரியும்.

இந்த எண் கலைகளில் ஈடுபாட்டையும், செல்வத்தையும் வீரத்தையும் கொடுக்கும். இதுவும் ஜனவசியம் நிறைந்த எண்தான். போலீஸ், இராணுவம் போன்ற துறைகளில் இவர்கள் வெற்றி அடைவார்கள். இது மாளவியா யோகத்தைத் தரும் எண். செல்வங்கள் குவிக்கும் யோகம் அதிகம் உண்டு. காதல் விவகாரங்கள் வெற்றி தரும். தெய்வத்திருப்பணிகளுக்கு நன்கு உதவுவார்கள். குடும்பத்தில் மகிழ்ச்சியும், செல்வமும் நிலைத்திருக்கும். கலைகளும் கற்று வைத்திருப்பார்கள்.

எண் 34 - கேது (KETHU)

சில அன்பர்கள் சிற்றின்பத்தில் அதிக நாட்டம் கொண்டு அதில் பணத்தை வீணாக்குவார்கள். எனவே, செக்ஸில் கவனத்துடன் இருக்க வேண்டும். தீய பழக்கங்களுக்கு இடம் கொடுக்கக்கூடாது. பின்பு அவற்றை விடமுடியாமல் சிரமப்படுவார்கள். மற்றவர்கள் இவர்களை முன்னால் விட்டுப் பின்னால் குற்றம் சொல்வார்கள்.

இவர்களுக்கு எதையும் போராடிப் பெறுவதில் ஆர்வம் இருக்கும். காதல் சம்பந்தமான விஷயங்கள் வெற்றி தராது. பிறந்த தேதியில் 2–ஆம் எண்வரும் நண்பர்களுக்கு மட்டும் இந்த எண் நன்மையைக் கொடுக்கும். இவர்கள் சிறந்த அறிவாளிகளாகவும், திறமையானவர்களாகவும் இருப்பார்கள். எந்த ஓர் ஆராய்ச்சியிலும் ஈடுபாட்டுடன் உழைப்பார்கள். பலருக்கும் உபகாரியாக இருப்பார்கள். ஆனால், குடும்ப வாழ்க்கையில் வசதிகள் திருப்தியில்லாமல் இருப்பார்கள். ஆன்மிகம், சாஸ்திரங்கள், கணிதம், விஞ்ஞானத்தில் ஆராய்ச்சி நாட்டம் ஆகியவை உண்டாகும். தொழில் மற்றும் வேலை விஷயங்களில் போராட வேண்டியதிருக்கும்.

எண் 35 - சனி (SATURN)

3 என்ற குருவுடன் 5 என்னும் புதன் சேர்ந்து சனியின் எண்ணாக உருமாறுகிறது. எனவே, அறிவும், தொழில், வியாபாரத்திறமையும் இவர்களுக்கு உண்டு. சமூகத்தில் சிறந்த செல்வாக்கு ஏற்படும். தொழில் பலம் உண்டு. இருப்பினும், பிற்காலத்தில் பல இழப்புகளையும், தடைகளையும் இது கொடுத்துவிடுகிறது. தொழிலில் குடும்ப நிலையில் சலிப்பும், இடையூறுகளும் அடிக்கடி ஏற்படும். செலவுகள் கட்டுக்கடங்காமல் இருக்கும். வயிறு, முதுகு, பல் அல்லது கால் ஆகியவற்றில் ஏதாவது ஒரு மெல்லிய வலி இருந்துக் கொண்டிருக்கும். (குறிப்பாக முதுமைக் காலத்தில்) இவர்களைச் சுற்றியுள்ளவர்களே இவர்களை ஏமாற்றி விடுவார்கள். இந்த எண் எப்படியும் சமூகத்தில் பிரமுகராக்கி விடும்.

இயந்திரம் சம்பந்தப்பட்ட தொழிலில் வெற்றி பெறலாம். மக்களிடம் எளிதில் நல்ல செல்வாக்கு பெறுவார்கள். எனினும் எதிரிகளால் அடிக்கடி பிரச்சினைகளுக்குள்ளாவார்கள். வாழ்க்கையில் வரவுக்கு மீறிய செலவுகளால் பாதிக்கப்படுவார்கள். சூதாட்டங்களில் ஈடுபடாமல் இருக்க வேண்டும். தீய நண்பர்களை ஒதுக்கிவிட வேண்டும். அடுத்தவர்களின் தவறான யோசனைகளால் இவர்கள் பாதிப்படைவார்கள். எனவே, சுயமுடிவே வெற்றிதரும். சிறுகச் சிறுகச் சேர்த்த பணத்தை திடீரென ஒரு நாள் இழக்க வேண்டியது வரும். ஏதாவதொரு வழக்கோ, பிரச்சனைகளோ

வெண்ணெய் திரளும் சமயம் பார்த்து தாழி உடைந்த கதையாயிற்று.

இருந்துகொண்டிருக்கும். மக்கள் மத்தியில் பிரபலம் எப்போதும் உண்டு. வெளிப்பார்வைக்கு அதிர்ஷ்டகரமாகத் தெரிந்தாலும் பல குறைகளையும் கொடுக்கும். எனவே, இந்த எண்ணைத் தவிர்த்துவிட வேண்டும்.

எண் 36 - செவ்வாய் (MARS)

செவ்வாய்க்குள்ள வேகம், திட்டமிட்டுச் செய்தல், போராடும் குணம் இருக்கும். இருப்பினும், முயற்சிகளில் வெற்றியும், குடும்ப வாழ்க்கையில் திருப்தியும் கிடைக்காது. இவர்களைச் சேர்ந்திருப்பவர்களே இவர்களுக்குத் தீமை செய்வார்கள். அறிவும், பொருள் வரவும் இவர்களுக்கு உண்டு. கிரகங்களுக்கிடையே இருக்கும் பகையால் இவர்கள் செயல்களில் பலன்கள் கிடைக்க இருக்கும் கடைசி சமயத்தில் மாறிவிடும். இவர்கள் சுயமாகச் சம்பாதித்து ஏராளமான செல்வத்தைச் சேர்த்து விடும் யோகத்தை உடையவர்கள். செல்வாக்கு உள்ளவர்களாகவும் இருப்பார்கள். பேச்சாற்றல் நிறைந்திருக்கும். இருந்தாலும் சில சூழ்ச்சிகளால் பாதிக்கப்படுவார்கள். வெளியூருக்குச் சென்ற பின்புதான், சில பேருக்கு நல்ல தொழில் யோகம் அமையும். மனத்தில் ஏதேனும் ஒரு குறை இருந்துகொண்டே இருக்கும். ஏகப்பட்ட பிரயாணங்களும் ஏற்படும். சிலர் ரசவித்தைகளில் நாட்டமுடையவர்களாக இருப்பார்கள். சிறந்த லட்சியங்கள், உயர்ந்த செயல்பாடுகள் ஆகியவை உண்டு. நடுத்தர யோகமான எண்ணாகவே இதைக் கொள்ள வேண்டும்.

எண் 37 - சூரியன் (SUN)

இது ஒரு சிறந்த எண். ஒன்று எண் வரும் இரட்டைப்படை எண்களில் இது தனிச்சிறப்பு வாய்ந்தது. இது அரசியல், அரசாங்க ஆதரவு ஆகியவற்றைக் கொடுக்கும். தன்னுடைய திறமைகளை அடுத்தவர்களிடம் வெளிப்படுத்தி, இவர்கள் தங்களுடைய திட்டங்களை நிறைவேற்றிக் கொள்வார்கள். அதிரடி நடவடிக்கைகள் செய்யத் தூண்டும். வாழ்க்கையின் சுகபோகங்களை அனுபவிக்கத் தூண்டும். சிற்றின்பப் பிரியராக மாறிவிடாமல் பார்த்துக்கொள்ள வேண்டும்.

இவர்கள் படிப்படியாக தங்களது தீவிர உழைப்பினாலும், வசியமான பேச்சினாலும், முன்னேற்றங்களையும் லாபங்களையும் அடைந்து விடுவார்கள். உற்சாகம் மிகுந்து காணப்படும். அதிகமான அளவில் நண்பர்களும், கூட்டாளிகளும் உண்டாவார்கள். குடும்ப வாழ்க்கையானது திருப்திகரமாகவும், வளமாகவும் இருக்கும். சாமான்யமானவர்களையும் இந்த எண் பிரமுகராக்கிவிடும். உஷ்ண சம்பந்தமான நோய்கள் ஏற்படும். நடை, உடை செயல்களில் நளினமும், கவர்ச்சியும் கொண்டிருப்பார்கள். இவர்கள் தனக்குத் தேவையில்லாத விஷயங்களில் ஈடுபடக்கூடாது. இதனால் பின்பு இழப்புகளும், கெட்ட பெயரும் வந்து சேரும். சுக்கிரனின் ஆதிக்கத்தைப் போன்று,

இவர்களுக்கு கலைகளிலும், மயக்கும் பேச்சுகளிலும் தங்களது வீட்டை அழகுபடுத்துவதிலும் மனம் செல்லும். பெண்களின் விஷயத்தில் கவனம் தேவை. பொதுவாக, நல்ல பலன்களைக் கொடுக்கும் எண்ணாக இருப்பதால், இந்த எண்ணில் பெயர்களை வைத்துக்கொள்ளலாம்.

பெண்களுக்கு ஆண்களாலும், ஆண்களுக்கு பெண்களாலும் நன்மைகள் உண்டாகும். காதலில் பரிபூரண வெற்றி தரும். தகுதிக்கு மீறிய நட்பு கிடைக்கும். வஞ்சகம், பேராசை இல்லாமல் செயலாற்றினால் வாழ்க்கையில் பெரும் அதிர்ஷ்டங்களை அடையலாம். இவர்களுக்கு எந்தக் காலத்திலும் பொருளாதார நெருக்கடி வராது. அரசியலும், சினிமாவும் வெற்றி தரும்.

எண் 38 - சந்திரன் (SATURN)

இவர்களுக்கு சலனமான மனமும், நல்ல அறிவும், கடுமையான உழைப்பும் இருக்கும். பெரிய ஆட்களின் தொடர்பும், அவர்களின் ஆதரவும் உண்டு. ஆனால், முக்கியமான நேரத்தில் அவர்களை உபயோகப்படுத்த முடியாதபடி சூழ்நிலைகள் அமைந்துவிடும். இவர்கள் மீது பொறாமை கொண்டு, எதிரிகள் இடையூறுகள் செய்வார்கள். எதிர்பாராதபடி வாழ்க்கையில் சோகத்தை ஏற்படுத்தும் எண்ணானதால் இதை தவிர்க்க வேண்டும். 7–ஆம் எண் அன்பர்களுக்கு மட்டும் ஓரளவு நற்பலன்கள் உண்டாகும். இவர்கள் கீழ் நிலையிலிருந்து விரைவில் உயர்நிலைக்கு வந்து விடுவார்கள். எதிலும் அவசரப்படாமல் பொறுமையாக நடந்து கொள்வது அவசியம். ஆன்மிகத்தில் நாட்டம் உண்டாகும். எதிரிகளால் அடிக்கடி பாதிப்படைவார்கள். நீர் சம்பந்தப்பட்ட தொழில்களில் இலாபம் அடையலாம். கப்பல் கட்டும் தொழில், வெளிநாட்டு வாணிகம், முத்து, மீன், மருந்துகள், குளிர்பானங்கள் ஆகியவை நன்றாக நடக்கும். திடீர் வீழ்ச்சியைக் கொடுக்கும் என்பதால் இந்த எண்ணில் பெயரை வைத்துக்கொள்ளக் கூடாது. தெய்வீக, மத ஸ்தாபனங்களில் இவர்களுக்கு வேலை அமையும். அதிகமாக பொருள் வளம், அரசு மரியாதை ஆகியவையும் கிடைக்கும். இருப்பினும், மனத்தில் துக்கமும், அடிக்கடி பொருள் சேதமும் அவமானங்களும் ஏற்படும்.

எண் 39 - குரு (JUPITER)

தம்முடைய சொந்த நலத்தை விட மற்றவர்களின் நன்மைக்காகப் பாடுபடுவார்கள். கடுமையான உழைப்பும், உறுதியும் இவர்களிடம் உண்டு. ஆத்ம திருப்திக்காக உழைப்பவர்கள் இவர்களே. நன்கு திட்டமிட்டு அதன்படியே செயல்படுவார்கள். ஆனால், அவற்றின் மூலம் பலன்களை எதிர்பார்க்காமல், அடுத்தவர்களுக்காக விட்டுக்கொடுத்து விடுவார்கள்.

நியாயமற்ற சமாதானம், சமாதானமுமல்ல, நியாயமுமல்ல.

கல்வியில் ஈடுபாடும் உயர்வும் உண்டாகும். நல்ல புகழும், அரசாங்க மரியாதையும் கிடைக்கும். தங்கள் உடல்நிலையை நன்கு கவனித்துக்கொள்ள வேண்டும். இவர்களுடைய உழைப்பின் லாபத்தை அடுத்தவர்களே பெரும்பாலும் அனுபவிப்பார்கள். இந்த எண், 3–ஆம் எண் அன்பர்களுக்கு பெருத்த யோகத்தைத் தரும். வீடு, வாகனம், நிலம் போன்றவற்றில் நல்ல யோகத்தைக் கொடுக்கும். 6–ஆம் எண் அன்பர்களுக்கு மட்டும் தீய பலன்களையே கொடுக்கும். குறுக்கு வழிகளில் பணம் சேர்க்க முயன்றால், தோல்விகளும் அவமரியாதையுமே மிஞ்சும். உடல் ஆரோக்கியத்தில் கவனம் செலுத்துவது அவசியம். தூரதேசத் தொடர்புகள் மூலம் நன்மை அடைவார்கள். உறவினர்களுக்காகவும், நண்பர்களுக்காகவும் எதையும் செய்வார்கள். பிற்கால வாழ்க்கையில் பல அதிர்ஷ்டங்களை அடைவார்கள். சம்பாதிக்கும் பணத்தை சரியானபடி நிர்வகிக்கும் ஆற்றலை வளர்த்துக்கொள்ள வேண்டும். இது குருமங்கள யோகத்தைத் தரக்கூடிய எண். இந்த எண்ணுக்கு நோய்களைத் தீர்க்கும் ஆற்றல் உண்டு. இந்த எண் பொருந்தும் அன்பர்கள் பெரும் தொழிலதிபர்களாகவும், எழுத்தாளர்களாகவும், கலைஞர்களாகவும் வெற்றி பெறுவார்கள். இவர்கள் தங்களது குடும்பத்திற்கு என்று தனியே நேரம் ஒதுக்கிச் செலவிட வேண்டும். இதனால் இல்லறத்தில் திருப்தியும் இன்பமும் கிடைக்கும். வயிற்றுக்கோளாறுகளால் பாதிப்படைவார்கள்.

எண் 40 – இராகு (RAGHU)

இராகுவின் தனிப்பட்ட பலம் நிறைந்த எண் இது. இந்த எண் நேர்மையில்லாத வழிகளில் பணம் சம்பாதிக்க உத்வி புரியும். மிக விரைவாக பெயரையும், புகழையும் கொடுக்கும். அதிகமான நண்பர்களையும், வருமானத்தையும் கொடுக்கும். ஆனால், நண்பர்கள், உறவினர்கள் மூலம் இறுதியில் விரயத்தையும் கொடுத்துவிடும். இவர்களிடம் உதவி பெற்றவர்கள் இவர்களிடம் நன்றி பாராட்டமாட்டார்கள் என்பதே இதன் துர்பாக்கியமாகும். இவர்களுக்கு நல்ல பேச்சுத் திறமையும், எழுத்தாற்றலும் உண்டு. பொன், பொருள் வசதிகள் வந்து சேரும்.

இவர்கள் பேச்சுத் திறமை மிகுந்தவர்கள். லட்சுமி கடாட்சம் நிறைந்த எண் என்று கூறப்பட்டாலும், செல்வம் நீடித்து நிற்காது. சினிமா, இசை, வியாபாரம் போன்றவற்றில் நன்மை அடைவார்கள். தோல்வியைக் கண்டு துவளாத மனோ தைரியம் மிகுந்தவர்கள். விடாமுயற்சியுடன் செயல்பட்டு வெற்றியை அடைந்துவிடுவார்கள். தனிமையை அடிக்கடி நாடும் இயல்பினர். கூட்டுத் தொழில் நன்மையைத் தரும் என்றாலும் கவனமாக இருக்க வேண்டும். குடும்ப வாழ்க்கையில் அமைதி இருக்காது. விவசாயமும், அது சம்பந்தமான தொழில்களும் இவர்களுக்கு நன்மை செய்யும். இறுதிக் காலத்தில் மனநிம்மதியின்றித் தவிப்பார்கள். இவர்கள் பணத்திற்காக எதையும்

எதிர்பாராமல் இழக்க நேரிடுவர். முடிவில் தீமையைக் கொடுப்பதால் இந்த எண் அதிர்ஷ்ட எண்ணாகக் கருதப்படவில்லை.

எண் 41 - புதன் (MERCURY)

வியாபாரிகளுக்கு பணப்புழக்கம், வியாபார விருத்தி ஆகியவை இருந்துகொண்டே இருக்கும். நண்பர்கள், உறவினர்கள் வெளிவட்டாரப் பழக்கங்கள் இவர்களுக்கு மிக்க உதவிகரமாகவே இருக்கும். சிறந்த திட்டங்கள், விஷய ஞானங்கள் உண்டாகும். பல தொழில்களில் ஈடுபடுவார்கள். இவர்கள் எல்லோரையும் அனுசரித்து செல்வார்கள். வெளிதேசங்களில் புகழையும், அரசாங்கம், அரசியல்வாதிகள் ஆதரவு ஆகியவற்றையும் கொடுக்கும். இவர்களின் வெற்றிகள் நிலையாக இருக்கும். எவராலும் செய்யமுடியாத செயலைச் சாதிப்பார்கள். முன்கோபம் மற்றும் தீவிரக்குணங்களைக் குறைத்துவிடும் தன்மை வாய்ந்தது. போட்டி பந்தயங்களில் வெற்றியைத் தரும் எண்ணாகும். கலைத்துறையில் புகழும் செல்வமும் பெறுவார்கள். பல தொழில்களையும் திறம்படச் செய்யும் ஆற்றல் உண்டு. ஆதிக்க சக்தி அதிகம் உள்ளவர்கள். எந்தக் கலையையும் எளிதாகக் கற்றுக்கொள்வார்கள். அரசியலில் திடீர் முன்னேற்றம் அடையும் நிலை வரும். மற்றவர்களுக்கு ஆலோசனை செய்வதில் வல்லவர்கள். நண்பர்களாலும், பெண்களாலும் ஆதரவு பெறுவார்கள். எந்த எண்ணில் பிறந்தவரானாலும் இந்த எண்ணில் பெயரை வைத்துக் கொள்ளலாம். ஆனால், பிறந்த தேதியின் எண்கள் 5–ஆம் எண்ணாக வந்தால் மட்டும் நடுத்தரமான பலன்களே கொடுக்கும். காரணம், 5–இன் குணங்களான அறிவு, ஆற்றல், சுறுசுறுப்பு ஆகியவை பிறவியிலேயே இவர்களுக்கு அமைந்திருக்கிறது. எனவே, 5–ஆம் எண்ணை மேலும், மேலும் வலுப்படுத்துவதை விட 1, 6, 9, ஆகிய எண்களில் தங்களது பிறவி எண்களுக்கேற்ற ஒன்றைத் தேர்ந்தெடுத்து இவர்கள் வைத்துக் கொள்ள வேண்டும். பல அன்பர்களுக்கு 41–ஆம் எண் நற்பலன்கள் கொடுக்காமல் இருப்பதற்கு இதுதான் காரணம்.

எண் 42 - சுக்கிரன் (VENUS)

இவர்களுக்கு மகாலட்சுமியின் அருள் இயற்கையிலேயே உண்டு. நிலையான பொருளாதார வசதியும், திடமான மனநிலையும் உண்டு. மிகவும் சந்தோசமான குடும்ப வாழ்வும், பதவியும், பலவித மக்களின் ஆதரவும் உண்டு. சமூகத்தில் நல்ல பெயரும், செல்வாக்கும் ஏற்படும். அடுத்தவர்களை எப்படியாவது தங்களின் வசம் ஈர்த்துகொண்டு செல்வத்தையும், ஜனவசியத்தையும் கொடுக்கக்கூடியது. திரவம், பால் சம்பந்தப்பட்ட தொழில்கள் வெற்றி தரும். டீ எஸ்டேட், மலை சம்பந்தப்பட்ட தொழில்கள் வெற்றி தரும். பெண்களால் நன்மைகள் பெறுவார்கள். சில நோய்களைக்

ஒவ்வொருவரும் செல்வந்தனுக்குச் சுற்றம்.

குணமாக்கும் இயல்பு உண்டு. கூட்டுத் தொழில் அல்லது வியாபாரத்தை விட சொந்தமாக தொழிலோ, வியாபாரம் செய்தாலோ இலாபங்கள் அதிகமுண்டாகும். தற்காப்புக் கலைகளை அறிந்து வைத்திருப்பார்கள். கம்பீரமான தோற்றத்துடன் காட்சியளிப்பார்கள். தங்களின் விருப்பங்களை நிறைவேற்றிக் கொள்வதில் வல்லமை உண்டு. சுயநலம் அதிகம் காணப்படும். எனவே, பொதுவாக கஞ்சத்தனமாக இருப்பார்கள். பொருளாதார வளம் என்றும் குறையாது.

சில அன்பர்கள் கர்வம், சுயநலம் காரணமாக தங்களது வாழ்வில் சஞ்சலங்களையும், விரயங்களையும் அடைகிறார்கள். எனவே, சரியான முறையில் கையாண்டால், நல்ல பலன் தரும் அதிர்ஷ்ட எண்ணாகவே 42–ஆம் எண்ணைக் கருதலாம்.

எண் 43 – கேது (KETHU)

அதிக வேகம், பேராசை, அலட்சிய குணங்கள் ஆகியவை இருக்கும். அதனால் வாழ்வில் பல நல்ல வாய்ப்புகளை இழக்கும் நிலை அடிக்கடி ஏற்படும். ஆடம்பரம், பகட்டு இவர்களிடம் உண்டு. 7–இன் ஆதிக்கத்தில் இருப்பதால் மக்கள் சேவையில் அதிக கவனம் காட்டுவார்கள். குடும்பத்திற்கான கடமையை மறந்துவிடுவார்கள். இதனால் குடும்பத்தில் சில பிரச்சனைகள் ஏற்படும். அவசர அவசரமாக ஒரு செயலில் இறங்கிவிட்டு, பின்பு முடிக்க முடியாமல் பின்வாங்கும் குணமும் இவர்களிடம் இருக்கும்.

இவர்களுக்கு கற்பனை வளம் அதிகம் உண்டு. தொழிலை அடிக்கடி மாற்றிப் பார்ப்போம் என்ற எண்ணம் ஏற்படும். அழுத்தமான கொள்கைகளை உடையவர்கள். குடும்ப வாழ்க்கை நிம்மதியில்லாமல் இருக்கும். இயற்கையைக் கண்டு ரசிப்பார்கள். கல்வித்துறை, சினிமா, இசை, விளையாட்டு போன்றவற்றில் சிறந்து விளங்குவார்கள். வாழ்க்கையே போராட்டகளமாக இருக்கும். வாழ்க்கையில் புதியதாக ஏதாவது புரட்சி செய்து காண்பிக்க வேண்டும் என்று ஈடுபட்டு அதில் தோல்வியடைவார்கள். மனத்தில் தோன்றுவதை வெளிப்படையாகச் சொல்லி விடுவார்கள். உத்தியோகத்தில் இருப்பவர்கள் சக ஊழியர்களிடம் ஒத்துழைப்பு குறையாமல் பார்த்துக்கொள்ள வேண்டும். இவர்கள் தங்களது நோக்கத்தில் வெற்றிபெற்றாலும் அதை அனுபவிக்கும் தன்மை குறைவு. எனவே, இவர்களின் மனதில் அதிருப்தியும், ஏக்கமும் இருக்கும். இதை அதிர்ஷ்டமில்லாத எண்ணாகவே எடுத்துக்கொள்ள வேண்டும்.

எண் 44 – சனி (SATURN)

நன்மையோ, தீமையோ இவர்களுக்குத் தொடர்ந்து வந்து கொண்டிருக்கும். நல்ல திட்டங்கள் வைத்திருப்பார்கள். இவர்களின் எண்ணமெல்லாம் எப்படியாவது (?) பணத்தைச் சம்பாதிக்க வேண்டும் என்பதிலேயே தீவிரமாக இருக்கும். வாகனங்கள், இயந்திரங்கள், பொறியியல்

துறைகளில் இவர்களுக்கு நல்ல முன்னேற்றமும், அபிவிருத்தியும் ஏற்படும். சலியாத உழைப்பும், பிடிவாதமும் இவர்களுக்கு எளிதில் வெற்றியைக் கொடுக்கும்.

அனைத்து முயற்சிகளிலும் அதிக வேகம் காட்டி, அதனால் துன்பப்படவும் நேரிடும். குடும்ப வாழ்வில் சில குறைகளை எதிர்பாராமல் கொடுத்துவிடும். இந்த எண்ணின் பலம் குறையும்போது, நன்றாக நடைபெற்றுக் கொண்டிருக்கும் தொழில் திடீரென்று ஸ்தம்பித்து விடும் அவயோகமும் உண்டு.

நல்ல நிலையில் இருக்கும்போதே, இந்த எண் அன்பர்கள், வேறு நல்ல எண்ணிற்கு தங்களது பெயரை மாற்றி விட வேண்டும். இவர்களது செல்வத்தை விரயமாக்குவதற்கென்றே சில நண்பர்கள் வந்து சேர்வார்கள். பேராசைக்கு இடம் கொடுக்கக்கூடாது. ஆன்மிக சக்திகள் அதிகம் சித்திக்கும். பல தொழில்கள் மூலம் இலாபங்கள் அதிகமாகும். செக்ஸ் உணர்வு அதிகமாக இருக்கும். மனத்தைக் கட்டுப்படுத்தாவிடில் தீய வழிகளில் சென்று அவமானங்களை அடைவார்கள். இளமையிலேயே பொறுப்புகள் வந்து சேரும். சில அன்பர்களுக்கு வழக்குகளும், நோய்களும், கண்டங்களும் இந்த எண்ணின் பலத்தால் எதிர்பாராமல் ஏற்பட்டுவிடுகிறது.

எண் 45 - செவ்வாய் (MARS)

இதுவும் ஒரு சிறந்த எண்தான். ஜன வசியமும், வியாபாரத் திறனும் அதிகமாக ஏற்படும். எதையும் சவாலாக எடுத்துக்கொண்டு, அதனை வெற்றிகரமாக முடிக்கும் திட்டமும், ஆற்றலும் இவர்களிடம் உண்டு. பெரியவர்களிடத்தில் மிகவும் பணிவாக இருப்பார்கள். இந்த எண்ணிற்கு நோய்களை குணப்படுத்தும் தன்மையும் உண்டு. 2-ஆம் எண்காரர்களுக்கு மட்டும் தீமைகள் செய்யும். இரும்புத்தொழில், ஒர்க்ஷாப் ஆகிய தொழில்களில் ஈடுபடுபவர்களுக்கு இந்த எண் நன்மையையே புரியும். இவர்களுக்கு குடும்பத்தில் சில பிரச்சனைகள் ஏற்பட்டுக் கொண்டிருக்கும். எனவே, இவர்கள் குடும்பத்தாருக்கென நேரம் ஒதுக்கி, அவர்களுடன் கலந்துரையாட வேண்டும். ஓரளவு பிடிவாதம், ஆளுமை குணங்கள் இவர்களிடம் இருக்கும்.

இவர்களுக்கு முன்கோபம் உண்டு. எந்தத் தொழிலில் ஈடுபட்டாலும் சரி நன்கு சம்பாதிக்கும் யோகம் உண்டு. தங்கள் ரகசியங்களை வெளியிட மாட்டார்கள். இவ்வெண் பல நோய்களைத் தீர்க்கும் ஆற்றல் உடையது. தான் எடுக்கும் காரியத்தில் கண்ணும் கருத்துமாக இருந்து அதில் வெற்றியை அடைந்து விடுவார்கள்.

ஒரு கோணிப் பையில் உள்ளதனைத்தையும் ஒரு கைப்பிடியினால் தெரிந்து கொள்ளலாம்.

எண் 46 – சூரியன் (SUN)

இது ஒரு மிக அதிர்ஷ்டகரமான எண். பதவி, புகழ், அரசாங்க ஆதரவு எல்லாவற்றையும் அள்ளிக் கொடுக்கும். தாங்கள் செய்யும் தொழிலில் தலைமை ஸ்தானத்திற்கு இந்த எண் இவர்களைக் கொண்டு செல்லும். இராகு பகவான் ஜனவசியம், பணம் சேர்க்கும் குணம், சலிக்காத மனம் தருவதோடு சுக்கிர பகவான் பலவித வருமானத்தையும், வாழ்க்கை வசதிகளையும் கொடுக்கிறார்.

வாழ்க்கையில் பல உயர்வுகள் எளிதில் கிடைக்கும். இவர்களுக்கு சமயோசித அறிவும் உண்டாகும். சகலவித வசதிகளையும் இவர்கள் அனுபவிப்பார்கள். நல்ல வளமான குடும்ப வாழ்க்கையும் ஏற்படும். சொத்து, சுகம், வாகன வசதிகளை ஏற்படுத்திக் கொள்வார்கள். 'கிரீடம் அணிந்த தலை' என்று இந்த எண்ணை எண்கணித நூல்கள் சொல்கின்றன. இந்த எண் புத்திர பாக்கியத்தைக் கொடுக்கும். 64 கலைகளில் எதில் ஈடுபட்டாலும் வெற்றியைக் கொடுக்கும். புதுப்புது சிந்தனைகள், கருத்துகள் மூலம் புகழ் அடைவார்கள். பல விருதுகளையும், செல்வங்களையும் பெற்றுத்தரும் எண் இது.

நல்ல மனைவி, மக்கள் அமைந்துவிடுவார்கள். கலைத்துறையில் பல சாதனைகளைப் படைப்பார்கள். ஜனவசியம் நிறைந்தவர்கள். தனக்கென ஒரு பாதையைத் தேர்ந்தெடுத்து, அதில் வெற்றியடையத் துடிப்பார்கள். நல்ல பதவிகள் இவர்களைத் தேடி வரும். நாட்டுப்பற்றும், தெய்வீகப்பற்றும் நிறைந்தவர்கள். இந்த எண் காதலில் வெற்றியைக் கொடுக்கும் வல்லமை படைத்தது. எதிலும் இந்த எண்காரர்களுக்கு தலைமையிடமும், அதிகாரமும் உண்டு.

எண் 47 – சந்திரன் (MOON)

கலைகளில் ஆர்வமும், ஈடுபாடும் உண்டு. இந்த எண் ஜனத்தொடர்பையும் கொடுக்கும். இருப்பினும், இவர்களுக்கு மனத்தில் தேவையில்லாத பயம் இருந்து கொண்டே இருக்கும். அடுத்தவர்களுக்கு உதவியாக செயல்படுவார்கள். இவர்களுக்கு கண் சம்பந்தப்பட்ட கோளாறுகள் வரலாம். ஆண்களால் பெண்களுக்கும், பெண்களால் ஆண்களுக்கும் கஷ்டங்கள் ஏற்படும். எண்கணிதப்படி, கால சர்ப்ப தோஷம் உடையது. இளமைக் காலத்தில் (30 வயது வரை) கஷ்டங்களைக் கொடுத்தாலும், பின்பு அதிர்ஷ்ட பலன்கள் ஏற்படும். சிலருக்கு பணவிஷயத்தில் அதிர்ஷ்டம் உண்டாகும். திடீர் பணக்காரராவார்கள். அகால உணவில் நாட்டம் அதிகம் உண்டாகும். பாம்புப் புற்றுக்குப் பால் ஊற்றி வணங்கி வந்தால் நன்மைகள் உண்டு. பேச்சுத்திறமையும், நண்பர்களும் அதிகமாக உண்டு. இவர்கள் மற்றவர்களுக்கு ஆலோசனை சொல்வதில் வல்லவர்கள். பொருளாதார

வசதிகள் உண்டாகும். 7–ஆம் எண்காரார்களுக்கு மட்டும் அதிகமாக நன்மைகளைச் செய்யும். மற்றவர்களுக்கு பெயர் எண்ணாக வந்தால் மாற்றிக்கொள்ள வேண்டும்.

எண் 48 – குரு (JUPITER)

எதையும் எதிர்பாராமல் கொடுக்கும் இராகு (4) சனியின் சம்பந்தத்தால் தோல்விகளையும், பிரச்சினைகளையுமே விளைவாக ஏற்படுத்துவார். இதனால் இவர்கள் பல சோதனைகளுக்கும் விரக்திக்கும் ஆளாவார்கள். அடுத்தவர்களுக்கு தாமே முன்வந்து நல்லவற்றைச் செய்வார்கள். ஆனால் இவர்களுக்குச் செல்ல வேண்டிய பெயரை, அடுத்தவர்கள் பெற்று விடுவார்கள். எனவே இந்த எண் தவிர்க்க வேண்டிய பெயர் எண்ணாகும்.

பணவசதிகள் எவ்வளவுதான் வந்தாலும் விரயமாகி விடும். எவ்வளவு ஆற்றல்கள், திறமைகள் இருந்தாலும் முன்னேற்றம் இல்லாமல் தவிப்பார்கள். விதியால் ஏமாற்றப்படுகிறவர்கள் இவர்களே. புண்ணியஸ்தலங்களுக்குச் சென்று வழிபட விரும்புவார்கள். அறிவை வளர்த்துக்கொள்ள எப்போதும் விரும்புவார்கள். இவர்கள் பணத்தின் அருமையை உணர்ந்து காப்பாற்றிக் கொள்ள வேண்டும். முக்காலத்தையும் அறியும் உள்ளுணர்வு உண்டாகும். சில அன்பர்கள் கடல்கடந்து சென்று சம்பாதிப்பதிலும், மதக்கருத்துகள் பற்றிப் பேசுவதிலும் ஈடுபடுவார்கள். இருப்பதில் திருப்தி ஏற்படாத குணம் உண்டு. அதிக முதலீடும் அதிகமான உழைப்பும் இருந்தாலும், குறைந்த அளவிலேயே முன்னேற்றம். குறைந்த லாபம் மட்டுமே தொழிலிலும், வாழ்க்கைத்தரத்திலும் ஏற்படும்.

எண் 49 – இராகு (RAGHU)

இவர்கள் தேவையின்றி அவசரமான செயல்களில் ஈடுபட்டு, பல பிரச்சினைகளுக்குள்ளாவார்கள். எதிர்பாராத நன்மைகளும், உயர்வுகளும் இந்த எண்காரார்களுக்கு உண்டாகும். வாழ்க்கை வசதிகளும் குறைவின்றி அமையும். வீரமாக காரியங்களில் ஈடுபடுவார்கள். அடிக்கடி வெளியூர் (அ) வெளிநாட்டுப் பயணங்கள் ஏற்படும். எதிர்பாராத வகைகளில் பணம் வந்து சேரும். ஆனால் திடீர் சரிவுகளும் வாழ்க்கையில் உண்டாகும். சில அன்பர்களுக்கு மனைவி மூலம் யோகம் உண்டாகும். எல்லா நண்பர்களையும் நம்பிவிடக்கூடாது. இதன்மூலம் பணவிரயங்கள் எதிர்காலத்தில் உண்டாகிவிடும். இவர்களின் பிடிவாதம், விட்டுக்கொடுக்காத குணத்தால் குடும்பத்தில் பல சங்கடங்கள் ஏற்படும். இவர்களுக்கு சிறந்த பேச்சுத்திறமை உண்டு. இவர்களுக்கு பல்வேறு வழிகளில் பொருளைச் சேர்க்கும் இயல்பும் உண்டு.

நாம் விரும்புவதெல்லாம் கிடைக்கவில்லையென்றால், நமக்குக் கிடைப்பதை விரும்புவோம்

எண் 50 - புதன் (MERCURY)

புதனின் தனி ஆதிக்கம் நிறைந்த எண். புதனின் அற்புத தன்மைகளும், செயல்பாடுகளும் இந்த எண்ணில்தான் இருக்கிறது. எனவே, அறிவு, ஆற்றல், சமயோசித புத்தி, வளைந்து கொடுத்து எதையும் சமாளிக்கும் திறமை இவர்களிடம் இயல்பிலேயே உண்டு.

கணிதம், கம்ப்யூட்டர், ஜோதிடம், வியாபாரம் ஆகிய கலைகளில் மிகுந்த ஈடுபாடு உண்டு. அறிவும், ஒழுக்கமும் உண்டு. எந்த பிரச்சனைக்கும் இவர்கள் சரியான முடிவெடுத்து அதைப் பின்பற்றுவார்கள். பல்வேறு மொழிகளை இவர்கள் ஆர்வத்துடன் கற்றுக்கொள்வார்கள். வெளியூர்ப் பயணங்களில் மிகவும் ஆர்வம் உண்டு. தன் திறமை, சாதுர்யம், புத்தி ஆகியவற்றையெல்லாம் பணம் சம்பாதிப்பதில் ஈடுபடுத்தி வெற்றி பெறுவார்கள். எவ்வளவு பெரிய சுமைகள், பிரச்சனைகள், கடன்காரர்கள் வந்தாலும், இந்த எண் பெயராக வருபவர்கள் எளிதாகச் சமாளித்து விடுவார்கள். இந்த எண் கடுமையான நோய்களைத் தீர்க்கும் வல்லமை வாய்ந்தது. கலைத்துறை, இலக்கியம், சிற்ப சித்திரங்கள், கல்வித்துறை மற்றும் ஆன்மிகத்துறைகளிலும் இவர்கள் பிரகாசிப்பார்கள். வலியச்சென்று பிறருக்கு உதவிடும் குணமும் உண்டு.

அதிகம் சிந்தனை செய்தால் தூக்கம் குறையும் வாய்ப்புண்டு. எனவே, சிந்தனைகளை அளவுடன் வைத்துக்கொள்வது நல்லது. வாழ்க்கையில் வசதிகளைப் பெருக்கிக்கொள்வார்கள். கல்வித்துறை, பத்திரிகைத்துறை போன்றவற்றில் வெற்றி பெறுவார்கள். கல்லூரிகள், பள்ளிகள், கம்பெனிகள் போன்றவற்றின் தலைமைப் பொறுப்பில் பிரகாசிப்பார்கள். மதம், ஆன்மிகம் போன்றவற்றில் அதிக ஈடுபாடு உண்டு. இது ஆனந்தத்தையும், அறிவாற்றலையும் கொடுக்கக்கூடிய எண். நடக்கப்போவதை முன்கூட்டியே அறியும் ஞானம் உண்டாகும். எந்தப் பிரச்சனைகளையும் அக்குவேறு ஆணிவேறாக அலசி ஆலோசித்து அதைச் சமாளித்து வெற்றி அடைவார்கள்.

50 வயதிற்கு மேல்தான் இந்த எண் பலனளிக்கும் என்று சில நூல்கள் கூறுவதால், இளம் வயது அன்பர்கள் இந்த எண்ணில் பெயர்வைத்துக் கொள்ளத் தயங்குகின்றனர். அது உண்மையல்ல. இளவயது முதலே அதிர்ஷ்டங்கள் உண்டாகும். ஆனால், உள்ளுணர்வுடனே செயல்பட வேண்டும்.

(உ.ம்) SACHIN TENDULKAR. இவர் இளம் வயதிலேயே கிரிக்கெட் உலகில் கோடிக்கணக்கில் பணத்தைக் குவித்து வருகிறார். எனவே வயது ஒரு பொருட்டல்ல.

எண் 51 - சுக்கிரன் (VENUS)

இது மிக அதிர்ஷ்டமான பலன்களைக் கொடுக்கும். மிக ஏழையாக இருப்பவர்களையும், விரைவில் பணக்காரராக்கி விடும். ஒரு சிறந்த வியாபார ஆற்றல், அதிக வருமானம், சுலப முன்னேற்றம், பெயர், புகழ் ஆகியவை

உண்டு. இவர்களுக்கு அரசாங்கத்தின் ஆதரவு கிடைக்கும். எதிலும் சுலபமாக வெற்றி கிடைப்பதால், ஆணவம் கொண்டு செயலாற்றாமல் இருக்க வேண்டும். இல்லையென்றால் எதிரிகள் உருவாகி விடுவார்கள். இவர்கள் எப்போதும் பணத்தை எப்படி சம்பாதிப்பது என்ற சிந்தனையிலேயே இருப்பார்கள். இவர்களிடம் சுறுசுறுப்பும், அதிகமான ஆசைகளும் இருக்கும். மிகப்பெரும் பதவியும், செல்வ வளர்ச்சிகளும் வந்து சேரும். ஓய்வு, உறக்கம், உணவில்லாமல் பணம் சேர்ப்பதையே குறியாக வைத்து உழைத்துக் கொண்டிருப்பார்கள். உடலில் அசுர சக்தி உண்டாகும். கோபம்தான் இவர்களின் எதிரி. புயல்வேக முன்னேற்றம் உண்டு. போலீஸ், இராணுவம், நிர்வாகம் போன்ற துறைகளில் பதவி உயர்வும், பட்டங்களும் கிடைக்கும். இது நிபுணர் யோகத்தை உடைய எண். ஜனவசியம், பொருள் வசியம் நிறைந்த எண் இது. எந்தத் துறையில் ஈடுபட்டாலும் முன்னேற்றம் அதிகம் உண்டாகும். சுறுசுறுப்பாக எதையாவது செய்துகொண்டே இருப்பார்கள். சில ஆபத்துகள் தாமே வந்து விலகும். 3-ஆம் எண்காரர்களுக்கு மட்டும் இந்த எண் பல தீமைகளைச் செய்துவிடும். இவர்களுக்கு சுயநலம் அதிகமாக இருக்கும். கஞ்சத்தனம் இருப்பதால், பணம் நன்கு சேரும். எதிரிகளால் ஆபத்து வருவதால் தவிர்ப்பது நல்லது.

எண் 52 – கேது (KETHU)

இதுவும் சுமாரான எண்தான். சில அன்பர்களுக்கு பெரும் யோகத்தைத் தொடக்கத்தில் கொடுத்தாலும், பின்பு அதைக் குறைத்துவிடும். இந்த எண்ணுடைய அன்பர்களின் வாழ்க்கையில் மிகவும் துன்பம் ஏற்பட்டு பின்பு படிப்படியாக முன்னேற்றம் ஏற்படும். பொதுக்காரியங்களில் ஈடுபட்டு தலைமை ஸ்தானத்தை அடைய யோகம் உண்டு. வாழ்க்கையில் வெற்றிகளை விட தோல்விகளையே அதிகமாகச் சந்திப்பார்கள். ஆன்மிகத்துறையில் பெரும் வெற்றிகளைக் கொடுக்கும். எந்தச் செயல்களை எப்படி செய்ய வேண்டும் என்பதை அறிந்து செயல்படுவார்கள். இவர்களின் கண்களில் வசீகர சக்தி உண்டு. இது அமானுஷ்ய சக்திகளைக் கொடுக்கும். சில அன்பர்களுக்கு கண்களில் கோளாறுகள் ஏற்பட்டு விடும்.

மற்ற மக்களுக்கு நல்ல தூண்டுகோலாக, ஆசானாக இருப்பார்கள். சொந்த வாழ்க்கை திருப்தியில்லாமல் இருக்கும். இவர்கள் தங்கள் நடை, உடை, பாவனைகளில் தனிக்கவனம் செலுத்துவார்கள்.

வாழ்வில் பிற்பகுதியில் எல்லா வளங்களும் உண்டாகும். சில சமயங்களில் தேவையில்லாத அவமானங்களைச் சந்திக்க நேரிடும். இவர்கள் கடுமையான உழைப்பின் மீது நம்பிக்கை உடையவர்கள். மேலும், மந்திர, தந்திரங்களில் நம்பிக்கையும் ஈடுபாடும் உடையவர்கள்.

ஒவ்வொருவரையும் திருப்திப்படுத்த முயற்சிப்பவன் யாரையும் திருப்திப்படுத்தவில்லை

இந்த எண்ணில் பெயருள்ள அன்பர்கள் நல்ல நிலைமையிலிருக்கும் போதே தங்கள் பெயரை வேறு நல்ல பெயராக மாற்றிக்கொள்வது நல்லது. 2–ஆம் எண் அன்பர்களுக்கு மட்டும் எதிர்பாராத முன்னேற்றத்தைக் கொடுக்கும்.

எண் 53 – *சனி* (SATURN)

சிறந்த அறிவாற்றல் உடையவர்கள். தங்களது விடாமுயற்சியால் வெற்றியடைவார்கள். மந்திர தந்திரங்கள், யோகா, ஜோதிடம் போன்றவற்றில் ஈடுபாடு உண்டாகும். பல அபாரத்திறமைகள் உண்டு. ஆனால் அடிக்கடி துன்பங்கள் வந்து வாட்டும். தகுதிக்கு மீறிய விஷயங்களில் ஈடுபட்டு, சிக்கலில் மாட்டிக்கொள்வார்கள். கூட்டுத்தொழிலால் ஏமாற்றங்கள் உண்டாகும். உழைப்புக்கேற்ற வெற்றி உண்டாகும்.

பொதுமக்களுக்குத் தொண்டு செய்வதில் நாட்டமுடையவர்கள். மற்றவர்களைக் கட்டுப்படுத்தி, செயல் செய்து முடிக்க வேண்டிய போலீஸ், இராணுவம் போன்ற துறைகளில் நிர்வாகிகளாகப் புகழ் பெறுவார்கள். ஜனவசியம், நிறைந்த எண்ணாக இருந்தாலும், வேண்டாத துயரங்களையும் விரயங்களையும் கொடுத்து, முன்னேற்றத்தை அனுபவிக்க முடியாமல் செய்துவிடும். ஆணவம் கொண்டு செயலாற்றுவதன் மூலம் பல சிக்கல்களை வரவழைத்துக்கொள்வார்கள். நன்மைகளைக் குறைவாகவும், சோதனைகளை அதிகமாகவும் கொடுக்கும் எண் இது.

தீய நண்பர்கள், சூதாட்டம், ரேஸ், லாட்டரி மூலம் நஷ்டங்களை அடைவார்கள். எனவே, இவற்றை ஒதுக்கிவைத்து, உழைத்தால் பிற்காலத்தில் யோகம் உண்டு. சில சமயங்களில் அதிர்ஷ்டக்காற்று வீசலாம். அதை முழுமையாகப் பயன்படுத்திக்கொண்டால் பொருளாதாரத்தில் முன்னேறலாம். தீய வழிகளில் சென்றால் துன்பங்கள் நிச்சயம்.

எண் 54 – *செவ்வாய்* (MARS)

இந்த எண்ணிற்கு நோய் தீர்க்கும் தன்மை உண்டு.

இவர்களிடம் நல்ல பேச்சாற்றலும், வியாபாரத்தில் திறமையும் உண்டு. திட்டமிடாத அவசரச் செயல்களைத் தவிர்த்து விடுவது இவர்களின் முன்னேற்றத்திற்கு மிகவும் துணைபுரியும். இவர்கள் நிலையற்ற பல கொள்கைகளை உடையவர்கள். இவர்கள் தங்களுடைய ஆற்றலை வெளிப்படுத்தும் வகையில் பல சாதனைகளைப் புரிவார்கள். நிறைய வருமானங்கள் ஏற்படும். வெளிநாடு சென்று பொருள் ஈட்டும் யோகமும் உண்டு. ஜனவசியம் நிறைந்தது. உறுதியான உடலமைப்பு இருக்கும். வெற்றிகளையும், தோல்விகளையும் கலந்து தருகின்ற எண் என்பதால், விழிப்புணர்வுடன் இருந்தால்தான் அதிர்ஷ்டம் உண்டாகும். ஆனால், எப்படியும் இவர்கள் நல்ல புகழையும் செல்வத்தையும் சம்பாதித்து விடுவார்கள். தான்

என்ற ஆணவம் இவர்களுக்கு உண்டு. 9–ஆம் எண்காரார்களுக்கு இந்த எண் நல்ல பலன்களையே கொடுக்கும். 54–ஆம் எண்ணில் பெயர் வந்தால் வியாபாரங்களுக்குத் துணை புரியும். ஆனால், இந்த எண்ணை எண்கணித நிபுணர்களின் ஆலோசனையின் பேரில்தான் வைத்துக்கொள்ள வேண்டும்.

எண் 55 – சூரியன் (SUN)

இந்த எண் வாழ்க்கையில் எதிர்ப்படும் எதிரிகளை துவம்சம் செய்துவிடும் சக்தி படைத்தது. இவர்கள் உடல்பலமும், மனோபலமும் அதிகம் பெற்றவர்கள். உயர்ந்த தொழில்கள் அமையும். அரசாங்க ஆதரவும் இருக்கும். அனைவராலும் நன்கு மதிக்கப்படுவார்கள். ஆனால், இந்த எண் உறவினர்களிடையே மனக்கசப்பை ஏற்படுத்தக்கூடியது. இந்த எண் அதிக அறிவைக் கொடுத்து, மனிதர்களை பிரச்சினைகளில் ஆழ்த்தி விடும். இவர்கள் பல திறமைகளைக் கற்றுக் கொள்வார்கள். இவர்களுடைய வழி தனி வழியாக இருக்கும். தொழில், வியாபாரத்தில் இன்பங்கள் உண்டாகும். கூட்டு வியாபாரமும் நன்மைகளைக் கொடுக்கும். சமுதாயத்தில் ஒரு வி.ஐ.பி. யாக விளங்குவார்கள்.

தங்கள் அறிவை, ஆற்றலை நல்ல வழிகளில் பயன்படுத்திக் கொண்டால்தான், வெற்றிகளைத் தக்க வைத்துக்கொள்ள முடியும். போட்டிகளில் எளிதில் வெற்றி அடைவார்கள். இது பாலின நோயைக் குணப்படுத்தும். புத்ரயோகம் உடைய எண். அதீத அறிவு, திறமை ஆகியவை உண்டாகும். கல்வியிலும், அறிவியல் துறையிலும் வெற்றியைக் கொடுக்கும். எதிர்ப்புகளைச் சந்திக்க வேண்டிய போலீஸ், இராணுவம் ஆகியவற்றில் வெற்றியைக் கொடுக்கும் எண். மற்றவர்களை அனுசரித்துச் சென்றால், முழுமையான வெற்றி கிடைக்கும். பிறப்பில் 8–8 எண் உடையவர்கள் இந்த எண்ணில் பெயர் வைப்பதன் மூலம் நல்ல அதிர்ஷ்டங்களை அடையலாம். மற்றவர்கள் எண்கணித நிபுணர்களின் ஆலோசனையின் பேரில்தான் வைத்துக்கொள்ள வேண்டும்.

எண். 56 – சந்திரன் (MOON)

இவர்களின் மனம் பல வழிகளில் செல்லும். இந்த எண்ணுக்கு வியாபாரத்தினால் இலாபங்களும் மற்ற இராஜயோகங்களும் ஏற்படும். இருப்பினும், இவர்களுக்கு மனதில் திருப்தியும், தெளிவும் அமைவது கஷ்டமே. இந்த எண் 7–ஆம் எண்காரார்களுக்கு பெரும் நன்மைகளைக் கொடுக்கும். மற்றவர்கள் இந்த எண்ணைத் தவிர்த்துவிட வேண்டும்.

இவர்கள் பெரிய திட்டங்களைப் போடுவார்கள். ஆனால், செயலுக்குக் கொண்டுவர இயலாமல் தவிப்பார்கள். இவர்கள் செல்வம் சேர்ப்பதில் மிக்க

நாம் ஒன்றில் நிலையாக இருந்தால், நாம் விரும்பும் எதையும் சாதிக்க முடியும்.

ஆவலுடையவர்கள். ஆடம்பர வாழ்க்கையை விரும்புவார்கள். சிலர் மந்திர தந்திரங்களில் நாட்டமுடையவர்களாக இருப்பார்கள். நிலையான தொழிலில் நீடித்திருக்கமாட்டார்கள். விடாமுயற்சியுடையவர்கள். எழுதுவதில் மிகப் பிரபலம் அடைவார்கள். சிறையிலிருந்து விடுதலை செய்யும் சக்தி மிக்க எண்ணாகச் சொல்லப்பட்டுள்ளது. மற்றவர்களுக்கு வலியச்சென்று உதவி செய்யும் குணம் உள்ளவர்கள். இதன் மூலம் சிலர் பிரச்சனையில் மாட்டிக்கொள்வார்கள். சிலர் வெகுளித்தனமாகவும் இருப்பார்கள். இவர்களுக்கு புத்திரர்கள் மூலம் பிற்காலத்தில் ஆதரவு உண்டாகும்.

எண் 57 – குரு (JUPITER)

இவர்கள் சாதாரணக் குடும்பத்தில் பிறந்தாலும் செல்வந்தர்களாக முன்னேறும் யோகம் படைத்தவர்கள். கல்வியறிவை விட அனுபவ அறிவின் மூலம் நிறையச் சம்பாதிப்பார்கள். மனைவியால் சுகமும், புகழும் இவர்களுக்கு உண்டாகும். நல்ல பேச்சாற்றல் நிறைந்தவர்கள். சில எதிர்பாராத சூழ்நிலைகளில் வீண் விரயங்கள் ஏற்பட்டுவிடும். எந்தச் செயலையும் வெற்றிகரமாக முடித்துக் காட்டுவார்கள். உறுதியான மனம் உடையவர்கள். காதல் விஷயங்களில் வெற்றிகிட்டாது. விஞ்ஞானம், பத்திரிகை நடத்துதல் ஆகியவற்றில் வெற்றி அடைவார்கள். நேர் வழியில் சென்றால் நன்மையும் புகழும் உண்டாகும். வாழ்க்கை ஏற்ற இறக்கங்கள் உள்ளதாக அமையும். இறுதி கால வாழ்க்கை சிறப்பாக இருக்காது. பேராசைப்பட்டு சில செயல்களில் இறங்கி, பணத்தை இழக்கும் ஆபத்தும் உண்டு. எனவே, கவனமாக இருந்தால் மட்டுமே இந்த எண்காரர்கள் நன்மையடையலாம். பொருளாதாரத்தில் திருப்தி இருக்காது.

எண் 58 – இராகு (RAGHU)

தங்கள் அறிவுத்திறமையைக் கொண்டு அற்புதச் செயல்கள் புரிவார்கள். ஆனால், இறுதியில் அதன் பலனை அனுபவிக்க முடியாமல் தவிப்பார்கள். புதிதாக எதையாவது செய்ய வேண்டும் என்ற எண்ணம் இவர்களுக்கு ஏற்படும். தங்கள் எதிரிகளால் அடிக்கடி நஷ்டத்திற்கு உள்ளாவார்கள். சில அன்பர்களுக்கு வெளி தேசங்களுக்குச் சென்று பொருளீட்டும் யோகமும் அமையும். தங்கள் வாழ்க்கையை தங்கள் உழைப்பின் மூலமே அமைத்துக் கொள்வார்கள். மனோபலம் உடையது. பேச்சினால் பெரும் வெற்றியை அடையலாம். உயர் பதவியில் இருப்போரின் ஆதரவு ஏற்படும். தேசப்பற்றும், கவிதை இயற்றுவதில் ஆர்வமும் இருக்கும். பயணங்கள் நிறைய ஏற்படும். ஆன்மிக பலம் உண்டாகும். “பணம் சம்பாதிக்க வேண்டும், அவற்றைச் சேர்த்து வைக்க வேண்டும்” என்ற ஆர்வம் குறைவாக இருக்கும். அடிக்கடி கடன் வாங்கக்கூடிய அவசியம் ஏற்படும். சிற்றின்ப விஷயத்தில் கவனமாக இருக்க வேண்டும். தீய பெண்களின் தொடர்பினைத் தவிர்த்துக் கொள்ள வேண்டும். மனத்தில் தோன்றுவதை அப்படியே வெளிப்படுத்தினால் அதன்

மூலம் பல பாதிப்புகளை அடைய நேரிடும். எனவே, எதையும் யோசித்து, பின் விளைவுகள் பற்றி அறிந்து செயல்படுதல் வேண்டும்.

எண் 59 - புதன் (MERCURY)

இந்த எண்காரர்களுக்கு சமயோசித புத்தியும், திட்டம் போட்டு, செயல்படும் வேகமும் உண்டு. இந்த எண் பெயராக வந்தால் வாழ்க்கையிலும் வியாபாரத்திலும் வெற்றி உறுதி. இவர்கள் தங்களுக்குக் கிடைக்கும் இலாபத்திலேயே குறியாக இருப்பார்கள். இசை, கலைகள், ஜோதிடம் மற்றும் எழுத்து ஆகியவற்றில் புகழும், பணமும் பெறுவார்கள். அதிகமான சிந்தனையில் ஈடுபட்டு அதன் மூலம் நரம்பு சக்தியை வீணடிக்காமல் பார்த்துக்கொள்ள வேண்டும். அடிக்கடி உணர்ச்சி வசப்படாமல் இருக்க பழகிக்கொள்ள வேண்டும். இவர்களுக்கு பிரச்சனைகளையும், எதிர்ப்புகளையும் முறியடிக்கும் வல்லமை உண்டு. இலக்கியம், வாதத்திறமை ஆகியவற்றில் ஈடுபாடு உண்டாகும். அரசாங்க ஆதரவும் இவர்களுக்குக் கிடைக்கும். எந்த எண்ணில் பிறந்திருந்தாலும் இந்த எண் அதிர்ஷ்டத்தைக் கொடுக்கவல்லது.

பணம் சம்பாதிப்பதில் கவனமாய் இருப்பார்கள். மக்கள் ஆதரவு எப்போதும் உண்டு. வாதப்பிரயோகங்களில் வெற்றியைத் தரும். உடல் அழகு நன்கு அமைந்திருக்கும். நிலம், வாகனம், எழுத்து, சினிமா, கவிதை போன்றவை வெற்றி தரும். இவர்களுக்கு எல்லாத் துறைகளிலும் நண்பர்கள் இருப்பார்கள். எந்தத் தொழில் (அ) வியாபாரம் செய்தாலும் இலாபங்கள் உண்டாகும்.

எண் 60 - சுக்கிரன் (VENUS)

இது ஒரு சிறந்த எண். சுக்கிரனின் முழுக்கடாட்சம் பெற்ற எண். இந்த எண்ணின் சக்தியால் சகல முயற்சிகளும் உடனுக்குடன் நிறைவேறும். சகலவித பொன், பொருள், வாகன, அமைப்புகள் வந்து சேரும். சுகபோகமான குடும்ப வாழ்க்கை அமையும். இவர்கள் ஆராய்ந்து பார்க்காமல் எந்த விஷயத்திலும் இறங்கமாட்டார்கள். சிறுவயது முதலே, சுதந்திர எண்ணத்துடன் செயலாற்றுவார்கள். கலை, சினிமா, வாகனம் ஆகியவற்றில் ஈடுபாடு உண்டு. பணப்புழக்கம் தாராளமாக இருக்கும். ஓரளவு கஞ்சத்தனமும் உண்டு. மனைவி, மக்கள், உறவினர்களின் ஆதரவு கிடைக்கும். இவர்கள் ஆடம்பர வாழ்க்கையை விரும்புவார்கள். இவர்களுக்கு காதல் விஷயங்கள் வெற்றியைக் கொடுக்கும். செல்வமும், அதிர்ஷ்டமும் உள்ள மனைவி அமைவாள். அரசியல், இசை, விளையாட்டு போன்ற துறைகள் வெற்றி தரும். பேச்சாற்றலும், வாதாடும் திறனும் அமைந்திருக்கும். பல நண்பர்களால்

தாமதமாகத் திருமணம் செய்து கொள்பவர் நோயை மணக்கிறார்

நன்மை அடைவார்கள். இவர்கள் நிச்சயமான வருமானத்திற்கு வழி ஏற்படுத்திக் கொள்வார்கள். சவால்களை (ரிஸ்க்) ஏற்றுக்கொள்ளத் தயங்குவார்கள். மகாலட்சுமியின் அருள் பெற்ற எண்ணாகும்.

எண் 61 - கேது (KETHU)

இந்த எண் முன்யோசனையின்றி இறங்கிவிட்டு, பின்பு கவலைப்படும் குணத்தைக் கொடுக்கும். இவர்கள் தீட்டும் திட்டங்கள் உடனே நடக்கும். ஆனால், அதன் பலன் தொடர்ந்து நீடிக்காது. ஏதாவது இடையூறு, தடை இருந்துகொண்டே இருக்கும். வாழ்க்கையின் பிற்பகுதியில் பல சோதனைகளைச் சந்திக்கும் அமைப்பு உண்டு. சில அன்பர்களுக்கு வெளிநாட்டுப் பயணங்கள் ஏற்படும். கிடைக்கும் பொருள்களை எல்லாம் தங்களது மகிழ்ச்சிக்கே செலவிடுவார்கள். எதிலும் ஓர் ஆராய்ச்சி மனப்பான்மையுடன் ஈடுபடுவார்கள். தங்கள் இஷ்டப்படியே எல்லாவற்றையும் செய்வார்கள். மனம் அலைபாயும். வாழ்க்கை மேடு பள்ளங்களுடன் இருக்கும். வீணான முயற்சிகளில் தங்களது சக்தியை வீண் செய்வார்கள். மனத்தில் வீண் மாயக்கற்பனைகளை வளர்த்துக்கொண்டே இருப்பார்கள்.

நேர்வழியில் சென்றால் புகழ்பெற்ற மனிதராகவும், தீயவழியில் சென்றால் கொள்ளைக்காரராகவும், திருடராகவும் மாறி விடுவார்கள். மனத்தைக் கட்டுப்படுத்தி வாழ வேண்டும். அரசாங்க வகையில் இடையூறுகளும் நஷ்டங்களும் ஏற்படும். குடும்ப வாழ்க்கையில் சில குறைபாடுகள் உண்டாகும்.

எண் 62 - சனி (SATURN)

சொந்த பந்தங்களுடன் நல்ல உறவு கிடைக்காது. தகுதிக்கு மீறிய செயலில் இறங்கி, பின்பு கஷ்டப்படுவார்கள். இவர்கள் புகழை விரும்புவார்கள். புகழோ, பொருளோ இல்லாத காரியங்களில் இறங்கமாட்டார்கள். பொருள் சம்பாதிப்பதில் அதிகம் நாட்டமில்லாதவர்கள். முயற்சி செய்யாமலேயே செல்வம் சிலருக்குத் தேடி வரும். சிறந்த பேச்சாற்றலும், அறிவாற்றலும் இருக்கும். தவறுகள் செய்தவர்கள் சிறைப்படவும் நேருகிறது. மக்களுக்காகச் செயல்படுபவர்கள், சரித்திரத்தில் நிலைத்து நிற்கிறார்கள்.

(உ.ம்) WINSTON CHURCHIL - 62

மண வாழ்க்கையில் திருப்தி இருக்காது. முறையற்ற இன்பத்தை மனம் நாடும். வாழ்க்கையில் பல சோதனைகளையும், பிரச்சனைகளையும் கொடுக்கும் எண்.

எண் 63 - செவ்வாய் (MARS)

எந்த விஷயத்திலும் அவசரமும் படபடப்பும் இருக்கும். இடையூறுகளைச் சமாளித்து வெற்றிநடை போடுவார்கள். செய்யும் தொழிலில் பணவசதியைப் பெருக்கிக்கொள்வார்கள். மனத்தில் அடிக்கடி தோன்றும் தவறான

எண்ணங்களை அடக்கிக்கொள்ள வேண்டும். இதனால் பிற்காலத்தில் கெட்ட பின்விளைவுகளிலிருந்து தப்பிவிடலாம். சிலருக்கு முன்கோபம் இருக்கும். சிலருக்கு தாமதமாக திருமணம் நடைபெறும். சமூகத்தில் செல்வாக்கு உண்டாகும். கௌரவப் பதவிகள் தேடி வரும். இவர்கள் முயன்றால் மந்திர சக்திகள் வசியமாகும். அவற்றின் மூலம் தீமைகள் செய்யத் தயங்க மாட்டார்கள். மனப்போராட்டத்தை வெல்வார்கள். உடலில் காயங்கள், ஆபரேஷன் போன்றவை ஏற்படும். ஆன்மிகத்தில் முன்னேற்றம் கிடைக்கும். எப்போதும் கவனத்துடன் செயல்பட்டால் நற்பலன்களை நிச்சயம் அடையலாம். தீய நண்பர்களையும், கெட்ட சகவாசங்களையும் தொடக்கத்திலேயே விலக்கிக் கொள்ள வேண்டும்.

எண் 64 – சூரியன் (SUN)

எடுத்த எடுப்பிலேயே புகழ், லாபங்கள், வெற்றிகள் கிடைக்கும். பெண்களாலும், அன்னிய மதத்தினராலும் ஆதாயங்கள் உண்டு. அரசாங்க வகையில் உதவியும் ஆதரவும் உண்டு. தொழில் முயற்சிகளில் சுலபமாக சம்பாதிக்கும் யோகம் உண்டு. இருப்பினும், கடின உழைப்பும், பொருளாதாரப் பற்றாக்குறைகளும் அடிக்கடி வந்து இவர்களைப் பாதிக்கும். வசீகர சக்தி உடைய எண். தான தர்மங்களில் நாட்டம் இருக்கும். மற்றவர்கள் செய்யத் தயங்கும் காரியங்களைத் திறம்படச் செய்து முடிப்பார்கள். பல தொழில்கள் செய்யும் திறமை உண்டாகும். அடிக்கடி பயணங்கள் ஏற்படும். சரஸ்வதி கடாட்சம் உடையது. 64 கலைகளில் ஏதேனும் ஒன்றில் ஈடுபட்டால், வெற்றி நிச்சயம். ஆன்மிகத்தில் நாட்டம் உண்டு. வாக்கு பலிதம் உண்டாகும். இவர்கள் அபரிமிதமான வாக்கு வலிமை, பேச்சு சாமர்த்தியம் உடையவர்கள்.

எண் 65 – சந்திரன் (MOON)

இந்த எண்காரர்களுக்கு மகிழ்ச்சிகரமான குடும்ப வாழ்க்கை ஏற்படும். மனத்தில் பலவித ஆசைகளும், எப்படி அவற்றை அடைவது என்ற சிந்தனைகளும் அதிகமாக இருக்கும். தங்களது வருமானத்திற்குள் திட்டமிட்டு சிக்கன வாழ்வு நடத்தக்கூடியவர்களாகவும் இருப்பார்கள். இவர்கள் தெய்வ பக்தியை வளர்த்துக்கொள்ள வேண்டும். பணம் சம்பந்தப்பட்ட வகையில் எளிதில் சம்பாதிக்க முடியும். ஆனால் போர்க்குணம் கொண்டவராகவும், தீயவற்றை எதிர்த்துப் போராடும் குணமுடையவராகவும் இருப்பார்கள். இவர்களுக்கு நல்ல நண்பர்களும், நன்மை செய்யும் உறவினர்களும் இருப்பார்கள். கலைத்துறையில் பிரகாசிப்பார்கள். உல்லாசமாக வாழ்வதில் அதிகம் ஆர்வம் காட்டுவார்கள். ஆன்மிகத்தில் நாட்டம் உண்டாகும். வாழ்க்கையில் கடன், ஜாமீன் போன்ற பிரச்சனைகளில் மாட்டிக்கொள்ளாமல் சூழ்நிலையைச் சமாளித்து கொள்வார்கள். சில அன்பர்கள் விரதம், ஆச்சாரம் என்று தங்களது வாழ்க்கையை கடைப்பிடிப்பார்கள். பூஜை போன்றவற்றில் தினமும் சில மணிநேரத்தைச் செலவிடுவார்கள்.

எல்லா கேடுகளுக்கும் இரு மாற்று மருந்துகள் உண்டு; ஒன்று காலம்; மற்றொன்று மௌனம்

எண் 66 - குரு (JUPITER)

பொருளாதாரத்தில் ஏற்றங்களையும், நல்ல புகழையும் கொடுக்கும். மிக்க அதிர்ஷ்டத்தையும் எதையும் சமாளிக்கும் ஆற்றலையும் கொடுக்கும். நினைத்ததை நிறைவேற்றும் திறமை உண்டாகும். கல்வி நிறுவனங்கள், தர்ம சாலைகள் போன்றவற்றில் ஈடுபாடு அதிகமாகும். பேச்சாற்றல், தெய்வ அருள் ஆகியவை இயற்கையிலேயே ஏற்படும். பலரையும் நன்கு பயன்படுத்தி தங்களது வாழ்வில் வெற்றி அடைவார்கள். இவர்களால் நிறையப் பணம் சம்பாதிக்க முடியும். 3 வரும் எண்களில் இந்த எண் காதலில் வெற்றியைத் தரக்கூடியது. இவர்களை சுலபத்தில் ஏமாற்ற முடியாது. "ஹம்ஸா யோகம்" கொடுக்கும் விசித்திர எண் இது.

இவர்கள் கலை, காவியம், கணிதம், விஞ்ஞானம் போன்றவற்றில் சிறந்து விளங்குவார்கள். பணம் சம்பந்தப்பட்ட பாங்க், இன்சூரன்ஸ் போன்றவை இவர்களுக்கு வெற்றி தரும். அரசாங்க ஆதரவும், அரசாங்க விருதுகளும் கிடைக்கும். தங்களது உழைப்பால் ஏற்றம் அடைவார்கள். இனிமையாக பேசியே எதிரிகளையும் வசப்படுத்தி விடுவார்கள். பெண்கள் வட்டாரத்தில் இவர்களுக்கு எப்போதுமே செல்வாக்கு உண்டு. பெரும் கல்வி நிறுவனங்களுக்கும், அறக்கட்டளைகளுக்கும் ஏற்ற எண் இது.

எண் 67 - இராகு (RAGHU)

சுக்கிரனின் அம்சமான கலைத்தொழில்கள் இவர்களுக்கு நன்கு அமையும். ஏதாவது, ஒரு கலையில் புகழும், செல்வாக்கும் ஏற்படும். திரைப்படத்துறை, எழுத்துத்துறை, பத்திரிகை, இசைத்துறை போன்றவற்றில் வெற்றி காண்பார்கள். பணம் சம்பாதிக்க உதவும் எண் இது. அரசாங்கப் பதவிகளும் கிடைக்கும். குரல் இனிமை உண்டு. அதிகப் பிரயாணங்கள் ஏற்படும். நிர்வாகத்திறமை அபரிமிதமாக இருக்கும். அரசாங்க உதவியும், பெரியவர்களின் ஆதரவும் உண்டாகும். பல சாதனைகள் புரிவார்கள். சோம்பேறித்தனம் இல்லாமல் பார்த்துக்கொண்டால் பெரும் வெற்றிகளைக் கொடுக்கும். ஆனால், எப்போதும் அலைச்சலும், கடின உழைப்பும் இருக்கும். தினமும் வேளை தவறிய வேளையிலேயே இவர்கள் சாப்பிட நேரிடும். இதனால் உடல்நிலை பாதிக்கப்படும். வாகனவசதி எப்போதும் உண்டு. சிற்றின்ப விஷயங்களில் ஈடுபாட்டைக் குறைக்கவும். கவனமாக இல்லையென்றால் பணம் விரயமாகிவிடும்.

எண் 68 - புதன் (MERCURY)

கவர்ச்சியான தோற்றமும், செய்யும் தொழிலில் புகழும் ஏற்படும். தம்மிடம் பணிபுரிவோரிடம் மிக்க அன்பாக இருப்பார்கள். இருப்பினும் அதிர்ஷ்ட

நிலையில் ஏற்றத்தாழ்வுகள் அடிக்கடி ஏற்படும். செல்வம் சேர்க்கும் விஷயத்தில் பேராசை மனப்பான்மையை இவர்கள் அறவே விலக்க வேண்டும். இவர்களது வாழ்க்கையில் அடிக்கடி ஏற்றத்தாழ்வுகள் ஏற்படும். குடும்ப வாழ்க்கை நன்கு அமைந்திருக்கும். திடீர் பணக்காரர் ஆக வேண்டும் என்ற எண்ணத்தில் தவறான செயல்களில் ஈடுபட்டு கெட்ட பெயரை சம்பாதித்து விடுவார்கள். இரும்பு, வாகனம், இயந்திரங்கள், கமிஷன் ரியல் எஸ்டேட், அச்சகம் ஆகியவை நன்மை தரும். இதுவும் 'இராஜவசியம்' நிறைந்த எண். இவர்கள் ஈடுபடும் செயல்களில் முதலில் சில தடைகள் ஏற்பட்டாலும் இறுதியில் வெற்றியையே கொடுக்கும். இவர்கள் திட்டமிட்ட வாழ்க்கையை வாழ்வார்களேயானால் நிச்சயம் மகிழ்ச்சியும் செல்வாக்கும் உண்டு. இருப்பினும் சனியின் தாக்கத்தால் அதிர்ஷ்டமும், துரதிர்ஷ்டமும் மாறி மாறி வரும். தொழில் முன்னேற்றத்தில் திருப்தி இருக்காது. பொருள் விஷயத்தில் அதிர்ஷ்டம் உடையவர்கள் என்றாலும், தாங்களே தங்களது விரயங்களுக்கு வழிவகுத்து விடுவார்கள்.

எண் 69 - சுக்கிரன் (VENUS)

இந்த எண் வாழ்க்கையில் சகல பாக்கியங்களையும் அளிக்கவல்லது. பொது வாழ்க்கையில் இந்த எண்காரர்கள் மேன்மையான சிறப்புகளை அடையமுடியும். சிற்றின்பத்தில் நாட்டம் அதிகம். ஒழுக்கத்துடன் வாழ்ந்தால் பெரும் அதிர்ஷ்டங்கள் கிடைக்கும். இவர்கள் உணர்ச்சி வசப்பட்டவர்கள்.

வீண் செலவுகள், வீண் பொழுதுபோக்கு ஆகியவற்றைக் குறைத்துக் கொள்ள வேண்டும். இவர்களுக்கு பொருள்களை விற்பனை செய்யும் திறமை அதிகமாக இருக்கும். மற்றவர்கள் இவர்களுக்கு உதவுவார்கள். ஆனால், இவர்கள் அதே அளவு திருப்பிச்செய்வார்கள் என்று எதிர்பார்க்க முடியாது. அனைத்து ஆடம்பர வசதிகளும் தாமே வந்து சேரும். வாழ்க்கையில் படிப்படியாக முன்னேறுவார்கள். மாளிகை போன்ற வீடும், வசதிகளும், வேலைக்காரர்களை வைத்து பரிபாலனம் செய்யும் யோகமும் உண்டு. வசதியுள்ள இடத்தில் திருமணம் செய்து கொள்ள விரும்புவார்கள். உல்லாசமாக வாழவும் விரும்புவார்கள். மற்றவர்கள் பார்த்து பொறாமைப்படும் அளவுக்கு வசதிகள் உண்டாகும். வசதிகளுக்காக பணத்தைச் செலவழிக்கத் தயங்கமாட்டார்கள். நல்ல நண்பர்கள் மூலம் நன்மை அடைவார்கள். மங்கள யோகத்தை முழுவதும் கொடுக்கக் கூடிய எண். பூமி, வீடு விஷயத்தில் இலாபங்களும் பெருகும். பெண்களாலும், சகோதரர்களாலும், அரசாங்கத்தாலும், அனுகூலங்கள் ஏற்படும். வைராக்கியம், பிடிவாதம் ஆகிய குணங்கள் உண்டு. எதிலும் விடாமுயற்சியுடன் செயலாற்றுவார்கள்.

துரதிர்ஷ்டங்கள் எப்பொழுதும் அதற்காகத் திறந்து வைக்கப்பட்ட கதவின் வழியாக வருகின்றன.

எண் 70 - கேது (KETHU)

கேதுவின் வலிமையான எண் இது. லௌகீக வாழ்விற்கு ஏற்ற எண் அல்ல இது. குடும்பத்தில் பல பிரச்சனைகளை ஏற்படுத்தும். இல்வாழ்க்கையில் சுகம் குறைந்திருக்கும். தெய்வ பக்தியில் ஈடுபாடு உண்டு. எந்த ஒன்றையும் காப்பாற்றிக் கொள்வதில் கவனம் தேவை. வெளிநாடு, வெளியூர் தொடர்புகள் நிறைய ஏற்படும். பொருளாதார நிலை நடுத்தரமாக இருக்கும். தாய்நாடு மற்றும் பழைய சாஸ்திரங்கள் மீது ஈடுபாடு அதிகம் உண்டு. ஏதாவது ஒரு வேலை செய்துகொண்டே இருக்க வேண்டும் என்பார்கள். சுகபோகங்களின் மீது நாட்டம் இராது. இவர்கள் மேற்கொள்ளும் முயற்சிகளில் பாதிக்குத்தான் வெற்றி கிட்டும். தங்களுக்கு ஏற்படும் பொருளாதார நெருக்கடிகளை சாமர்த்தியமாக சமாளித்துவிடுவார்கள். கடல் கடந்து சென்று சம்பாதிக்க வல்லவர்கள். படகு, கப்பல், தண்ணீர் சம்பந்தப்பட்ட தொழில்கள் வெற்றியைக் கொடுக்கும். ஆன்மிகத்தில் நாட்டம் செல்லும். இளமையிலேயே பல்வேறு வகையான அறிவுகளைப் பெற்றிருப்பார்கள். மனத்திற்கு பிடித்த ஒன்றின் மீது தீவிர ஆராய்ச்சியில் ஈடுபடுவார்கள். இது வாழ்க்கையில் ஏதாவது ஒரு குறையை, விரக்தியைக் கொடுத்துவிடும். தவிர்க்க வேண்டிய எண்ணாகும் இது.

எண் 71 - சனி (SATURN)

இந்த எண் தொடக்கத்தில் பல கஷ்டங்களைக் கொடுத்தாலும் திடீர் முன்னேற்றங்களையும், புகழையும் அளிக்கவல்லது. தெய்வீக அருள் உடைய எண். எனவே, தெய்வீக பக்தியைப் பெரிதும் வளர்த்துக்கொள்ள வேண்டும். குடும்ப வாழ்வில் இனிமை, ரசனை குறைவாகவே இருக்கும். பொன், பொருள், வசதிகள் சேர்வதில் தடை மற்றும் தாமதங்கள் ஏற்படும். பொது நலச்சேவையில் ஈடுபட்டுப் புகழ் அடைவார்கள். இவர்களுக்கு இயற்கையிலேயே துணிச்சல் உண்டு. முன்னோரின் சொத்துக்களில் பிரச்சினைகள் தோன்றும். தாங்களே சம்பாதித்து பின்வரும் சந்ததியினருக்கு சொத்துக்களை வாங்க வேண்டும் என்று செயலாற்றுவார்கள். நல்ல அறிவாளிகள், சொந்த பந்தங்களுடன் அதிகம் ஒட்டமாட்டார்கள். பேச்சாலும், எழுத்தாலும் சம்பாதிக்கும் யோகமுள்ளவர்கள். மறைமுக எதிரிகளால் பெரும் பிரச்சினைகள் ஏற்படும். இது லட்சுமி கடாக்ஷம் உள்ள எண்ணாக இருப்பதாக சில நூல்கள் கூறுகின்றன. கடுமையாக உழைத்தால் யோகங்கள் வந்து சேரும். மோகினி, யக்ஷிணி தேவதைகளை வசியம் செய்யும் அதிர்ஷ்டம் உண்டு. எப்படியும் பல சோதனைகளைக் கொடுப்பதால் தவிர்க்க வேண்டிய எண்தான் இது.

எண் 72 - செவ்வாய் (MARS)

இது அற்புதமான எண்ணாகும். 9 வரிசை எண்களிலேயே சிறப்பான எண்ணாகும். நன்றாகத் திட்டமிட்டு, செயலாற்றி, தங்களுடைய

சாதனைகளைப் படைப்பார்கள். உழைப்பு, பிடிவாதம், உண்மை ஆகியவற்றால் முன்னேற்றமடைந்து, அசைக்க முடியாத ஒரு ஸ்திரமான இடத்தை, வாழ்க்கை வசதிகளை எப்படியும் அடைந்து விடுவார்கள். எந்தத் துறையிலும் பிரகாசிப்பார்கள். தெய்வீகம், ஆன்மிகத் துறைகள், மருத்துவம், கலைகள், இராணுவம், போலீஸ் போன்ற துறைகளில் வெற்றி பெறுவார்கள். முன்கோபத்தைக் குறைத்துக் கொண்டால் பல வெற்றிகளை அடைவார்கள். இல்லையெனில், குடும்பத்தில் அடிக்கடி கருத்து வேறுபாடுகள் ஏற்பட்டுக் கொண்டிருக்கும். குபேரனின் யோகம் இந்த எண்ணிற்கும் உண்டு. 27–இன் குணங்கள் இதற்கும் உண்டு. மந்திரங்கள் உபாசனை மூலம் தேவதைகளின் வசியத்தைப் பெற்று, நன்மையடையலாம். பேய், பிசாசு போன்ற பயங்கள் தோன்றாது.

ஏகப்பட்ட வசதிகள், சொத்து சேர்க்கை உண்டாகும். பலர்மீது அதிகாரம் செலுத்தும் யோகம் உண்டாகும். இவர்கள் தன் வருங்கால சந்ததியினருக்கும் பொருள் சேர்த்து வைப்பார்கள். சிற்றின்பத்தில் அதிக நாட்டம் உண்டு. அநேக நண்பர்கள் கிடைப்பார்கள். வீரமும், விவேகமும் உடையவர்கள். எனவே ஏற்றம் தரும் சிறந்த எண்ணாகும் இது.

எண் 73 - சூரியன் (SUN)

மிக்க அதிர்ஷ்டகரமான எண்ணாகும் இது. இவர்கள் செய்யும் பணியில் இலாபம் அதிகமாகக் கிடைக்கும். ஆயுள் பலம் அதிகமாகும். பெரும்பாலும் பரம்பரையான பெரும் செல்வக் குடும்பத்தில் பிறந்தவர்களாக இருப்பார்கள். பிறப்பிலிருந்தே நல்ல சூழ்நிலையில் வளர்வார்கள். அரசாங்கத்தில் தொடர்பு (அல்லது வேலை) எப்படியும் அமைந்துவிடும். வீடு, வாசல், தோட்டம் போன்ற சொத்துக்கள் சேரும் யோகம் உடையவர்கள். பல துறைகளிலும் பணம் சேர்க்கும் யோகமும் உண்டு. பெரும்பாலும் வசதியான குடும்பத்தில் பிறந்தவர்களாக இருப்பார்கள். கல்வியும், செல்வமும் சேரும் யோகம் உண்டு. காமத்தைக் கட்டுப்படுத்தும் ஆற்றல் இந்த எண்ணுக்கு உண்டு. நேர்மையாக செயல்படும் போது அதிர்ஷ்டங்கள் அதிகமாகும். இது கோடீஸ்வர யோகத்தைக் குறிக்கும் எண்ணாகும். இந்த எண்ணைப் பெயராக வைத்துக்கொண்டால் தொடக்கத்தில் சாதாரண நிலையிலிருந்தாலும் பெரும் முன்னேற்றம், புகழ் ஆகியவற்றை நிச்சயம் கொடுத்துவிடும். இவர்கள் அடுத்தவர்களுக்குத் தெரியாமல் தங்கள் காரியங்களைச் சாதித்துக்கொள்வார்கள். நல்ல அதிர்ஷ்டகரமான எண் இது.

எண் 74 - சந்திரன் (MOON)

இவர்கள் வாழ்க்கையில் அதிகமான இலாபங்களை எதிர்பார்த்து ஏமாற்றமடைவார்கள். வாழ்வில் சலிப்பும், சுகங்களில் குறைபாடும்

துரதிர்ஷ்டங்கள் எப்பொழுதும் தனிமையில் வருவதில்லை

உண்டாகும். பிறரால் ஏமாற்றப்படுதல், இழுபறி நிலை, இடையூறுகள் ஆகியவை வாழ்க்கையில் தொடர்ந்துவரும். பிறருக்கு வலியச்சென்று உதவுதல், தன்னலமற்ற சேவை போன்ற செயல்களால் பேரும், புகழும் உண்டாகும். பொருள் விஷயத்தில் யோகம் குறைவாகவே இருக்கும். ஆனால், இவர்களுக்கு பெரிய மனிதர்களின் தொடர்பும், அரசாங்க வட்டாரத்தில் செல்வாக்கும் கிடைக்கும். தங்களுக்கு வரும் நல்ல சந்தர்ப்பங்களைப் பயன்படுத்திக்கொள்ளமாட்டார்கள். இவர்கள் செய்யும் முயற்சிகளுக்கு ஏதாவது ஒரு தடை இருந்துகொண்டே இருக்கும். கலையிலும், கற்பனையிலும் நாட்டம் உண்டு. இரக்கமும், தயாள குணமும் உள்ளவர்கள். வயிறு சம்பந்தமான கோளாறுகள் ஏற்படும். அலைபாயும் மனம் உடையவர்கள். கால சர்ப்ப யோகம் உள்ள எண். இவர்களுக்கு நல்ல மனிதர், உதவி செய்பவர் என்ற பெயர் மட்டும் சமூகத்தில் இருக்கும். இந்த எண்காரர்கள் அடிக்கடி நோய்களால் பாதிக்கப்படுவார்கள். சுமாரான எண்தான் இது.

எண் 75 – குரு (JUPITER)

எந்த விஷயத்தையும் சீக்கிரத்தில் முடிவு செய்யும் குணம் இருக்கும். செய்தொழிலில் நல்ல முன்னேற்றம் கிடைக்கும். நண்பர்கள் அதிகம் கிடைப்பார்கள். அவர்கள் மூலம் பலவிதமான உதவிகளும் கிடைக்கும். எழுத்தாளர்களாகவும், நடிகர்களாகவும், கவிஞர்களாகவும் சிறப்படைவார்கள். திடீரென பிரமுகராகும் யோகம் இவர்களுக்கு உண்டு. இவர்களுக்கு அதிர்ஷ்டத்தினாலும், திட்டமிட்ட சிறந்த தொழில் முயற்சிகளாலும் உயர்வுகள் தொடர்ந்து கிடைக்கும். எனவே, அன்பர்கள் இந்த எண்ணைப் பயன்படுத்தி (3–ஆம் எண்காரர்கள் மட்டும்) வெற்றி அடையலாம். இவர்களுக்கு அரசாங்க ஆதரவு கிடைக்கும். நண்பர்கள் அதிகம் அமைவார்கள். பல நூல்களை எழுதும் ஆற்றல் உண்டு. நடிப்பு, இசை, எழுத்து ஆகியவற்றில் சிறந்து விளங்குவார்கள். இவர்கள் எந்தத் துறையில் ஈடுபட்டாலும், அதன் நுணுக்கங்களை மிக விரைவில் புரிந்துகொள்வார்கள். பணம் புழங்கக்கூடிய தொழில்களில் வெற்றி உண்டாகும். சரஸ்வதி தேவியின் கடாட்சம் உண்டு. தத்துவம், வேதாந்தம், ஜோதிடம் ஆகியவற்றில் நாட்டம் கொள்வர். 3–ஆம் எண்காரர்களுக்கு மிகுந்த யோகத்தைத் தரும்.

எண் 76 – இராகு (RAGHU)

இவர்களுக்கு எதிலும் போராட்டமின்றி வெற்றி கிடைக்காது. வீரதீரச் செயல்களில் அதிக நாட்டம் உண்டு. ஆடம்பரச் செலவுகள் அதிகம் ஏற்படும். சகடமான வாழ்க்கை (மேலே வருவது, கீழே தாழ்வது) அமையும். எதிர்பாராத வகையில் செல்வம் சேர்க்கும் யோகம் உண்டு. ஆனால் பாதுகாக்க முடியாமல் அதே செல்வம் விரயமாகிவிடும். எனவே, கருத்தாக இருந்து கொண்டால் செல்வத்தைப் பாதுகாத்துக்கொள்ளலாம். இவர்கள் வாழ்க்கையில் போட்டிகளையும், இடையூறுகளையும் அதிகமாகச் சந்திப்பார்கள். பெண்கள்

விஷயத்தில் இவர்களுக்கு சில பிரச்சினைகள் தோன்றும். பொது விஷயங்களில் வெற்றி உண்டாகும். இந்த எண் வியாபாரத்திற்கு ஏற்றது. எந்தத் தொழிலையும் விரைவாகக் கற்றுக் கொள்வர். சிற்றின்பத்தில் திருப்தி கிடைக்கும். கலைத்துறையில் வெற்றி கிடைக்கும். ஏதாவது ஒன்றைப் புதிதாக உருவாக்கி வெற்றி பெறுவார்கள். அடிக்கடி மற்றவர்களால் ஏமாற்றப்படுவார்கள். எனவே, விழிப்புடன் செயல்பட்டால், பொருள் வளம் சேரும். இவர்கள் பல வழிகளிலும் பொருள் தேடுவார்கள். பிற்கால வாழ்க்கையில் சோம்பலே மிகுந்திருக்கும். காலத்தை வீணாகக் கழிக்க முற்படுவார்கள்.

எண் 77 – புதன் (MERCURY)

மிகவும் அதிர்ஷ்டமான எண்ணாகும் இது. இவர்கள் செய்யும் செயல்களில் தடையின்றி வெற்றி உண்டாகும். இவர்களது சகல முயற்சிகளும் வெற்றியடையும். அனைத்து மக்களிடமும் ஆதரவு உண்டு. இலக்கியம், வியாபாரம், கலை சம்பந்தப்பட்ட அனைத்து விஷயங்களிலும் வளங்கள் சேரும். பெரிய நிறுவனங்களை நடத்தும் யோகம் உண்டு. வெளிநாட்டுத் தொடர்பு மூலம் பெரும் இலாபங்களை இவர்கள் அடையலாம். குடும்ப வாழ்வும் நன்கு அமையும். இவர்கள் தம்முடைய சொந்தக்காலில் நின்று சுயமுயற்சியுடன் முன்னேறுவார்கள். மற்றவர்களின் உதவியை எதிர்பார்க்காமல் தங்களது சொந்த முயற்சியில் முன்னேறி விடுவார்கள். அடிக்கடி வெளிநாட்டுப் பயணம் ஏற்படும் அல்லது வெளிநாட்டுப் பொருள்களின் மூலம் நன்மைகளை அடையலாம். நல்ல மனைவியை அடைவார்கள். எதிர்ப்படும் இடையூறுகளை எளிதாக வெற்றி கொள்வார்கள். பெரிய மனிதர்களும் இவர்களது நட்பை மிகவும் விரும்புவார்கள். இது சாமர யோகம் உடைய எண். ஜோதிடம், ஆன்மிகத்தில் ஈடுபாடு உண்டு. செல்வத்திற்கு குறைவு வராது. ஜனவசியமும், தியாக குணமும் உண்டு. தெய்வபக்தி இவர்களுக்கு மிகவும் அவசியமானது. அப்போதுதான் நல்ல பலன்கள் தொடர்ந்து கிடைக்கும். தங்களிடம் உள்ளதையெல்லாம் இவர்கள் வெளியில் காட்டிக்கொள்ளமாட்டார்கள். பொருளாதாரத்தில் எப்போதும் மேம்பட்ட நிலையிலேயே இருப்பார்கள். எனவே சிறந்த எண் இது.

எண் 78 – சுக்கிரன் (VENUS)

ஆத்ம சிந்தனையிலும், தெய்வீக பக்தியிலும் சிறந்தவர்கள். சிக்கனமாக எதையும் செலவு செய்வார்கள். போதுமென்ற மனமே பொன் செய்யும் மருந்து என்ற கொள்கை உடையவர்கள். இளமையில் சஞ்சலங்கள், பிரச்சினைகள், அதிகமிருந்தாலும், பிற்காலத்தில் வெற்றிகளை அடைவார்கள். தொழிலில்

துன்பம் உன்னைத் துன்புறுத்தாதவரை, துன்பத்தை நீ துன்புறுத்தாதே

நேர்மை, கண்ணியம் ஆகியவற்றைக் கடைப்பிடிப்பார்கள். பிறருக்கு இடையூறுகள் செய்யாத குணம் உண்டு. மந்திர சித்திகள் இவர்களுக்கு அமையும். சம்பாதிப்பது இவர்களுக்கு சுலபமாக இருக்கும். செல்வமும், தெய்வீக அம்சமும் நிறைந்த எண் இது. உயர் பதவியில் உள்ளவர்களாலும், பெரிய மனிதர்களாலும் ஆதரவு உண்டு. சர்வ லோக வசியம் உண்டு. சினிமா, இசை, விளையாட்டு போன்ற துறைகளில் வெற்றி உண்டாகும். சிறந்த பேச்சுத் திறமை உண்டு. நல்ல அதிர்ஷ்டமான எண் இது.

எண் 79 – கேது (KETHU)

பிற்கால யோகம் நிறைந்த எண் இது. நடு வயதுகளிலும், தொடக்க காலத்திலும் பல சோதனைகளைக் கொடுக்கும். ஆனால், அதைச் சமாளிக்கக்கூடிய மன உறுதியையும், ஆற்றலையும் இந்த எண் கொடுக்கும். குறிப்பிட்ட காலத்திற்கு பின்புதான் செல்வம், செல்வாக்கு, சமுதாய அங்கீகாரம் போன்றவை கிட்டும். இவர்கள் எந்தச் செயலைச் செய்தாலும், அவசரப்படாமல் நிதானமாகச் சிந்தித்து முடிவெடுத்த பின்பு அதைச் செய்வார்கள். பாடுபட்டுச் சம்பாதிப்பதை விழிப்புடன் பாதுகாப்பது அவசியம். வீண் விரயங்களில் மனம் செல்லும். மற்றவர்களை நல்வழிப்படுத்தும் ஆற்றல் உண்டாகும். குடும்ப வாழ்க்கையில் நிம்மதியிருக்காது. மனோபலம் நிரம்பியவர்கள். மந்திர ஜாலம் பற்றி அறிவதில் நாட்டமுடையவர்கள். கடல்வழிப் பயணம் (வெளிநாடு) செல்ல விரும்புவார்கள். பிறர் மீது அதிகாரம் செலுத்துவதை விரும்புவார்கள். உயர்ந்த பேரும், புகழும் தேடி வரும். மனைவியின் மூலம் விரயங்கள் ஏற்படும். பிறரை வசீகரிக்கும் ஆற்றல் உடையவர்கள். எதிலும் முழுமனதுடன் ஈடுபட்டால் இவர்களின் பல திட்டங்கள் நிச்சயமாக வெற்றி பெறும்.

எண் 80 – சனி (SATURN)

இவர்களுக்கு உழைப்பு அதிகமாக இருக்கும். ஆனால் பலன்கள் தாமதமாகவே கிடைக்கும். தங்களது வாழ்க்கையில் பலமுறை நஷ்டங்கள், இடையூறுகள் ஆகியவற்றைச் சந்திப்பார்கள். நண்பர்கள் மற்றும் உறவினர்களால் பல தொந்தரவுகளைச் சந்திக்க வேண்டியிருக்கும். சில அன்பர்கள் மந்திர தந்திரங்களில் ஈடுபட்டு குறுக்குப் பாதையில் பணம் சம்பாதிப்பார்கள். வீட்டில் செல்வம் இருந்தாலும், மனதில் எப்போதும் ஒரு கவலை குடிகொண்டிருக்கும். மனதில் இனமறியாத பயம் உண்டு. இவர்கள் பல சாதனைகளைப் புரிவார்கள். இவர்களுக்கு ஏராளமான நண்பர்கள் உண்டு. நகை வியாபரிகளுக்கு நன்மை புரியும். சில அன்பர்களுக்கு புதையல் யோகம் கிடைக்கும். இது பயங்கரவாதத்தைத் தூண்டி விடும் எண். ஆபத்துகள் அடிக்கடி வந்து நீங்கும். சனியின் பலம் நன்கு அமைந்தால் பல சாதனைகளைப் படைப்பார்கள். குடும்ப வாழ்வில் ஏதாவது இடையூறுகள் வந்த வண்ணம் இருக்கும். தவிர்க்க வேண்டிய எண் இது.

எண் 81 - செவ்வாய் (MARS)

இவர்களுக்கு வாழ்க்கையில் எதிர்ப்புகள் அதிகமாக இருக்கும். உள்மனப் போராட்டங்களும், குடும்பத்தில் அமைதியின்மையும் தொடர்ந்துவரும். தங்கள் முன்னேற்றத்திற்கு திட்டங்களைப் போட்டுக் கொண்டேயிருப்பார்கள். எப்போதும் சிலர் இவர்களைச் சூழ்ந்திருப்பார்கள். தேவதைகளை வசியப்படுத்துவதற்கும், சூட்சும வித்தைகளை சிந்திப்பதற்கும் உதவும் சிறந்த எண். அரசியல், சினிமா, பத்திரிகை, அச்சகம் போன்ற விஷயங்கள் நன்மை தரும். அக்னி பகவானின் எண்ணாக இருப்பதால், அக்னி சம்பந்தப்பட்ட தொழில்கள் வெற்றி தரும். எதிலும் அவசரப்படாமல் நடந்துகொண்டால் பல சாதனைகளைப் படைக்கலாம். தொடக்கத்தில் பல சிக்கல்களையும், சிரமங்களையும் இவர்கள் சந்திப்பார்கள். அவசரப்பட்டு எந்தச் செயலிலும் இறங்காமல் இருக்கப் பழகிக்கொண்டால், வரக்கூடிய பல துன்பங்களைத் தவிர்த்துவிடலாம். பல எதிர்பாராத வெற்றிகளைக் கொடுக்கும் எண் இது.

எண் 82 - சூரியன் (SUN)

கடுமையான உழைப்பின் மூலம் உச்சத்திற்கே கொண்டு செல்லும் வலிமை படைத்தது. வாழ்வில் பெருமளவு உயர்வுகளும், சிறப்புகளும் இவர்களைத் தேடி வரும். அரசாங்கத்தின் ஆதரவு உண்டு. சிறந்த முறையில் திட்டமிட்டு பலரையும் வெற்றி கண்டு நல்ல பலமான வாழ்க்கையை எப்படியும் அமைத்துக் கொள்வார்கள். வெளிநாட்டுத் தொடர்புகள், அரசியல் ஈடுபாடுகள் மூலம் செல்வங்களைக் குவிப்பார்கள். ஆனால், அவசரப்பட்டு, நேர்மையற்ற வழியில் சென்றால், இவர்களது அதிர்ஷ்டங்கள் மாறி விடும். இந்திரப் பதவி கிடைக்கும் என்று பல நூல்கள் சிறப்பாகக் குறிப்பிடுகின்றன. இவர்கள் திறமைசாலிகளாகவும், அறிவாளிகளாகவும் விளங்குவார்கள். தங்களின் மனைவி, மக்கள் மீதும் மிகுந்த அன்பு வைத்திருப்பார்கள். இந்த எண் சாதாரண மனிதர்களையும் சக்கரவர்த்தியாக்கக் கூடியது. திட்டமிட்டுச் செயல்பட்டால் நாடாளும் யோகத்தையும், சரித்திரப் புகழையும் எளிதில் கொடுக்கும்.

இவர்களுடைய காதல் விவகாரங்களில் பலவகை சிக்கல்கள் வரலாம். மந்திர வசியங்கள் கைகூடும். போட்டிகளைச் சமாளித்து வெற்றி அடைவார்கள். பஞ்சபூதங்களின் ஆதரவினால் அனைத்தையும் வெல்வார்கள். அதிர்ஷ்டகரமான எண் இது.

எண் 83 - சந்திரன் (MOON)

இதுவும் ஓர் அற்புதமான எண்தான். மந்திரி பதவியும், இராஜாங்க பதவியும் தேடி வரும். நல்ல உடல் பலமும், எதையும் சமாளிக்கும் மனோபலமும்

மிக வேகமாகப் பேசுவதில் உள்ள தொந்தரவு யாதெனில், நீ தற்சமயம் நினைக்காத ஒன்றைச் சொல்லிவிடலாம்

அமையும். சகலவித அதிகாரத்துடன் உள்ள குடும்ப வாழ்க்கை அமையும். பொருளாதாரத்தில் என்றும் இவர்கள் அதிர்ஷ்டமானவர்களே. இவர்கள் கடமை உணர்ச்சிமிக்கவர்கள். மிக உயர்ந்த விஷயங்களை நாடிச்செல்வார்கள். அம்பாளின் கடாட்சம் மிகுந்த எண். குடும்பத்தில் அடிக்கடி பிரச்சனைகள் வரும். விவசாயம், நீர் சம்பந்தப்பட்ட தொழில்களில் வெற்றியைக் கொடுக்கும். சிற்றின்ப வாழ்க்கையை விரும்பி அனுபவிப்பார்கள். பலருக்கு உதவி செய்து மகிழ்வார்கள். பெரும் பதவிகள் இவர்களைத் தேடி வரும். மற்றவர்களை எளிதில் நம்பி விடும் குணம் உண்டு. அதில் முன் ஜாக்கிரதையுடன் இருக்க வேண்டும். அடுத்தவர்களுக்கு தீங்கு செய்யாத இயல்பை உடையவர்கள். நல்ல திறமை, தீர்க்க தரிசனம், மதியூகம் ஆகிய குணங்கள் இவர்களிடம் நிரம்பியிருக்கும். நிதானமாக நன்கு திட்டமிட்டு செயல்படுவதன் மூலம் எதிலும் வெற்றியும், லாபமும் அடைவார்கள். இது மிக்க அதிர்ஷ்டகரமான எண் ஆகும்.

எண் 84 – குரு (JUPITER)

இவர்கள் அப்பாவிகளாக இருப்பார்கள். அதனால் மற்றவர்கள் செய்யும் தவறுகளை இவர்கள் மீது சுமத்தி விடுவார்கள். காரணமே இல்லாமல் மற்றவர்களின் பிரச்சினைகளும் வந்து சேரும். தூர தேசங்களில் வெற்றி பெறுவார்கள். பல முயற்சிகளுக்கு ஏற்ற பலன்கள் கிடைக்கும்.

வேதங்களையும், சாஸ்திரங்களையும் அறிவதில் நாட்டம் கொள்வார்கள். இந்த எண் ஆன்மிக ஞானத்திற்கு சிறந்தது. இவர்கள் முயன்றால் கூடுவிட்டுக் கூடு பாயும் வித்தை சித்தியாகும் என்ற மந்திரநூல்கள் கூறுகின்றன. பல பிரச்சினைகளைக் கொடுக்கக்கூடியதாக இருப்பதால் தவிர்க்க வேண்டிய எண் இது. எப்போதும் விழிப்புடன் இருக்க வேண்டியது அவசியம். இல்லையெனில் பொருளாதார வீழ்ச்சிகளைச் சந்திக்க நேரிடும்.

எண் 85 இராகு (RAGHU)

சாதாரண நிலையில் தொடங்கி, தங்கள் உழைப்பை அடிப்படையாக வைத்து சிறுகச் சிறுக முன்னேறி, உயர்ந்த வாழ்க்கையை அடைவார்கள். தெய்வீகம், சாஸ்திரம் மற்றும் விஞ்ஞானத்துறைகளில் ஈடுபாடும் உண்டாகும். பொதுச்சேவைகளில் பேரும், புகழும் நிச்சயமாகக் கிடைக்கும். கலை சம்பந்தப்பட்ட தொழில்களும், வாகனம் சம்பந்தப்பட்ட தொழில்களும் முன்னேற்றம் தரும். மக்கள் விரும்பும் தொழிலான சினிமா, விளையாட்டு, பத்திரிகை போன்றவை நன்மை தரும். சில அன்பர்கள் பேய், பிசாசுகளை ஓட்டக்கூடிய தொழில் செய்வார்கள். தெய்வ நம்பிக்கை மூலம் வெற்றிகளைப் பெறலாம். இயற்கைக் காட்சிகளையும், வரலாற்று சிறப்புள்ள இடங்களையும் பார்க்க விரும்புவார்கள். தங்களிடம் அமைந்திருக்கும் ஆற்றலைப் பயன் ஏதும் கருதாது மக்களுக்காக செலவிடுவார்கள். எதையும் சுயநலத்திற்காகப்

பயன்படுத்திக்கொள்ளமாட்டார்கள். அமைதிகரமான குடும்ப வாழ்க்கை அமையும். இவர்கள் வியாபாரத் தந்திரங்கள் நிறைந்தவர்கள். தங்களது விரோதிகளால் கூட அனுகூலம் அடைவார்கள் இவர்கள்.

எண் 86 - புதன் (MERCURY)

இது ஓரளவு அதிர்ஷ்டகரமான எண்தான். வாழ்க்கையின் அனைத்து நிலைகளிலும் பல்வேறு சிக்கல் சிரமங்களைக் கடந்து வெற்றி பெற வேண்டியிருக்கும். நண்பர்கள் மூலம் நன்மைகள் பல ஏற்படும். 40 வயதிற்கு மேல்தான் வளமான வாழ்க்கை அமையும். அதிகமான மோகம் உடையவர்கள். இவர்களுக்கு லாகிரி வஸ்துகளின் மேல் நாட்டம் ஏற்படும். இன்பக் கலைகளின் மேல் மிகவும் நாட்டம் உண்டு. வெளியூர்ப் பயணங்களும் நிறைய ஏற்படும். இவர்கள் கடுமையாக உழைத்து முன்னேறுவார்கள். சிலருக்கு சூதாட்டங்களில் இலாபங்கள் உண்டாகும். ஆனால், அதில் தொடர்ந்து ஈடுபட்டால் நஷ்டங்கள்தான் உண்டாகும். இவர்களுக்கு மற்றவர்களிடம் ஆலோசனை கேட்கப் பிடிக்காது. அதிக நண்பர்களைப் பெற்றிருப்பார்கள். பெண்கள் விஷயத்தில் கவனமாக இருக்க வேண்டும். எப்படியும் நினைத்ததைச் சாதித்துவிடும் ஆற்றல் இவர்களிடம் இருக்கும். சிரமங்களைக் கொடுத்து முன்னேற்றும் எண் இது.

எண் 87 - சுக்கிரன் (VENUS)

இவர்களுக்கு தொடக்கத்தில் சிக்கல், சிரமங்கள், எந்த ஒரு முயற்சிக்கும் தடைகள், தோல்விகள் ஏற்பட்டு தங்கள் விடாமுயற்சி மற்றும் பிடிவாத குணத்தின் காரணமாக பலவகைகளிலும் இறைவனின் அருளால் அடுத்தடுத்த நற்பலன்கள் ஏற்படத் தொடங்கும். தீய வழிகளில் பணம் சேர்க்கும் குணமும் இருக்கும். அதற்கு இடம் கொடுத்தால் பிற்காலத்தில் பல பிரச்சினைகளையும் சந்திக்க நேரிடும். இயந்திரம், ரசாயனங்கள் சம்பந்தப்பட்ட தொழில்கள் இலாபத்தைத் தரும். சர்ப்பங்கள் மற்றும் மிருகங்களை வசியப்படுத்தும் சக்தியும் இவர்களுக்கு வந்து சேரும். கெட்ட பழக்க வழக்கங்களை முதலிலிருந்தே விலக்கிக்கொள்ள வேண்டும். இந்த எண் மகாலட்சுமியின் அருள் கொண்டது. இருப்பினும், நேர்மையாக நடந்துகொண்டால் மட்டுமே பலன் தரும். பில்லி, சூனியம் போன்றவற்றில் சிலர் துணிந்து இறங்கி சம்பாதிப்பார்கள். பின்பு, இதனால் பல துன்பங்கள் வந்து சேரும். வெளிநாடுகளில் புகழ் பெறுவார்கள். வெளிநாட்டுச் சம்பந்தமான விஷயங்கள் மனத்தை ஈர்க்கும். தீய எண்ணங்களையே தூண்டும். எனவே, தவிர்க்க வேண்டிய எண் இது.

எல்லாத் தொழிலும் அறிந்தவனாக இருப்பான்; ஆனால், எதிலும் வல்லவனாக இல்லை

எண் 88 - கேது

இவர்கள் மக்களுக்கு உழைப்பதில் இன்பம் காண்பார்கள். இவர்கள் தன் வீட்டைப் பற்றிக் கவலைப்படமாட்டார்கள். பசியுடன் இருப்பார்களே தவிர யாரிடமும் சென்று கையேந்தி நிற்கமாட்டார்கள். ஆன்மிகத் துறையில் அதிக ஈடுபாடு ஏற்படும். உயர்ந்த கல்விமான்களாகவும், சிறந்த விஞ்ஞானிகளாகவும் இருப்பார்கள். அதிக நிதானமும், பொறுமையும், சகிப்புத் தன்மையும் உடையவர்கள். பெண்களால் இவர்களுக்குப் பிரச்சனைகளும், விரயங்களும் ஏற்படும். எல்லா மக்களிடத்திலும் வேறுபாடின்றி அன்பு செலுத்துவார்கள். பொதுநலச்சேவையிலும் ஈடுபடுவார்கள். இது 'சச யோகம்' உடைய எண். எனவே, சனியின் தொழில்கள் வெற்றியைத் தரும். இசை, விளையாட்டு, ஆன்மிகம் போன்றவற்றில் ஈடுபடுவார்கள். புலி, சிங்கம் போன்ற மிருகங்கள் வசியமாகும் என நூல்கள் குறிப்பிடுகின்றன. இளமையில் பல சோதனைகளைச் சந்திப்பார்கள். குடும்ப வாழ்க்கை மகிழ்ச்சி நிறைந்ததாக இருக்கும். மிகுந்த மனிதாபிமானத்துடன் நடந்துகொள்வார்கள். பொருளாதாரத்தில் திருப்திகரமான நிலையே இருக்கும்.

எண் 89 - சனி (SATURN)

இவர்களை அதிர்ஷ்டமிக்கவர்கள் எனலாம். வளமான வாழ்க்கையை அமைத்துக் கொள்வார்கள். தங்கள் பிரச்சினைகளையும், சஞ்சலங்களையும் அலட்சியப்படுத்தி, தங்கள் உழைப்பின் மூலம் சிறந்த இடத்தை அடைந்து விடுவார்கள். ஏராளமான சொத்து, சுகங்கள் சேர்க்கும் ஆற்றல் இவர்களுக்கு உண்டு. பலராலும் பாராட்டப்படும் யோகம் உண்டு. முறையாகக் கல்வி பயின்று பெரும் பட்டங்களையெல்லாம் பெறுவார்கள். மருத்துவம், விவசாயம் போன்ற துறைகளில் ஆர்வமாக இருப்பார்கள். இவர்கள் எதிலும் நிதானமாக நடந்து கொள்வார்கள். சிலர் சிறந்த மருத்துவர்களாகவும், புகழ்பெற்ற பொறியாளர்களாகவும் இருப்பார்கள். உயர்ந்த இலட்சியங்களுக்காகப் பாடுபடுவார்கள். பேச்சு, செயல் இரண்டிலும் தீவிரத்தன்மை இருக்கும். எதையும் மாறுபட்ட கோணத்தில் இருந்து சிந்திப்பார்கள். நீண்ட ஆயுள் உண்டு. கோர்ட் விவகாரங்கள் இவர்களுக்கு நன்மையைத் தருவதில்லை. இவ்வெண் அஷ்ட லக்ஷ்மியின் கடாட்சம் நிறைந்தது. நாளைக்கு ஒன்றும் இல்லையே என்ற கவலை இவர்களுக்கு இருக்காது. செல்வம் இருந்தும் குடும்பக்கவலைகள் இவர்களுக்கு அடிக்கடி உண்டாகும். ஆனால் நண்பர்களின் ஆதரவு நிறைந்தவர்கள் இவர்கள்.

எண் 90 - செவ்வாய் (MARS)

இவர்கள் சாதாரணக் குடும்பத்தில் பிறந்திருந்தாலும் மளமளவென்று முன்னேறி விடுவார்கள். அதிகார உத்தியோகம் மற்றும் தொழில் வகைகளின் மூலம் பணம் குவிப்பார்கள். மிகவும் கண்டிப்பாக நடந்து கொள்வார்கள்.

'வழவழா' வியாபாரம் இவர்களுக்குப் பிடிக்காது. பல தொழில்களைப் பற்றித் தெரிந்தவராகவும், பல நிறுவனங்களில் பங்கு உடையவராகவும் இருப்பார்கள். தாம்பத்ய சுகம் பூரணமாகக் கிடைக்கும். எப்போதும் இவர்களைச் சுற்றி ஒரு கூட்டம் இருந்துகொண்டே இருக்கும். மேலதிகாரிகளை தங்களது ஆற்றலின் மூலம் தன்வயப்படுத்திக் கொள்வார்கள். சமூகத்தில் எப்படியும் செல்வாக்கு கிடைத்துவிடும். இவர்கள் யாவருக்கும் தலைவணங்கமாட்டார்கள். இயல்பாகவே கலையார்வம் உடையவர்கள். வீடு, நிலம் சம்பந்தப்பட்ட தொழில்கள் மூலம் இலாபங்கள் பெருகும். காளி, துர்க்கை போன்ற துடிதெய்வங்களை வழிபடுவார்கள். பில்லி, சூனியம் போன்றவற்றை இந்த எண் நீக்கும். இவர்கள் தங்கள் பிடிவாதமான குணத்தை கொஞ்சம் தளர்த்திக்கொண்டால் மேலும் பல வெற்றிகளை அடையலாம்.

எண் 91 - சூரியன் (SUN)

இவர்கள் தன் சுகத்திற்கே முதலிடம் கொடுக்கும் இயல்பினர். அரசாங்கத்தில் பெரும் பதவிகளும், வாய்ப்புகளும் எளிதில் இவர்களுக்கு அமையும். எந்த ஒரு பிரச்சினையும் நீடித்து நிலைக்காமல் நீங்கி விடும். வெளி தேசங்களில் புகழ் கிடைக்கும். அநேக பயணங்கள் இவர்களுக்கு ஏற்படும். அதன் மூலம் செல்வங்களும் வந்து சேரும். சுதந்திரமாக வாழ விரும்புவார்கள். கப்பல், லாரி, விமானம் போன்ற துறைகள் வெற்றி தரும். சிறந்த மருத்துவராக புகழ் பெறுவார்கள். பல மாடிக் கட்டடங்களைக் கட்டி விற்பது, ரியல் எஸ்டேட் போன்றவையும் நன்மை தரும். இவர்களது வாழ்க்கையில் அடிக்கடி அதிர்ஷ்ட சூழ்நிலைகள் ஏற்படும். பொருளாதார நிலை எப்போதுமே சிறப்பாக இருக்கும். ஏற்றுமதி, இறக்குமதி போன்ற கடல்வழி வாணிபங்கள் நன்மை தரும். பிதுர்வழி, சகோதர வழி உதவிகள் தொடர்ந்து கிடைத்து வரும்.

எண் 92 - சந்திரன் (MOON)

இவர்களுக்கு பொன், பொருள், பூமி லாபங்கள் எளிதில் கிடைக்கும். குடும்பத்தில் அனைவராலும் உதவிகள் கிடைக்கும். விடாமுயற்சி, அதிக திட்டங்கள், சிறந்த செயல்திறன் மூலம் இவர்கள் பெரும் வெற்றிகளை அடைவார்கள். பெரிய மாளிகை, எடுபிடி ஏவல் செய்ய ஆட்கள், வாகன வசதிகள் போன்ற சுகமும், வசதிகளும் இந்த எண்ணுக்கு உரியதாகும். தங்களிடம் உதவி கேட்டு வரும் அன்பர்களுக்கு மனம் உவந்து உதவி செய்வார்கள். இவர்களுக்கு நண்பர்கள் மூலம் எதிர்ப்பு வரும். பூர்வீக சொத்து கிடைக்கும் யோகம் உண்டு. மந்திர சாஸ்திரங்களை முறைப்படி பயன்படுத்தி அதிர்ஷ்டங்களைப் பெருக்கிக் கொள்வார்கள். இது 'சந்திர மங்கள யோகம்' நிறைந்த எண். 29-இன் தீய பலன்கள் இந்த எண்ணிற்கு இல்லை. போலீஸ்,

---

ஒரே தொழிலில் இருக்கும் இருவர் ஒருபோதும் இணங்குவதில்லை

ஐ.ஏ.எஸ்., இராணுவம் போன்ற தொழில்கள் சிறப்புத்தரும். யோகா மார்க்கத்தில் ஆர்வம் உண்டாகும். தங்கள் பேச்சுத்திறமையால் தம் வசமாக்கி விடுவார்கள். இதனால், இல்லற இன்பம் இருக்கும்.

எண் 93 - குரு (JUPITER)

இவர்களுக்கு முன்னோர் சொத்துக்கள் இருக்கும். அதை அழிக்காமல் காப்பாற்றுவார்கள். இவர்கள் செல்லப்பிள்ளைகளாக வளர்க்கப்படுவார்கள். இவர்களே பிறரால் சாதிக்க முடியாதவற்றையும் எளிதில் சாதிப்பவர்கள். உயர்ந்த தொழில், விசேஷமான அதிகாரமுடைய பதவி, ஆன்மிகத்துறையில் நல்ல ஸ்தானம் போன்றவை தானே அமையும். பலரது நட்புறவும், பக்கபலமும் இவர்களுக்கு நிலையாக உண்டு. கவிதை, கதை, பாடல்கள் போன்றவற்றில் புகழ் பெறுவார்கள். கற்பனை வளமும், செயல் ஊக்கமும் நிறைந்தவர்கள். உயர் பதவிகளில் சிறப்பாகச் செயல்படுவார்கள். செய்யும் தொழில் மூலம் பிரபலம் அடைவார்கள்.

எண் 94 - இராகு (RAGHU)

தொழில் முயற்சிகளில் பல சாதனைகளைப் புரிவார்கள். வாழ்க்கை வசதிகள் நாளுக்கு நாள் அதிகமாகிக்கொண்டே வரும். எவ்வளவு பிரச்சனைகள் இருப்பினும் அவற்றை எளிதில் சமாளிப்பார்கள். கமிஷன் தொழில்கள், பூமி, கட்டடம் போன்ற தொழில்கள் ஏற்றம் தரும். பொது நலசேவையின் மூலம் பேரும், புகழும் அடைவார்கள். இவர்களுக்கு உறவினர்களை விட, நண்பர்களின் ஆதரவே மிகுந்திருக்கும். குடும்ப வாழ்க்கை அமைதியும், மகிழ்ச்சியும் உடையதாக இருக்கும். இவர்களது கொள்கைகளை மற்றவர்கள் பின்பற்றுவார்கள். மனித சமூக வளர்ச்சிக்காக பல திட்டங்களை வகுத்துச் செயல்படவும் தயங்கமாட்டார்கள். இது 'அட்சய பாத்திர' யோகம் கொண்ட எண்ணாக உள்ளதென நூல்கள் கூறுகின்றன. எனவே, செல்வமும், புகழும், வெற்றியும் கொண்டவர்களாக இருப்பார்கள். வெளிநாட்டு வியாபாரங்கள் நன்மை தரும்.

எண் 95 - புதன் (MERCURY)

இந்த எண்ணில் பெயர் வரும் அன்பர்கள் தங்களது வாழ்க்கையில் வீரதீரச் செயல்கள் செய்து புகழ் அடைவார்கள். பேச்சாற்றல் மிகுந்தவர்கள் இவர்கள். பலவித வியாபாரங்கள் செய்வதன் மூலம் பொருள் தேடுவார்கள். பிரச்சினைகள், எதிர்ப்புகள் இவர்களுக்கு குறைவாகவே ஏற்படும். அதிக லாபம் தரும் முயற்சிகளில்தான் ஈடுபடுவார்கள். அரசாங்க வகையிலும் ஆதரவு கிடைக்கும். உறவினர்கள், நண்பர்கள் ஆகியோரின் ஆதரவு உண்டு. இந்த எண் அஷ்டமா சித்திகளைக் கொடுக்கக் கூடியது. பெண்களுக்கு இந்த

எண் மிக அதிர்ஷ்டத்தைக் கொடுக்கும். ஐம்புலன்களையும் அடக்கும் மனோபலம் உண்டு. வெளிநாடுகளுக்குச் சென்று பெரும் பொருள் சம்பாதிக்கும் யோகம் உண்டு. மக்கள் மத்தியில் மிகவும் புகழ் பெறுவார்கள். பணத்தை அனாவசியமாக செலவிடமாட்டார்கள். சொத்துக்களை தங்களது சந்ததிகளுக்காகச் சேர்த்துவைப்பார்கள். இவர்களுக்கு எல்லாத் துறைகளிலும் நண்பர்கள் அமைவார்கள். இவர்களைப் பற்றி மற்றவர்கள் வியந்து போற்றக் கூடிய நிலைமை ஏற்படும். அனைவரும் பயன்படுத்தக் கூடிய அற்புத எண் இது. எண்கணித ஜோதிடரின் யோசனைப்படி இந்த எண்ணில் பெயர் வைத்துக் கொண்டால் பலன்களை முழுமையாகப் பெறலாம்.

எண் 96 - சுக்கிரன் (VENUS)

இதுவும் ஒரு சிறந்த எண். இவர்கள் சகலகலா வல்லவர்களாக இருப்பார்கள். இந்த எண்காரர்கள் வெறுங்கையை மூலதனமாக வைத்தே பணம் சம்பாதிப்பதில் வல்லவர்கள். எந்த ஒரு கடினமான விஷயத்தையும் எளிதில் கற்றுக்கொள்வார்கள். சிறந்த தொழில் அதிபராகவும், தொழில் வல்லுநராகவும் இருப்பார்கள். வாழ்க்கையில் பலவகையான வாகன வசதிகள், புதிய வீடுகள் அனுபவிக்கும் யோகம் நிறைந்தவர்கள். காவல்துறை, இராணுவம் ஆகிய துறைகளில் ஈடுபட்டால் அதிக முன்னேற்றம் ஏற்படும். இவர்கள் பலதரப்பட்ட சாஸ்திரங்களையும் அறிந்திருப்பார்கள். அஷ்ட ஐஸ்வர்யங்களுடன் கூடிய அனைத்து வசதிகளையும் பெறுவார்கள். நடிப்பு, கதை, காவியம், கவிதை ஆகியவற்றில் சாதனை படைப்பார்கள். காமத்தைத் தூண்டக் கூடிய எண். பலவகையான இயந்திரங்களைப் பழுது பார்க்கும் திறமை உண்டாகும். இவர்கள் எல்லா விஷயங்களிலும் சாமர்த்தியமாக நடந்து கொள்வார்கள். இது, 'பிருகு மங்கள யோகம்' நிறைந்த எண். பெண்களால் முன்னேற்றம் உண்டாகும். பல வழிகளில் வருமானம் வந்து கொண்டே இருக்கும்.

எண் 97 - கேது (KETHU)

இவர்கள் எந்த ஒரு விஷயத்திலும் தீவிரமாக ஈடுபட்டு வெற்றி பெறுவார்கள். மனோபலமும், தேக பலமும் நன்றாக இருக்கும். வைராக்கியம், பிடிவாதம், விடாமுயற்சி அதிகம் உடையவர்கள். பிற்காலப் பலன்கள்தான் இவர்களுக்குத் திருப்தியைக் கொடுக்காது. இவர்களுக்கு பெண்களால் பிரச்சினைகள், கஷ்ட நஷ்டங்கள் ஏற்படும். ஆன்மிக ஈடுபாடு அதிகம் ஏற்படும். இது பராசக்தியின் கடாட்சம் தரும் எண்ணாகவே கூறப்பட்டுள்ளது. வார்த்தை பலிதம் உண்டாகும். போலீஸ், இராணுவம், நிர்வாகம் சம்பந்தப்பட்ட

நாம் பொதுவாக, தோல்வியடைவதற்காக திட்டம் இடுவதில்லை. திட்டமிடுவதைத் தவிர்த்து விடுகிறோம்.

துறைகளில் முன்னேற்றம் உண்டு. செயற்கரிய செயல்களைச் செய்து சிலர் பாராட்டு பெறுவார்கள். அதிக நன்மைகள் உண்டு. சகல சாஸ்திரங்களிலும் தேர்ச்சி ஏற்படும். பொதுச் சேவைகளில் நாட்டம் செல்லும், சுமாரான பலன்களைக் கொடுக்கும் எண் இது.

எண் 98 – சனி (SATURN)

இவர்கள் குடத்திலிட்ட விளக்கு போல், திறமையிருந்தும் பிரகாசமின்றி இருப்பார்கள். துன்பமும், துயரமும் அடிக்கடி ஏற்படும். வாழ்க்கையில் பேரும், புகழும் ஏற்படும் அளவிற்கு பொருளாதார முன்னேற்றம் இருக்காது. சகல விஷய ஞானமும் இவர்களுக்கு எளிதில் கிடைக்கும். தங்களுக்கு கிடைக்கும் உயர்வுகள், புகழ் மீது ஆசை கொண்டவர்கள். இவர்கள் நினைத்ததற்கு மாறாக பலன்கள் நடந்து வரும். இவர்களின் அறிவு, உழைப்பு யாவும் அடுத்தவர்களின் நன்மைக்கே பயன்படும். சுய தொழில் இலாபம் தராது. கதை, கவிதை எழுதுவதில் சிறந்து விளங்குவார்கள். உடல் ஆரோக்கியமாக இருக்கும். சிற்றின்பத்தில் ஆர்வம் அதிகமிருக்கும். வருவாய்களை, சாதுர்யமாக நிலை நிறுத்தப் பழகிக் கொண்டால் பிற்கால வாழ்க்கை வளமாக அமையும்.

எண் 99 – செவ்வாய் (MARS)

பிடிவாதம், வைராக்கியம், துணிச்சல் இவர்களுக்கு நிறையவே உண்டு. குறுக்கு வழிகளிலும் மனம் ஈடுபடக் கூடும். அடிக்கடி வீண் விவகாரங்களுக்கு ஆளாவார்கள். சகோதரர் பகை, உறவினர் பகை போன்ற தேவையில்லாத பிரச்சினைகளைக் கொடுக்கும் எண் இது. இவர்களுக்கு மற்றவர்களைத் துன்புறுத்தும் குணமும் உண்டு. இவர்களின் குடும்பத்தில் சச்சரவுகள், பொருளாதாரக் குறைபாடுகள் உண்டு. எண்ணின் பலம் நன்கு அமையும் போது திடீர் அதிர்ஷ்டங்கள் உண்டாகும். 'ருச்சிக யோகம்' நிறைந்துள்ள எண் இது. வேகம், படபடப்பு அதிகமிருக்கும். பழி வாங்கும் குணம் இருக்கும். மறைமுக எதிரிகளால் தாக்கப்படுவார்கள். விழிப்புடன் இருக்க வேண்டும். எதிலும் தீவிரமாக ஈடுபடுவார்கள். 'ஸர்ப்பங்கள் வசியம்' போன்றவற்றை அடையலாம். சிவில் என்ஜினீயரிங், கட்டடம் கட்டுதல், அறுவை சிகிச்சை மருத்துவர், ரியல் எஸ்டேட் போன்றவை நன்மை தரும். துன்பமும் இன்பமும் மாறி மாறி வரும் எண் இது.

எண் 100 – சூரியன் (SUN)

இவர்கள் தங்கள் அதிக ஆணவத்தால் பல பிரச்சனைகளை ஏற்படுத்திக் கொள்வார்கள். பணம் சம்பாதிப்பது கடினமாக இருக்கும். மனநிறைவு குறைவாக இருக்கும். இவர்கள் நன்கு சிறப்புடன் திட்டம் தீட்டி,

செயல்பட்டாலும் பலன்கள் குறைவாகத்தான் கிடைக்கும். இவர்கள் மிகுந்த பக்தி உடையவர்களாகவும் இருப்பார்கள். தங்களுக்குள்ள திறமையை அறிந்து பயன்படுத்திக் கொண்டால்தான் வெற்றி உண்டாகும். இரண்டு பூஜ்யங்கள் வருவதால், விழிப்புடன் இல்லாவிட்டால் செல்வம் கரைந்து போகும். மந்திர சாஸ்திரங்களிலும், தியானம், ஜோதிடம் போன்றவற்றிலும் மிகவும் ஆர்வம் ஏற்படும். அரசியல், அரசாங்க முயற்சிகள் ஆகியவற்றுக்குப் பெரும் ஆதரவு கிடைக்காது. திடீர் அதிர்ஷ்டங்களைக் கொடுத்து பிரமுகர்களாக்கிவிடும்.

எண் 101 - சந்திரன் (MOON)

இவர்களுக்கு இயற்கையாகவே தியாக மனப்பான்மை, அதிக முயற்சிகளில் ஈடுபடும் குணம் இருக்கும். பிரயாணம் செய்வதில் மிகவும் நாட்டம் உடையவர்கள். செய்யும் காரியங்களில் தொடக்கத்தில் வேகமான முன்னேற்றமும், நடுவில் தொய்வும் அடைந்து பின்பு மீண்டும் நல்ல நிலைமைக்கு வந்து சேரும். இவர்கள் எப்போதும் சுறுசுறுப்பாகவும் பரபரப்பாகவும் இருப்பார்கள். பொது வாழ்க்கையில் அதிகமான நாட்டம் உண்டு. கடன் பிரச்சனைகளை ஏற்படுத்திக் கொள்ளாமல் இருந்தால் மனக் கஷ்டங்களைத் தவிர்த்துக் கொள்ளலாம். இவர்கள் அலங்காரப் பிரியர்களாக இருப்பார்கள். தங்கள் உடையிலும் அதிக ஆர்வம் காட்டுவார்கள். நகை வியாபாரம், துணி வியாபாரம் ஆகியவற்றின் மூலம் இலாபங்கள் வரும். உயர் பதவிகளில் இருப்பவர்கள் மூலம் நன்மைகள் கிடைக்கும். சிறு தவறும், அலட்சியமும் கூட இவர்கள் வாழ்வினை எளிதில் சிதைத்து விடும். எனவே, எப்போதும் கவனத்துடன் செயலாற்ற வேண்டும்.

எண் 102 - குரு (JUPITER)

இவர்களுக்கு ஆடம்பரச் செலவுகள் ஏற்படும். பிறர் மீது பொறாமைப்படும் குணம் உண்டு. தன்னம்பிக்கை குறைவால் மிகவும் கஷ்டப்படுவார்கள். பிற்காலத்தில் சில வசதிகளை அனுபவிப்பார்கள். தொடக்கத்தில் நல்ல வாழ்க்கை அமைந்து விடும். மற்றவர்களுக்கு உதவி செய்வதில் மிகுந்த ஆர்வம் காட்டுவார்கள். நல்ல மனைவியும், குடும்பமும் அமைந்துவிடும். சம்பந்தமில்லாத விஷயங்களில் தலையிட்டு கஷ்டங்களில் தாமே சிக்கிக் கொள்வார்கள். பிடிவாத குணமும் உண்டு. அமாவாசை யோகத்தைக் கொடுக்கும் எண் இது. திரவ சம்பந்தப்பட்ட தொழிலும், அறிவு சம்பந்தப்பட்ட தொழிலும் நன்மை தரும். பணக்கஷ்டம் அடிக்கடி ஏற்படும். இறுதிக் காலத்தில் குழப்பத்தையும், மனக் கஷ்டத்தையும் கொடுத்துவிடும்.

வசீகரமாகவும் பிரியமாயுமுள்ள உருவம் நிரந்தரச் சிபாரிசுக் கடிதம்

எண் 103 - இராகு (RAHU)

தங்களது உழைப்பு மற்றும் முயற்சிகளின் மூலம் வெற்றியை அடைவார்கள். நட்பு, வெளி வட்டாரப் பழக்கங்களின் ஆதரவு தடையின்றிக் கிடைக்கும். வாழ்க்கையில் மனச் சஞ்சலங்களும், அதிருப்தியும் இருக்கும். வாழ்வில் பலருடன் போட்டி போட்டு முன்னேற வேண்டியிருக்கும். பல தொழில்களைக் கற்றுக் கொள்வதில் ஆர்வம் உண்டு. ஹிப்னாடிஸம், மெஸ்மெரிசம் போன்றவற்றில் துணிந்து சிலர் ஈடுபடுவார்கள். நிலம், வீடு, வாகனம், சினிமா, நடிப்பு ஆகிய தொழில்கள் நன்மை தரும். சுறுசுறுப்புடன் செயலாற்றுவார்கள். எடுத்துக் கொண்ட செயல்களைப் பாதியிலேயே விட்டு விடும் குணம் உண்டு. எனவே, தொடர்ந்து செய்து முடித்தால் வெற்றி பெறலாம். எதிர்ப்புகளை வெற்றி கொள்வார்கள். நல்ல எண்ணாகவே இதைக் கருதலாம்.

எண் 104 - புதன் (MERCURY)

இவர்கள் தங்களின் அறிவாற்றல், சாதனைகள் மூலம் எளிதில் புகழை அடைந்து விடுவார்கள். புகழ் இருக்கும் அளவிற்கு பொருளாதார வளம் இருக்காது. நிதானமாக ஆனால் தொடர்ந்து, வருமானங்கள் இருந்து கொண்டே இருக்கும். மக்களின் ஆதரவின் மூலம் வாழ்க்கையில் வளங்களைத் தேடிக் கொள்வார்கள். அரசியல்வாதிகள் இந்த எண்ணைக் கவனிக்கவும். வெளியூர், வெளிநாட்டுத் தொடர்புகள் அதிகம் ஏற்படும். இந்த எண் வரும் அன்பர்கள், தாங்கள் தொடங்கிய தொழிலைப் பாதியிலேயே விட்டு விடுவார்கள். தங்களுக்குக் கிடைத்த செல்வத்தைப் பாதுகாத்துக் கொள்ள வேண்டும். இல்லையெனில் பணம் விரயமாகி விடும். இவர்களுக்கு சூதாட்டங்களில் திடீர் அதிர்ஷ்டங்கள் கிடைக்கும். பெண்கள் மிகவும் லட்சுமிகரமாக இருப்பார்கள். வெளிநாட்டுத் தொடர்புகள் நன்மை தரும். ஜோதிடம், ஆன்மிகம் போன்றவற்றில் நாட்டம் உண்டாகும். முழுமனதுடன் எந்தத் தொழிலில் ஈடுபட்டாலும் வெற்றி நிச்சயம் அடையலாம்.

எண் 105 - சுக்கிரன் (VENUS)

இவர்கள் உணர்ச்சி வயப்பட்டவர்கள். வீரதீரச் செயல்களில் ஆர்வம் உடையவர்கள். அன்புக்குக் கட்டுப்பட்டவர்கள். செல்வாக்கும், செல்வமும் இவர்களுக்கு எளிதில் சேர்ந்து விடும். இல்லறத் துறவிகளாகவே சில அன்பர்கள் மாறிவிடுவார்கள். தங்களுக்குக் கிடைக்கும் சந்தர்ப்பங்களைப் புத்திசாலித்தனமாகப் பயன்படுத்தி வெற்றி அடைவார்கள். பலரும் இவர்களது நட்பைத் தேடி வருவார்கள். மற்றவர்களுக்கும் உதவி செய்யத் தயங்க மாட்டார்கள். நல்ல குழந்தைகள் பிறப்பார்கள். அமைதியான வாழ்க்கையும்,

மகிழ்ச்சியான சூழ்நிலையும் அமையும். இது 'நிபுண யோகம்' உடைய எண். எந்த வியாபாரத்திற்கும் ஏற்றது. இவர்கள் கடல் கடந்து சென்று வியாபாரம் செய்வார்கள். நுண்ணிய நினைவாற்றலும் சிந்தனை வளமும் இருக்கும். இவர்களுக்கு கணிதம், விஞ்ஞானம் போன்றவற்றில் மிக ஈடுபாடு உண்டு.

எண் 106 - கேது (KETHU)

இவர்களுக்கு அடிக்கடி நோய்களால் பாதிப்பு உண்டு. இவர்களுக்கு ஆரம்ப காலத்திலும் இறுதிக் காலத்திலும் சிறந்த வாழ்க்கையே அமையும். ஆனால், நடுத்தர வயதில் பல சோதனைகளைச் சந்திக்க நேரிடும். எதிர்கால அதிர்ஷ்டத்தை எதிர்பார்த்து, தற்காலக் கஷ்டங்களை இவர்கள் பொறுத்துக் கொண்டால், நல்ல பிற்கால வாழ்க்கையை அடையலாம். இவர்களுக்கு ஓரளவு கஞ்சத்தனமும் உண்டு. குடும்பத்தில் எவ்வளவு வருமானம் வந்தாலும் போதாது. வெளிநாடுகளின் தொடர்பு ஏற்படும். அடுத்தவர்களின் உதவியை அடிக்கடி எதிர்பார்ப்பார்கள். பிற்கால வாழ்க்கை நன்கு வளமாக அமையும். தாங்கள் இழந்த சொத்துக்களை மீண்டும் சம்பாதித்து விடுவார்கள். சிற்றின்பத்தில் மிகவும் ஈர்ப்பு உண்டு. மனத்தில் அடிக்கடி குழப்பங்கள் உண்டாகும். இவர்களுக்குப் பேராசை கூடாது.

எண் 107 - சனி (SATURN)

இவர்களுக்குப் பழைய கொள்கைகளில் அதிக நம்பிக்கை இருக்கும். கல்வியில் சிறப்பு உண்டு. வாழ்க்கையில் செல்வமும் சேரும். இவர்கள் மற்றவர்களின் ஏளனப் பேச்சுக்குப் பயப்படுவார்கள். இவர்களின் திருமணத்திற்குத் தடை உண்டாகக் கூடும். தவறான வழிகளில் இன்பம் தேடாமல் இருக்க வேண்டும். நேர்மை வழியில் சென்றால் வெற்றிகள் உண்டாகும். வெளிநாட்டுத் தொடர்பும் இவர்களுக்கு ஏற்படும். மனோபலம் அதிகம் உண்டு. புகழ், பாராட்டு பெறுவதில் அதிக நாட்டம் உடையவர்கள். ஆன்மிகத் தொடர்புகள் மூலம் உயர்ந்த நிலையை அடைவார்கள். எண்ணின் பலம் நன்கு அமைந்தால் பதவியும், புகழும் ஏற்படும். தொழிற்சாலைகள், இயந்திரங்கள் செய்தல் போன்றவை வெற்றி தரும். பெண்களின் மூலம் சில பிரச்சினைகள் உண்டாகும். குடும்பத்தில் அமைதி குறையும். மனதில் தெய்வ பக்தி அவசியம் இருக்க வேண்டும்.

எண் 108 - செவ்வாய் (MARS)

மிகவும் சக்தி வாய்ந்த எண் இது. தெய்வீக விஷயங்கள் மற்றும் சாஸ்திரங்களில் ஆர்வமுண்டாகும். கல்வி, மதம், மொழி ஆகிய விஷயங்களில்

நண்பர்களுடனும், சகாக்களுடனும், புத்தகங்களுடனும் தொடர்பு வைத்துக்கொள்

ஈடுபாடும், புகழும் உண்டாகும். சமூக சேவைகளில் இவர்கள் முதலிடம் வகிப்பார்கள். அரசாங்க வாய்ப்புகள் மூலம் இலாபங்களை அடைவார்கள். மந்திரி பதவி போன்ற அதிகாரப் பதவிகள் கிடைக்கவும் யோகம் உண்டு. திடீர்ப் பணக்காரர் ஆகும் யோகமும் உண்டு. இது மந்திர சக்தி நிறைந்த எண். பெரும் வெற்றிகளைக் கொடுக்கும். இவர்கள் செய்யும் சாதனைகள் இவர்களுக்கு அழியாப் புகழைக் கொடுக்கும். புகழ், செல்வாக்கு, பட்டம், பதவி இவர்களைத் தேடி வரும். ஜோதிடம், தியானம், இசை போன்றவற்றில் வெற்றி பெறுவார்கள். மந்திர சித்தியும் உண்டாகும். தாம்பத்ய வாழ்வில் திருப்தி உண்டு. மொத்தத்தில் நல்ல பலன்களைக் கொடுக்கும் எண் இது.